செங்களம் படக் கொன்று அவுணர்த் தேய்த்த
செங்கோல் அம்பின், செங்கோட்டு யானை,
கழல் தொடி, சேஎய் குன்றம்
குருதிப் பூவின் குலைக் காந்தட்டே.

               –திப்புத்தோளார் (குறுந்தொகை)

நகர்துஞ்சும் நள்யாமத்தில்
செங்கோட்டு யானைகள் எடுத்துப் படித்த
VIII
தஸ்தாவேஜ்கள்

பாவெல் சக்தி

எதிர்
வெளியீடு

நகர்துஞ்சும் நள்யாமத்தில் செங்கோட்டு யானைகள்
எடுத்துப் படித்த VIII தஸ்தாவேஜ்கள்
பாவெல் சக்தி

முதல் பதிப்பு: செப்டம்பர் 2020
இரண்டாம் பதிப்பு: ஜூலை 2021
மூன்றாம் பதிப்பு: ஜூலை 2023

எதிர் வெளியீடு,
96, நியூ ஸ்கீம் ரோடு, பொள்ளாச்சி – 642 002
தொலைபேசி: 04259 226012, 99425 11302

விலை: ரூ.499

Nagarthunjum Nalyaamathil Chengottu Yaanaikal
Etuthupaditha VIII Thasthaavejkal
Povel Sakthi

First Edition: September 2020
Second Edition: July 2021
Third Edition: July 2023

Published by
Ethir Veliyeedu, 96, New Scheme Road, Pollachi - 2
email: ethirveliyedu@gmail.com
www.ethirveliyeedu.com

ISBN: 978-81-947340-4-8
Cover Design: Santhosh Narayanan
Printed at Jothy Enterprises, Chennai.

Copyright © Povel Sakthi

All rights reserved. No part of this book may be reprinted or reproduced or utilised in any form or by any electronic, mechanical or other means, now known or hereafter invented, including Photocopying and recording, or in any information storage or retrieval system, without permission in writing from the Publisher.

அப்பா... அம்மா...
எப்பொழுதும் உங்கள் கைகளில் எதுவுமில்லாமலும்...
பதிலுக்கு எப்பொழுதும் என் கைகளில் எல்லாமும்
இருக்கும்படி பார்த்துக்கொள்ளும் உங்கள் இருவருக்கும்...

VIII

பட்டாளத்தார் இறந்துவிட்டார்: அந்நிலையே இறந்தார் எனப்படுதல் நன்று	09
விஜயன்: பகை பாவம் அச்சம் பழியென நான்கும்	54
அமீரின் நாட்குறிப்புகள்: கொலைக்களத்து மாலை	94
பொச்சுக்கிள்ளி: இன்முகம் காணும் அளவு	144
மூன்று பெண்கள்: செய்தக்க செய்யாமை யானும் கெடும்	180
7-மார்ச்-2018: நிழல்தன்னை அடிவிட்டு நீங்காது	229
சோபியா: மறத்தலைவிடக் கொடியது வேறில்லை	280
நான்கு பேர்கள் இரண்டு சம்பவங்கள்: நாடொறும் நாடு கெடும்	319

"சிறுபரப்பில் நூறாயிரக் கணக்கானோர் நெரிசலாய் அடைந்துகொண்டு எவ்வளவுதான் நிலத்தை உருக்குலைக்க முயன்றாலும், எதுவுமே முளைக்காதவாறு எவ்வளவுதான் கற்களைப் பரப்பி நிலத்தை மூடினாலும், பசும்புல் தளிர்க்க முடியாமல் எவ்வளவுதான் மழித்தெடுத்தாலும், நிலக்கரியையும் எண்ணெயையும் எவ்வளவுதான் எரித்துப் புகைத்தாலும், எவ்வளவுதான் மரங்களை எல்லாம் வெட்டியகற்றியும் விலங்குகளையும் பறவைகளையும் விரட்டியடித்தும் வந்தாலும், வசந்தம் வசந்தமாகவே இருந்தது, நகரத்திலுங்கூட."

– லேவ் தல்ஸ்தோய் (புத்துயிர்ப்பு நாவல்)

பட்டாளத்தார் இறந்துவிட்டார்:
அந்நிலையே இறந்தார் எனப்படுதல் நன்று

ஆம் பட்டாளத்தார் இறந்து விட்டார். மன்னிக்கவும், இறந்து கிடந்தார். எத்தனை மணிக்கு என்று யாருக்கும் தெரியாது.

அதிகாலை 3.30 மணிக்கு மஞ்சள் நிறமாக வெறிச்சோடிக் கிடந்த நீதிமன்றச் சாலை வழியாக ஆனந்தி மெஸ்ஸுக்கு காய்கறிகள் ஏற்றிவந்த குட்டியானை ஒன்று வேகமாக வந்து கொண்டிருந்தது. உறக்கக் கலக்கமும், ஆஃப் மேன்சன் ஹவுஸ் தந்த கிறக்க மயக்கமும் கலந்து, இருபத்திமூன்றே வயதான டிரைவரின் கண்களுக்கு நூறு மீட்டர் தூரத்தில் ஏதோ நடுரோட்டில் குவிந்து கிடப்பது போலத் தோன்றியது. கண்டிப்பாக அது ஏதோ அழுக்கு துணி மூட்டைகளாகத்தான் இருக்குமென நினைத்தவன், அதை நடுரோட்டில் இழுத்துப் போட்ட நாய்களைத் திட்டிக்கொண்டே அதே வேகத்தில் வண்டியைக் கொஞ்சம் வலது புறமாக ஒடித்தான்.

ஆனால் அது குப்பைகள் அல்ல என்பதும், அழுக்கடைந்த துணிகள் சூழ்ந்துகிடந்த ஒரு ஆள் என்பதும் நெருங்க நெருங்கத்தான் அனல் வீசிக் கொண்டிருந்த அவனது சிவந்த கண்களுக்குத் தெரிந்தது. சால்னா பாக்கெட்டுகளும், பிளாஸ்டிக் கவர்களும், பேப்பர் கட்டுகளும் சிதறிக்கிடந்த அந்தச் சாலையின் பாதியை நீளமான அவரது கைகளில் ஒன்று எந்தவித அருவருப்புமின்றி, ஸ்கேல் வைத்துக் கோடு போட்டதுபோல் நேர் கோடாக அளந்து கிடப்பதும் புலப்பட்டது.

முடிந்தமட்டும் அந்தக் கையின்மேல் வண்டியை ஏற்றி விடக்கூடாது என்று யோசித்தானோ என்னவோ, ராட்டினத்தைச் சுற்றுபவன் முதல் சில சுற்றுகளுக்குக் கம்பிமேல் ஏறி நின்று மிதிப்பதைப்போல முழு பலத்தையும் கொடுத்து, மூச்சை இழுத்துப்பிடித்து, படபடப்பும், அதிர்ச்சியும் கலந்த அப்படியொரு பிரேக்கை அதன்முன் அடித்தான். ஒரே நேரத்தில் பல எலிகள் கீச்சிடுவதுபோன்ற சத்தத்தை எழுப்பிய பின்புற சக்கரங்களானது சாலையை இன்னும் கொஞ்சம் அடர் கருப்பாக்கிவிட்டு அந்தக் கையின்முன் வண்டியை பளிச்சென நிறுத்தியது. சரியாகச் சொல்லவேண்டுமென்றால் புதிதாக காவல்துறையில் சேர்ந்தவன் உயரதிகாரிகளின் முன்னிலையில் விறைப்பென்றால் எப்படியிருக்கும் எனப் பாடம் எடுப்பதுபோல அடிப்பானல்லவா? ஒரு சல்யூட், அப்படியொரு அழுத்தம் அதிலிருந்தது. சும்மா சொல்லவேண்டும் என்பதற்காகச் சொல்லவில்லை. அச்சு அசலாக அப்படித்தான் இருந்தது.

யோசித்துப் பார்த்தால் பட்டாளத்தாரும் அந்த மரியாதைக்கு உரியவர்தானே?

★★★

வண்டியைச் சுற்றி காய்கறிகள் சிதறிக் கிடப்பதைப் பார்த்து ஆட்கள் ஒவ்வொருவராகக் கூடினர். மயங்கிக் கிடந்த டிரைவரை எழுப்பித் தண்ணீர் கொடுத்தனர். ஸ்டேஷனுக்கு தகவல் சொல்லப்பட்டது. கோர்ட் மட்டுமே கதியாகக் கிடந்த பட்டாளத்தாரை போலீசுக்கு மட்டுமல்ல அந்தச் சாலையில் கடைகள் வைத்திருக்கும் அனைவருக்குமே தெரியும். தகவல் தெரிந்து பட்டாளத்தாரின் ஊர்க்காரர்கள் சிலரும் சொந்தக்காரர்கள் சிலரும் வந்தனர். ரத்த காயம் எதுவுமில்லாததால் போஸ்ட்மார்ட்டம் வேண்டாம் எனக் கேட்டுக்கொண்டனர். இது அனைத்தும் நடந்து முடிய பொழுதும் விடிந்திருந்தது.

முடிவாக பட்டாளத்தாரை ஆம்புலன்ஸில் தூக்கிப் போட்டுக்கொண்டு ஊர்க்காரர்களும், சுற்றி நின்றவர்களுடன் சேர்ந்து காய்கறிகளைக் குட்டியானையில் தூக்கிப் போட்டுக் கொண்டு டிரைவரும் மேற்கும் கிழக்குமாக எதிரெதிர் திசையில் சென்று மறைந்தனர்.

நீதிமன்றச் சாலை இதுபோன்று எத்தனையோ சம்பவங்களை கண்டிருந்ததனாலோ என்னவோ கொஞ்சம்கூட சலனமில்லாமல்

வழக்கம்போல வந்து செல்வோரை வரவேற்றுக் கொண்டிருந்தது.

அச்சாலையோர மரங்களோ காய்ந்து சருகாகிப்போன இலைகளையும், மஞ்சள்நிறப் பூக்களையும் நடைபாதைகளில் சலிக்காமல் உதிர்த்துக் கொண்டிருந்தன.

★★★

ஊர் முழுவதும் செய்தி பரவியது. பட்டாளத்தார் சார்ந்த சர்ச் முதற்கொண்டு ஊரில் மொத்தம் ஏழு சர்ச்சுகள் இருந்தன. அத்தனைக்கும் தகவல் சொல்லப்பட்டது. அவை அனைத்தின் அன்றைய நிகழ்ச்சிகள் ரத்து செய்யப்பட்டன. அவருக்குச் சொந்தங்கள் இருந்த ஊர்களுக்கும் தகவல்கள் சொல்லப்பட்டது. சாமியானா, சவப்பெட்டி, நாற்காலிகள், பூ, மாலை என அனைத்திற்கும் அவரது மகனும் நண்பர்களும் ஏற்பாடு செய்தனர். தகவல் அறிந்த சிறிதுநேரத்தில் பட்டாளத்தாரின் குடிசையின்முன் கூடியிருந்த கூட்டத்தில் ஃபாதரும் வந்து அமர்ந்திருந்தார். கிழவிகள் சிலர் பட்டாளத்தாரின் பெருமைகளைச் சொல்லி ஒப்பாரி வைத்துக் கொண்டிருந்தார்கள்.

தோசைக்கல் சைஸில் இருக்கும் மணியை சர்ச்சிலிருந்து கொண்டு வந்திருந்தான் இஸ்ரவேல். அதை குடிசையின் முன் தொங்கவிட்டு மரச்சுத்தியலால் அடித்து ஒலியெழுப்புவதுதான் அவன் வேலை. சர்ச்சே கதியெனக் கிடக்கும் அவனுக்கு இது ஆயிரத்தில் ஒரு வேலை. சாவு வீடு என்பதால் இந்த வேலை. இதுவே பிறந்தநாள் வீடென்றாலோ, கல்யாண வீடென்றாலோ, சபை கூட்டங்கள் அல்லது ஊர் கூட்டங்கள் என்றாலோ, அது முக்கியமா இல்லையா என்று எவராலும் முடிவெடுக்க முடியாத ஒரு வேலையை அவன் செய்துகொண்டே இருப்பான். யாராவது கேள்விகள் கேட்டால் பதில் சொல்வதோடு சரி. மற்றபடி அவனும் யாரிடமும் பேசமாட்டான். அவனிடமும் யாரும் பேச மாட்டார்கள். அப்படி அவன் பேசும்போது பிறவியிலிருந்தே பேசமுடியாத ஒருவன் திடீரென்று பேசினால் எப்படி இருக்குமோ அந்தவொரு அதிர்ச்சியில்தான் அவனும் பேசுவான். கேட்பவர்களும் அப்படித்தான் கவனிப்பார்கள்.

ஊர் இளந்தாரிகள் வயது பெண்களிடம் இவனை மட்டம் தட்டி, கிண்டலடித்து, அவமானப்படுத்தி கதாநாயகர்களாகும் முயற்சிகளின் போதும்கூட அமைதியாகவே இருப்பான். எல்லாவற்றிற்கும் அடிபணிந்தபடி அந்த இடத்தைவிட்டு விலகிச்

சென்றுவிடுவானே தவிர ஒரு வார்த்தைகூட அவனிடமிருந்து வெளிப்படாது.

ஆனாலும் இந்தப் பொறுமையையோ, அர்ப்பணிப்பையோ, வேலை நேர்த்தியையோ பாராட்டி ஒரு சின்ன வார்த்தைகூட அவனிடம் யாரும் பரிமாற மாட்டார்கள். ஃபாதர் உட்பட.

இப்போதுகூட கையில் கடிகாரமும் இல்லாமல், யாரிடமும் நேரமும் கேட்காமல், துல்லியமாக பதினைந்து நிமிடத்திற்கு ஒருமுறை அவன் மணி அடிப்பதைப் பார்த்து ஆச்சர்யப்பட, தட்டிக்கொடுக்க அங்கு எவருமில்லை. அப்படி ஆச்சர்யப்பட இருந்த ஒரே ஒருத்தருமான பட்டாளத்தாரும் இப்போது இல்லை. ஆனால் அதுகுறித்து சிறு முனுமுனுப்போ, ஒருதுளிக் கண்ணீரோ, விசும்பலோ, ஒரு பெருமூச்சோ கூட அவனிடம் இல்லை. ஏன் இத்தனைக்கும் அவர் சாவுக்குத்தானே மணி அடிக்கிறோம் என்கிற கவலையும் அவனுக்கு இல்லை. யாரையும் கண்டுகொள்ளாமல், எதையும் யோசிக்காமல் ஒரு மூலையில் குத்துக்காலிட்டு,தந்த இரண்டாவது டீயையும் குடித்தபடி, குனிந்தபடி, ஊர்ந்து செல்லும் எறும்புக்கூட்டங்களை வைத்தக்கண் வாங்காமல் பார்த்தபடி அமர்ந்திருக்கும் அவனது பார்வையில் அங்கு இருப்பவர்கள் அனைவருமே இறந்து கிடப்பவர்கள்தானோ என்னவோ?

ஆனால் அந்த மணியோசையானது அவனைப்போல இல்லை. சுற்றி இருக்கும் நான்கைந்து தெருக்களைத் தாண்டியும் 'நான் யாரிலும் கீழானவன் இல்லை' என்பதை பறைசாற்றுவதைப் போல ஒலித்துக்கொண்டிருந்தது. எல்லோர் மத்தியிலும் ஐந்தாறு நொடிகள் பேரமைதியை உருவாக்கும் அந்த ஓசையின் அதிர்வை, கம்பீரத்தை, சத்தத்ததை கேட்கும்போதும், உணரும்போதும் ஒருவேளை இதுதான் இஸ்ரவேலின் குரலோ என்று நினைக்கத் தோன்றும்.

கல்லறைத்தோட்டத்தின் வேலைகளை கூட அவன்தான் இப்போது ஃபாதரிடம் ஞாபகப்படுத்தினான்.

ஊர் கல்லறைத் தோட்டத்தின் சாவி மூன்றுமாடி அருள்ராஜிடம் இருந்தது. அவர்தான் அந்த ஆண்டு தென்னை மரங்கள் இஷ்டத்திற்கு நிறைந்து நிற்கும், நல்ல லாபம் தரும் கல்லறைத்தோட்டத்தை அரும்பாடுபட்டு ஏலம் எடுத்திருந்தார். இதுவரையில் தன்னை நம்பி வந்தவர்களை ஒருபோதும் கைவிடாத அந்த கல்லறைத் தோட்டத்திற்காக மீன்கடை சேவியருடன் சண்டை போட்டு, அடி வாங்கி, காவல் நிலையம்

சென்று, கண்ட இடங்களிலெல்லாம் லஞ்சம் கொடுத்து அதை அடைந்திருந்தார்.

இளைஞர்கள் சிலர் அவரது வீட்டுக்கு சென்று சாவியை வாங்கி இரண்டு மூன்று பச்சை ஓலைகளை வெட்டிவந்து குடிசையின்மேல் போட்டனர். போட்ட கையோடு பட்டாளத்தாரின் பேரன்கள் முறைக்கு வரும் இருவரை சூழ்ந்துகொண்டு நச்சரித்தனர்.

நச்சரிப்புக்கு பலன் கிடைக்கத்தான் செய்தது. கையில் கிடைத்த மொத்தத் தொகைக்கும் எங்கெங்கோ சுற்றி காலை ஏழு மணிக்கே எட்டு டயமண்ட் குவாட்டர்களோடு கால்வாய்ப் பக்கம் ஒதுங்கினர். அவர்களோடு பட்டாளத்தாருக்கு குழி தோண்டும் வேலையை ஏற்றெடுத்த மூவரும் இணைந்து கொண்டனர். பட்டாளத்தாரின் மகன் ராஜதுரை கூலியும் கொடுத்திருந்தான். இப்போது எட்டு குவாட்டர்கள் பதினான்காக மாறியிருந்தது. கொஞ்சநேரத்தில் அது ஆறாக குறைந்ததும் இந்த மூவரை அந்த நால்வரும் வம்பிழுக்க ஆரம்பித்தனர்.

“வோய் பாட்டாக்கமாரே. கண்டமா அப்டி என்னத்த வெட்டி மலத்துகீங்கன்னு தலைக்கு 1200 ஓவா படியாக்கும்? இது பெரியச் சீமத்த வித்தை! ஆகப்பாடா வெதைக்கொட்டைல வெசர்ப்பு படாத ஒருமணிக்கூர் கூத்து. பிளசரும் டவாலியும்தான்வோய் உங்க பவுசுக்கு இல்ல. அது ஒண்ணம் இருந்துச்சு, தள்ளே நம்ம ஜில்லாக்கு மொத்தம் நாலு கலெக்டருமாராக்கும்” உடம்பைவிட கருத்த உதடுகளைக்கொண்ட ப்ளம்பர் வேலை செய்யும் ரீகன் சிசர் பில்டரை இழுத்துக்கொண்டே இதைச் சொல்லி முடித்ததும் அவன் கூட்டாளிகள் நக்கலாகக் கைதட்டிச் சிரித்து அவர்களை மேலும் பரிகசித்தனர்.

அப்போதும் அமைதியாக இருந்து குடித்துக் கொண்டிருந்த அந்த மூவரையும் அவன் விடுவதாக இல்லை. சல்யூட் அடித்தும், சைரன் சத்தம் போட்டும் சீண்டிக்கொண்டே இருந்தான்.

“ஆமல தெனக்க நாலு பொணம் ஊருக்குள்ள வுழுகுவு. நாங்க அம்புட்டு பேரும் கன்னியாமரில மட்டுப்பாவு வூடு கட்டி கடல ரசிச்சமானியே கெடக்கோம். வாய் மயிர தூக்கிட்டு வந்துட்டானுவோ நேரா எங்கச் சாமானத்துல வைக்கதுக்கு.. வால... வந்து தோண்டிப்பாரு. கலெக்டரு ஜோலிமாறியே இரிக்கும்.” தோள்பட்டை எலும்புகள் துருத்தியபடி, மேல்சட்டை இல்லாமல் வெறும் லுங்கியும், துண்டுடனும்

இருந்த மரியதாஸ் இப்படி முணுமுணுத்துக் கொண்டே பின்புறமாகத் திரும்பி காறித்துப்பினார்.

அவரது வயிற்றைப் பார்ப்பவர்களுக்கு 'குடிக்கும் சரக்கும், சாப்பிடும் சோறும் எங்கேதான் போகிறது' என்ற பலத்த சந்தேகத்தை எழுப்பும்.

ரீகன் விடவில்லை.

"இம்புடு பேசுகிறிரீல்லாவேோய் இன்னைக்க நாங்க குண்டு தோண்டுகோம். கூலில்லாம் வேணாம். வெசலமா, வடிவாத் தோண்டிக் காட்டுகோம். இந்த நீக்கம்பு பாடல்லாம் இங்க வேணாம். தாக்கோல எடும்வோய்" என்று ஒரே போடாகப் போட்டான்.

அதுவரை அமைதியாக இருந்த, இருப்பதிலே வயது மூத்தவரும், ஒல்லியான தேகமும் சின்னஞ்சிறிய தலையையும் கொண்ட ஏசுவடியான், முக்காவாசி குவாட்டரையும் பேப்பர் கப்பிற்குள் கவிழ்த்து, பேருக்கு கொஞ்சம் தண்ணீரையும் காட்டியபடி ஒரே மடக்கில் வாய்க்குள் ஊற்றிவிட்டு ஒரு கேள்வி கேட்டார்.

"சாமானத்தை... மொத இன்னைக்க பட்டாளத்தானுக்கு குண்டு எடுக்குற ஸ்பாட் எதுன்னு உங்க எவனுக்காவது தெரியுமால?"

நால்வரிடமும் பதில் இல்லாததைக் கண்டு மீதமிருந்த கட்டிங்கையும் குடித்து முடித்துவிட்டு அவரே ஆரம்பித்தார். "புருசன்காரன்கூட பெணக்குல நம்ம நடேசன் வாத்தியான் கெணத்துல வுழுந்து சத்துப்போனாள்லா... ம்... அதாம்டே டயர் கடை ஆப்ராமுக்கு மவ..."

"ரபேக்காதான" என்றான் ரீகன்.

"ஆ... அதான். அந்தப் புள்ள சத்து ஒரு பத்து வருசம் இருக்குமாடே? அத பொதைச்ச எடம் உங்க எவனக்காது ஓரம இருக்கா? அந்த புள்ளைக்க தவப்பனுகே இருக்காது. இங்க அப்டியில்ல, ஒவ்வண்ணம் ஒடம்புல இருக்க மச்சம்மேறி. கரக்டா தூக்கிருவம். அவ்ளவு ஏம்டே, இந்தா நம்ம தாஸ் இருக்கானே, அவனுக்க வீட்டாள பொதைச்ச எடத்லதான் நாலு மாசத்துக்கு மின்னாடி பொன்னம்மய பொதைச்சம். பொண்டாட்டி எலும்ப அப்டியே தூக்கி எறிஞ்சிட்டு தோண்டிட்டேருந்தான். நீ தோண்டுவியால? இல்ல கேக்கேன்? தோண்டுவியா? ரெண்டே நாள்ல வெறையல் கண்டு செத்துருவ செறுக்கியுள்ள"

ரீகனுக்கு போதை சர்ரென்று இறங்கியது.

"சரி அத விடு. இன்னைக்க ஆப்ராமுக்கு மவ எலும்பு கிடைக்கும். இந்தா கடப்பாரை. கட்டதுக்கு தோர்த்து, வெட்டூத்தி வேண்ணா பயத்தக்க வச்சக்க. உங்கள்ல எவனுக்காவது பள்ளம் தோண்டத் தெம்பிருக்கால? எனக்க கைக்காசையும் போட்டு அஞ்சாயிரம் தாறேன்? லேசுப்பட்ட சக்கரமில்ல... அஞ்சாயிரமாக்கும்...! நெஞ்சூக்கம் இருக்கபட்டவன் வாங்கல. இன்னக்க ஒரு அத்தத்தப் பாத்துருவோம்."

கல்லறைத்தோட்டத்தின் மரண அமைதி அந்த நால்வரையும் சூழ்ந்துகொண்டது. ஏசுவடியான் மீசையை முறுக்கிவிட்டார்.

ஆம்புலன்ஸ் சொக்கன்குளத்தை தாண்டிவிட்டது என்ற தகவல், குழிதோண்டும் அந்த விவகாரத்தை ஒருவழியாக இழுத்து மூடியது. மூவரும் அவரவர் பொருட்களைத் தூக்கிவிட்டு கல்லறைத்தோட்டத்தை நோக்கியும், மற்ற நால்வரும் முகத்தை தொங்கவிட்டபடி குடிசையை நோக்கியும் சென்றனர்.

மரப்பெஞ்சுகள், பிளாஸ்டிக் சேர்கள் என கையில் கிடைத்ததையெல்லாம் தற்காலிகமாக கொண்டுவந்து குடிசையின் முன் போட்டனர் பக்கத்து வீட்டுக்காரர்கள். ஆண்கள் ஒவ்வொரு தெருமுனைகளிலும், டீ கடைகளிலும்; பெண்கள் குழாயடிகளிலும், வீட்டு வாசல்களிலுமாக நின்றுகொண்டு கூடி கூடிப் பேச ஆரம்பித்தார்கள். பட்டாளத்தாருக்கு மிகத்தொலைவில் இருந்து வரவேண்டிய சொந்தங்கள் எதுவும் இல்லையென்பதால் ப்ரீசர் பெட்டிக்கு மட்டும் சொல்லவில்லை.

அன்றைய தினம் வேலைக்கு போகக்கூடாது என்று ஊர் கட்டுப்பாடொன்றும் இல்லாவிட்டாலும், 'நாளைக்கு நம் வீட்டு விஷேசங்களுக்கும் ஊர்க்காரர்கள் வரவேண்டும்' என்ற எண்ணத்தில் வேலைக்கு செல்ல வேண்டியவர்களில் பலர் விடுப்பு சொல்லிவிட்டனர். காடுகளுக்கும் வயல் வேலைகளுக்கும்கூட யாரும் செல்லவில்லை.

இதிலும் சிலர் வேலைக்கு செல்வதற்காக மேட்டுக்கரை வழியாக ஊரைச்சுற்றிவந்து கள்ளத்தனமாக பேருந்து ஏற வந்தார்கள்.

இப்படியெல்லாம் நடக்கும் என்று தெரிந்து முன்னரே வந்து பேருந்து நிறுத்தத்திற்கு கொஞ்சம் தள்ளி அமர்ந்திருந்த ஊர்த்

தலக்கட்டுகளும், பட்டாளத்தாரின் நண்பர்களான பெருசுகளும் வந்தவர்களை ஊருக்குள் விரட்டி அடித்தனர்.

"டேய் ஆகாவளிகளா! உங்கள மாதிரி எத்தனை பேத்த பாத்துருக்கோம். எங்க கண்ணைத் தப்பிருவீங்களா?" என்று சொல்லிச் சிரித்தனர்.

பட்டாளத்தாருக்கு ஒரு மகனும் ஒரு மகளும் உண்டு. மகன் உள்ளூரில்தான் இருந்தான். மகளை பக்கத்து ஊரான நாவல்புதூரில் கட்டிக்கொடுத்திருந்தார். அவளும் கணவனுடன் பேருந்திலிருந்து இறங்கி அழுதுகொண்டே ஓட்டமும் நடையுமாக ஊருக்குள் சென்றாள். பெருசுகள் கொஞ்சநேரம் அமைதியாகி அவள் சென்றபின் பேச ஆரம்பித்தனர்.

"அளவம்மைப்போயி ஒரு மூணு வருசம் இருக்குமா? இவனும் போய்ச் சேந்துட்டான்."

"சே அவ்ளவு நாள் ஆயிருக்காது..."

"ஆமா அவன் இருந்து மட்டும் என்ன புண்ணியம்?"

"எல்லாத்துக்கும் காரணம் அந்த நாய்தான்..."

"இப்ப அமைதியா வந்து நின்னு வேசம்லா போடுகான்."

"பொம்பள தோத்து போய்ருவா இவன் நடிப்புக்கு."

"மருமவக்காரி மட்டும் லேசுபட்டவளாக்கும்?"

"இப்படி ஒரு சாவு..."

பேச்சுக்கள் கலவையாக இருந்தபோது சைரன் ஒலி எழுப்பாத ஆம்புலன்ஸ் ஊரை நெருங்கிக் கொண்டிருந்தது. அதைப்பார்த்து ஊர் எல்லையில் கல்லிலும், பெஞ்சிலும், கடையிலும், மரங்களின் அடி மூட்டுக்களிலும் அமர்ந்திருந்த அனைவரும் எழுந்தனர். புழுதியைக் கிளப்பிக்கொண்டு ஆம்புலன்ஸ் ஊருக்குள் நுழைந்தது. அந்தக் காட்சி பட்டாளத்தாரின் கூட்டாளிகளுக்கு 40 வருடத்திற்கு முன்நடந்த இதேபோன்றதொரு காட்சியை நினைவுபடுத்தியது. அதுபற்றி பேசிக்கொண்டே துண்டை தோளில் போட்டபடி குடிசையை நோக்கி மெல்லமாக நடந்து சென்றார்கள்.

அந்த காட்சியின் கதாநாயகனும் இதே பட்டாளத்தார்தான். ஆனால் ஆம்புலன்ஸ்க்கு பதில் அப்போது வந்தது அம்பாசிடர்.

★★★

அப்போது பட்டாளத்தாராக அவர் மாறவில்லை. சிறு வயதிலே பட்டாளத்தில் சேரப்போகிறேன் என்று ஊரை விட்டு ஓடிப்போன அந்த பதினைந்து வருடங்களில் வெறும் கடிதங்கள் மூலம் மட்டுமே ஊருக்குள் உலவிக் கொண்டிருந்தார். அவ்வப்போது கொஞ்சம் பணம் அனுப்புவதோடு சரி. அந்த நேரத்தில்தான் ஒரு கடிதம் வந்தது. இரண்டு நாட்களாக அவரின் அம்மா இசக்கி "எனக்க எளைய மவன் வரப்போறான்... வரப்போறான்" என்று தம்பட்டம் அடிக்காத குறையாக ஒவ்வொரு வீடாகப்போய் கடிதத்தை காண்பித்து பெருமையாக கதையளந்து வந்தாள்.

அந்த நாளும் வந்தது. ஊருக்குள் ஒரே பரபரப்பு. அம்பாசிடரைச் சுற்றிக் கூட்டம் மொய்த்தது. இசக்கிக்குப் பெருமை தாங்கவில்லை. இரண்டு மிலிட்டரி துணி உரைபோட்ட சூட்கேஸ்களுடன் வந்து இறங்கிய மகனை திருஷ்டி கழித்து வீட்டுக்குள் கூட்டி வந்தாள்.

பரபரப்புகளுக்கு வயது ஒரு வாரம்தானே. இயல்பாகிப் போனது ஊர். மூத்த இரு மகன்களுக்கும் திருமணம் முடிந்துவிட்ட நிலையில், இப்போது 30 வயதை தாண்டிய இளைய மகனுக்கும் உடனடியாக திருமணம் செய்து வைக்க பம்பரமாக சுழன்றாள் இசக்கி. மூன்றே மாதத்தில் தன்னைவிட 14 வயது இளையவளான தூரத்து அத்தை மகள் அழகம்மையை அவரே கை காட்டினார். வேலையே இல்லாவிட்டாலும் அண்ணன்கள் இருவருக்கும் கொடுத்ததுபோக பட்டாளத்தாருக்கு பல்வேறு ரீசர்வே எண்களில் ஊரைச்சுற்றி மூன்று ஏக்கர்களில் வயல்களும், தென்னைகளும், தோப்புக்களும், வீடும் இருந்ததால் பிரச்சனை இல்லாமல் திருமணமும் முடிந்தது.

ஒரு வருடம் கழித்து திருமண நாள் அன்றே மகன் பிறந்தான். அவனுக்கு இரண்டு வயதாகும்போது இன்னொரு ஆண் குழந்தை பிறந்து ஆறே மாதத்தில் வலிப்பு வந்து இறந்துபோனது. என்ன வியாதி என்றே யாராலும் சொல்லமுடியவில்லை. ஊருக்குள் தெக்குத்தி நோய் என்று ஏதோ சொன்னார்கள். ஆஸ்பத்திரிக்கு ஆரம்பத்திலேயே சென்றிருந்தால் காப்பாற்றி இருக்கலாமே என்ற வருத்தம் அவருக்கு நெடுநாள் இருந்து வந்தது. ஆனால் அந்த வருத்ததுடன் வருத்தமாக அடுத்த வருடமே ஒரு மகளைப்பெற்று அதை ஈடுகட்டினார்.

அப்போதெல்லாம் வீட்டின் திண்ணையிலே புகையிலை, வெத்தலைபாக்கு, பீடிகள் சகிதம் வந்து அமர்ந்துவிடுவார்.

அழகம்மை சலிக்காமல் போட்டுத்தரும் கருப்பட்டிக் காப்பியை குடித்தபடியோ, கூட்டாளிகளுக்கும் சேர்த்து பெரிய பெரிய பானைகளில் அழகம்மை வடித்துக்கொட்டும் சோற்றை சாப்பிட்டுக் கொண்டோ குறைந்தது ஐந்து பேருடனாவது அமர்ந்து கதையளந்து கொண்டிருப்பார். குடிக்கும், சாப்பாட்டுக்கும் என எல்லாவற்றிலும் அவரது கூட்டாளிகளும் கூச்சப்படாமல் கலந்து கொள்வார்கள். வீட்டினுள் இருப்பதைவிட இருபுறமும் சேர்த்து மொத்தம் எட்டு உயரமான தூண்கள் வீற்றிருக்கும் குளிர்ச்சியான அந்தக் காங்ரீட் திண்ணைதான் அவர் தனது பெரும்பாலான நேரத்தை செலவளிக்கும் இடம். அதில் காலாற அமர்ந்துகொண்டும், தெருவில் போய்வருபவர்களிடம் வம்பளந்துகொண்டும், தன் கூட்டாளிகளுக்கு வாய் வலிக்காமல் கதைகள் சொல்லிக் கொண்டும் இருப்பார். இதற்கிடையில் அழகம்மையுடன் ஏதாவதொரு காரணம் சொல்லி பொய்ச்சண்டை போட்டுக் கொள்வார்; மகன் மகளுடன் கொஞ்சி விளையாடுவார்.

வயல்களை, வாழைத் தோட்டத்தை கவனிப்பதற்கு, மாடுகளுக்கு தீனி போடுவதற்கு என எல்லா வேலைகளுக்கும் வேலையாட்கள் இருந்ததால் அவருக்கு ஒரு வேலையும் இருப்பதில்லை. அதிகாலையில் மட்டுமே எல்லாவற்றையும் ஒருமுறை சென்று சுற்றிப் பார்த்து வருவதோடு சரி.

பட்டாளத்தாருக்கு எல்லோரும் ஒன்றுதான். ஊர் தலைவருக்குக் கொடுக்கும் அதே உபசரிப்புத்தான் தெருவில் விளையாடும் குழந்தைகளுக்கும் கொடுப்பார். சிறுவயதில் எதையும் யோசிக்காமல் செய்யும் செயல்களினால் முட்டாள் என்றும் யாருக்கும் அடங்காத முரடன் என்றும் பெயர் எடுத்திருந்த பட்டாளத்தார், மீண்டும் ஊருக்குத் திரும்பி வந்தபோது அவரின் அணுகுமுறை தலைகீழாக மாறியிருந்தது. இப்போது அவரை யாரும் வெறுத்து ஒதுக்கவில்லை. பார்த்து பயப்படவுமில்லை. அவரும் அப்படித்தான். அந்த முரட்டுக் குணம் இப்போது இல்லையென்றாலும், ஊரில் யாரும் பேசத் தயங்குகிற விவகாரத்தை, நடக்கவே நடக்காது என்று தீர்மானிக்கும் விஷயத்தை நடத்திக் காட்டுவதில் எப்போதாவது அந்தப் பழைய பிடிவாதம் வெளிப்படும்.

இஸ்ரவேலின் தகப்பனார் இறந்தபோது நடந்ததும் அதுதான்.

அப்போது ஊரில் மொத்தம் ஐந்து சர்ச்சுகள் இருந்தன. இஸ்ரவேலைப்போல கிடைக்கும் எல்லா வேலைகளையும்

செய்துவந்த அவர், அந்த ஐந்தில் எந்தவொன்றிலும் உறுப்பினராகச் சேரவில்லை; எங்கோ இருந்து பிழைக்க வந்திருந்த அவர் வரி கட்டுவதைப்பற்றியும் யோசிக்கவுமில்லை. அவரே யோசிக்காத ஒன்றை பற்றி ஊர் ஏன் கவலைப்பட போகிறது? அப்படி ஊரும் கவலைப்படாத, அவரும் யோசிக்காத ஒருநாளில் திடீரென்று அவர் உயிர் பிரிந்தது. அப்போது இஸ்ரவேலுக்கு வயது ஏழு.

ஐந்து சர்ச்சுகளும் இஸ்ரவேலையும், அந்தப் பிணத்தையும், ஒருவர் மாற்றி ஒருவரிடம் தள்ளிவிட அவரவர் தரப்பு நியாயங்களை பேச ஆரம்பித்தனர். கொஞ்சநேரம் அதைக் கேட்டுக்கொண்டிருந்த பட்டாளத்தார் ஊரில் சில வாலிபர்களை அழைத்துக்கொண்டு, அப்போது எல்லோருக்கும் பொதுவாக இருந்த கல்லறைத் தோட்டத்திற்குள் ஏறிக்குதித்து குழிதோண்ட ஆரம்பித்துவிட்டார்.

ஊரில் பெரிய தலைக்கட்டு என்று சொல்லிக் கொண்டவர்களும், அவர்களின் அடிபொடிகளும், சர்ச் ஃபாதர்களும் திரண்டுவந்து என்ன செய்வது என்று தெரியாமல் மெதுமெதுவாகப் பேசவும், சத்தம் போடவும், கூச்சல் எழுப்பவும் தொடங்கியபோது, கையில் இருந்த மண்வெட்டியை எல்லோருக்கும் சேர்த்து தூக்கிக் காண்பித்தபடி “செத்த வீட்டுல ஆளாளுக்கு ஒப்பாரி வைக்காதீங்க. வரியை நாங்க கட்டலாம். கணக்கு பாத்துட்டு வாங்க” என்றார்.

செத்த வீட்டில் ஒப்பாரிதானே வைப்பார்கள் இது என்ன புது விளக்கம் என்பதிலும், ‘நாங்கள் வரி கட்டுகிறோம்’ என்றால் அது யார் என்பதிலும் குழம்பிப்போனது அந்தச் சிறு கும்பல். அதைப் பயன்படுத்திக் கொண்ட பட்டாளத்தார் குழி வெட்டுபவர்களிடம் “அப்படி செய்! இப்படி வெட்டு!” என்று சத்தமாக கட்டளைகள் கொடுத்துக் கொண்டே, இஸ்ரவேலின் தகப்பனாரைக் குளிப்பாட்டவும், அவருக்கு புதுத்துணி வாங்கவும், மற்ற பல காரியங்களுக்கும் ஒவ்வொரு ஆளாக அனுப்பினார். தோசைக்கல் சைஸில் இருக்கும் அந்த மணியை இஸ்ரவேல் முதன்முதலாக அன்றுதான் பார்த்தான்.

பட்டாளத்தாருக்கு அந்தச் சமயத்தில் சாமியாடும் வழக்கம் இருந்தது. நினைத்திருந்தால் சாமியாடியே எல்லோரையும் ஏற்றுக்கொள்ள வைக்க அதிக நேரம் ஆகியிருக்காது. ஆனால் தான் நினைத்ததை சாதாரணமாகப் பேசியே நடத்திக்காட்டிய இந்தச்செயல்தான் “பட்டாளத்தார் யாரைப் பார்த்தும் பயப்பட

மாட்டார். யாரும் அவரைப் பார்த்தும் பயப்பட வேண்டாம்" என்ற ஒரு பொதுவான எண்ணத்தை ஊர்மக்கள் மத்தியில் விதைத்தது.

பின்னர் இதுகுறித்து பஞ்சாயத்து நடந்தபோது ஆட்டுக்கல் உரலின்மேல் அமர்ந்துகொண்டு "அவன் அவன் ஊர் நாட்டுல கம்யூட்டரக் கண்டுபிடிக்கவா, கட்டிப்புடிக்காம பிள்ளைய பெத்துக் காட்டவான்னு என்னென்வோ கொடைஞ்சிட்டு கெடக்கானுவ. இவனுகளப் பாரு... செத்தவனுக்கு வேட்டிக்குள்ள சிலுவைய தொங்க வைக்க, பொதைச்ச பொணத்துமேல கூட்டம் கூட்டிட்டு இருக்கானுவ. ஏம்ல மக்கா, வெளிநாட்டான் தேங்கா துருவுனா நாம செரைட்டையாவது துருவ வேணாமாடே. பெசாம நான் சாமியாடி ஃபாதர சொல்லமாடன் கோயிலுக்கு ரெண்டுநாளு பூச வைக்க சொன்னாக் கொள்ளாம்னு நெனக்கேன்" என்று பக்கத்திலிருந்த பிச்சைக்கண் ஆசாரியிடம் சொல்லிக்கொண்டிருந்ததைக் கேட்டு ஊரேச் சிரித்தது.

இந்த மாதிரியான பட்டாளத்தாரின் பேச்சுக்கள்தான் அவரை இந்துவா, கிறிஸ்தவரா என்று எவராலும் யூகிக்க முடியாதபடி செய்தது. ஊர் திருவிழாவில் சாமியாடுவதால் நாத்திகரா என்ற குழப்பம் மட்டும் ஊருக்குள் இல்லை. சர்ச்சிற்கும் சென்றுவிட்டு, வீட்டு பக்கத்தில் இருக்கும் முத்தாரம்மன் கோவிலுக்கும் போகும் அவரைப்பார்த்து ஃபாதர் முதற்கொண்டு பூசாரி வரை கொஞ்சம் குழம்பித்தான் போனார்கள். அத்தோடு நிறுத்தியிருந்தால்கூட அழகம்மையாவது கொஞ்சம் சந்தோசப்பட்டிருப்பாள். வண்டி பிடித்து திருப்பதி, வேளாங்கன்னி என கோவில் கோவிலாகச் சுற்றுபவர்களைப் பார்த்து "ஏம்டே, கண்ணடிச்சு வராதவ கையப் புடிச்சு இழுத்தா மட்டும் வரவாப் போறா"ன்னு நக்கலும் அடிப்பார்.

பட்டாளத்தார் திண்ணையில் அமர்ந்துகொண்டு என்ன பேசினாலும், யாரை வம்பிழுத்தாலும் அழகம்மை பெரிதாக அலட்டிக்கொள்ள மாட்டாள். ஆனால் கடவுளை வைத்து ஏதாவது அவர் கிண்டலடிப்பது அவள் காதுகளுக்கு கேட்டுவிட்டால் போதும்; வாயில் வந்ததையெல்லாம் வைத்து பட்டாளத்தாரைத் திட்டித் தீர்த்துவிடுவாள்.

"நீரல்லாம் ஒரு மனுசனாவே. ஒண்ணு வரணும், இல்ல போணும். இல்ல போய்ட்டுத் திரும்பி வரணம். அதுக்குமில்லாட்டி நிலையா ஒரு இடத்துல நிக்கவாவது

செய்யணும். நீரு என்ன செய்யீரு. நின்ன இடத்துல நின்னுட்டு டங்கு டங்குன்லாவே கெடந்து குதிச்சிட்டு கெடக்கீரு."

உடனே இருவருக்கும் இடையில் ஒரு பொய்ச் சண்டை ஆரம்பமாகிவிடும்.

"ஏமுட்டி, இந்த பைவிளும், தொரக்கார சாமியுமா தூக்கிட்டு அலயிறியே, அப்ப நம்ம கொளத்துமேட்டுல இருக்க முத்தாரம்ம வெறும் கல்லாட்டி? சரி அதயாவது விட்டுத்தொல. இங்கோடி கெடக்க சாமியள குசுவேன்னு ஊதித்தள்ளிட்டு, காரு புடிச்சு எங்கயோ போய் முட்டிபோட்டு செபிக்கானுவல்ல, அப்பம் உள்ளூருல ரெண்டு கையையும் நீட்டிட்டு 'வா மக்கா'ன்னு கூப்புடுக மேரியம்மைக்கு என்னட்டி பவுசு."

"நீரு இப்டி பேசிட்டே கெடயும். ஒருநா இல்ல ஒருநா ஒமக்கு நாக்கு அழுவித்தான் போப்போது.. பாத்துட்டே இரியும்."

பின்னாளில் எல்லாம் இழந்து, நோயும் கண்டு ஒரு மூலையில் ஒடுங்கிப்போய் "நீரு சொன்ன மாறி உம்மளச் சொல்லிச் சொல்லி இப்ப நாந்தான் இப்படி கெடக்கேன் பாத்தீங்களா" என்று அழகம்மை சொல்வாள் என்று அறியாத அவர், "அரிக்கிற அரிசிய விட்டுட்டுச் சிரிக்கிற சித்தப்பன்கூட போனாளாம் போக்கத்தவ. நீ ரோமுக்கே போயி முக்காடுபோட்டு,மொட்டையப்போட்டு கும்டாலும், கடைசி காலத்துல ஒன் பீ மூத்தரத்த நாந்தாண்டி அள்ளப் போறன். போப்பாண்டவரு பிளைட்டு புடிச்சு இங்கன வந்து இறங்கி உனக்குக் குண்டி கழுவி விடமாட்டாரு" என்றார்.

இந்த ஒரு விஷயத்தில் மட்டுமல்ல, பட்டாளத்தாருக்கும் அழகம்மைக்கும் இடையில் நடக்கும் எல்லா உரையாடல்களுமே இப்படி பெரும்பாலும் ஒருவரையொருவர் வம்பிழுத்துக் கொள்வதாகவே இருக்கும். அந்த வம்பிழுப்பில் எப்போதும் அன்பைத்தவிர வேறொன்றும் இருக்காது என்று அவர்களுக்குத் தெரியும். ஆனால் பார்ப்பவர்கள் கண்களுக்கு ஏதோ இருவரும் பெரிதாக சண்டைப் போட்டுக் கொள்கிறார்களோ என்று தோன்றும். ஒருவேளை அனைவருக்கும் அப்படித் தோன்ற வேண்டும் என்பதற்காகவே பொய்யாக இருவரும் சண்டைப் போட்டுக் கொண்டார்களோ என்னவோ என்று பின்னர் பட்டாளத்தாரும் அழகம்மையும் அந்தக் குடிசையில் அவ்வளவு அன்பாக வாழ்ந்ததைப் பார்த்த ஊர்மக்கள் பேசிக்கொண்டனர்.

அழகம்மையைக் கட்டிக்கொண்ட காலம் முதல் பட்டாளத்தார் தன்னைப்பற்றி யோசிப்பதையே நிறுத்திவிட்டார். எல்லாமே அழகம்மை கையில்தான் இருந்தது. அழகம்மையும் பட்டாளத்தார் கையில்தான் இருந்தாள். அப்படி இருவரும் ஒருவரை ஒருவர் கவனித்துக்கொள்ளும் விவகாரங்களில் மட்டும்தான் எல்லோருக்கும் தெரியும்படி, ஏன் அவர்களுக்கே தெரியும்படி அன்பானது கொஞ்சமாகத் தலைகாட்டும். அதுவும்கூட இறுதியில் இருதரப்பு சீண்டலில்தான் போய்முடியும். அதிலும் ஒவ்வொரு வருட கிறிஸ்துமஸ் அன்றும் இருவருக்கும் இடையில் இந்தக் காட்சி நடந்தே தீரும்.

கிறிஸ்துமஸ் விழாவுக்கும் அழகம்மை ஊரில் யாரிடமாவது பணம் கொடுத்தனுப்பி பட்டாளத்தாருக்கு புது வேட்டி சட்டை எடுத்துக் கொடுப்பாள். அவரும் வாங்கிக் கட்டிக்கொள்வார். ஆனால் கட்டுவதற்குமுன் அழகம்மையிடம் திட்டு வாங்குவதற்காகவே எதையாவது கேட்பார்.

“ஒரு கப்பு சொவருமுட்டிக்குகூட கைல பைசாவே இல்லன்னு நேத்தக்கி கேட்டப்பக்கூட சொன்ன. ஒருவேள ஒன் அப்பனக்க வீட்டுக்கு கர்த்தர் மணியாடரு அனுப்புனாரோ” என்பார்..

சூடான அழகம்மை சட்டென்று “வேணும்னா கட்டு இல்லைனா அவுத்துப்போட்டு அம்மணக்குண்டியாக்கூட வெளியப் போ. எனக்கென்ன” என்பாள்.

கொஞ்சநேரம் ஏதேதோ முனங்குவார். எதிர் முனங்கலும் பலமாக வரும். பின்னர் மெதுவாக புது வேட்டி சட்டையைப் அணிந்துகொண்டு வெளியே கிளம்புகிறவரைப் பார்த்து “மைனர் ஜாலிதான். ஆனா மணிபர்சுதான் காலி” என்று அவரை விடாமல் வம்பிழுப்பாள்.

ஒருவகையில் பார்த்தால் பட்டாளத்தார் மைனர்தான். ஊருக்குள் பெரியவர்கள் முதல் இளைஞர்கள் வரை யார் யார் எவரவர் பின்னால் சுத்துகிறார்கள் என்ற எல்லாத் தகவலும் அந்தத் திண்ணையில் இருந்தபடியே கறந்துவிடுவார். கறந்துவிட்டு “சரி.. சரி.. சரி.. மத்தவனுக்க மவ என்ன... அவன் முந்தாநேத்துவர கிழிஞ்ச நிக்கரத் தைக்க நூலு இல்லாம அலைஞ்ச பயலாச்சே; இன்னைக்கி ஏதோ பாரின் போயி கொஞ்ச சக்கரத்த கண்டுட்டான். அதுக்கு அவன் பொண்டாட்டி வர வருத்து இருக்கே. அப்பப்பப்பா.... அவளுக்க தவப்பன் யாருன்னு நெனைக்க? இவனாவது நூல் இல்லாம அலைஞ்சான்; அவன் நிக்கரே இல்லாமல்லா கடைத்தெரு வழியா லாந்துனான்.

அப்ப அவனுக்க மவ பொறத்தாளதான் மத்தவன் சுத்துகான் என்ன?" என்று அதே சரி.. சரியில் முடிப்பார்.

இப்படி பட்டாளத்தார் கொடுக்கும் மாம்பட்டையிலும் கள்ளிலும் வெளிவராத தகவல்களே ஊருக்குள் கிடையாது. அப்படி பெயர் அடிபடும் பெண்ணோ ஆணோ பட்டாளத்தார் வீட்டைக் கடந்து போகும் ஒவ்வொரு முறையும் ஒரு சொலவத்தையோ, பழமொழியையோ இல்லை விடுகதையையோ சத்தமாகச் சொல்லிவிட்டு 'உச்' கொட்டுவார்; இல்லை ஏதோ நூறு கிலோ நெல்மூட்டையை நெடுந்தூரம் தூக்கி சுமந்தவர்போல கை காலை உதறிவிட்டு நெளிந்து விடுவார். அவரின் பக்க வாத்தியம் போல எப்போதும் உடன் இருக்கும் சிலர் அதற்கு வாயைப் பொத்திக் கொண்டு சிரித்து அவருக்கு உற்சாகமூட்டுவார்கள்.

பக்கத்து ஊர் கணக்கு வாத்தியாரை பெரிய பண்ணையார் என்று நம்பி ஏமாந்துபோன சத்துணவு டீச்சரைப் பார்க்கும்போது "சீலை இல்லன்னு சித்தப்பன் வீட்டுக்குப் போனாளம். அவன் ஈச்சம் பாயக் கட்டிக்கிட்டு எதுக்க வந்தானாம்" என்பார். அதே கணக்கு வாத்தியார் பட்டாளத்தார் தெரு வழியாக பள்ளிக்கூடத்திற்கு நடந்து செல்லும்போது "தரித்திரியம் புடிச்சவன் வெறகுக்குப் போனா வெறகு கிடைச்சாலும் கட்ட கொடி கிடைக்காது போலயே" என்பார்.

"இளிச்சிக்கிட்டிருந்தாளாம் மடத்தாயி. ஏறி அடிச்சானம் தவசிப்பிள்ளை" இது அடுத்த வீட்டுக்காரன் கையப் புடிச்சு இழுத்துட்டான்னு பராதி கொடுத்த மாறுகண்ணு கோசலைக்கு. "ஒளியத் தெரியாதவன் தலையாரி வீட்ல ஒளிஞ்சானாம்" இது இருட்டிலும் போதையிலும் கண் தெரியாமல் ஆன்ட்ரூஸின் பொண்டாட்டியை எழுப்புவதற்கு பதில் ஆன்ட்ரூஸையே எழுப்பிய பிலிப்ஸுக்கு.

அவ்வளவு ஏன் ஊர் ஃபாதருக்கே ஒன்று வைத்திருந்தார்.

மந்திரிக்கபோன இடத்தில் பித்தம் தெளிந்த கிளாடிஸுக்கு ஃபாதரை பிடித்துப்போக, மறுநாள் இரவு வரச் சொல்லியிருக்கிறாள். பயந்துபோன அவர் நான்கு நாள் கழித்து மீண்டும் அவளுக்கு பேய் பிடித்தபோதுதான் போனாராம். மற்றவர்களைப்போல இல்லாமல் அவருக்கு கேட்டும் கேட்காத மாதிரியும் அரைகுறை சத்ததோடும், உச்சரிப்போடும் "எழவுக்கு வரச்சொன்னா எட்டுக்குப் போனாராம்" என்பார்.

பெரும்பாலும் இவை அனைத்தும் இரட்டை அர்த்தங்களாக இருப்பதால் அவரின் கூட்டாளிகள் அனைவரும் சென்றபின்பு அதற்கும் சேர்த்து அழகம்மையிடம் திட்டு வாங்குவார்.

பட்டாளத்தார் செய்யும் உருப்படியான விஷயம் ஒன்று என்றால் அது மாட்டுக்குப் பிரசவம் பார்ப்பதுதான். அவ்வளவு கவனமும், நேர்த்தியும் அதில் இருக்கும். இதனாலே பக்கத்து ஊர்களில் இருந்தும்கூட இவரை அழைத்துச் செல்வார்கள். எவ்வளவு கெஞ்சிக் கேட்டுக்கொண்டாலும் கூலியெல்லாம் வாங்க மாட்டார். தேடிவரும் நண்பர்களுக்கு விருந்து வைக்கும் இவரின் குணம் அறிந்த அவர்கள் கள்ளோ, மாம்பட்டையோ லிட்டர் கணக்கில் மறுநாள் அவர் வீட்டுக்கே கொடுத்து விடுவார்கள். அதேபோல வீட்டில் சீம்பாலுக்கும் பஞ்சமிருக்காது. தன் பிள்ளைகளுக்குக் கொடுத்ததுபோக மீதியைத் தெருவில் விளையாடும் பிள்ளைகளுக்கும் கொடுத்து விடுவார்.

தான் குடிப்பதைவிட மற்றவர்களை குடிக்க வைத்து கதைகள் கேட்கும் பழக்கம் உள்ளவர் பட்டாளத்தார் என்பதால், எப்போதும் அதற்கென்று ஒருகூட்டம் அவரைச் சுற்றி இருந்துகொண்டே இருக்கும். மீசை அரும்பாத இளசுகள் வந்து கேட்கும்போதும்கூட மறுக்காமல் கொஞ்சமாக ஊற்றிக்கொடுப்பார். அப்படி ஊற்றிக் கொடுத்துதான் மேற்சொன்ன கதைகளையெல்லாம் கறந்து வைத்துக்கொள்வார். ஆனாலும் அவருக்கு அதில் ஒரு முழு திருப்தி ஏற்படாது. கொஞ்சநேரம் கழித்து அவர்களின் வீட்டிற்கு எப்படியோ அவர்கள் குடித்துவிட்டுப் போன விஷயத்தையும் கடத்தி விடுவார். அடி தாங்க முடியாமலும், திட்டு வாங்கிக்கொண்டும் ஓடும் அவர்களைப் பார்த்து ரசிப்பதில் அவருக்கு அப்படியொரு ஆனந்தம்.

சாமியாடி ஒருவர் சாவு வீட்டிலும் முன்னணியில் வந்து நின்று எல்லாக் காரியங்களையும் செய்வார் என்றால் அது பட்டாளத்தார் மட்டும்தான். பணம் செலவளிப்பது பற்றிய கணக்கிற்கு அவரது மூளைக்குள் இடம் இல்லாததால் எதையும் எதிர்பார்க்காமல் கைக்காசு போட்டு நடக்கவேண்டிய காரியத்தை யாரையும் எதிர்பார்க்காமல் செய்து முடிப்பார். அவர் வீட்டுக் கள்ளுதான் முழுவதும் அங்கு ஓடும். பின்னாட்களில் எதிர்பார்க்காததெல்லாம் அவர் வாழ்வில் நடந்தபோது ஊரில் சிலர் “சாமியாடி எப்டி துட்டி வீட்டுல போய்... பொறுக்காதுல்லா தெய்வத்துக்கு... அதான் இப்படில்லாம் நடக்கு” என்று இதையே காரணமாகவும் சொன்னார்கள்.

இதையெல்லாம் பார்க்கும்போது பட்டாளத்தார் ஊரில் பெரிய பணக்காரர் என்பதுபோல ஒரு தோற்றம் யாருக்கென்றாலும் ஏற்படத்தான் செய்யும். ஆனால், ஊரில் இருக்கும் பணக்காரர்களிடம் ஒப்பிடும்போது பட்டாளத்தார் அவ்வளவு ஒன்றும் வசதிமிக்கவர் கிடையாது. அவர் கையில் எப்போதும் பணப் புழக்கம் இருந்துகொண்டேயிருக்கும் என்றும் சொல்ல முடியாது. என்றாலும் அவரை வசதியாக வைத்திருந்தது இந்த இரண்டு விஷயங்கள்தான்.

ஒன்று அவரின் சொத்தில் இருந்து கிடைக்கும் வருமானமும், அதை ஒழுங்காகச் சேமித்து, பட்டாளத்தாரிடமிருந்து பாதுகாத்து குடும்பச்செலவை முழுவதும் தன் கைவசமே வைத்து, அவ்வப்போது அவருக்கும் செலவிற்குப் பணம் கொடுத்து வந்த அழகம்மையின் பொறுப்பு. அதனால்தான் மகன் வீட்டைவிட்டு வெளியேற்றியபோது, தன்னை இத்தனைக்காலம் அரவணைத்து வந்த தனது மனைவிக்கு இப்படியொரு நிலை தன்னால் ஏற்பட்டுவிட்டதே என்றவொரு குற்றவுணர்ச்சியாலும், மீண்டும் அவளை எப்படியாவது அந்த வீட்டில் வாழ வைத்தே தீரவேண்டும் என்ற வெறியும் பட்டாளத்தாருக்கு உண்டாகக் காரணமாக அமைந்தது.

இன்னொன்று ஏற்கனவே சொன்னதுபோல மாட்டுக்குப் பிரசவம் பார்க்கும் பட்டாளத்தாரின் திறமை. அதில் பெரிதாக வருமானம் இல்லாவிட்டாலும் ஒருமுறை ஒரு வீட்டில் பிரசவம் பார்த்துவிட்டால் அந்த வீட்டில் என்ன பெரிய விசேஷம் என்றாலும் பட்டாளத்தாருக்கு மேற்படி கள்ளு சமாச்சாரங்கள் தாராளமாகக் கிடைக்கும். சுற்று வட்டாரத்திற்கே இவர் ஒருவர்தான் கைராசிக்காரர் என்பதால் அவரின் சுகபோக வாழ்விற்கு ஒரு தடங்கலும் இருந்ததில்லை.

இந்தத் தடங்கல் இல்லா அவரது கைகளினால்தான் பின்னர் பிரச்சனை வரப்போகிறது என்று அப்போது அவருக்குத் தெரியாது. குழந்தைகள் என்றால் அவருக்கு எப்போதும் ஒரு பிரியம் உண்டு. அது தன் குழந்தைகள் மீது மட்டுமல்ல, ஊரில் உள்ள எல்லாக் குழந்தைகளின் மீதும் உண்டு. தின்பண்டங்களோ,விளையாட்டுப் பொருட்களோ, உடைகளோ, காசோ என எப்போதும் ஏதோ ஒன்றை அவர்களுக்கு வீட்டிலிருந்து எடுத்துக் கொடுத்துக்கொண்டே இருப்பார். விளையாடும்போது எந்தக் குழந்தைகள் கீழே விழுந்தாலும் வீட்டிலிருந்து எண்ணெயை எடுத்துக்கொண்டு உடனே ஓடிப்போய் தடவிவிட்டு அப்போதும் அவர்களுக்கு பிடித்தமான

ஏதோவொன்றை வீட்டிலிருந்து எடுத்துக்கொடுப்பார். எப்போதாவது தன் வீட்டுப்பக்கம் வரும் மேலத்தெரு பிள்ளைகளுக்கும் ஏதாவதொன்றை கொடுக்க நினைத்தாலும், அதன்பின் நடக்கும் கூத்துக்களுக்கு யார் பொறுப்பேற்பதென்று துறுதுறுவென நீளும் கைகளைச் சுருக்கி வைத்துக்கொள்வார். எவ்வளவுநேரம்தான் சுருக்க முடியும்? கொஞ்சநேரத்தில் என்ன நடந்தாலும் நடக்கட்டும் என்று சுருங்கிய அந்தக் கைகள் நீண்டுவிடும். ஆரம்பத்தில் பிரச்சனைகள் வராமலில்லை. ஆனால் எதையும் காது கொடுத்துக் கேட்கக்கூடியவர் அவர் இல்லை என்று நாளடைவில் மேலத்தெருவும் அழகம்மை மாதிரியே மாறிவிட்டது.

நீளமான அந்தக் கைகளை மிஞ்சிப் பிள்ளைகள் வளர்ந்து நின்றபோது, அது கொடுப்பதை நிறுத்தவில்லை; கொடுக்கும் பொருட்களும், பணமும் அளவில் பெரியதாக இருந்ததேதவிர அப்போதும் அது குறைந்தபாடுமில்லை. அதனால் அந்தக் கைகளை அவர் மகனுக்கு சுத்தமாகப் பிடிக்கவில்லை. அவனது கூட்டாளிகளும் “மாப்ள இப்டியே போச்சுனா நீ பிச்சதாம்ல எடுக்கணும்” என சதா ஓதிக்கொண்டே இருந்தார்கள்.

அந்த நேரத்தில்தான் தங்கையின் திருமணமும் வந்தது. இவனிடம் கேட்காமலே ஒரு வயலையும் ஊருக்குள் ஒதுக்குப்புறமாக இருந்த 10 சென்ட் காலி மனையையும் மகளுக்கு இஷ்டதானமாக எழுதி வைத்தார். வீடே அல்லோகலப்பட்டது. எவ்வளவு சமாதானம் சொல்லியும் மகன் அடங்கவில்லை.

“பத்து சென்டில் இருக்கும் இந்த வீடும், இரண்டு ஏக்கரில் இருக்கும் தென்னந்தோப்பும் உனக்குதாண்டா” என்று எவ்வளவோ எடுத்துச் சொல்லியும் மகன் கேட்கவில்லை. மகன் பேரில் ஏற்கனவே எழுதி வைத்த இஷ்டதானத்தை எடுத்துக் காண்பித்த பின்தான் அமைதியானான். இருந்தும் கூடுதலாக தங்கைக்கு ஐம்பது பவுன் நகை போட்டது குறித்து புலம்பிக் கொண்டே இருந்தான்.

தன்னை அப்பா ஏமாற்றுகிறார் என்ற எண்ணம் அவனுள் ஆழமாகப் பதிந்துவிட்டது.

தனது அண்ணன்களுக்கு கூடுதலாக சொத்துக்கள் எழுதப்பட்ட விஷயம் ஊருக்கு வந்த பிறகு பட்டாளத்தாருக்குத் தெரிய வந்தபோது அது பற்றி ஒரு சின்ன வருத்தம்கூட அவருக்கு இல்லை. ஊருக்குள் பலர் இவரை தூண்டிவிட்டும் அவர்

அதைக் கண்டுகொள்ளவும் இல்லை. இசக்கியே அது குறித்து கேட்ட போதுகூட "அடப் போம்மா" என்று எப்போதும் உதிர்க்கும் ஒரு சத்தமான சிரிப்பை மட்டும் பதிலாகக் கொடுத்தார். இப்போதோ, மகனின் இன்னொரு முகம் அவருக்கு தெரியவந்தது. இருந்தும் அப்பா இல்லாத நாமே இப்படி வளர்ந்தபோது தன் மகன் தன்னைவிட பக்குவம் உள்ளவனாக பின்னால் மாறிவிடுவான் என அவர் முழுவதும் நம்பினார்.

★★★

நாட்கள் உருண்டோடின. மகனுக்கும் திருமணம் ஆகியிருந்தது. மழலைப் பேச்சுகள், தெளிவான உச்சரிப்புகள் தாண்டி பள்ளிக்கும் சென்றுவிட்ட பேரன் பேத்திகளின் உலகத்திற்குள் இப்போது அவர் வாழ்ந்து வந்தார். கணவன் மனைவி இருவருக்கும் வயதாகிவிட்டது. உடலளவில் இருவரும் முன்புபோல் இல்லை.

கொஞ்ச நாட்களாக பசி இல்லாமல், கடுமையான முதுகுவலியோடு, மூச்சு விடுவதில் சிரமப்பட்டு வந்த அழகம்மை, கடும் மழையும் கொஞ்சம் குளிரும் கொட்டிய ஒரு இரவில் மாட்டுக்குத் தண்ணீர் காட்டப் போனபோது வழுக்கி சப்பென்று உட்காருவதுபோல விழுந்தாள். வலியில் அலறித் துடித்தவள், முதுகு கொழுந்துவிட்டு எரிவதுபோல இருக்கிறது என்று அழுதுகொண்டே சொன்னபோது பட்டாளத்தார் பதறித் துடித்து விட்டார். அன்று இரவே ஒரு தனியார் மருத்துவமனையில் சேர்த்தார். மறுநாள் வெளியே எடுத்த ஸ்கேன் ரிப்போர்டில் ஏதோ ஒரு அபாயகரமான விஷயம் இருப்பதை இருவரும் உணர்ந்தனர். அது என்னவென்று கண்டுபிடித்துச் சொல்ல பத்து நாட்கள் ஆனது.

பட்டாளத்தார் அப்படியே நிலைகுலைந்து போனார். அழகம்மையோ சர்வசாதாரணமாக அதை கடந்து வழக்கம்போல வீட்டு வேலைகளைப் பார்க்க ஆரம்பித்தாள். மகன் கடமைக்கு முகத்தை சோகமாக வைத்துக்கொண்டான். மகள் இரண்டுநாள் தங்கி அழுதுவிட்டு சென்றாள். ஊரில் யாரிடமும் சொல்லவில்லை. ஆனால் அரசல் புரசலாக கேள்விப்பட்டு வந்து விசாரித்துச் சென்றார்கள். திண்ணை வெறிச்சோடியது. 50 வயது சாகும் வயதல்ல என உறுதியாக எண்ணிய பட்டாளத்தார் இனி உள்ளூர் மருத்துவமனையில் காண்பிப்பதில் பிரயோசனமில்லை என்று முடிவெடுத்தார். வேண்டாமென்று எவ்வளவோ மறுத்தும் உடனடியாக

மனைவியை திருவனந்தபுரத்தில் இருக்கும் பெயர்பெற்ற ஒரு மருத்துவமனைக்கு டாக்ஸியிலேயே அழைத்துச் சென்றார். பரிசோதனைக்கு மட்டுமே ஒரு வாரம் பிடித்தது. ஒவ்வொரு ஸ்கேனிற்கும், டெஸ்டிற்கும் கிலோமீட்டர்கள் கணக்கில் விரிந்து பரந்திருந்த அந்த மருத்துவமனையைச் சுற்றி நடைநடையென நடந்து தளர்ந்து போனார். கையில் கொண்டு சென்றிருந்த பெருந்தொகை அப்படியே காலியானது. உடனடியாக கீமோ கொடுக்கவேண்டும், தேவைப்பட்டால் அறுவை சிகிச்சை செய்ய வேண்டும் என்று மருத்துவர்கள் சொன்னார்கள். எவ்வளவு செலவாகும் என மனைவியிடம்கூட அவர் சொல்லவில்லை.

ஊருக்குத் திரும்பினார். மகனுக்கோ, மனைவிக்கோ தெரிந்தால் சம்மதிக்க மாட்டார்கள் என்பதால் யாருக்கும் தெரியாமல் டவுனில் உரக்கடை வைத்திருக்கும் செம்புகுட்டி பிள்ளையிடம் தென்னந்தோப்பின் அசல் பத்திரத்தையும், சொத்துவரி ரசீதுகளையும் ஒப்படைத்து பச்சைநிற வெற்றுத் தாள்களின் கீழ் கையெழுத்துப் போட்டு ஒரு வருடத்தில் திருப்பித் தந்துவிடுவதாக சொல்லி இரண்டரை லட்ச ரூபாய் கடன் வாங்கினார்.

இந்தமுறை பேருந்தில் மனைவியை அழைத்துக்கொண்டு மறுபடியும் திருவனந்தபுரத்திற்குச் சென்றார். என்னென்னவோ சொன்னார்கள். எதையோ எடுத்து மீண்டும் பரிசோதனைக்கு அனுப்பியுள்ளதாகச் சொன்னதும், முழுவதுமாக குணமாகவில்லை என்பதும் மட்டும் புரிந்தது. அழகம்மை பாதியாகச் சுருங்கினாள். பை நிறைய மாத்திரைகளையும், மெடிக்கல் பில்களையும், ஸ்கேன் ரிப்போர்ட்டுகளையும், அவநம்பிக்கைகளையும் அள்ளிபோட்டுக் கொண்டு இறுகிய மனதோடு இருவரும் ஊரில் வந்து உச்சிவேளையில் இறங்கியதும் நினைத்ததுபோல் சிலவும், கற்பனையிலும் நினைக்காததுபோல பலவும் நடந்தது.

கைத்தாங்கலாக வந்த அம்மாவைக்கூட ஏறெடுத்துப் பார்க்காமல் மகன் நடுத்தெருவில் வைத்து சண்டை போட்டான். சொத்தை அடகு வைத்துதான் செலவு செய்தார் என்பது அழகம்மைக்கே அப்போதுதான் தெரிந்தது. மனைவியின் இயலாமை நிரம்பிய பார்வையையும் மகனின் மரியாதைகெட்ட பேச்சையும் பார்த்துக்கொண்டும், கேட்டுக்கொண்டும் ஊரே வேடிக்கை பார்க்க வீட்டை நோக்கி நடந்தவர் அப்படியே திகைத்துப்போய் நின்றுவிட்டார். நிமிர்ந்து பார்த்த அழகம்மையின் கண்முன் புதிதாக கட்டப்பட்ட ஆளுயர காம்பவுண்ட் சுவர் வெள்ளை

வெளேரன வீட்டைச் சுற்றி மிக உயரமாக நீண்டு கிடந்தது. அந்த சுவரின்மேல் நீளத்துக்கு கண்ணாடித்துண்டுகளும் ஆணிகளும் பதிக்கப்பட்டிருந்தன. அதில் பார்ப்பதற்கே பிரமிப்பூட்டும் மிகப்பெரிய கரியநிற இரும்புகேட் ஒன்று புதிதாக போடப்பட்டு இழுத்துச் சாத்தப்பட்டிருந்தது. அதன் ஓரத்தில் மார்பிளில் ஏதோ எழுதியிருந்ததை உற்றுப் பார்த்தார்.

“ராஜதுரை இல்லம்.”

இருவரும் அப்படியே நின்று விட்டார்கள்.

“இனிமே வீட்டுபக்கம் வந்தா நடக்குறதே வேற. உன்னை இப்படியே விட்டா நான் நடுத்தெருவுலதான் நிக்கணும். கோயில்தெரு குடிசைல உன் பொருள் எல்லாம் இருக்கு. உன் பொண்டாட்டியோட அங்க தங்குனாத்தான் உனக்கு புத்தி வரும்...”

மகன் என்னென்னவோ விடாமல் பேசிக்கொண்டிருந்தான். நியாயம் பேச வந்தவர்களை ஊர் நண்பர்கள் மட்டுமில்லாது யாரென்றே தெரியாத இருபதுக்கும் மேற்பட்ட கூட்டாளிகளை வைத்து ஓரம் கட்டினான். வக்கீல் நண்பர்களும் ஒரு மிகப்பெரிய தொகையை கட்டணமாக பெற்றுக்கொண்டு அவனுக்கு ஆதரவாக நின்று சட்டம் பேசிக்கொண்டிருந்தார்கள்.

யார் வந்தாலும் அடிக்கவும் தயாராக இருந்த அந்த கூட்டத்திடம் சண்டையிட்டு அவமானப்பட அவரது நண்பர்களை பட்டாளத்தாரும் அனுமதிக்கவில்லை.

பள்ளிவிட்டு வந்த பிள்ளைகள் தாத்தாவையும் பாட்டியையும் பார்த்து ஓடியதைத் தடுத்து அரட்டினான். நேரம் செல்லச் செல்ல ஒருமையிலும், கெட்ட வார்த்தைகளிலும் திட்ட ஆரம்பித்தான். இரண்டு மணிநேர சண்டையின் முடிவில் ஏதோ நியாபகம் வந்தவராக அந்த காம்பவுண்ட் சுவரை எட்டி எட்டிப் பார்த்தவரை “உன் நடிப்பெல்லாம் இங்க எடுபடாது” என்று முகத்தில் அடித்ததைப்போல எல்லோரின் முன் அவமானப்படுத்தினான். ஏதோ புரிந்தவர்களாக கணவன் மனைவி இருவரும் திரும்பி நடக்கத் தொடங்கினார்கள். இருவரையும் தாங்கிப்பிடித்த ஊர்மக்களில் சிலர் அவர்களை குடிசையை நோக்கி அழைத்துச் சென்றனர்.

அவ்வளவு நேரம் சண்டை நடந்தும் அருகில் இருந்த ஸ்டேஷனிலிருந்து ஒரு போலீஸ்கூட வரவில்லை. பட்டாளத்தார் போலீஸிடம் சென்றால் என்ன செய்வது? என முந்தையநாளே

யோசித்த சட்டம் படித்த மூளைகள் போலீசையும் தனியாக கவனித்து வைத்திருந்தார்கள். அவர்கள் அப்படி நினைத்தது ஒன்றும் நடக்காமலில்லை.

காவல்நிலையம் சென்ற பட்டாளத்தாரிடம் "இது சிவில் கேஸ் சம்மந்தபட்ட விசயம். எங்களால் ஒண்ணும் செய்யமுடியாது" என சப் இன்ஸ்பெக்டர் கைவிரித்து விட்டு உள்ளே சென்று விட்டார்.

இரவு 9 மணிவரை அந்த அறைக்கு வெளியே கால் கடுக்க நின்றிருந்த பட்டாளத்தாரை யாரும் கண்டுகொள்ளவில்லை. ஏன் உட்காரக் கூடச் சொல்லவில்லை. பின்கதவு வழியாக சப் இன்ஸ்பெக்டர் அப்போதே கிளம்பி விட்டார் என்ற விபரமே பட்டாளத்தாருக்கு ரைட்டர் சொல்லித்தான் தெரிய வந்தது. தன் பங்குக்கு கிடைத்த காந்தி நோட்டுகளுக்கு விசுவாசமாக இருக்கும் பொருட்டு, "கோர்ட்டுக்கு போனா உனக்குத்தான்யா சொத்து, டக்குனு போயி நல்ல ஒரு வக்கீலப் பாரு. எண்ணி ஆறே மாசத்துல வீடு உன் கைல. இங்க நின்னா ஒரு கதையும் நடக்காது. ஏற்கனவே, நீ அடிச்சிட்டதா உன் பேர்ல உன் மகன் கொடுத்த கம்ப்ளைண்ட் வேற எஸ்.ஐ கைல இருக்கு. நீ இன்னும் இங்க நிக்குறதப் பாத்தா கடுப்பாகி உன்ன உள்ள தூக்கி போட்டுருவாரு. கிளம்புயா" என மிரட்டியும், தேனொழுகவும் பேசி பட்டாளத்தாரை ஒரு வழியாக வெளியே தள்ளி ஒரு பெருமூச்சு விட்டார் ரைட்டர்.

பட்டாளத்தாருக்கும் ஒரு பெருமூச்சு வந்தது. ஆனால் அவை இரண்டும் ஒன்றல்ல என்பது எதிரெதிர் திசையை நோக்கி பிரிந்து சென்றதிலிருந்தே தெரிந்தது.

ஒன்று அதிகாரத்தை, பணக்கட்டுக்களை, பணம் வந்து கொட்ட இன்னும் இன்னும் இதுபோன்று மனிதர்கள் கிடைக்க வேண்டும் என்ற பிரார்த்தனையை, அவர்களின் ரத்தத்திலும், சதையிலும் இதுபோன்று போலிக் குற்றச்சாட்டுகளை எழுதப் பயன்படும் பேனாக்களை, கார்பன் பேப்பர்களை நோக்கிச் சென்றது. இன்னொன்று தூசுகளும், குப்பை கூளங்களும், அழுக்குத் துணிகளும், துருவேறியப் பாத்திரங்களும், உடைந்து கீறிய மண்சுவர்களும், ஒழுகும் கூரையின் கீழ் அழகம்மையின் வெட்டுண்டு சிதறிய கனவுகளும், எஞ்சிய வாழ்வும் நிறைந்திருந்த குடிசை என்றுகூட சொல்ல முடியாத ஒரு மண்குவியலை நோக்கிச் சென்றது.

ஊரே ஆறுதல் சொன்னபோதும், மறக்கமுடியாத காயங்களை மேலும் ரணமாக்கிய அன்றைய இரவின் பயமுறுத்தும் இருளில் கணவனும் மனைவியும் ஒரு பொட்டுக்கூடத் தூங்கவில்லை. ஒரு வார்த்தையும் பேசிக்கொள்ளவில்லை. சாப்பிடவும் இல்லை. பழைய துடிப்பும் வீராப்பும் இல்லாத பட்டாளத்தாரின் வெற்று உடல் கோபத்திலும், இயலாமையிலும், துயரிலும் நடுநடுங்கிக் கொண்டிருந்தது. நீதிமன்றச் சாலையில் ஒருநாள் இதேபோல் பிணமாக கிடப்போம் என்று முன்கூட்டியே அறிந்திருந்தாரோ என்னவோ அதேபோல ஒரு கையை நீட்டித் தலையணைகூட இல்லாத உடம்பை உறுத்தும் பிளாஸ்டிக் பாயில் ஒரு பக்கமாக முழுவதும் சாய்ந்து இமைகளை மூடாமல் படுத்திருந்தார்.

பின்னாளில் வலிப்பு மாதிரி ஒருவித நடுக்கம் உடம்பெங்கும் பரவி அவரை தன்னிலை மறக்க வைக்கும் நோய் அந்த இரவில்தான் முதன் முதலாக தனது தாக்குதலைத் தொடங்கியது.

"இதுவொரு கனவாக இருந்துவிடாதா? அவனை எப்படியெல்லாம் வளர்த்தேன், அழகு பார்த்தேன், இப்படிச் செய்ய எப்படி மனசு வந்திச்சு?" என பிறந்ததிலிருந்து அன்று நடந்ததுவரை ஒவ்வொன்றாகச் சொல்லிச் சொல்லிப் புலம்பியபடி அழகம்மை அழுதுகொண்டே படுத்திருந்தாள். நெஞ்சு படபடக்கும் சத்தம் அவளுக்கே கேட்டுக்கொண்டிருந்தது.

நடக்கக்கூடாததெல்லாம் நடந்து முடிந்தும் 'திருவனந்தபுரம் போகவேண்டாம் இங்கேயே பார்த்துக்கொள்ளலாம்' என அவள் சொன்னப் பேச்சை கேட்காமல் கூட்டிச்சென்று இத்தனையும் நடக்க காரணமாக இருந்த கணவனை அவள் ஒரு சொல்கூட சொல்லவில்லை. அதுதான் அவருக்கும் அதிசயமாக இருந்தது.

இதுதான் பட்டாளத்தாருக்கு ஒரு வீராப்பை மனதுக்குள் அடிவரை சென்று ஆழ ஊன்றியது. எப்படியாவது அந்த வீட்டில் அழகம்மையை சாவதற்குள் உட்காரவைத்து விடவேண்டும் என்ற வெறியை ஏற்படுத்தியது. அப்போதே அவர் நீதிமன்றத்தில் வழக்குப்போட முடிவெடுத்துவிட்டார். வட்டிக்கு விட்ட அசல் தொகைகளை வசூலிக்கவும், கையில் கிடைத்த வேலை எதுவானாலும் செய்து பணத்தை சம்பாதிக்கவும் அன்றைய இரவிலேயே முடிவெடுத்தார். மறுநாள் காலை நியாயம் கேட்கச் சென்ற மகளை அவன் அடிக்கப்பாய்ந்த செய்தி கேட்டதும் இன்னும் அவருக்கு கோவம்

தலைக்கேறியது. வழக்கம்போல மாலை வரை அம்மாவுடன் இருந்து அழுதுவிட்டு மகளும் சென்றுவிட்டாள்.

மறுபடியும் அதேபோன்ற ஒரு இரவு. இருவராலும் அந்த இருளை, தனிமையை, வெறுமையை, தோல்வியை, அவமானத்தை கொஞ்சம்கூட சகித்துக்கொள்ள முடியவில்லை.

அழகம்மையின் நோய் முற்றி வலியிலும், வேதனையிலும்... பட்டாளத்தார் சுயநினைவிழந்து, பசியிலும், பைத்தியத்திலும் சாகும்வரை இப்படிபட்ட இரவுகள் அவர்களை விடாமல் துரத்தியபடியே இருந்தன.

இப்படித்தான் பாட்டம் பார்ப்பவர்கள், வேலையாட்கள் தங்குவதற்காக கட்டப்பட்ட ஒரே ஒரு குண்டு பல்பும், பிளாஸ்டிக் வயர் கட்டிலும், மின்விசிறியும் கொண்ட, நிமிர்ந்தால் தலையில் தட்டும் வாசலும், உட்கார நாற்காலிகள்கூட இல்லாத, பழைய வீட்டின் திண்ணை அளவேயுள்ள ஒருவித ஆமணக்கு எண்ணை போல வாசனை வீசும் மழைக்காலத்தில் ஒழுகும் அந்த கூரைவேய்ந்த குடிசை அவர்களிடம் வந்துசேர்ந்தது.

இப்படித்தான் சட்டப்படிப்பை படித்து முடித்த நண்பர்களின் பழக்கத்தால் மகனின் மூளையும் கைகளும் தலைகீழாக செயல்படவும் சிந்திக்கவும் ஆரம்பித்து; நீதிமன்ற வளாகத்தில் வைத்து பட்டாளத்தாரையே கன்னத்தில் அறைய வைத்தது.

இப்படித்தான் ‘தான் இறந்தபிறகு அவரின் கதியென்ன?’ என்ற கவலை அழகம்மையை வாட்டி வதைக்க ஆரம்பித்தது. அவளின் நோயின் தீவிரத்தை இன்னும் அதிகரிக்கச் செய்தது.

இறுதியில் நீதிமன்றமும், கேஸ் கட்டுகளும், வாய்தாக்களும், சிவப்பு கட்டிடங்களும், வக்கீல்களின் அலுவலகங்களும், அவர்களின் கருப்புக் கோட்டுகளும், பணத்தின் மதிப்பும், குமாஸ்தாக்களின் சிரித்த முகங்களும், நீதிபதிகளின் சிரிக்காத முகங்களும் இப்படித்தான் இவர்கள் மூவருக்கும் அறிமுகமாயின.

★★★

மொத்தம் இரண்டு வழக்குகள். மகனுக்கு எழுதிக்கொடுத்த இஷ்டதானத்தை ரத்து செய்யக் கேட்டு பட்டாளத்தார் ஒரு வழக்கை முன்சிப் கோர்ட்டில் போட்டிருந்தார். இன்னொரு வழக்கு எவ்வளவோ கெஞ்சிக்கேட்டும் கேட்காமல்

பட்டாளத்தார்மீது செம்புகுட்டி பிள்ளை சப் கோர்ட்டில் போட்டிருந்தார். 'மகனுக்கு எழுதிக்கொடுத்த இஷ்டதானப் பத்திரத்தை மறைத்து, அவர் பேரிலுள்ள அசல் பத்திரத்தை மட்டுமே காட்டி தன்னை ஏமாற்றி பணம் வாங்கிவிட்டார்' என்று கொடுத்த இரண்டரை லட்ச ரூபாய்க்கு, நான்கு லட்ச ரூபாய் கேட்டு வழக்கு தாக்கல் செய்திருந்தார்.

பட்டாளத்தாருக்கு இந்த வழக்குதான் பெரும் அதிர்ச்சியாக இருந்தது. ஏற்கனவே கழுத்தைச் சுற்றியிருந்த கயிறோடு செம்புகுட்டி பிள்ளை தன் பங்கிற்கு வெறும் கையெழுத்து மட்டுமே இருந்த வெற்றுக் காகிதங்களைக்கொண்டு மேலும் இரண்டு சுற்று சுற்றி இறுக்கியிருந்தார். கடன் வழக்கு என்பதால் அடிக்கடி வாய்தா வந்துகொண்டிருந்தது.

பட்டாளத்தார் ஏதோ புதுக்கிரகத்திற்குள் நுழைந்ததுபோல உணர்ந்தார். ஆரம்பத்திலிருந்தே நீதிமன்றமும், அதன் நடைமுறைகளும், வழக்கிற்காக வருபவர்களும், அவர்களின் அழுகையும், சோர்ந்துபோன முகங்களும் காணச் சகிக்க முடியாததாக இருந்தது.

அண்ணன் தம்பிகளும், தன்னைப்போல அப்பா மகன்களும், மகன்களால் கைவிடப்பட்ட அம்மாக்களும், விவாகரத்துக் கேட்டு கணவன் மனைவிகளும், மகனை கத்திக்கும், கஞ்சாவுக்கும் பறிகொடுத்த வயதான பெற்றோர்களும், மாதம் ஒரு முறையாவது பால்மணம் மாறாத மகள்களை, மகன்களை பார்க்க மனுபோடும் அப்பாக்களும், கடனிலும், காமத்திலும், கைகலப்பிலும், விபத்திலும், வீம்பிலும், சொத்திலும், சொந்தத்திலும் வாழ்வை இழந்தவர்களும், இழந்தவர்களின் உறவுகளும், நண்பர்களும், எதிரிகளும், துரோகிகளும் அங்கு நிரம்பி வழிவதை பார்க்கப் பார்க்க அவருக்கு மூச்சடைப்பது போல இருந்தது.

எப்படியாவது இந்த இடத்தைவிட்டு தப்பித்து ஓடிவிட வேண்டும் என்று நினைப்பார். மனைவிக்காக அரசு மருத்துவமனைக்கும், மகனுக்கெதிராக நீதிமன்றத்திற்கும் மாறிமாறி தொடர்ச்சியாக அலைந்தவருக்கு திடீரென்று ஒரு கட்டத்தில் இரண்டும் ஒன்றுதானோ என்ற எண்ணம் தோன்றியது.

மருத்துவர் வருகிறார். ஏதேதோ சொல்கிறார். அடுத்தமுறை வரச் சொல்கிறார். ஃபீஸ் கேட்கிறார். குழந்தைகளின் அழுகைச் சத்தமும், கைகால் உடைந்தவர்களின்

மௌனமும், தீராத நோயினால் அவதிப்படுபவர்களின் வெளிறிய முகங்களும், ஆம்புலன்ஸ்களின் அலறலும், ஒவ்வொரு நோய்க்கும் ஒவ்வொரு இடங்களும், அங்கு வீசும் மருந்துகளின் நெடியும், அழுக்கேறிய சுவர்களும், ஓயாத இரைச்சலும், வயதானவர்களின் மீதான அலட்சியங்களும், புறக்கணிப்புகளும், நீண்டு செல்லும் வரிசைகளும், வரிசைகளில் காத்திருக்கும்போதே தனக்கோ, தன் குழந்தைக்கோ என்ன நோயாக இருக்கப்போகிறது என்ற மரண பயங்களும், ஒன்றுமில்லை என்றால் உதட்டோரம் நொடிப் பொழுதில் தோன்றி மறையும் மெல்லிய புன்னகைகளும், இருக்கிறது என்றால் உடம்பெங்கும் வெப்பம் பரவி, கை கால் பலமிழந்து, கண்ணீர்த் துளிகள் நிரம்பிவழியும் உதடுகள் துடிதுடிக்க அழும் தாய்மார்களும், அப்பாக்களும், எந்தவித உணர்ச்சியுமின்றி அடுத்த நோயாளியை கவனிக்கும் மருத்துவர்களும், செவிலியர்களும், நீலநிறப் புடவையணிந்து, மஞ்சள் பூசிய முகத்துடனும், வாயில் வெத்தலை பாக்குகளுடனும், பாதி நெற்றிக்குச் செக்கச்செவேரென வட்டப்பொட்டு வைத்துக் கொண்டு மருத்துவர்கள் முதற்கொண்டு நோயாளிகள் வரை எல்லோரையும் சபித்துக்கொட்டும் துப்புரவுப் பெண்களும், இங்கு போதிய வசதி இல்லையென கிளினிக் வரச்சொல்லும் பணம் விழுங்கிகளும் பட்டாளத்தாருக்கு அப்படியே நீதிமன்றத்தை நியாபகப்படுத்தியது.

வழக்கறிஞர் வருகிறார். ஏதேதோ சொல்கிறார். அடுத்த வாய்தா வரச் சொல்கிறார். ஃபீஸ் கேட்கிறார். வாழ்விலும், வழக்கிலும் தோற்றவர்களின் மௌனமும், வெளறிய முகங்களும், வழக்கு எண்கள், குற்றம் சுமத்தப்பட்டவர்களின், வாதிகளின், பிரதிகளின் பெயர்களை அழைக்கும் சத்தங்களும், வழக்குகளின் தன்மைக்கேற்ப செயல்படும் ஒவ்வொரு நீதிமன்ற அறைகளும், அதன்முன் குவிந்து நிற்கும் கூட்டங்களும், எல்லாம் இழந்து நிற்பவர்களின் மீதான அலட்சியங்களும், புறக்கணிப்புகளும், கையில் குழந்தைகளுடன் மாதந்தோரும் கணவன் தரும் சொற்பத்தொகைக்காக நீதிமன்றம் வரும் பெண்களும், ஒருவித படபடப்பை ஏற்படுத்தும் மரண அமைதியும், அதைக்கண்டு அம்மாக்களை இறுக அணைத்துக்கொண்டு வீறிட்டு அழும் குழந்தைகளும், அவர்களின் பயம் நிரம்பிய பிஞ்சுக் கண்களும், ஏமாற்றிப் பறித்தவனின் மெல்லிய புன்னகைகளும், நீதிபதி முன்னே அவரவர்கள் குறைகளைச் சொல்லி அழும் மனிதர்களும், எந்தவித உணர்ச்சியுமின்றி அடுத்த வழக்கை கவனிக்கும் நீதிபதிகளும், வழக்கறிஞர்களும்,

குமாஸ்தாக்களும், நீதிபதிகள் முதற்கொண்டு வழக்கு நடத்திய வழக்கறிஞர்கள் வரை எல்லோரையும் சபித்துக்கொட்டும் தோற்றுப்போனவர்களும், நீதிபதிக்கு ஸ்வீட் பாக்ஸில் பணம் வைத்து கொடுத்த கதைகளும் அப்படியே அவருக்கு மருத்துவமனையை நியாபகப்படுத்தியது.

நீதிமன்றத்தில் கதவின் ஓரமாக தனது வழக்கிற்காக காத்திருக்கும் நிமிடங்கள் என்பது, மனைவியை பலமுறை பரிசோதனை அறைகளுக்குள், தீவிர சிகிச்சைப் பிரிவிற்குள் அனுமதித்துவிட்டு வெளியே காத்திருக்கும் பொழுதுகளைவிட மோசமானதாக இருப்பதாக அவருக்குத் தோன்ற ஆரம்பித்தது.

வழக்கு, விசாரணைக்கு வந்தபோது எதிர்தரப்பு வழக்கறிஞர் பட்டாளத்தாரை கூண்டில் ஏற்றிவிட்டு கேட்ட கேள்விகளுக்கு ஒரு குழந்தையைப்போல அவர் பதில் சொன்னார். நீதிமன்ற நடைமுறைகள் தெரியாமல் இடையிடையே சாட்சிக்கூண்டை விட்டு கீழே இறங்கி கையில் கொண்டு வந்திருந்த பட்டாவை, ரசீதுகளை நீதிபதியிடம் காட்டி "என் மவன் எங்களை ஏமாத்தி நடுத்தெருவுல தள்ளிட்டான்யா" என்று புலம்பியவரைப் பார்த்து வழக்கறிஞர்கள் உட்பட பலர் பரிதாபப்பட்டனர். வெளியே நின்ற மகனோ அப்பாவின் அந்தப் பரிதவிப்பை பார்த்து சொத்திற்கு எந்தப் பிரச்சனையும் இல்லை என்று நிம்மதி பெருமூச்சுவிட்டான். பட்டாளத்தாரின் வக்கீல் இனி அப்படி செய்யக்கூடாது என்று எச்சரித்து மீண்டும் மீண்டும் அவரைக் கூண்டில் ஏற்றினார்.

இப்படியான குழந்தைத்தனமான அவரது பதில்களும் செயல்களும் அவரது வழக்கை மேலும் பலவீனப்படுத்திவிட்டதாக வக்கீல் சொன்னபோது, வந்த இயலாமையில் சாட்சி சொல்லிவிட்டு வெளியே வந்தவர், எதிரில் நின்றிருந்த மகனின் சட்டையை தன் பலவீனமான கைகளால் பிடித்து ஏதோ பேச வாய் எடுத்தபோது, மகனின் வலதுகை அவரின் காதோடு சேர்த்து ஒரு அறை அறைந்தது.

எதிர்பார்க்காத அந்த செயலினால், எழுந்த சத்தத்தினால், அதிர்ச்சியினால் அரைகுறையாக இடுப்பைச் சுற்றியிருந்த பட்டாளத்தாரின் வேட்டி நனைந்து அவிழ்ந்து விழுந்தது. பெண்கள் முகத்தைத் திருப்பிக்கொண்டனர். தங்கள் குழந்தைகளின் கண்களை மூடினர். ஒரு இளம் வழக்கறிஞர் ஓடிவந்து அவரைத் தாங்கிப் பிடித்து அவசர அவசரமாக கீழே விழுந்திருந்த வேட்டியை எடுத்து இடுப்பைச் சுற்றி

கட்டிவிட்டு அருகில் இருந்த பெஞ்சில் உட்கார வைத்தார். அவர் உட்கார்ந்ததும் வியர்வையும் சிறுநீரும் கலந்து வீசிய நாற்றத்தில் அருகில் இருப்பவர்கள் எழுந்து சென்றனர்.

அநேகமாக தன்னைச் சுற்றி நடந்தவைகளை உன்னிப்பாக பட்டாளத்தார் கவனித்தது அதுதான் கடைசி முறை. பின்னாட்களில் திரும்பத்திரும்ப இந்த நிகழ்வுகளின் நினைவுகள் அவரின் அடிபட்ட காதோரம் அடிக்கடி ஏதேதோ சொல்லிவிட்டுச் செல்ல ஆரம்பித்தன. அந்த சம்பவத்திலிருந்து அவர் அப்படியே மாறிப்போனார். அங்கிருந்த இரண்டு கட்டிடங்கள், அங்கு வரும் மனிதர்கள், அங்கு நிகழும் காட்சிகள், அவருக்கு நேர்ந்த அவமானங்கள், மன உளைச்சல்கள், நம்பிக்கையிழப்புகள் என எல்லாமும் சேர்ந்து அவருக்குள் கட்டி எழுப்பிய மாய அல்லது யதார்த்த பிம்பங்கள் அவரது நடவடிக்கைகளை தலைகீழாக மாற்றிவிட்டன.

எவர் வந்தாலும் சோறு போடும் வசதியோ; மழையோ, வெயிலோ சரியாக கணித்து சொல்லும் அறிவோ; ஊருக்குள் எப்போதுமே நிலவிவந்த சந்தேகமான "பட்டாளத்தான் உண்மையிலே பட்டாளத்தில்தான் இருந்தானா?" என்ற கேள்வி காதில் விழும் சமயங்களிலெல்லாம் பாதி வார்த்தைகளை விழுங்கி மீதி வார்த்தைகளில் கொஞ்சம் ஹிந்தியும் அரைகுறை ஆங்கிலமும் சேர்த்து ஐந்து நிமிடங்களுக்கு நிறுத்தாமல் பேசி அனைவரின் வாயையும் மூடும் பழைய தெம்போ; கை கால் சுளுக்குடன், முதுகுப் பிடியுடன், சிறு சிறு காயங்களுடன் வருபவர்களுக்கு ஏதோ ஒரு பெயர் தெரியாத எண்ணையைக் கொண்டு இழுத்துவிட்டு ஆசுவாசபடுத்தி விடும் விருப்பமோ; சிலநேரங்களில் எக்குத்தப்பாக இழுத்துவிடுவதில் ஏற்படும் எலும்பு முறிவுகளை, சதை உடைவுகளை வேறு ஏதோ காரணம் சொல்லி தப்பிக்கும் சமயோசிதப் புத்தியோ; மறுநாள் டீ கடையில் அது பற்றி நக்கல் செய்பவர்களிடம் வர்மக்கலையில் குஞ்சாமணி குறித்து ரெண்டுமூன்று பிடிகளை சொல்லியும், பாகிஸ்தான்காரனை தான் கத்தியால் குத்தியே கொன்ற கதையினைச் சொல்லியும் பயமுறுத்திச் சமாளிக்கும் சாமர்த்தியமோ உள்ள பட்டாளத்தார் இப்போது இல்லை.

அவர் மட்டுமல்ல, ஊரும் இப்போது அப்படி இல்லை.

வேப்பமரத்தின் அருகில் கிடக்கும் ஆட்டு உரலின் மேல் அமர்ந்துகொண்டு தன்னைத்தான் பட்டாளத்தார் திட்டுகிறார் என்று தெரிந்தும்கூட, காதில் தெளிவாக விழுந்தும்கூட

அமைதியாக ஊர் பஞ்சாயத்தை நடத்திச்சென்ற சேர்மன்கூட இப்போது பதிலுக்கு பதில் பேசுகிறார். சிலநேரங்களில் அவமதிக்கக்கூட செய்கிறார். பெரிதாக இவர் நம்பிய இரண்டு அண்ணன்களும் கைவிட்டு விட்டார்கள்.

நாட்களும், வாரங்களும், மாதங்களும், வருடங்களும் உருண்டோடின. சண்டைகளும், சச்சரவுகளும், குடியும், கும்மாளமும், கைவிட்டுப் போன சில சொத்துக்களும், இழந்த மதிப்புகளும், புதிய புதிய பழக்க வழக்கங்களும், பழகிப்போன ஏமாற்றங்களும், துரோகங்களும், மறந்துபோன சிரிப்புக்களும், சொந்தங்களும் முக்கியமாக இரண்டு வழக்குகளும் இவற்றுடன் கூடுதலாக இன்னும் கொஞ்சம் வயதும் கூடியும், உடம்பில் பாதி உருகிப்போயுமாக பட்டாளத்தான் பட்டாளத்தாராக மாறியிருந்தார். ஆனால் எப்படியோ சில வருடங்கள் அழகம்மையின் உயிரை மட்டும் பிடித்து வைத்திருந்தார். அது ஒன்றுதான் அவருக்கு ஆறுதலாக இருந்தது.

பணமும், நேரமும், காலமும் பறந்து கொண்டிருந்தன. அழகம்மையின் கடைசி நாட்கள் பட்டாளத்தாரால் கொஞ்சமும் தாங்கிக்கொள்ள முடியவில்லை. அவர் தன் வாழ்நாளில் அவள் பகலில் தூங்கிப் பார்த்ததே இல்லை. இப்போதோ கூன்விழுந்து, உடல் முழுவதும் அங்கங்கு கொப்புளங்கள் வெடித்து, புண்ணாகி, ஈனஸ்வரத்தில் முனங்கிக்கொண்டு எப்போதும் சுவர் ஓரமாக அவள் சுருண்டுகிடக்கும் காட்சி அவரை நிலைகுலைய வைத்தது. ஆஜானுபாகுவான உடல் அமைப்பு என்று சொல்ல முடியா விட்டாலும் பார்ப்பதற்கு கம்பீரமாக, இரண்டு ஆள் வேலையை தனியாக பார்க்கும் வலு கொண்டவளாக இருந்த அவள் இப்போது மொத்தமே அவரின் கை நீளத்திற்குத்தான் இருந்தாள். தலை துவட்டும் துண்டுதான் அவளுக்கு போர்வையாக இருந்தது. அவள் முழு கவலையும் பட்டாளத்தார் மீதுதான் இருந்தது. அது அவருக்கு இன்னும் கூடுதலான வேதனையை அளித்தது. அழுகை மட்டும் இருவருக்கும் பொதுவானதாகவும், எப்போதும் கிடைக்கும் சாதனமாகவும் இருந்து வந்தது. பணம் இருந்திருந்தால் அவளை இந்த வலிகளிலிருந்தும், வேதனைகளிலிருந்துமாவது குறைந்தபட்சம் காப்பாற்றி இருக்கலாமே என்று சதா புலம்பிக்கொண்டே இருந்தார்.

ஒருவழியாக கடனும், நெருக்கடியும், மன அழுத்தமும், ஏக்கமும் மீதிக்கு நோயும் சேர்ந்து அழகம்மையை நிலவு வெளிச்சம் இல்லாத, ஆனைக்குன்றில் மோதிய காற்று

பயங்கரமான ஊளைச் சத்ததுடன் பலமாக வீசிய ஒரு நள்ளிரவில் கொண்டு சென்றது. சாவுக்கு மகன் வந்தான். நின்றான். சென்றான். மகள் வந்து அழுதுவிட்டுச் சென்றாள். பேரன் பேத்திகள் அந்தச் சூழலை மறந்து சிரித்துக்கொண்டும் விளையாடிக்கொண்டும் "அப்படி செய்யக் கூடாது" என்று அவர்களைப் பிடித்து வைப்பவர்களிடமிருந்து முண்டியடித்துக்கொண்டும் இருந்தனர். தன்னைச் சுற்றி நடப்பதை வேடிக்கை பார்ப்பவரைப்போல வெறுமனே அமர்ந்திருந்தார். அழகம்மையைப் பெட்டியில் வைத்துக் கயிறுகட்டி குழிக்குள் இறக்கினர். பூக்களையும், மண்ணையும் அள்ளி அதற்குள் போட்டபோதுதான் பட்டாளத்தாருக்கு நினைவு வந்தது. காலையிலிருந்து இப்போதுவரை அவருக்கு தன்னைச் சுற்றி நடந்த எதுவும் சரிவர நினைவில் இல்லை. ஏதோ மங்கலாக சில விஷயங்கள் தோன்றியதோடு சரி. அழுகவுமில்லை. அமைதியாகவே இருந்தவரை சோகத்தில் இருப்பதாக கூறி ஊர்க்காரர்களும் பெரிதாக கண்டுகொள்ளவில்லை.

சட்டென்று ஏதோ தலைக்குள் வெட்டி இழுக்க கீழே விழப்போனவரை சுற்றி நின்றவர்கள் கைதாங்கி பிடித்தபோதுதான் முதன் முதலாக அந்தச் சத்தம் அவரது காதுக்குள் கேட்க ஆரம்பித்தது. அது என்ன சத்தம் என்று அவரால் யூகிக்க முடியவில்லை. ஒருவித நடுக்கம் உடம்பெங்கும் பரவியது.

இத்தனை வருடங்களில் அழகம்மை இல்லாத இரவு எப்படி இருக்குமென அவர் யோசித்துப் பார்த்ததுகூட கிடையாது. ஆனால், இன்றோ அச்சமூட்டும் கண்களுடனும், பார்ப்பதற்கே அவநம்பிக்கையூட்டும் தோற்றத்துடனும் அடர்த்தியாக எழும் கரும்புகையென அவரின்முன் அது பரந்து விரிந்து கிடந்தது. குடிசையின் ஒவ்வொரு அங்குலமும் அழகம்மையை ஞாபகப் படுத்தின. ஒரு நொடியேனும் தூங்காத பல இரவுகளுக்கு அச்சாரமாக, தொடக்கமாக அந்த இரவு இருக்கப்போகிறது என்பது அப்போது அவருக்குத் தெரியாது. அன்று ஊரும் அவ்வளவு அமைதியாக இருந்தது. நாய்களின் ஊளைச்சத்தம் கூட கேட்கவில்லை. ஒட்டுமொத்த பிரபஞ்சத்திலும் தன் குடிசையும் தானும் மட்டுமே இருக்கிறோம் என்ற எண்ணம் அவருக்குத் தோன்றியது.

கொஞ்சநேரத்தில் மீண்டும் காதுக்குள் ஒலித்த அந்த சத்தங்கள் அந்த எண்ணத்தை அப்படியே தலைகீழாக மாற்றியது. ஒரு

இருபது முப்பது பேர் வலது பக்க காதின் அருகில் பேசிவிட்டு அப்படியே இடதுபுற காதை நோக்கி செல்வதுபோல இருந்தது. ஆனால் அவர்கள் என்ன பேசுகின்றனர் என்று அவருக்குப் புரியவில்லை. அதைத்தொடர்ந்து அவர்கள் அத்தனைபேரும் இடதுபுறத்திலிருந்து வலதுபுறம் நோக்கி ஓடுவதுபோல ஒரு சத்தம். அந்த சத்தங்கள் கொஞ்சமும் ஒன்றுக்கொன்று தொடர்பில்லாமல் சீரற்ற வேகத்தில் அவருக்குக் கேட்டுக்கொண்டிருந்தபோது, அந்த இரவைப் போலவே அடரிருள் நிறத்துடன் சீழ் வடியும் ஒரு பெண்ணின் உருவம் பட்டாளத்தாரின் முன்வந்து அமர்ந்தது. அதுவரை கேட்டுக் கொண்டிருந்த இரைச்சல்கள் அந்த உருவத்திற்கு தாவி இப்போது மிகவும் தெளிவாக அவரது குரலிலே “வீட்டை விட்டுப் போ” என்று ஒரே வாக்கியத்தை திரும்பத்திரும்ப தொடர்ச்சியாக சொல்லிக் கொண்டேயிருந்தது. அழுக்கு வேட்டியுடனும் தோளில் அதே நிறத்தில் ஒரு துண்டுடனும் மேல் சட்டை அணியாமல் கையில் பாயை சுருட்டிக்கொண்டு வீட்டைவிட்டு சுயநினைவின்றி வெளியேறினார் பட்டாளத்தார்.

★★★

முப்பது வருடங்களுக்கும் மேலாக வாழ்ந்த தன் உணர்வுடனும், சதையுடனும், இரத்தத்துடனும் ஊறிப்போன பழைய வீட்டின் நீண்டுயர்ந்த காம்பவுண்ட் சுவரின்முன் சுருண்டு கிடந்தார் பட்டாளத்தார். அந்த வழியாக அதிகாலை பால் கறக்க வந்த வேலப்பன்தான் அந்தக் காட்சியை கண்டு முதலில் திடுக்கிட்டு, பின் மெல்ல அவர் பக்கம் சென்று எழுப்பினார். எப்படி வீட்டைவிட்டு சுயநினைவின்றி வெளியேறினாரோ அதேபோல வீட்டுக்கும் திரும்பினார். அவர் பின்னாலே பாயை எடுத்துக் கொண்டு வேலப்பன் சென்றார். ஊர் முழுக்க “உச்” கொட்டியது. மகனோ மறுநாள் அழகம்மையின் காரியத்திற்குக்கூட வரவில்லை.

பட்டாளத்தாரின் இரவுகள் விவரிக்க முடியாத அளவிற்கு குழப்பமாகின. ஒருநாள் அவரது தோப்பிலும், மற்றொரு நாள் செம்புகுட்டிபிள்ளை உரக்கடை முன்பும், இன்னொருநாள் அவரது வீட்டின் முன்பும்... இப்படி மாதத்தில் ஏழெட்டு நாட்கள் எங்கெல்லாமோ விழுந்துகிடந்து கண் விழிப்பார். சில நாட்கள் ஏன் வாரக்கணக்கில்கூட வீட்டுக்குள்ளே முடங்கிக் கிடப்பார். பாதி நினைவு இருக்கும். மீதி சுத்தமாக இருக்காது. ஆனால் அந்தச் சத்தங்கள், இரைச்சல்கள், கட்டளைகள், பயமுறுத்தல்கள் அனைத்தும் இரவானதும்,

ஊர் அமைதியானதும், தனிமையிலான நேரங்களிலெல்லாம் கேட்கத் தொடங்கிவிடும். பகல் நேரங்களில் மட்டுமே பழைய பட்டாளத்தாரில் பாதியையாவது பார்க்க முடியும். இதனால் வருத்தமுற்ற அவரது மகளும் கூட்டாளிகளும் சேர்ந்து அவரை டவுனில் இருக்கும் அரசு மருத்துவமனைக்கு அழைத்துச் சென்றார்கள்.

மனைவியை வாரத்திற்கு ஒருமுறையாவது அவர் அழைத்து வந்த அதே மருத்துவமனை. ஆனால் வேறொரு இடம். இப்படியொரு இடம் அந்த மருத்துவமனை வளாகத்தில் இருப்பதென்பதே அவருக்கு அப்போதுதான் தெரிந்தது. அந்த இடத்தை பார்த்ததும் மனைவியை நினைத்து, மகனை நினைத்து, தன்னை நினைத்து, தன் நிலையை நினைத்து, தான் வந்திருக்கும் இடத்தை நினைத்து அழகம்மை இறந்ததிலிருந்து அதுவரை தேக்கி வைத்திருந்த கண்ணீர் சட்டையின் முன்புறம் முழுவதையும் நனைக்கும் அளவிற்கு கத்திக் கதறி அழுது பக்கத்தில் இருந்த தூணோடும் நண்பர்களின் தோளோடும் சாய்ந்து அமர்ந்தார்.

இதுபோன்ற காட்சிகளை பலமுறை பார்த்துப் பழகியதாலோ என்னவோ எல்லாவற்றையும் தூய வெள்ளை நிறத்தில் அணிந்து குறுக்கும் மறுக்குமாக செல்லும் செவிலியர்கள் சலிப்புடன் அந்த இடத்தைக் கடந்து சென்றனர். மாறாக அழுக்குப் படிந்த பச்சை சட்டைகள், பச்சை பேன்ட்கள் அணிந்து அதேபோன்ற தூண்களின் ஓரங்களிலும், திண்ணைகளிலும், கதவு, ஜன்னல்களின் பக்கமாகவும் நின்று கொண்டும், கால்மடித்து அமர்ந்துகொண்டும், சங்கிலியால் பிணைக்கப்பட்டுமிருந்தவர்கள் பட்டாளத்தாரைக் கூர்ந்து பார்த்தார்கள். அருகில் வந்து சிரித்தார்கள். அழுதார்கள். தூரத்தில் நின்றபடியே கோபப்பட்டார்கள். ஆறுதல் கூறினார்கள். திட்டினார்கள். காறி உமிழ்ந்தார்கள். அந்தச் சூழ்நிலை பட்டாளத்தார் தன் வாழ்நாளில் இதுவரை அனுபவித்து வந்த அத்தனை துயரங்களின் அடர்த்தியை ஒரே நொடியில் தூக்கி சாப்பிட்டு விட்டு “இனிமேல்தான் நான் யார் என்று உனக்கு காட்டப்போகிறேன்” என்று சவால் விடுவதைப் போலிருந்தது.

கையில் நோட்டுகளும் பேனாக்களுமாக நின்றிருந்த பயிற்சி மருத்துவர்களால் முற்றிலும் சூழப்பட்ட, பார்ப்பதற்கு அமைதி தவழும் முகத்துடன் சாந்தமாகவும், அதே நேரத்தில் பரபரப்பாகவுமிருந்த ஒரு இளம் மருத்துவர் முன்னால் பட்டாளத்தார் உட்கார வைக்கப்பட்டார். முதலில் அவரின் கட்டு போட்டத் தொடையைத்தான் நண்பர்கள் காட்டினர். பிளேடால்

பலமுறை கிழிக்கப்பட்ட சதை புண்ணாகிப்போயிருந்தது. கண்கள் விகாரமாக இருப்பதைப் பார்த்து கீழ் இமையை இழுத்துப் பார்த்தார். அதன் லேயர் வெளியே தள்ளி வீங்கி இருந்தது. தூக்கமில்லாத கண்களைச் சுற்றி கருவளையமும், முகத்தைச் சுற்றி சில உண்ணிகளும் இருப்பதைப் பார்த்து கேஸ் நோட்டில் ஏதோ எழுதினார். பின்னர் சிறிதுநேரம் கண்களை மூடிக்கொண்டு ஸ்டெதஸ்கோப்பை முதுகிலும், நெஞ்சிலும் வைத்துப் பார்த்தவர் தன்முன் இருந்த சில கேள்விகள் அடங்கிய ஒரு சிகப்புநிறத் தாளை எடுத்து ஏதோ யோசித்தவாறே "படிக்கத் தெரியுமா?" என்று கேட்டார். குழந்தைபோல் தலையாட்டிய அவரைப் பார்த்து தாளை நீட்டினார். எந்த கேள்விக்குமே பட்டாளத்தாரால் பதிலளிக்க முடியாமல் திணறுவதைப் பார்த்த அவர் அந்தத் தாளை வாங்கி வைத்துக்கொண்டு பரிவுடன் கேள்விகள் கேட்கத் தொடங்கினார்.

"அய்யா... அப்படி அந்த சத்தமெல்லாம் கேட்கும்போது உங்க மனநிலை எப்படி இருக்கும்? சந்தோசமா இருப்பீங்களா இல்லை துக்கமா இருப்பீங்களா?"

"ஒண்ணுமே இருக்காது" அரை நிமிடங்கள் கழித்து குனிந்துகொண்டே பதில் சொன்னார்.

"சரி, அந்த சத்தம் மீனிங்கா இருக்குமா இல்ல மீனிங்லெஸ்ஸா இருக்குமா?" என்றவர் நெற்றியை தடவிக் கொண்டு, "இல்ல அந்த சத்தத்தோட அர்த்தம் உங்களுக்கு ஏதாவது புரியுமா? புரியாதா?" என்றார்.

"ஆரம்பத்துல புரியாது...

ஒரு பொம்பளக் குரல்...

போ... போ..."

துண்டுதுண்டாக, விட்டுவிட்டு, சம்பந்தமில்லாமல் தொடர்ந்து பேசிக் கொண்டிருந்தார் பட்டாளத்தார்.

அதைக் கவனித்தவர் "இப்ப அந்த சத்தம் உங்களுக்கு கேட்குதா?" என்றார்.

அந்தக் கேள்வியை கவனிக்காத அவர் "ஆள் இருந்தாலும் இல்லாத மாதிரி இருக்கும். யாருமே இல்லைன்னாலும் நிறையபேரு இருக்க மாதிரி இருக்கும்."

"சரி இப்ப அந்த சத்தம் உங்களுக்கு கேட்குதாய்யா?"

ஒரே நேரத்தில் இரண்டு விதமான மன ஓட்டத்தில் அவர் இப்போது சிக்கியிருந்தார். மருத்துவரையே பார்த்துக் கொண்டிருந்தாலும் அவர் கேட்பது எதுவும் பட்டாளத்தார் காதில் விழவில்லை.

"பாலவனத்துல இருக்கேன்... வீட்ட விட்டுப் போணும்... யானச் சத்தம்..."

சட்டென்று மேசையில் ஒரு தட்டு தட்டினார் மருத்துவர். அந்த சத்தம் கேட்டு திடுக்கிட்டு பயந்த பட்டாளத்தாரைப் பார்த்த மகளும் கூட்டாளிகளும் வந்த அழுகையை விழுங்கினார்கள்.

மறுபடியும் சின்னதாக இரண்டு தட்டு தட்டிவிட்டு "இப்ப அந்த சத்தம் கேட்குதா?" என்றார்.

"கேட்டுச்சு... இப்ப கேட்கல... ஆனா கேட்கும்" அழுகையினால் தொண்டை அடைத்துக்கொண்டு சொற்கள் திணறியபடி வெளிவந்தன.

பட்டாளத்தாரின் நொறுங்கிய அந்தக் குரலை பரிதாபகரமான அந்த முகத்தை மீண்டும் மீண்டும் கேட்கவும் பார்க்கவும் சகிக்காத மகளின், நண்பர்களின் மனதைப் புரிந்து கொண்டாரோ இல்லையோ மருத்துவர் மருந்துகளை எழுதத் தொடங்கினார்.

"ஓரல் டெஸ்ட்ல ஓரளவுதான் விஷயம் வெளிய வந்துருக்கு. நீங்களே பாத்தீங்கல்ல. ஆரம்பத்திலேயே மாக்ஸிமம் டோஸ் டேப்லட்ஸ்தான் எழுதிருக்கேன். டேப்லட்ஸ் முடிய முடிய நீங்க தொடர்ந்து வரணும். எதுவா இருந்தாலும் ஒரு நாலஞ்சு மாசம் கண்டிப்பா வரணும். சந்தோஷம் துக்கம் எதுவுமே இல்லாம நியூட்ரலா, மீனிங் சவுண்டோட இருக்குறது கொஞ்சம் சீரியஸ். அப்புறம் ஃபேஷியல் ஹியரிங்கும், காரணமில்லாம பயப்படுறதும் ரெண்டும் வேற வேற நோய். அந்த ரெண்டுமே இவருக்கு இருக்கு. அதனால இப்போதைக்கு ஊசி ஒண்ணும் எழுதிருக்கேன். இந்த மருந்துகளுக்கு நல்லா தூங்குவாரு. டிஸ்டர்ப் பண்ணாதீங்க. மருந்த எக்காரணம் கொண்டும் நிறுத்தக்கூடாது. உயிருக்கே ஆபத்து வந்துரும். தேவைப்பட்டா இங்க தங்க வைக்க நானே சொல்லுவேன். இப்போதைக்கு வேண்டாம். கவனமாப் பாத்துக்கோங்க."

★ ★ ★

நகரவே சிரமப்பட்டு அடிபட்ட பாம்பென மெல்ல மெல்ல ஊர்ந்தும், கொஞ்சம் ஓய்வெடுத்தும், ஒதுங்கிச் சாய்ந்தும்,

வலியுடனும், தோல்வியுடனும், மிரட்சியான கண்களுடனும்... கடந்துபோன நாட்களுக்கும், வாரங்களுக்கும், மாதங்களுக்கும், வருடங்களுக்கும் சேர்த்து இப்போது குடிசையில் பட்டாளத்தார் ஒட்டுமொத்தமாகத் தூங்கிக்கொண்டிருந்தார்.

தினமும் பதினைந்து மணிநேரத் தூக்கமும், விழித்திருக்கும் நேரங்களில் மிதப்பதுபோல உணர்வைத்தரும் மருந்துகளின் போதையும், எவ்வளவு சாப்பிட்டாலும் அடங்காத அதீதமான அந்த ஒருநேரத்துப் பசியும் சேர்ந்து பட்டாளத்தாரின் புறத்தோற்றத்தை கொஞ்சம் பூசினாற்போல மாற்றியது. மருத்துவரும் இந்த மருந்துகளையே தொடர்ந்து கொடுக்கும்படி கூறினார். மருந்துகளின் வீரியத்தினால் முகம் மட்டும் நீரடித்ததுபோல வீங்கி, கண்களின் வெளிப்புற சதை அடர்கருப்பில் இன்னும் கொஞ்சம் வெளியே வந்து பிதுங்கிக் கிடந்தது. வழக்கம்போல பட்டாளத்தாரின் ஆறுமாதங்கள் ஆறு வருடங்களாக நீண்டு முடிவதற்கு பதிலாக அது ஆறுமாத கணக்கிற்கே சட்டென்று ஒரு முடிவுக்கு வந்தது. அது அவருக்குமே அதிசயமாகத்தான் இருந்தது.

அவ்வப்போது வந்து போகும் மகளின், உடன் இருக்கும் நண்பர்களின் அன்பிலும் அரவணைப்பிலும் முழுவதும் கவலைகளை மறந்தவர்போலத் தோன்றினாலும் கண்களின் ஓரம் மட்டும் எப்போதும் கண்ணீர்த்துளிகள் வடிந்துகொண்டே இருக்கும். அது மருந்தினால் ஏற்பட்ட பக்கவிளைவுதான் என்று நினைத்த அவர்களின் எண்ணத்தை பொய்யாக்கும் வகையில் சூரியன் அவரது குடிசையின் பின்புறமாகச் சென்று மெல்ல மறைந்த ஒரு மாலைப்பொழுதில் சட்டென்று ஒரு முடிவுக்கு வந்தது.

★ ★ ★

வழக்கறிஞர் அலுவலகம் சென்று வீடு திரும்பியவர் வரும் வழிகளில் பார்க்கும் எல்லாவற்றைப் பற்றியும் பயப்பட ஆரம்பித்தார். கேட்கும் எல்லாக் குரல்களுக்கும் பயந்தார். மீளவே முடியாத ஏதோ ஒன்றில் சிக்கிக் கொண்டிருப்பதாக கருதினார். பதற்றமும் இயலாமையும் அவரின் இயல்பாகின. அவர் பார்க்கும் விஷயங்கள் அனைத்தும் அவருக்கு மிகப்பெரும் எரிச்சலையும் தொந்தரவையும் அளித்தன. அந்த சமயத்தில் தனக்குள் நடக்கும் இத்தகைய மனக்குழப்பங்களை யாருக்கும் தெரியாதபடி பார்த்துக் கொண்டார். சுற்றி இருக்கும் அனைத்தும் அவரின் மூச்சைத் திணறடித்தன. நெஞ்சை இழுத்துப் பிடித்து

நெருக்கின. மனதுக்குள் பலநூறு கேள்விகள் அவருக்கு எழுந்தன. அவைகள் அவரின் கழுத்தை இறுக்கமாக நெருக்கத் தொடங்கியது.

எல்லாம் சரியாகிவிட்டது என நினைத்திருந்தவர்கள் கடந்த ஒரு மாதமாக மருந்துகளை தொடர்ச்சியாக எடுக்க அவருக்கு உதவவில்லை. பேச்சு துணைக்கும்கூட முன்புபோல ஆட்கள் இல்லை. வந்துபோகும் சம்பந்தம் இல்லாத கனவுகள்வேறு இரவு நேரத்தில் அவரை அலைக்கழிக்கத் தொடங்கியிருந்தன. கனவெது நிஜமெதுவென்று தெரியாமல் போனது. அதிலும் கொஞ்ச நாட்களாக மதிய உறக்கத்தில் வரும் கனவுகள் மிகக்கொடூரமாக இருந்தன. சட்டென்று விழிக்கும்போது, தான் எங்கிருக்கிறோம் என்பதே அவருக்கு மறந்துவிடும். ‘ஓ’வென்று அழவேண்டும்போல் இருந்தாலும் அழுகைத் தொண்டைக்குழியிலே தேங்கிவிடும். கொஞ்ச நேரத்தில் எந்தவித உணர்ச்சியுமின்றி மாறிவிடுவார். பின்னர் எப்போதோ ஏதாவதொரு சத்தம் கேட்டு வியர்வை ஊற்றெடுக்க கண் விழிக்கும்போது இதயம் துடிக்கும் ஓசை அந்தக் குடிசையை சூழ்ந்துவிடும். இப்போது அந்த மாலைப்பொழுதில் அது இன்னும் அதிகரித்தது.

குடிசைக்குள் நுழைந்தார். குடிசை சவக்குழி வடிவில் செவ்வகமாக இருந்தது. அதில் அழகம்மையும் படுத்திருந்தாள். தன்னைச் சுற்றி நடப்பதெல்லாம் வேறெங்கோ நடப்பதுபோல தோன்றியது. அந்தநேரத்தில் முன்பு அவர் அடிக்கடி உச்சரித்த வார்த்தை ஒன்று தொற்றிக்கொண்டது. அது தொடர்ந்து அவர் காதுகளுக்குள் கேட்கத்தொடங்கியது. கனவுகளில் ஒலிக்கத் தொடங்கியது. நிஜத்தில் பயமுறுத்தியது.

“அவ்வளவுதானா?” என்று தனக்குத்தானே கேட்டுக் கொண்டார்.

ஊருக்குள் என்ன பிரச்சனைகள் நடந்தாலும், அதனால் பாதிக்கப்பட்டவர்கள் பக்கம் நின்று அவர்கள் தளர்ந்து விடக்கூடாது என்பதற்காக அவர் அடிக்கடி உதிர்க்கும் வார்த்தை இது. அது அவர்களின் பிரச்சனைகளை தீர்க்காவிட்டாலும் சின்ன ஒரு ஆறுதலையாவது கொடுக்கத்தான் செய்யும்.

தம்பியை ஏமாற்றி அண்ணன் இரண்டு சென்ட் சொத்தை கூடுதலாக எடுத்துவிட்டான் என்றால், “இவ்வளவு நாள் உன்ன வளத்த அண்ணந்தான எடுத்தா எடுத்துக்கிட்டுமேடே. வெறும் ரெண்டே ரெண்டு சென்டு. அவ்வளவுதான” என்பார். அதே அண்ணனிடம் போய் “தம்பிதான, கொடுத்தா

கொறஞ்சா போய்ருவ. சின்னப் பையன்ட்ட போய் என்னடே எடவாடு. வெறும் ரெண்டு செண்டு. அவ்வளவுதான" என்பார். விபத்திலோ, தகராறிலோ யாருக்காவது அடிபடும்போது "நல்லவேளை கையோட போச்சு. அவ்வளவுதானடே சரியாப்போயிரும்" என்பார். இதுவே அவர் கண்ணெதிரில் யாருக்காவது அடிபட்டுவிட்டால் அப்போதும் இதையே சொல்லிக்கொண்டு அவரே வீட்டிலிருந்து எண்ணையை எடுத்து வந்து அடிபட்ட இடத்தில் தடவியும், நீவியும் விடுவார்.

தலைபோகும் நேரத்திலும் தன் வாழ்வின் எல்லா சந்தர்ப்பங்களிலும் அவர் சொல்லக்கூடிய இந்த வார்த்தைதான், இப்போது அவராலே தாங்க முடியாத ஒன்றாக மாறிக் கொண்டிருந்தது. எல்லோருக்கும் பயன்பட்ட அந்த வார்த்தை இப்போது அவருக்கே உபயோகப்படாமல் போனது.

அதன் காரணம் சொத்தை இழந்த சோகமோ, வழக்கு தள்ளுபடியான விவகாரமோ அல்ல. வாழ்நாள் முழுவதும் சொந்த விருப்பத்துடனும் தெரிந்தேகூட தனது சொத்துக்களை தன் கையைவிட்டுப் படிப்படியாக அவர் இழந்துதான் வந்தார். மகளுக்கு வரதட்சணையாக அவ்வளவு கொடுக்கவேண்டிய தேவையில்லாத போதும் அவராகவே எழுதிக் கொடுக்கத்தான் செய்தார். மகன் கேட்காமலே அவனுக்கும் கூடுதலாகவே எழுதி வைத்தார். அவரிடம் அந்தச் சொத்துக்கள் இருந்தவரை எல்லோரையும்போல அதிலிருந்து கிடைத்த வருமானத்தை சேமித்து, மேலும் மேலும் சொத்துக்களை வாங்கிக் குவிக்காமல் அனைத்தையும் செலவழிக்கத்தான் செய்தார்.

அவருக்குச் சொத்து என்பது ஒரு பிரச்சனையே இல்லை. மகனே கேட்டிருந்தால் அவரே அவன் கையில் கொடுத்துவிட்டு இந்தக் குடிசையில் வந்து தங்க அவருக்கு எந்தத் தயக்கமும் இல்லை. ஆனால் அவரிடமிருந்து பறித்து, நடுத்தெருவில் நிற்க வைத்து, கழுத்தைப் பிடித்துத் தள்ளாத குறையாக "உனக்கு எல்லாமே அவ்வளவுதானய்யா. இதையும் அப்படியே நெனச்சிக்க" என்று இதே வார்த்தையை சொல்லி அவமானப்படுத்தியதைத்தான் அவரால் தாங்கிக்கொள்ள முடியவில்லை. அழகம்மையை மீண்டும் அந்த வீட்டில் குடியேற்ற முடியவில்லை. அவள் இறந்தபின்னர் அந்த வீட்டின்மேல் உள்ள பிடித்தம் குறைந்திருந்தாலும், 'இன்னும் தனக்கு அந்த வீட்டில் ஏதோ ஒரு உரிமை இருந்து வருகிறது' என்ற மாயத் தோற்றத்தை அந்த வழக்கு எப்படியோ அவருக்குள் உருவாக்கி வைத்திருந்தது.

இப்போது வழக்கும் முடிந்து போகவே, தன் ஒவ்வொரு செயலின் மூலமும், பேச்சின் மூலமும் எல்லோரிடமும் குறைந்தபட்ச நியாயத்தை நிலைநிறுத்த முயன்றுகொண்டே இருந்த அவருக்கு, தனது மனைவிக்கு மிகப்பெரிய இன்னல்களைக் கொடுத்து, அவளது கடைசி காலத்தைக்கூட நிம்மதியாக கழிக்க விடாமல் செய்து விட்டோமே என்ற குற்றவுணர்ச்சி வாட்டி வதைத்தது.

இரவும் பகலும் சதா அந்த வார்த்தையையே சொல்லிக் கொண்டிருந்தார்..

"அவ்வளவுதானா...?"

"அவ்வளவுதானா...?"

"அவ்வளவுதானா...?"

சொல்லிக்கொண்டே குடிசையை விட்டு வெளியே வந்தவர் இருளில் நடக்கத்தொடங்கினார்.

மறுநாள் இதை அறியாத மகன் தீர்ப்பு தனக்கு சாதகமாக வந்துவிட்டதை அறிந்து பட்டாசு வெடித்து நண்பர்களுக்கு சரக்கு வாங்கிக் கொடுத்து, கொண்டாடிக் கொண்டிருந்தான்.

"வீட்லயும் தோப்புலயும் உன் மகனுக்குத்தான் பூரண உரிமை இருக்கு, நீ செட்டில்மெண்ட் எழுதிக் கொடுத்துட்டதால மேக்கொண்டு அதுல தர்க்கம் செய்ய உனக்கு வழக்கு மூலம் இல்லை, அதுவுமில்லாம சொத்தப் பொறுத்து உன் மகன் அவன் பெயருக்கு பட்டா வாங்கி, சொத்துவரி முதக்கொண்டு எல்லா டாக்குமென்ட்டயும் அவன் பேருலயே மாத்திட்டதால, சொத்து முழுதும் அவனுக்க கைவசம் போய்ருச்சுன்னு ஜட்ஜ் நமக்கு தோசமா வழக்க தள்ளுபடி பண்ணிட்டார்."

வழக்கு விசாரணைக்கு பின் பட்டாளத்தார் வாழ்வில் நடந்த சம்பவங்கள், எடுத்த சிகிச்சைகள், அதனால் முற்றிலும் தலைகீழாகிப்போன அவரின் மனநிலை பற்றி எதுவும் அறியாத வக்கீல் எல்லோரிடமும் சொல்வதைப்போல அனைத்து காரியங்களையும் விளக்கி, மேல்முறையீடு செய்தாலும் சொத்து கிடைக்க வாய்ப்புக்கள் குறைவுதான் என்று கைவிரித்து விட்ட விபரங்கள் எல்லாம் அதன்பின்தான் ஊர்க்காரர்களுக்கு தெரிய வந்தது.

பட்டாளத்தார் இல்லாத அந்த குடிசையின்முன் ஆட்கள் கூடினர்.

★★★

பட்டாளத்தார் காணாமல் போன அந்த இரண்டு வருடங்களில் சிலர் அவரை கன்னியாகுமரியில் பார்த்ததாகச் சொன்னார்கள். சிலரோ சிதறால் மலைக்கோவிலில் பார்த்ததாகச் சொன்னார்கள். இன்னும் சிலரோ கொஞ்சம் கற்பனைகள் கலந்து அழகம்மையின் கல்லறை அருகிலும், அவரின் வீட்டின் முன்பாகவும் பார்த்ததாகக் கூறிப் பயமுறுத்தினார்கள். அந்த பயம் ஊரில் அவரது மகனைத்தவிர எல்லோரையும் தொற்றிக்கொண்டது. சலிப்போ வெறுப்போ அலட்சியமோ தெரியவில்லை, அவர் மகள் உட்பட யாரும் ஏனோ அவரைத் தேடிப்போகவில்லை. மிஸ்ஸிங் கம்ப்ளைண்ட் மட்டும் கொடுத்துவிட்டு கைவிடப்பட்ட அந்த குடிசையைப்போல அவரையும் கொஞ்சநாளில் எல்லோரும் மறந்தும் போனார்கள்.

அதனால்தானோ என்னவோ இரண்டு வருடம் கழித்து கையிலும் தலையிலுமாக மாறி மாறி இருக்கும் ஒரு பொதிமூட்டையுடன் கோர்ட்டின் முன் இருக்கும் பூசாரி இல்லாத பிள்ளையார் கோவிலின் முற்றத்தில் சிதறிக்கிடக்கும் காசுகளைக் கண்டுகொள்ளாமல், அழுக்குகளை மட்டும் சுத்தப்படுத்திக் கொண்டு, வாடி இருக்கும் பூமாலைகளை நடுச்சாலைகளிலும், சிலநேரம் நடந்துபோகிறவர்களின் மீதும் எறிந்துவிட்டு, இருக்கும் திருநீரையெல்லாம் எடுத்து அடிக்கடி எச்சில் தொட்டு உடம்பெங்கும் பட்டை பூசியபடி, அடையாளமே தெரியாமல் ஒன்றுக்கு பாதியாக உடம்பு மெலிந்து, கண்களைத்தவிர மீதி முகமெங்கும் முடிகளை பரவவிட்டபடி யார் தொந்தரவில்லாமலும் ஒரு மாதமாக அவர் சுற்றிக்கொண்டிருந்தார்.

பட்டாளத்தார் வழக்கு நடந்த அந்த 10 ஆண்டுகளில் அவர் கோர்ட்டுக்கு வராத நாட்கள் குறைவு. அங்கு வந்துபோகும் அனைவருக்கும் அவரை நன்கு தெரியும். மனநிலை பிறழ்ந்த கடைசி வருடங்களில்தான் அவர் கோர்ட்டுக்கு வருவதையே மறந்திருந்தார். இப்போது மீண்டும் தான் வெறுத்துப்போன அதே இடத்திற்கு வந்து சேர்ந்திருந்தார்.

எப்போதும் மனநிலை பாதிக்கப்பட்ட ஒன்றிற்கும் மேற்பட்டவர்கள் நீதிமன்றம் வந்து யாரையாவது திட்டிக் கொண்டும் மண் வாரி தூற்றிக்கொண்டும் இருப்பது இயல்புதான். ஆனால், யாரையும் ஏறெடுத்து பார்க்காத, சுவரோ, மரமோ, ஆகாயமோ எதிரில் இருக்கும் ஒன்றையே வெறித்துப் பார்த்தபடி, தனிமையில் உழன்றுகொண்டு, கொடுத்த காசை வாங்கிக்கொண்டு, சிலநேரங்களில் வாங்கிய காசை தூக்கி

எறிந்துவிட்டு, எப்போதாவது கொடுப்பதை சாப்பிட்டுவிட்டு, எதுவும் பேசாமல் குரல் என்ற ஒன்று இருக்கிறதா? இல்லையா? என்று சந்தேகமெழுப்பும் விதமாக, தோற்றத்தில் அமைதியாக, கோவில் வாசலிலே படுத்துறங்கும் தொந்தரவில்லாத ஒருவரை அந்த ஒரு மாத காலமும் வழக்கறிஞர்கள், குமாஸ்தாக்கள், போலீஸ்காரர்கள், கோர்ட்டிற்கு வந்து போகிறவர்கள் என எல்லாரும் பார்த்து கடந்துகொண்டிருந்தனர். ஆனால் அவரின் அந்த நடவடிக்கைகள் எல்லோர் மத்தியிலும் ஒரு சின்ன ஆச்சர்யத்தை ஏற்படுத்தியிருந்தன.

எல்லா ஆச்சர்யங்களும், எல்லாப் புறக்கணிப்புகளும், எல்லா துயரங்களும் ஒரு முடிவுக்கு வந்துதானே ஆகவேண்டும். அடுத்த ஒரு சில நாட்களில் அவர் யார் என்பதை குறித்து அரசல் புரசலாக நீதிமன்ற வளாகத்தினுள் கதைகள் உலவ ஆரம்பித்தன. அந்த கதைகளின் கால்கள் நீண்டு ஊர்க்காரர்களின் காதுவரை செல்வதற்கு முன் பட்டாளத்தாரே அவர்களுக்கு தகவல் சொல்லி அனுப்பினார்.

★ ★ ★

எல்லா நாளும்போல அன்றைய தினம் பட்டாளத்தாருக்கு விடியவில்லை.

காலையிலிருந்தே எதுவும் சாப்பிடாமல் எல்லாவற்றையும் தன் கையில் வைத்திருந்த பைக்குள்ளே போட ஆரம்பித்தார். டீ கடைக்காரர் கொடுத்த டீயையும் அதற்குள்ளே ஊற்றினார். என்ன சொல்வதென்று தெரியாமல் அவர் அமைதியாகத் திரும்பிப் போனார். பைக்குள் சென்ற டீ பட்டாளத்தார் அதுவரைப் பாதுகாப்பாக வைத்திருந்த, அவர் சொத்துக்கள் சம்பந்தமாக பதிவாளர் அலுவலகத்திலிருந்து எடுத்து வைத்திருந்த ஆவணங்களை கறையாக்கிவிட்டுப் படர்ந்தது.

மாலை வரும்போது அந்தப் பைக்குள் கிடந்த ஒரு இட்லி பார்சல், இரண்டு பிஸ்கட்டுகள், ரோட்டில் கிடந்த சில குப்பைகள் என எல்லாம் சேர்ந்து ஒருவித துர்நாற்றத்தை அவரைச் சுற்றிப் பரப்பியது. இரவானதும் எல்லாம் தீவிரமடைந்தது.

"அவ்வளவுதானா...? அவ்வளவுதானா?" என்று சொல்லிக் கொண்டே எதிரில் இருக்கும் எல்லா பொருட்களின் மீதும் சுவர்களின் மீதும் மனிதர்கள் மீதும் மோதினார். மக்கள் கூட்டமே அவருக்கு பயத்தை உண்டாக்கியது. அவர்

கண்களுக்கு அனைத்தும் தலைகீழாக, மங்கலாகத் தெரிந்தது. மனிதர்களின் முகங்கள் வளைந்து நெளிந்து காணப்பட்டது. அவரின் காதைப்போலவே இப்போது அவரது கண்களும் ஒரு மாயத் தோற்றத்தை உண்டாக்கியது. குழப்பமான மனநிலை ஆக்கிரமித்து பயம் உண்டானது. பசி மறைந்தது. தன்னைச் சூழ்ந்திருந்த துன்பங்கள் துயரங்கள் பற்றி கவலையில்லாதவராக ஆனார்.

வீடும், தோப்பும் தன்னுடையதுதான் என்று நிரூபிக்க அந்த அழுக்கு மூட்டைகளுக்குள் அவர் வைத்திருந்த கசங்கிப்போன பேப்பர்களை ஒவ்வொன்றாக எடுத்துப் பார்த்தார். டீ கறை படிந்த இஷ்டதானப் பத்திரத்தில் பட்டாளத்தாருடைய அம்மாவின் கைநாட்டு இருந்தது.

சப் ரிஜிஸ்ட்ரார் அலுவலகத்தில் அந்த கைநாட்டை வைத்துவிட்டு பட்டாளத்தாரை உச்சிமுகர்ந்து முத்தமிட்ட இசக்கியின் சுருக்கம் விழுந்த உதடுகளும், வெள்ளந்தியான அவளின் பல்லில்லாத சிரித்த முகமும் நியாபகத்திற்கு வரவே தன்னிச்சையாக அந்த அழுக்கு கன்னங்களில் கண்ணீர் வழிந்தோடியது. ஆண்டுகள் சில கழித்து வெளிவந்ததாலோ என்னவோ அந்த அழுக்கையும், அவரது வாழ்வையும் அந்த கண்ணீரால் ஒன்றும் செய்யமுடியவில்லை. அம்மாவின் விரல் ரேகையை பிறந்த குழந்தையின் பிஞ்சு விரல்களைத் தொடுவதைப் போல தடவிப் பார்த்தார். அதன் பக்கத்திலே ஆங்கிலத்தில் இருந்த தனது கையெழுத்தைப் பார்த்தார். அனிச்சையாக அவரது இடது கை நெஞ்சினோரம் சென்றது. ஒருபுறமாக கிழிந்து தொங்கிக் கொண்டிருந்த பாக்கெட் துணியில் இரண்டு ஊக்குகள் மட்டும் துருப்பிடித்த தண்டவாளங்கள் போல எதையோ எதிர்பார்த்து அசைவில்லாமல் கிடந்தது. வாத்தியார்கள் கையில் இருக்கும் பிரம்புக் கம்புபோல உருண்டையாக இருக்கும் அந்த மை பேனா எவ்வளவு யோசித்தும் அவர் நினைவிற்கு வரவேயில்லை. வில்லேஜ் பெயர்கள், ரீ சர்வே எண்கள், சொத்தின் பரப்பளவுகள், அதன் எல்கைகள், யாருக்கு யார் எழுதிக் கொடுத்தது, சாட்சிகளின் முகவரிகள், அவர்களின் கையெழுத்துக்கள் இப்படி எல்லா எழுத்துகளும் அதன் அர்த்தங்கள் புரியாமலே கண்ணீர் நிரம்பிய, கவலைகள் நிறைந்த பட்டாளத்தாரின் கண்களை வெறுமனே கடந்து சென்று கொண்டிருந்தன.

அவரின் மூளை வேறு ஏதோ ஒன்றிற்கு வேகவேகமாகத் தயாராகிக் கொண்டிருந்தது. ஒன்றைவிட்டு ஒன்றிற்குத் தாவிக் கொண்டிருந்தது.

அடுத்த சில நொடிகளிலே அவரின் கவலை பன்மடங்கானது. பேருந்துகளோ, வண்டிகளோ கடந்து செல்லும்போது பயந்து நடுங்கினார். யானை பிளிறும் சத்தமும், வீட்டை விட்டு துரத்தியடிக்கும்போது அவரைச்சுற்றி கூடியிருந்த அந்த முப்பது நாற்பது மனிதர்களும், மெதுவாக ஒலிக்கும் அந்த பறையோசையும், அழகம்மையின் முனங்கலும் கொஞ்சம் கொஞ்சமாக ரீங்கரிக்க தொடங்கியது. அந்தக் குரல்களை அவரால் சகிக்க முடியவில்லை. தான் அணிந்திருக்கும் கிழிந்து நைந்துபோன ஆடைகளை பார்த்து ஏக்கமும் அழுகையும் அவரைச் சூழ்ந்துகொண்டன.

கண் விழியைக்கூட உருட்டாமல் இமைக்காமல் தன்முன் இருந்த உயரமான கட்டிடத்தையும், குடித்துவிட்டு அதன் பக்கத்தில் விழுந்து கிடந்தவனையும் பார்த்தவருக்கு, அதன் தொடர்ச்சியாக திடீரென்று அவர் நின்றிருந்த அந்த மண்தரையானது தன் வீட்டின் குளிர்ச்சிமிக்க திண்ணையாக மாறியது. நினைவுகள் தெளிவாகின.

இப்போது அவர் நண்பர்கள் சூழ சிறுவயதில் தான் திருடி தின்ற புளிச்சங்காய்கள் தரும் சாகச உணர்வை, வெத்தலைபோட்ட கையுடன் நெத்திலிக் குழம்பைப் போட்டு பிசைந்து பாட்டி உருட்டித் தரும் சோற்றுருண்டையின் மணத்தை, மறைவாக குடித்த எம்.எஸ் பீடி தந்த போதையை, சுற்றித்திரிந்த மும்பையின் சிவப்பு விளக்கு பகுதிகளுக்கு அவர்களையும் அழைத்து செல்லுவதாக கூறும் உறுதிமொழியை, யாரிடமும் சொல்லக்கூடாது என்ற எச்சரிக்கையுடன் ஆரம்பிக்கும் புனைவுகள் நிரம்பிய இராணுவ இரகசியங்களை, கள்ளத்தனமாக ஏறிக்குதித்த சுவர்களின் எண்ணிக்கைகளை, அதன் சுவாரசியம் தரும் கதைகளை சலிக்காமல் சொல்லிக்கொண்டிருந்தார்.

அத்தீராக்கதைகளின் தொடர்ச்சியாக இடையிடையே அழகம்மையை இழுத்து “எங்கம்மை மாதிரி அவ்வளவு ருசியா பிரண்டைத் தொவையலாவது உனக்கு வைக்கத் தெரியுமாட்டி?” என்று வழக்கம்போல பொய்ச் சண்டை கட்டினார். மகனுக்கு ஆசையாசையாக எங்கிருந்தோ வாங்கி வந்த நாகராஜா கோவில் திருவிழாவில் மட்டும் கிடைக்கும் கலர்கலர் மிட்டாய்களையும், மரத்தால் செய்யப்பட்ட விளையாட்டு பொருட்களையும் வாங்கிக் கொடுத்து, அவனுடனே அதை வைத்து விளையாடிக்கொண்டும் இருந்தார். அவர் மொழியிலே சொல்வதென்றால் “பேச்சிக்கிழவி சுடும் பணியாரம்போல்

மெத்துமெத்தென" இருக்கும் கன்னங்களைக் கொண்ட மகளைத் தூக்கி மாறிமாறி வாஞ்சையாக முத்தமழை பொழிந்தார்.

இப்போது தான் தூக்கத்தில் இருக்கிறோமா இல்லை தனக்கு வந்திருப்பது மயக்கமா என எதுவும் அவருக்குத் தெரியவில்லை. அந்த நேரத்தில் அவருக்கு எந்தக் கொடும் கனவுகளும் வரவில்லை. காதில் யானை பிளிறும் சத்தமோ, பறை அடிக்கும் ஓசையோ, வாயிலிருந்தும், காதிலிருந்தும், கண்களிலிருந்தும் ஒழுகும் சீழ்களுடன் அழகம்மை அவரின் எதிரில் தோன்றி அழவோ, அவரை அழைக்கவோ இல்லை. எப்போதும் போல் இல்லாமல் இப்போது அழகம்மை மிக அழகானவளாக எதிரில் தோன்றினாள். வீட்டை மறைக்கும் அளவிற்கு மகன் எழுப்பிய மலைப்பாம்பென நீளும் அந்த காம்பவுண்ட் சுவரின் வெளியில் நின்றுகொண்டு அவர் எட்டி எட்டிப் பார்க்கும்போது அடுக்கி வைக்கப்பட்ட சீட்டுகள் சரிவதுபோல அது சரிந்து விழவில்லை. போலீஸ்காரர்கள் அவர் காது படும்படி "லூசுத்தாயோளி, நம்ம கிரகத்துக்கே வந்து தாலியறுக்குறான்" என்று திட்டவில்லை. நீதிமன்றச் சுவர்களில் ரத்த வாடை அடிக்கவில்லை. பெருங்குரலெடுத்து கைகூப்பி கத்தினாலும்கூட தலை தூக்கிப் பார்க்காத நீதிபதிகளும், அங்கு தனது பாமரத்தனமான செயல்களைக் கண்டு சிரிக்கும் மனிதர்களும் கரும்புகையென எழுந்து வந்து அவரின் மூச்சைத் திணற வைக்கவில்லை.

அதற்குப் பதிலாக அவருக்கு வேறொரு வகையில் கொஞ்சம் மூச்சடைத்தது. முதுகு சில்லிட ஒருவகையான இழுப்பு ஏற்பட்டது. நெஞ்சு படபடவென அடித்ததில் வாயின் ஓரத்தில் எச்சில் நுரைகள் தள்ளியது. கண்கூசும் வெளிச்சங்களும் எதுவும் தெரியா இருளும் ஒன்றுடன் ஒன்று கலந்தன. முகம் வெளறிப்போய் கால்கள் பலமிழந்து, தன்னிலை மறந்து, உடலெங்கும் வடமெடுத்து இறுக முறுக்கியதுபோல, முற்றிலும் பலமிழந்து மயங்கி, கையில் வைத்திருந்த பத்திரங்களும், ரசீதுகளும், வேறுசில பேப்பர்களும் நழுவிச் சரிவதுபோல தோன்றிய அடுத்த நொடியில்...

துப்பாக்கி பிடித்ததா? இல்லையா? என ஊர்க்காரர்களை குழம்ப வைத்த அந்தக் கை; எல்லோரும் நமக்கென்ன என்று ஒதுங்கியபோது இஸ்ரவேலின் தகப்பனாருக்காக மம்பட்டியை தூக்கிப்பிடித்து தனது முதல் வெட்டை கல்லறைத் தோட்ட மண்ணில் பதித்த அந்தக் கை; அடிப்பட்ட எத்தனையோ கால்களுக்கு எண்ணை தடவி ஆறுதல் சொன்ன அந்தக் கை; மகனுக்கு சொத்துகளை கள்ளம் கபடமில்லாமல் எழுதி வைத்து

வக்கீல் ஆபீஸில், கோர்ட் படிக்கட்டுகளில் ஏறி இறங்கி கையெழுத்து போட்டும், வாய்தா தேதி குறித்தும் மரத்துப்போன அந்தக் கை; நோய்க்காலத்தில் கை நிறைய பணத்துடன் அழகம்மையை தாங்கிப் பிடித்ததும், பின்னர் வெறும் பத்து ரூபாய்க்காக அதே கோர்ட் ரோட்டில் அழுக்கடைந்துபோய் பிச்சை எடுத்ததுமான அந்தக் கை; மகனின் துரோகத்தை, மனைவியின் ஆசையை, ஏன் தன் சொந்த மனப்பிறழ்வைக்கூட வெல்ல முடியாத, நிறைவேற்ற முடியாத, தோற்றுப்போன அந்தக் கை; இறுதியில் இருபத்திமூன்று வயது வாலிபனின் கால்களினால் தப்பித்து, மாலை வேளையில் சவப்பெட்டியினுள் நறுமண மலர்கள் சூழப் பத்திரமாக மடக்கி வைத்து இழுத்து பூட்டி மூடப்படபோகும் அந்த அதே கை... வாழ்வின் எல்லா ஏற்ற இறக்கங்களையும் அளந்து முடிந்த சோர்வுடன் எந்த அசைவுமின்றி வளைவுமின்றி கொஞ்சமும் நெளிவு சுளிவு இல்லாமல் அப்படியே உறைந்து போய் அவருடன் சேர்ந்து சாலையில் நீண்டு மயங்கிச் சரிந்தது.

★★★

ஆம் பட்டாளத்தார் இறந்து விட்டார்...! மன்னிக்கவும், இறந்து கிடந்தார். எத்தனை மணிக்கு என்று யாருக்கும் தெரியாது.

அதிகாலை 3.30 மணிக்கு மஞ்சள் நிறமாக வெறிச்சோடிக் கிடந்த நீதிமன்றச் சாலை வழியாக ஆனந்தி மெஸ்ஸுக்கு காய்கறிகள் ஏற்றிவந்த குட்டியானை ஒன்று வேகமாக வந்து கொண்டிருந்தது. உறக்கக் கலக்கமும், ஆஃப் மேன்சன் ஹவுஸ் தந்த கிறக்க மயக்கமும் கலந்து, இருபத்திமூன்றே வயதான டிரைவரின் கண்களுக்கு நூறு மீட்டர் தூரத்தில் ஏதோ நடுரோட்டில் குவிந்து கிடப்பது போலத் தோன்றியது. கண்டிப்பாக அது ஏதோ அழுக்கு துணி மூட்டைகளாகத்தான் இருக்குமென நினைத்தவன், அதை நடுரோட்டில் இழுத்துப் போட்ட நாய்களைத் திட்டிக்கொண்டே அதேவேகத்தில் வண்டியைக் கொஞ்சம் வலதுபுறமாக ஒடித்தான்.

ஆனால் அது குப்பைகள் அல்ல என்பதும், அழுக்கடைந்த துணிகள் சூழ்ந்துகிடந்த ஒரு ஆள் என்பதும் நெருங்க நெருங்கத்தான் அனல் வீசிக்கொண்டிருந்த அவனது சிவந்த கண்களுக்குத் தெரிந்தது. சால்னா பாக்கெட்டுகளும், பிளாஸ்டிக் கவர்களும், பேப்பர் கட்டுகளும் சிதறிக்கிடந்த அந்தச் சாலையின் பாதியை நீளமான அவரது கைகளில் ஒன்று எந்தவித

அருவருப்புமின்றி, ஸ்கேல் வைத்துக் கோடு போட்டதுபோல் நேர்கோடாக அளந்து கிடப்பதும் புலப்பட்டது.

முடிந்தமட்டும் அந்தக் கையின்மேல் வண்டியை ஏற்றி விடக்கூடாது என்று யோசித்தானோ என்னவோ, ராட்டினத்தைச் சுற்றுபவன் முதல் சில சுற்றுகளுக்குக் கம்பிமேல் ஏறி நின்று மிதிப்பதைப்போல முழு பலத்தையும் கொடுத்து, மூச்சை இழுத்துப்பிடித்து, படபடப்பும், அதிர்ச்சியும் கலந்த அப்படியொரு பிரேக்கை அதன்முன் அடித்தான். ஒரே நேரத்தில் பல எலிகள் கீச்சிடுவதுபோன்ற சத்தத்தை எழுப்பிய பின்புற சக்கரங்களானது சாலையை இன்னும் கொஞ்சம் அடர் கருப்பாக்கிவிட்டு அந்தக் கையின்முன் வண்டியை பளிச்சென நிறுத்தியது. சரியாகச் சொல்லவேண்டுமென்றால் புதிதாக காவல்துறையில் சேர்ந்தவன் உயரதிகாரிகளின் முன்னிலையில் விறைப்பென்றால் எப்படியிருக்கும் எனப் பாடம் எடுப்பதுபோல அடிப்பானல்லவா? ஒரு சல்யூட். அப்படியொரு அழுத்தம் அதிலிருந்தது. சும்மா சொல்லவேண்டும் என்பதற்காகச் சொல்லவில்லை. அச்சு அசலாக அப்படித்தான் இருந்தது.

யோசித்துப் பார்த்தால் பட்டாளத்தாரும் அந்த மரியாதைக்கு உரியவர்தானே?

•••

விஜயன்: பகை பாவம் அச்சம் பழியென நான்கும்

அட்வகேட்ஸ் சேம்பரின் நுழைவாயில் படிக்கட்டுகளில் ஒரு ஓரமாக சாய்ந்து உட்கார்ந்திருந்த அவனது கறுத்து ஒட்டிய கன்னங்களில், அங்கொன்றும் இங்கொன்றுமாய் சுருண்டு கிடந்தன தாடி மயிர்கள். கருவளையங்கள் சூழ்ந்திருந்த குழிவிழுந்த கண்கள் பார்ப்பதற்கு ஆழ்கிணற்றில் தெரியும் நீரலைகள்போல காட்சிகளைப் பிரதிபலித்துக் கொண்டிருந்தது. ஏதோ தீராத நோய் ஒன்றினால் அவதிப்படுபவன்போல உட்கார்ந்த இடத்தில் இருந்தே நெளிந்து கொண்டிருந்தவனின் காதுகளும், மூக்கும், அரைகுறையாய் நரைத்திருந்த தலைமுடிகளும் எங்கோ வெறித்துப் பார்த்தபடி விறைத்து நின்றன. வெள்ளைச் சுவற்றில் சந்தனத்தை அள்ளித் தெளித்தது மாதிரியான டிசைனில் அவன் அணிந்திருந்த முழுக்கைச் சட்டைகூட, ஒல்லியான அவனது உடலைத் தொடுவதற்கு கொஞ்சமும் சந்தர்ப்பம் கிடைக்காமல் காற்றில் அங்குமிங்கும் ஊசலாடிக் கொண்டிருந்தது. பீடி எடுக்கும் சாக்கில் அடிக்கடி இடுப்பைத் தொட்டுப் பார்த்துக்கொண்டான். பூச்செடிகளின் படங்கள் போட்ட அந்த பாலிஸ்டர் கைலிக்குள்தான் 500 ரூபாய் நோட்டுக்கட்டு ஒன்று பத்திரமாக சுருட்டி வைக்கப் பட்டிருந்தது.

செல்வக்குமரன் சொல்லியிருந்த அங்க அடையாளங்களுடன் வந்துகொண்டிருந்த விஜயன் நாயரைப் பார்த்தவுடன் அவன் திடுக்கிட்டு எழுந்து நின்றுகொண்டான். வலது கை அணிச்சையாக மார்பின் நடுவில் சென்றது. மேலிருந்து இரண்டு பட்டன்கள் இல்லாத சட்டையை இடதுகையால் மூடிக்கொண்டான்.

பின் இயல்பைவிட அதிக அடக்கத்துடன் குனிந்தவன் யாருக்கும் தொந்தரவில்லாத வகையில் மெல்லிய குரலில் "வணக்கம் சார்" என்றான்.

நாயருக்கு ஒரு பழக்கம் உண்டு.

காலையில் அலுவலகத்திற்குள் நுழைந்தவுடன் யாரிடமும் பேசமாட்டார். கொண்டுவந்த பிச்சிப்பூ மாலையை மூன்று துண்டுகளாக பிளேடால் வெட்டுவார். மூன்றையும் ஒவ்வொன்றாக பிள்ளையார், வெங்கடாஜலபதி, இறந்துபோன அவரின் சீனியர் பாலகிருஷ்ணய்யர் படங்களுக்குப் போடுவார். இரண்டு பத்திகளைக் கொளுத்தி மூவருக்கும் சேர்த்து மூன்று சுற்று சுற்றுவார். ஒரு நிமிடம் கண்களை மூடி கைகளைத் தலைமேல் கூப்பி சுலோகம் முணுமுணுத்து, ஏற்கனவே பட்டை இருக்கும் நெற்றியில் கொஞ்சமாக சந்தனத்தை எடுத்து வைத்துக் கொள்வார். அவருடன் சேர்ந்து மூன்று ஜூனியர்களும், குமாஸ்தாவும் வணங்கிக் கொள்வார்கள். அதன்பின் இருக்கையில் அமர்பவர் தொண்டையைக் கனைத்துக்கொண்டுதான் அலுவலகத்தில் இருப்பவர்களின் முகத்தையே பார்ப்பார். அதுவரை எதுவும் பேசாமல் நின்று கொண்டிருக்கும் டிரைவர் முருகன், கேஸ் கட்டுகள் இருக்கும் பையை அவரின் இருக்கையின் அருகில் வைத்துவிட்டு அதேவாக்கில் பின்நோக்கி பவ்யமாக வெளியே சென்றுவிடுவார்.

அன்று அவர் பார்க்கும்போது எதிரில் நான்கைந்து பேர் இருந்தும் பார்ப்பதற்கு டிரேட் மார்க் அக்யூஸ்ட் போல் இருந்த அவன்தான் முதலில் அவர் கண்ணுக்குத் தெரிந்தான். 45 வருடங்களாக வக்கீல் தொழில் செய்துவரும் நாயர் ஒருமுறை ஒருவரை பார்த்துப் பேசினாலேயே எத்தனை வருடங்கள் கழித்து அவர் மீண்டும் வந்தாலும் அவர் யார், இதற்குமுன் எதற்காகத் தன்னிடம் வந்தார் என்று நொடிநேரம் யோசிக்காமல் சொல்லி விடுவார்.

ஆனால் அவனைப் பார்த்தபோது அவருக்கு ஞாபகம் வரவில்லை. எடுத்தவுடன் "யாருப்பா நீ?" என்றார். மீண்டும் ஒருமுறை வணக்கம் வைத்துவிட்டு "சார் ஊரு சின்னக்கடை. வக்கீல் செல்வக்குமரன் அனுப்பிவிட்டாருங்க."

அவன் சொல்லி முடிப்பதற்குள் "ஓ... சரி...சரி...சரி... ஆனா உன்ன சாய்ந்தரந்தானப்பா வரச்சொன்னேன். இப்ப வந்துருக்க... எனக்கு கோர்ட்டுக்குப்போணுமே" என்றார்.

"அய்யோ சார் இந்த விசயத்த அவரு எங்கிட்ட.சொல்லலியே" என்று மீண்டும் திகைத்து எழுந்து நின்றவனின் பதற்றத்தைப் பார்த்து நாயருக்கே கொஞ்சம் பரிதாபமாகிவிட்டது.

"என்ன சாய்ந்திரம் வர முடியாதா?" என்றார்.

அவனுக்கோ ஊருக்குப் போய் திரும்பி வருவதென்பது கனவிலும் நடக்காத காரியம். மாலையில் கோழி லோடு ஏற்றிக்கொண்டு கேரளா வேறு செல்ல வேண்டும். காலையில் ஏழு மணிக்குக் கிளம்பிதான் இங்கு ஒன்பது மணிக்கு வந்து சேர்ந்திருந்தான். மீண்டும் மாலை ஆறு மணிக்கு வருவது கொஞ்சமும் முடியாத காரியம். அந்தக் கொலை வழக்கிற்குப் பின் அவனுக்கு உள்ளூரில் வேலை கிடைப்பதே இல்லை. தெரிந்த கொத்தனார் வேலைக்கும் கூட யாரும் கூப்பிடுவதும் கிடையாது. இருக்கும் சொத்துக்கள் ஒன்று ஒன்றாகக் கரைந்து வந்தன. நீண்ட நாட்களுக்குப் பின் கிடைத்த வேலைதான் இது. அதுவும் வாரம் இரண்டு நாட்கள்தான் வேலை. இன்று கிளம்பவில்லை என்றால் அவனால் அந்த வேலையை மீண்டும் நினைத்துக்கூடப் பார்க்க முடியாது.

விஷயத்தை மறைக்காமல் அப்படியே சொன்னான். அவரும் கொஞ்சம் யோசித்துவிட்டு "சரி இரு" என்றார். அவனிடமிருந்து வெளிப்பட்ட பெருமூச்சின் சத்தம் நாயரின் காதுக்கும் கேட்டது.

மற்ற கட்சிக்காரர்களுக்கு 30 நிமிடம் ஒதுக்கினார். வாய்தா இருப்பவர்கள் கோர்ட்டுக்குச் சென்றனர். பீஸ் கொண்டு வந்தவர்கள் கொடுத்துவிட்டுச் சென்றனர். புலம்புவதற்கே வந்தவர்கள் இன்று நேரம் சரியில்லை என்று திரும்பிச் சென்றார்கள்.

உடனே ஜூனியர்களை அழைத்தார்.

"காலிங் அவர்ஸ் நான் வர மாட்டேன். நீங்க பாத்துக்கோங்க. முக்கியமான கேஸை ஆஃப்டர் லஞ்ச் எடுத்து வைங்க" குமாஸ்தாவை கைகாட்டி, "நாராயணனையும் காலிங் அவர்ஸை பார்க்கச் சொல்லு. வீட்டில் வேறு ஏதாவது வேலை இருந்தால் முருகனை அனுப்பிவிடு" என்றார்.

மணி சரியாக 10.15. ஆபிஸில் இப்போது இவர்கள் இருவர் மட்டும்தான் இருந்தனர். பத்திகள் பாதி கரைந்திருந்தது. பிச்சிப்பூ மணம் வேறு. எல்லாம் சேர்ந்து ஒருவித வர்ணிக்க முடியாத நறுமணத்தை அறையெங்கும் நிரப்பிக்கொண்டிருந்தது.

முன் வழுக்கையை தடவிக்கொண்டே எழுந்து பாத்ரூம் நோக்கிச் சென்றார்.

அறுபதைத் தாண்டி விட்டதாலோ என்னவோ இப்போதெல்லாம் அவருக்கு அடிக்கடி சிறுநீர் கழிக்க வேண்டும். இரவு அவர் சரியாகத் தூங்கியே வருடம் ஒன்று இருக்கும். சிலநேரங்களில் கொஞ்சம்கூட அடக்க முடியாமல் அவசர அவசரமாக பாத்ரூம் சென்றால் ஐந்தாறு சொட்டுகள்தான் வரும். இந்தப் பிரச்சனையால் படாதபாடு பட்டுவந்தார். மிகுந்த மனஉளைச்சல் வேறு. குடும்ப மருத்துவரிடம் கேட்டபோது அறுவைசிகிச்சை கண்டிப்பாகப் பண்ண வேண்டும் என்று சொல்லி விட்டார். நாயருக்கோ தன்மீது கத்தி படப்போவதை நினைத்துப் பார்க்கும்போதே பயம் வந்துவிட்டது. சரி போகிறவரை போகட்டும் என விட்டு விட்டார். இதனாலேயே பேருந்து பயணங்களைக் குறைத்துக்கொண்டார். மகன், மகள்களை, பேரன், பேத்திகளை பார்க்க சென்னைக்கும், பெங்களூருக்கும் போக வேண்டியிருந்தால் இரயில் பயணம்தான். இரயில்வேயில் அவரது அண்ணன் மகன் ஒரு உயர்ந்த பதவியில் இருந்ததால் அவருக்கு வெயிட்டிங் லிஸ்ட் பிரச்சனை இல்லை. எப்போது எடுத்தாலும் டிக்கெட் கன்பர்ம்தான்.

வெளியே வந்தவர் கைகளைத் துடைத்துவிட்டு, கொண்டு வந்த சீரகத்தண்ணீர் இருந்த பாட்டிலைத் திறந்து இரண்டு மடக்கு குடித்தார். இருக்கையில் அமர்ந்துகொண்டு உள்ளங்கைகளை தேய்த்தபடி "ம்... சொல்லுப்பா" என்றார்.

"சார்... செல்வக்குமரன் சார் சொல்லிருப்பாங்கல்ல அந்த ரெட்டக் கொல..."

"இல்லையேப்பா அவன் என்கிட்ட எதுவுமே சொல்லலியே... சின்னக்கடைல இருந்து ஒருத்தன் வருவான், மர்டர் கேஸ்னு மட்டும்தான் சொன்னான். டீடெய்ல் ஒண்ணும் சொல்லலயே... சரி நீயே சொல்லு. மொத இந்தக் கொலைய நீ பண்ணினியா இல்லையா அதச் சொல்லு."

"இல்ல சார்... இது போலீசோட புட் அப் கேஸ்."

"நான் உன்கிட்ட உண்மையக் கேக்குறேன்?"

"சார்... உண்மைலே இது புட் அப் கேஸ் சார். நான் இந்தக் கொலைய பண்ணவே இல்லை. நான் கொலை பண்ணவே இல்லைன்னு சொல்லல. ஆனா நான் பண்ணது வேற ஒரு

கொலை. உங்களுக்கும் அந்த வழக்கு பத்தி தெரியும்னு செல்வக்குமரன் சார் என்கிட்ட சொன்னாங்க."

நாயர் அமைதியாக இருப்பதைப் பார்த்து சார் "அந்தக் கொலை..." என்று இழுத்தவனை பார்த்து தெரியும் என்பதுபோல தலையாட்டினார்.

"அந்தக் கேஸ்ல கருணாகரன் சார்தான் எனக்கு விடுதலை வாங்கிக் கொடுத்தாரு. அந்தக் கடுப்புலதான் போலீஸ் என் மேல இந்தக் கேஸ சோடிச்சிருக்காங்க. இந்தக் கேஸ்லயும் அவர்தான் எனக்கு பெயில் வாங்கித் தந்தாரு. உங்களுக்கே தெரியும். போன மாசம் சார் இறந்துட்டாரு. எனக்கு எங்க போறதுன்னே தெரியாம முழிச்சிட்டுருந்தப்பதான் அவரோட ஜூனியர் உங்களச் சொன்னாங்க. என்னை எப்படியாவது காப்பாத்தி விட்ருங்க சார்..." என்று கையெடுத்துக் கும்பிட்டான்.

"சரி அந்த விடுதலையான கேஸோட பண்டில் கொண்டு வந்தியா?"

"இல்லியே சார். அது செல்வக்குமரன் சார்ட்டதான் இருக்கு. இந்த கொலக் கேஸ் கட்டுதான் என்கிட்ட கொடுத்தாரு" என்று கையில் வைத்திருந்த பிளாஸ்டிக் பையை கொடுத்தான். பின் திடீரென நியாபகம் வந்தவனாக அந்த ஐநூறு ரூபாய் நோட்டுக் கட்டையும் இடுப்பிலிருந்து உருவி எடுத்துக்கொடுத்தான்.

"ஏன் கேக்குறேன்னா, அந்தக் கேசுல நீ விடுதலை ஆயிட்டதால, போலீஸ் கடுப்புல இந்தக் கேசுல உன்ன சேத்துருக்காங்கன்னு நீ சொல்றேல்ல. இதே பாய்ன்ட்ட வச்சு அந்தக் கேஸே போலீஸ் போட்ட புட்டப் கேசுதான், இப்படி உன்ன தொடர்ந்து கஷ்டப்படுத்துறதே அவங்க வேல. இப்பவும் இந்தக் கேஸ அப்படித்தான் போட்ருக்காங்கனு ஒரு சின்ன அடிஷனல் டிபன்ஸ் எடுக்கலாம்ல. அதான் அந்தக் கேஸ் பண்ட்ல கேட்டேன்" என்று சொல்லிக்கொண்டே கொடுத்ததை வாங்கியவர் "சரி நீயே அந்தக் கேஸ் பத்தி சொல்லு" என்றார். உண்மையில் அவன் எப்படிபட்ட ஆள் என்பதையும், அவனின் பழக்கவழக்கங்களையும் எடை போடுவதற்காகவே நாயர் அந்தக் கேஸ் பற்றி அவனிடம் கேட்டுக்கொண்டிருந்தார்.

பின்னர் ஏதோ யோசித்துக்கொண்டு "நீ சொன்னா சரி வராது. படிச்சாதான் புரியும். இப்ப இந்த ரெட்டக்கொல கேஸப் பத்தி மட்டும் சொல்லு. நடந்தத அப்படியே சொல்லு. ஒரு சின்ன

விசயத்தக் கூட விட்றாத. அது உனக்குத்தான் பின்னாடி யூஸ் ஆகும்" என்றார்.

"தெரியும் சார். போன கேஸ் விசயமா கருணாகரன் சாரைப் பாக்கப்போகும்போது அவரும் இதயேத்தான் சொன்னாரு. நான் எந்த விசயத்த ஒண்ணும் இல்லன்னு நினச்சனோ அதுதான் சார் எனக்கு விடுதலை வாங்கித் தந்திச்சு. அதனால எல்லாத்தயும் ஒண்ணுவிடாம சொல்லிர்றேன் சார்" என்று அனுபவசாலிபோல ஆரம்பித்தான்.

"எனக்கு அந்த ரெட்டக்கொல கேஸ் பத்தி ஒண்ணுமே தெரியாது சார். போன ஆகஸ்ட் மாசம் 2-ஆம் தேதி நைட். எத்தன மணின்னு கூடத் தெரியாது சார். நான் வீட்ல படுத்துட்டுருந்தேன். நல்ல உறக்கம். அந்தக் கொல கேசுக்கு அப்புறமா என் பொண்டாட்டி என் மவனக் கூட்டிட்டு அவங்க அம்மா அப்பா வீட்டுக்கு போய்ட்டா. என்னோட அம்மா அப்பா செத்துட்டாங்க. தனியாத்தான் இருந்தேன். டம்மு டம்முன்னு கதவ தட்ற சத்தம். முந்துன நாள் நல்லா குடிச்சிருந்தேன். கனவுல யாரோ கதவ தட்ற மாதிரியே இருந்துச்சி. எப்படி எந்துரிச்சேன். எப்படி கதவுகிட்ட போனேன்லாம் தெரியாது சார். சிக்கு வாக்குல அரை தூக்கத்தோட போய் கதவத் தொறந்தேன். என் சாரத்தை புடிச்சி இழுத்து பொடனில ஒருஅடி வுழுந்துச்சு. அடி வாங்குனது மட்டும்தான் சார் நியாபகம். நான் கண்ணு தொறக்கும்போது வேன் நிறைய யூனிஃபார்ம் போடாத ஏழெட்டு போலீஸ். நல்ல குளிரு. அடிச்ச அடில எங்கயோ வுழுந்திருப்பேன் போல. வலது முட்டில ரத்தக்காயம். இப்பவும் பாருங்க சார் அந்தக் காயம் இன்னும் ஆறல" என்று காண்பித்தான்.

"ம்" குறித்து வைத்துக்கொண்டார்.

"வேன் எங்கயோ வேகமா போய்ட்டு இருந்துச்சு. வெளியகூட பாக்கமுடியாதமாரி சுத்தி தெரைத்துணியால மூடி இருந்தாங்க. நைட்டா பகலான்னுகூட தெரியல. ஒரு போலிஸ் சொல்லித்தான் நாங்க வந்த இடம் மேகமலைன்னு பின்னாடி தெரிஞ்சுகிட்டேன். ஒரே ஒண்ணுக்கு அடிச்ச நாத்தம். அப்பதான் கவனிச்சேன். என்கூடவே எங்க ஊர்க்காரப் பசங்க மூணுபேரு அடிபட்டு படுத்து கெடந்தானுங்க. அதுக்கு அப்புறம்தான் எனக்கு விஷயம் கொஞ்சம் புரிய ஆரம்பிச்சது. எங்க ஊர்ல நடந்த ரெட்ட கொலக் கேஸ்ல இவனுகளுக்கு சம்மந்தம் இருக்குன்னு எனக்குத் தெரியும். மூணு பேருமே

தலமறவாத்தான் இருந்தானுக. அந்தக் கேஸ்லதான் என்னயும் தூக்கிட்டு வந்துருக்காங்கன்னு புரிஞ்சுகிட்டேன். எனக்கும் அவனுகளுக்கும் உள்ள ஒரே சம்மந்தம் டோப்பு மேட்டர்லதான் சார். இடுக்கி, மைசூர்ல இருந்து முன்னாடி நான் கொஞ்சம் டோப்பு கடத்திட்டு வந்துருக்கேன். இப்பவும் கொஞ்சம் அங்க பழக்கம் உண்டு. ஆனா முன்ன மாதிரி நானே போய் எடுத்துட்டு வரதில்ல. ஒரு கேஸோட எல்லாம் முடிஞ்சு போய்ருச்சு சார். அங்க இருந்து இங்க கொண்டு வந்து விக்குற ஆள்ட்ட இருந்து நான் கொஞ்சம் வாங்கி விப்பேன். இவனுக மூணுபேரும் என் ரெகுலர் கஸ்டமர். அதத்தவிர எனக்கும் இவனுகளுக்கும் எந்த சம்மந்தமும் இல்ல சார்...”

“ம்” கொட்டியதை நிறுத்திவிட்டு ஏதோ யோசனையில் ஆழ்ந்த நாயர் ஸ்டாண்டிலிருந்து ஒரு பென்சிலை உருவி நோட்ஸ் எடுக்க ஆரம்பித்தார். கொஞ்சநேரம் அவரையே பார்த்து சலிப்பு ஏற்பட்டவனாக தலைகுனிந்து நெற்றியைத் தடவ ஆரம்பிக்கும் போது அரைகுறையாய் காதில் விழுந்த அந்தக் கேள்வியை கேட்டு திருதிருவென நிமிர்ந்து பார்த்தான்.

“அதாம்பா மொத்தம் உன் பேர்ல எத்தன கேஸ்தான் இருக்கு, இருந்துச்சு?”

“இதத்தள்ளி மொத்தம் ரெண்டே ரெண்டுதான் சார். ஒண்ணு கொலை கேஸ். இன்னொன்னு கஞ்சா கேஸ். ரெண்டுமே முடிஞ்சுபோச்சு சார்.”

“உன் வயசு என்ன?”

“39 முடியப் போகுது சார்...”

50 வயதைத் தாண்டியவன் போலிருந்த அவனது தோற்றத்தைப்பார்த்து ‘தன் அனுபவத்தைவிட அவன் வயசு குறைவு’ என்று நினைத்துக்கொண்டே புருவங்களை சுருக்கி “ம்... மேல சொல்லு” என்றார்.

“சார் நான் பாக்கும்போது அந்த மூணு பேருக்கும் சொயநெனவு இல்ல. எனக்கு பயங்கரக் குளிரும் தண்ணித் தவிப்பும். உக்காந்தே உறங்கிட்டு வந்த ஒரு போலீஸை எழுப்பி ‘சார் கொஞ்சம் குடிக்கத் தண்ணி வேணும்’னு கேட்டேன். கையில வச்சிருக்குற நீளத்துப்பாக்கிய வச்சு என் நெஞ்சுல ஒரு குத்து குத்துனான். அவ்வளவுதான் சார். அந்த மலப்பாதை ரோட்டுக்கும், வண்டி சுத்துற சுத்துக்கும் என் தலையெல்லாம் கெறங்கி ஒரே வாந்தி. வயித்துல ஏதாவது இருந்தாத்தான

வெளிய வரும். எச்சி மட்டும்தான் வந்துச்சு. மறுபடியும் மயக்கமாயிட்டேன். அப்புறம் பளீர் பளீர்னு என் உள்ளங்கால்ல அடி விழும்போதுதான் எந்துரிச்சேன் சார். வேன் ஒரு ஷெட் மாதிரி இருந்த இடத்துக்கு முன்னாடி நின்னுருந்துச்சு. நல்ல மழை வேற. கடுமையான குளிரு. கை காலெல்லாம் வெறச்சுப் போச்சு. என் சட்ட என் உடம்புல எப்படி வந்துச்சுன்னுக்கூட எனக்குத் தெரியாது. எங்க நாலு பேரையும் பத்துக்கு பத்து மாதிரி இருந்த பாத்ரூம்ல அடைச்சாங்க. ஈரத் தரை. நாத்தம் வேற கொடல பொறட்டுச்சு. விரிக்கத் துணி கூட ஒண்ணும் இல்ல சார். நின்னா குளிர்ல கால் முள்ளு முள்ளா குத்தும். வலில படுக்கவும் முடியல. உக்காந்தே இருந்தோம். ரொம்ப நேரம் கழிச்சு ஆப்பமும் டீயும் வந்துச்சு. பாத்ரூம்ல சாப்பிட்டது அதான் சார் மொதத் தடவை. ஆப்பம் வயித்துக்குள்ள இறங்க இறங்க வயிறு ஒரே வலி. சுள்ளு சுள்ளுனு குத்தி எடுத்திட்டு. குமட்டல். பசி வேற. சாப்ட்டு வாந்தியெடுத்து முடிக்கவும் எங்கள வெளிய கூப்பிடவும் சரியா இருந்துச்சு. வெளிய போனா கையில துப்பாக்கியோடையும் ஆள் உசரத்துக்கு லத்திக் கம்போடவும் மப்டில போலீஸ் நின்னுட்டு இருந்தாங்க. எனக்கு நெஞ்சு படபடன்னு அடிக்க ஆரம்பிச்சுருச்சு. வாயத்தொறக்கக்கூட பலமில்லை. அன்னைக்குதான் என்னோட கடைசி நாளுன்னு நெனச்சுக்கிட்டேன்."

"அந்த இடம் எப்படி இருந்துச்சு?"

"ஏதோ பஞ்சாயத்து ஆஃபிஸ் மாதிரி சேரும் டேபிளுமா இருந்துச்சு. எல்லாம் அழுக்குப் புடிச்ச மாதிரி கொஞ்சம் ஒடைஞ்சு போயும் கெடந்துச்சு. சொவத்துல என்னல்லாமோ சின்னக் குழந்தைங்க படம் வரைஞ்சு எழுதி இருந்துச்சு. எனக்கு அந்தளவு எழுத படிக்கத் தெரியாது சார். மூணு பக்கம் சொவரு. மேல ஆஸ்பெட்டாஸ் கூரை. இரும்பு கம்பிக, ஸ்டெம்ப், பேட்டுன்னு அங்கங்க மூலைல கிடந்துச்சு. எங்கள பயமுறுத்தத்தான் இந்தமாரி எடத்துக்குக் கூட்டிட்டுப் போயிருக்காங்கன்னு அப்புறம்தான் தெரிஞ்சுச்சு."

"அவங்களுக்குள்ள பேசுனது எதாவது உங்க யார் காதுலயாவது விழுந்துச்சா?"

"எங்கள அடிக்கிற வரை ஒரு குண்டூசி விழுற சத்தம்கூட அந்த ரூம்ல கேக்கல சார். எங்களுக்கு பயமே அதுல இருந்துதான் ஆரம்பிச்சது. ஒருவேளை என்ன உயிரோட விட்டா அவங்க என்ன சொன்னாலும் ஒத்துகிடணும்ங்குற முடிவுக்கு

அப்பவே வந்துட்டேன். இத கருணாகரன் சார்ட்டயும் பெயில் எடுக்கும்போது சொன்னேன். ஸ்பெஷல் டீமோட வேலையே இப்படித்தான் இருக்கும்னு சொன்னாரு.”

“ஆமா... உங்களத் தனித்தனியா விசாரிச்சாங்களா?”

“இல்ல சார்.”

“அப்ப வெளிய வந்தவுடன சேத்துதான் விசாரிச்சாங்களா?”

“எங்க சார் விசாரிச்சாங்க. வெளிய வந்த உடனே திரும்பி நிக்க வச்சாங்க. எல்லார் கைலயும் துப்பாக்கி சார். நாங்க சுடத்தான் போறாங்கன்னு நினச்சு கத்தி கதறுனோம். எங்களுக்கு எதிர்ல வரிசையா கம்பிக போட்ட ஜன்னல் இருந்துச்சு. உங்களுக்குதான் தெரியுமே சார். கம்பிக்கு அந்த பக்கம் நாலுபேரு வந்து நின்னு எங்க கைய புடிச்சிக்கிட்டாங்க. பின்னாடி நின்ன போலீஸ் என்ன ஏதுன்னு சொல்லாம கொள்ளாம குண்டில அடின்னா அடி அப்படி ஒரு அடி சார். ஏற்கனவே குளிர்ல உக்காந்து மரத்துப்போன குண்டில சடசடன்னு அடமள பேஞ்சமாதிரி ஒரு ரெண்டு நிமிசம் விடாம அடிச்சாங்க சார். அப்புறம் கொஞ்சம் மருந்து தந்து போடச் சொன்னாங்க. அடியவிட மருந்துதான் சார் பயங்கரமா எரிஞ்சிச்சு. இப்படி ஒரு ரெண்டு நாளூ புல்லா அடியும் சாப்பாடும் மருந்தும் மட்டும்தான் சார். என்ன ஏதுன்னு அவங்க ஒரு வார்த்தையும் சொல்லவுமில்ல; கேட்கவும் பயமா இருந்துச்சு. அடிச்ச அடில எங்களால பேசக்கூட முடியல. சத்தியமா சொல்றேன் சார், அந்த ரெண்டு நாளும் என்கூட இருந்த அவனுககிட்ட பேசக்கூட முடியல சார். வாயத் தொறந்தா தலை வின்னு வின்னுனு ஒரே குத்தல். அப்புறமா கடைசி நாள் வந்துதான் இந்தக் கேஸ் விசயத்தயே என்கிட்ட சொன்னாங்க. மிரட்டுனாங்க. அன்பா பேசுனாங்க. நாங்களே பெயில் எடுத்து தந்துருவோம்னு சொன்னாங்க. எனக்கு எப்படியோ உயிர் பொழச்சா போதும்னு கையெழுத்துப் போட்டேன். அப்புறம்தான் இந்தக்கேஸ் பத்தி எங்கள உக்கார வச்சு பாடம் நடத்தினாங்க. ஒவ்வொருத்தரோட வாக்குமூலத்துல, யாரு யாரு எங்க வரோம்னு சொல்லி கொடுத்தாங்க. ஊருக்குப் போய் அதேமாதிரி நடிச்சி காட்டனும்னு சொன்னாங்க. திரும்பி வர வழி முழுதும் பயமுறுத்திக்கிட்டே வந்தாங்க. அப்ப போன உடம்புதான் சார். இப்டி நோஞ்சானா ஆயிட்டேன். அவனுங்க மூணு பேருக்கும் வர்ம அடியா கொடுத்து உடம்பவே நாசமாக்கி விட்டாங்க. எனக்கு ‘இனி கஞ்சா விப்பியா’ன்னு கேட்டு

ஷோல்டர இறக்கிடானுக சார். எந்த வேலையும் செய்ய முடியல...” என்றவன், சட்டையை முக்கால்பங்கு அவிழ்த்து விட்டு தோளில் இருந்து பையை இறக்கி வைப்பதுபோல வலது பக்க தோள்பட்டையை முன் பக்கமாக எடுத்து காண்பித்தான். பின்னர் தோளில் இருந்து தனியாக விலகி இருந்த தோள்பட்டையை மீண்டும் இருந்த இடத்திலே உடம்பை ஒரு மாதிரி சிலுப்பிக்கொண்டு சொருகி வைத்ததைப் பார்த்து நாயரே திகைத்துவிட்டார்.

“அந்த கொலைக் கேசுல விடுதலையாகி சரியா மூணு மாசம்கூட முடியல சார். என்னை ஏன் இந்தக் கேசுல இப்படி சிக்க வச்சாங்கன்னு ஒண்ணுமே புரியல. கருணாகரன் சார்ட்ட கேக்கும் போது ‘உன்ன மாதிரி ஒரு கூலிக்காரன் ஒரு கொலய பண்ணிட்டு, கஞ்சாவ வித்துட்டு ஈசியா கோர்ட் மூலமா தப்பிச்சா அவ்வளவு சீக்கிரமா போலீஸ் விட்டுடாது. அது அவங்களுக்கு ஒரு அவமானம் மாதிரி. அதில்லாம நீ அவனுகளுக்கு கஞ்சா வேற கொடுத்துருக்க. அதான் இப்படி பண்றாங்க. மேற்கொண்டு இந்த மாதிரி இன்னொரு கொலயப் பத்தி, கஞ்சா விக்கிறதப்பத்தி நீ யோசிக்கக் கூடாதுல்ல. அதுக்குத்தான் இப்படி பண்றாங்க. நல்ல வேள குண்டாஸ் போடாம விட்டானுகன்னு சந்தோசப்படு”ன்னு சொன்னாரு. உண்மையா சார்...?”

“ம். ஊருக்குள்ள ஒரு கொலை நடக்குதுன்னா அது சட்டம் ஒழுங்குப் பிரச்சனைக்கு விடப்பட்ட சாவல்னுதான் போலீஸ் எடுத்துக்குவாங்க. பணக்காரனா, அரசியல்வாதியா இருந்தா பணமும் அதிகாரமும் வெளையாடும். உன்ன மாதிரிப்பட்டவனா இருந்தா இப்படித்தான் நடக்கும்” என்று சொல்லிக்கொண்டே மீண்டும் பாத்ரூம் சென்றார்.

வந்தவர் “சரி, நான் மொத உன் கேஸ தரவா படிச்சிட்டு உன்ட்ட மீதி விசயத்தைக் கேட்டுக்கிறேன். செல்வாகிட்ட கொஞ்சம் கேக்கணும். வாய்தாக்கு இன்னும் நாள் இருக்குல்ல. பாத்துக்கலாம். இப்ப நீ கிளம்பு. வரும்போது அந்த கஞ்சா கேஸையும் கையோடு கொண்டு வந்திரு. இன்னும் கொஞ்சம் பணத்தை ரெடி பண்ணி வை” என்றார்.

வந்ததிலிருந்து அவன் பெயரைக் கேட்கவில்லை என அப்போதுதான் அவருக்கு நியாபகம் வந்தது. கேஸ் கட்டை புரட்டிப் பார்த்து தெரிந்துகொள்ள விருப்பப்படாமல் “உன் பேரு என்ன சொன்ன?” என்றார்.

இன்னும் பணம் செலவாகுமா என்று ஏற்கனவே அதிர்ச்சியில் இருந்தவன், ஒருவித சங்கடத்துடன் திணறியதைப் பார்த்து "அட சொல்லுப்பா" என்றார்.

நாயர் காதில் அவன் பெயர் தெள்ளத்தெளிவாக விழுந்தது. ஆனால் அவர் அதைக் கேட்காததுபோல "சரி நீ அடுத்த மொற வரும்போது அந்தக் கேஸ் பண்டில் வாங்கிட்டு வா. இத நான் இப்பத் தரவா பாத்துடுறேன்" என்று முடித்துக்கொண்டார்.

அவர் சொல்லியதும் வேகமாக வெளியேறிச் சென்றவனை பார்த்துக்கொண்டே எஃப்ஐஆர், பெயில் அப்ளிகேஷன், குற்றப் பத்திரிக்கை என்று ஒவ்வொன்றாகப் புரட்டி வந்தவரின் கையில் இன்னொரு குற்றப் பத்திரிகையும் சிக்கியது. மேலோட்டமாக புரட்டிப் பார்த்தபோது அது ஏற்கனவே அவன் விடுதலையாகி வந்த கொலை வழக்கு சம்மந்தபட்டது எனப் புரிந்து கொண்டவர் முதலில் அந்தக் கேஸ் சம்பந்தமாக எல்லோரும் கொடுத்த வாக்குமூலங்களை எடுத்துப் படிக்க ஆரம்பித்தார்.

நாயரின் கண்முன் அந்தக் கொலையானது போலீஸ் தரப்பில் விவரிக்கப்பட்ட சம்பவங்களாக விரிய ஆரம்பித்தது.

★ ★ ★

வாழைத்தோப்பில் அவன் தலையில் மம்பட்டியால் இவன் வெட்டும்போது ஒளிந்திருந்து பார்த்த ஐ விட்னஸ் ஒருவரின் வாக்குமூலத்தைப் படித்தார். 'தான் அந்தத் தோட்டத்தை இரவுநேரம் காவல் காத்து வருவதாகவும், ஏற்கனவே குத்துப்பட்டு கிடந்தவனின் முனங்கலைக் கேட்டு அவனை நெருங்கும் போது, மம்பட்டியை எடுத்துக்கொண்டு வந்த இவன், தான் நடந்துவரும் சத்தத்தைக்கேட்டு ஒளிந்ததாகவும், அதைப்பார்த்து இவன்தான் கொலைகாரன் எனப் பயந்து அவனருகில் செல்லாமல் ஒரு வாழையின் அருகில் தான் ஒளிந்து கொண்டதாகவும், பின்னர் எந்த சத்தமும் கேட்காததை உணர்ந்துகொண்டு இவன் மெல்ல வெளியே வந்து அவன் தலையில் வெட்டியதை தான் பார்த்ததாகவும்' ஐ விட்னஸின் வாக்குமூலம் சென்றது.

உடனே கொலை நடந்த இடத்தின் மாதிரி வரைபடத்தை நோக்கி நாயரின் கண்கள் சென்றன. இரண்டு பக்கமும் சின்ன சின்ன பாறைகளும், ஒருபுறம் கால்வாயும், சிரமமில்லாமல் உள் நுழைவதற்கும் வெளியேறுவதற்கும் ஒரே ஒரு பாதையை மட்டுமே கொண்ட அந்த வாழைத்தோப்பை கொலை

செய்வதற்கு தேர்ந்தெடுத்த இவனின் புத்திசாலித்தனத்தை நினைத்து "உச்" கொட்டியவருக்கு இந்த ரெட்டை கொலைவழக்கிலும் இவன் பொய் சொல்கிறானோ என்ற சந்தேகம் மின்னலெனத் தோன்றியவுடன் இன்னும் ஆர்வமாக அந்த வழக்குப் பற்றிய விபரங்களுக்குள் ஆழ்ந்தார்.

அவன் இறப்பதற்கு முன் உயிரோடு இருந்ததைக் கண்ட நபர்கள், இறந்த பின் சடலமாகக் கண்ட நபர்கள், அவன் வீட்டிற்கு இவன் சென்றதைக் கண்ட நபர்கள், அந்தக் கொலைக்கு முன் இவர்கள் இருவருக்கும் இடையே ஏற்பட்ட பிரச்சனைகள் குறித்து அறிந்த நபர்களின் வாக்குமூலங்கள் என சுமார் பதினைந்து வாக்கு மூலங்களைப் படித்தார். அந்தக் கொலைக்குப் பின்னணியிலான காரணங்களும், அந்தக் கொலை கண்டுபிடிக்கப்பட்டவுடன் தூக்கிட்டு தற்கொலை செய்துகொண்ட இறந்து போனவனின் மனைவியைக் குறித்த கதைகளும் உண்மையிலே நாயருக்கு மனவருத்தத்தை அளித்தன.

ஒரு ஜோடி லூனார் ரப்பர் செருப்பு, ரத்தம்பட்ட மண், ரத்தம்படாத மண், நீலமும் கருப்பும் கலந்த கட்டம்போட்ட மூட்டாத கைலி, இளம் சிவப்பில் கோடுபோட்ட வெள்ளைநிற முழுக்கை சட்டை, தைலா என்று அச்சிடப்பட்ட வெட்டி எடுக்கப்பட்ட பச்சை நிற ஜட்டி, சுமார் 100 செ.மீ நீளம் கைப்பிடி கொண்ட, நான்கு பக்கமும் 49 செ.மீ சுற்றளவு நீளம் கொண்ட மம்பட்டி, சுமார் 40 செ.மீ நீளமுள்ள இரண்டு கத்திகள் என கைப்பற்றப்பட்ட பொருட்களின் மீது நாயரின் கண்கள் ஆராய்ந்தன.

அவனது செல்போன் கண்டுபிடிக்காதது, வெட்டுவதற்கு முன் கத்தியால் குத்தியதை நிரூபிக்க விட்னஸ்கள் இல்லாதது, இருந்த ஒரே ஒரு ஐ விட்னஸின் சொதப்பலான வாக்குமூலம், கொலைக்கு மையமான கள்ளக்காதலை குறித்து ஒரே ஒரு வாக்குமூலம் மட்டுமே இருந்தது, கொலைச் சம்பவம் குறித்து இறந்து போனவனின் அண்ணன் முறையில் இருந்த ஒருவன் கொடுத்தப் புகார் மனுவில் இறந்துபோனவனுக்கு ஊரில் இருந்த முன்பகை பற்றிய தேவை இல்லாத வாசகம் என பல ஓட்டைகள் சூழ்ந்திருந்ததை கவனித்த நாயருக்கு, இந்த வழக்கை போலீஸ் சரியாக கையாளவில்லை என தெள்ளத் தெளிவாகத் தெரிந்தது. அந்தக் கொலை வழக்கில் பணம் அல்லது கருணாகரனின் திறமை இரண்டில் ஏதோ ஒன்று ஒரு புடி புடித்திருக்கும் என நாயர் நினைத்துக் கொண்டார்.

முதன் முதலில் இவனைப் பார்த்தபோது மனதுக்குள் தோன்றிய சித்திரம் அப்படியே தலைகீழாக மாற, 'எல்லா சாலைகளும் ரோமை நோக்கியே என்பதுபோல இப்போது எல்லாக் கள்ளக்காதல்களும் கொலைகளை நோக்கித்தான் செல்கின்றன' போல என்று நினைத்துக்கொண்டே எழுந்து பாத்ரூம் சென்றார்.

★ ★ ★

அவர் சொல்லியதும் வேகமாக அலுவலகத்தைவிட்டு வெளியேறியவனுக்கு, தான் செய்த அந்தக் கொலையின் நினைவுகள் ஒருவித பதட்டத்தை ஏற்படுத்தியது. கொஞ்ச நாட்களாகவே அந்த பதட்டம் இவனது மூளையை ஆக்ரமித்துக் கொண்டு தீராத தலைவலியை கொடுத்துவந்தது.'ஏன்தான் திரவியத்தைக் கொன்றோமோ. அந்தக் கொலையில் ஆரம்பித்த தொந்தரவுகள்தான் இப்போது தான் செய்யாத கொலைக்கும் தன்னைக் குற்றவாளியாக ஆக்கித் தொந்தரவு செய்கிறது' என்கிற ரீதியில் அவன் யோசனை சென்றது. அப்போதும்கூட அந்தக் கொலைக்காக, அதன் தொடர்ச்சியாக நடந்த மோசமான ரத்தினத்தின் தற்கொலைக்காக சிறிதும் வருத்தம் ஏற்படாதது இவனுக்கே அதிசயமாக இருந்தது. மாறாக பழைய நிம்மதியான நாட்கள் மீதான ஏக்கம் மட்டும் இவனை வாட்ட, இனி வாழ்நாள் முழுவதும் தொடரும் போலீஸ் தொந்தரவுகளை நினைத்துச் சலித்துக்கொண்டான். பொண்டாட்டி பிள்ளைகளும் இல்லாமல், வருமானமும் இல்லாமல், இருக்கும் சொத்துகளை விற்று வழக்கு நடத்துவது இவனுக்கு இவன்மீதே கோபத்தையும் எரிச்சலையும் உண்டாக்கியது. அந்த மனநிலையை மாற்ற என்னவெல்லாமோ யோசித்துப் பார்த்தான். மனம் அந்தக் கொலையை விட்டும், தற்கொலை செய்துகொண்ட ரத்தினத்தை விட்டும் நகரவேயில்லை. அவனின் கண்முன் அந்தக் கொலையானது தெள்ளத்தெளிவான காட்சிகளாக விரிய ஆரம்பிக்க எப்போதும்போல குடித்தால் மட்டுமே தீர்வு என டாஸ்மாக்கை நோக்கிச் சென்றது அவனது கால்கள்.

அந்தக் கால்கள் நான்கு வருடத்திற்கு முன் பூச்சிகளின் சத்தம் மிகுந்த இருள் சூழ்ந்த அந்த வாழைத்தோட்டத்தை நோக்கி சென்றதுபோலவே அவ்வளவு வேகமாகச் சென்றன.

★ ★ ★

அப்பாவுடனான சண்டையில் எப்போதும் மண்ணெண்ணை ஊற்றியே தீவைத்துக்கொள்ளப்போகும் அம்மா அன்று என்ன நினைத்தாளோ என்னவோ தடுக்க யாருக்கும் வாய்ப்புக்

கொடுக்காமல் மெய்ன் ரோட்டிற்கு ஓடிச்சென்று வேகமாக வந்த டெம்போ முன் பாய்ந்து கைதட்டுவது போல் எழுந்த "டப்" என்ற சத்தத்துடன் மூளை சிதறினாள்.

அப்போது இவனுக்கு வயது ஏழு. அந்த சம்பவம் ஒன்றும் இவனுக்குள் பெரிய பாதிப்பை ஏற்படுத்தியதாகத் தெரியவில்லை. பரபரப்பில், பயத்தில், பரிதாபத்தில் பல முகங்கள் இவனைச் சுற்றி அங்குமிங்கும் கடந்து சென்றதைக் கவனிக்காமல் கையில் கிடைத்ததை வைத்து விளையாடிக்கொண்டிருந்தான். இறந்து போன அன்று முற்றிலும் வேறொருத்தியாக சிதைந்து போன முகத்துடன் வீட்டின் வெளித்திண்ணையில் இவனது அம்மா கிடத்தப்பட்டிருந்தாள். வந்தவர்களெல்லாம் இவனைக் கட்டிப் பிடித்து அழுதார்கள். அதில் சிலர் அவளது உடலருகே இவனை இழுத்துச்சென்று என்னவெல்லாமோ கூறி அழுதார்கள். அப்போது தவிர்க்க முடியாமல் அவள் முகத்தை இவன் சிலமுறை பார்த்தான். அது மட்டும்தான் அவளை இவன் கடைசியாக பார்த்த நிமிடங்கள். அதன்பின் அந்த வயதிலும் சரி எந்த வயதிலும் சரி, ஏன் இவன் கனவிலும்கூட அவள் வந்ததேயில்லை.

ஆனால் அம்மாவின் தற்கொலையை போலீஸ் காலில் விழுந்து விபத்தாக மாற்றி, கோர்ட்டில் வழக்குப் போட்டு, இடித்த டெம்போவின் காப்பீட்டு நிறுவனத்திடமிருந்தே ஒரு பெரும் தொகையை நஷ்டஈடாகப் பெற்று, அதன் மூலம் சில சொத்துக்களை வாங்கி, சொந்த பந்தங்களுக்கு மத்தியில் ஒரு பெரிய மனிதராக மாறியிருந்த தந்தையின் நடவடிக்கைகள் அந்த வயதிலேயே இவனைக் கொஞ்சம் கவர்ந்திழுக்க ஆரம்பித்தன.

ஒவ்வொரு வயதிலும் அந்தந்த வயதை மீறி இவன் செய்யும் மோசமான தவறுகளைக் கண்டுகொள்ளாத, ஒரு வீடென்றாலும் இவனை ஏறெடுத்தும் பார்க்காத, அரிதிலும் அரிதாக தவிர்க்க முடியாத சந்தர்ப்பத்தில் மட்டும் ஒன்று அல்லது இரண்டு வார்த்தைகள் மட்டும் பேசிவிட்டுச் செல்லும் அவரின் விட்டேத்தியான நடத்தைகள்தான் இவனுக்குள் அன்பென்றால் என்ன என்பதைக் குறித்த ஒரு புரிதலை, முன்மாதிரியை ஏற்படுத்தியிருந்தது.

அம்மா இறந்த இரண்டே மாதத்தில் "இவள்தான் இனி உன் அம்மா" என ஒரு பெண்ணை அவர் அறிமுகப்படுத்திய பின்னர்தான் அம்மா செத்துப்போன காரணத்தைக் குறித்து ஒருவாறு கேள்விப்பட்டுக் கொண்டான். வந்தவள் ஒன்றும்

அவ்வளவு கொடுமைக்காரி இல்லை. கொடுமைக்காரி இல்லை என்று சொல்வதைவிட, இவன் எப்போது வருவான், எப்போது போவான் அல்லது எங்கு இருப்பான் என்ற விபரம் எதுவும் தெரியாத அவளுக்கு இவனைக் கொடுமைப்படுத்தும் சந்தர்ப்பங்கள் சீராக வாய்க்கவில்லை என்று வேண்டுமானால் சொல்லலாம். மேற்கொண்டு அவள் பங்கிற்கு ஒரு குறிப்பிட்ட கால இடைவெளியில், இரண்டு தொந்தரவுகளை வேறு பெற்று கையில் வைத்திருந்தாள்.

இதற்கிடையில் ஒவ்வொரு வருடமும் செய்வதுபோல, ஐந்தாம் வகுப்பின் முழு ஆண்டுத்தேர்விலும் தேர்ச்சி பெறாத இவனைத் தேர்ச்சி பெற்றவர்களுடன் சேர்த்து ஆறாம் வகுப்பிற்கு தூக்கிப்போட்டு கரிசனம் காட்டிய தலைமையாசிரியரை, கொத்தவேலைக்கு கையாளாகச் சென்றதன் மூலம் ஒருவழியாக இவன் தோற்கடித்தான்.

ஒருவனுக்கு எந்தெந்த வகையில் எந்தெந்த வயதில் எதுவெல்லாம் அறிமுகமாகக் கூடாதோ அது அனைத்தும் இவனுக்கு அவ்வளவு சீக்கிரத்தில் அறிமுகமாகி இவனை இழுத்து மடியில் உட்கார வைத்துக்கொண்டன. பணத்தின் மீதான ருசி போதையின் மீதான வெறியாக மாறியிருந்த ஒரு சந்தர்ப்பத்தில், மைசூரிலிருந்து இடுப்பைச் சுற்றி கட்டப்பட்ட கஞ்சாவை, போலியான ஒரு அப்பா தங்கையுடன் யாருக்கும் சந்தேகம் வராத வகையில், பதினெட்டு வயதில் கடத்தி வந்தான். ஒவ்வொரு நிலையத்திலும் இரயில் நிற்கும்போதும், காக்கிச் சீருடையைக் காணும்போதும் பணத்தின்மீதும், போதையின்மீதும் வெறிகொண்டு சுழலும் இருச்சக்கரங்களான இவனது கண்கள் பசியின் மயக்கத்தில் வீழ்ந்து சரிவதாக நடித்து மயக்கின. எல்லோராலும் பாராட்டப்பட்ட அந்த நடிப்பு இவனுக்கு இன்னும் அதிக போதையை ஏற்றியது. வாய்ப்புகளும், பண நோட்டுகளும் கையில் எக்கச்சக்கமாக வந்து குவிந்தன.

அப்படிக் குவிந்த நோட்டுகளையும், கஞ்சாவையும் ஊதித் தள்ளினான். அது தரும் போதையில் அடிக்கடி சம்பந்தமே இல்லாமல் சிரித்துக் கொண்டிருப்பவனை ஊர்க்காரர்கள் ஏதோ வினோதமான உயிரினமாகப் பார்த்து விலகியதை எண்ணி ரசித்தான். ஆனால் கையில் பணம் இருந்தும் ஊரில் யாரும் தனக்குப் பெண் கொடுக்க மறுத்தபோது அதை இவனால் தாங்கிக்கொள்ள முடியவில்லை. விருதுநகரிலிருந்து 20 கிலோமீட்டர் தூரத்திலிருந்த ஒரு தூரத்து சொந்தத்தில்,

தீப்பட்டி மணம் கமழும் ஒரு வீட்டிலிருந்து, பார்ப்பதற்கு இனிமேலும் வெயிலுக்கு அஞ்சாத வாடிப்போன அழகான பூவைப்போல இருந்த ஒரு பெண்ணை தனது முப்பத்தி மூன்றாவது வயதில் தன்னைப்பற்றிய பல விஷயங்களை மறைத்து கட்டிக்கொண்டான்.

வளர்மதி என்ற பெயர்கொண்ட இருபத்திநான்கு வயதான அவளுக்கு இவன் மறைத்து வைத்திருந்த எல்லாவற்றையும் பற்றித் தெரிந்துகொள்ள வெறும் நான்கு வாரங்களே போதுமானதாக இருந்தது.

நிரந்தரமாக இவனுள் குடிகொண்டிருக்கும் கோபத்தினால் வீட்டில் உள்ள பொருட்களை உடைப்பதும், சாப்பிடும் தட்டை சுவரின்மீது தூக்கி எறியும் வழக்கமும் கொண்ட இவன், அவளை மட்டும் ஒருபோதும் அடித்ததில்லை. அவளுக்கு அதுவொரு அதிசயமாகவே இருந்தது. அந்தக் கொலை நிகழும்வரை இவனை அவள் பொறுத்துக்கொள்ள இதுவும் ஒரு காரணம்.

அவளின் மற்றொரு ஆறுதல் அதிகாலை 3 மணிக்கு தீப்பெட்டி கம்பெனிக்கு ஆள் ஏற்ற வரும் பேருந்து எழுப்பும் அபாய ஒலிக்காக எழ வேண்டாம். எந்த வயதிலிருந்து இப்படி அவள் எழுந்திருக்கிறாள் என்ற ஞாபகமே அவளுக்கு இருந்ததில்லை.

அந்த ஹாரன் சத்தம் கேட்ட அரை மணிநேரத்தில் எலும்புருக்கி நோய் தாக்கிய நெஞ்சுக்கூடென இருக்கும் அந்த பேருந்தில் ஏறுவாள். இரவு 11 மணிக்குமேல் உறங்கச்சென்ற அவள் அதே உறக்க மயக்கத்துடன் ஒருமணி நேரம் அதே பேருந்தில் உறங்குவாள். பின் தீப்பெட்டிகளோடு எரிந்துவிட்டு மீண்டும் அதே பேருந்தில் ஏறி அதே ஒருமணிநேரம் உறங்கிக் களைத்து வீட்டிற்கு வருவாள். இவனைத் திருமணம் செய்துகொண்டபின் அந்தக் கஷ்டம் இல்லை. இதற்காகவே ஆரம்பத்தில் இவன் செய்யும் அத்தனை கொடுமைகளையும் அவள் சகித்துக் கொண்டாள்.

சாராய வாடையும், கஞ்சா நாற்றமும், வாந்திக் கறைகளும் நிரம்பிய அழுக்கேறிய உடலுடன் இவன் நிகழ்த்தும் இரவுநேர வன்முறைகள் அந்தப்பேருந்தின் ஹார்ன் சத்தம் இவளுக்குள் உண்டாக்கிய மன உளைச்சல்களைக் கொஞ்ச நாட்களில் தூசியாக்கின. பின்னாட்களில் அது படிப்படியாக பல்கிப் பெருகியது. இறுதியாக அந்தக் கொலையைக் கேள்விப்பட்ட போது, அதேபோன்ற இருள் விலகாத அதிகாலைப்பொழுதில் தன் தோழியை வன்புணர்ந்து கொன்ற அந்த சூப்பர்வைசரைவிட

மோசமானவன் இவன் எனப் புரிந்தநொடியில், ஒன்றரை வயதுகூட நிரம்பாத தன் மகனையும், நான்கு மாதமாக வயிற்றில் இருக்கும், இன்னும் மூன்று மாதத்தில் குறை பிரசவமாக பிறக்கப்போகும் மகளையும் சுமந்துகொண்டு பஸ்ஸ்டாண்ட் செல்வதற்கு தாணு அண்ணாச்சியின் ஆட்டோவில் ஏறினாள்.

இப்படி தீப்பெட்டியின் மணம் அந்த பிஞ்சு உடம்புகளிலும் வீச ஆரம்பிப்பதற்கு முன்; அதாவது வளர்மதிக்கும், அந்தத் துரோகத்திற்கும், அந்தக் கொலைக்கும் முன்...

★★★

தனியாக வீடுகட்டி டைல்ஸ் மிஷின் சகிதம் பத்துப் பேரை வைத்து வேலைவாங்கும் கான்ட்ராக்டராக மாறியிருந்த இவனிடம் வேலை பார்த்தவன்தான் திரவியம். திரவியத்தின் வலதுகாலைவிட இடதுகால் வெளியே தெரியாத அளவிற்கு கொஞ்சம் சூம்பியிருக்கும். மேலும் வலதுகாலைவிட இரண்டு இஞ்ச் கட்டை வேறு. என்ன சமாளித்தாலும் படிகளில் இறங்குவது போன்ற அவனது நடை அதைத் தெளிவாக காட்டிக்கொடுக்கும். 10 வருடதிற்கும் மேலாக கட்டிடவேலை செய்துவந்தும் இன்னும் கையாளாகவே இருந்த திரவியம் தனது பல்வேறு தேவைகளுக்கும் இவனையே நம்பியிருந்தான்.

இருவருக்கும் ஒரே வயதென்றாலும் இவனுக்கு அவன் ஒருவகையில் சித்தப்பா முறை. பக்கத்து பக்கத்து வீடு. அங்கு என்ன பேசினாலும் இங்கு கேட்கும். இங்கு மெல்லமாகத் தும்மினாலும் அங்கு கேட்கும். இருவரும் ஒன்றாகத்தான் வேலைக்குச் செல்வார்கள். குடிப்பதும், ஊர் சுற்றுவதும், கன்னியாகுமாரி சென்று ஐநூறு ஆயிரம் கொடுத்து லாட்ஜில் பெண்களுடன் ஒதுங்குவதும் என எல்லாம் இருவரும் ஒன்றாகச் சேர்ந்துதான். அனைத்துக்கும் இவனே பணம் கொடுப்பான். இருவருக்கும் இடையிலுள்ள ஒரே வேறுபாடு கஞ்சா விசயத்தில் மட்டும்தான். பணத்தில் மட்டுமல்ல உடலளவிலும் மனதளவிலும் பலவீனமான பயந்தவனான திரவியத்திற்கு கஞ்சா இழுக்கும் தைரியம் மட்டும் வரவில்லை. பின்னர் ஒருநாள் ஒருவழியாக அந்த தைரியம் அவனுக்கு வந்தது. வந்த அந்த ஒருமணி நேரத்தில்தான் அவன் கொல்லப்பட்டிருந்தான்.

“என்னடா உன் சித்தப்பனுக்கு இன்னும் ஒண்ணும் நடந்தபாடில்ல?” என்று ஊரில் கிண்டலடிக்கத் தொடங்கி இரண்டு வருடம் ஆகியிருந்தது. நாய்படாத பாடுபட்டு எட்டாவது வரனாக திரவியத்திற்கு ஒருநாள் பெண் பார்க்கப்

போனார்கள். இறந்துபோன அம்மாவின் உறவுக்காரப் பெண், தனக்கு சித்திமுறை என்று அறிமுகமான ரத்தினத்தை அன்றுதான் இவன் முதன்முதலாக பார்த்தான். அந்தப் பார்வையில் ஒரு துரோக பிம்பம் நிழலாடுவது இவனுக்கே தோன்றியபோதும் வழக்கம் போல அதை ரசித்துக் கொண்டே ஒதுக்கித் தள்ளினான்.

வயல் வேலைகள் மட்டுமே நிரந்தரமாக நினைவில் தங்கிப்போன தனது வாழ்வில், கடந்துபோன கலகலப்பான நாட்களை எண்ணி ஏங்கும் நிலையில் இல்லாத ரத்தினம்தான் குடும்பத்தில் இளையவள். இரண்டு அண்ணன்களுக்கும் இன்னும் திருமணம் ஆகவில்லை. ஒரு அக்கா உண்டு. கொஞ்சம் மனநிலை சரியில்லாதவள் என்பதால் வீட்டின் பின்புறத் திண்ணையில் கட்டிப் போட்டிருந்தனர். அம்மா அப்பா இறந்து வருடங்கள் சில ஓடியிருந்தது. வசதி சுத்தமாகக் கிடையாது. எனவே அந்தத் திருமணத்தின் மீதான ரத்தினத்தின் கருத்து குறித்து எவரும் பெரிதாக அலட்டிக்கொள்ளவில்லை. ஏன் பதினைந்து வயதுகூட நிரம்பாத ரத்தினத்திற்கே தனக்கு அப்படி ஒரு சலுகை இருப்பதாக நினைக்கவில்லை. வயது குறைவென்றாலும் அதிகாலை முதல் அந்தி சாயும் வரை அவள் செய்துவந்த வீட்டு வேலைகளும் காட்டு வேலைகளும் அவளது உடல் அமைப்பிற்கு 20 வயதின் வாளிப்பை அள்ளித் தெளித்திருந்தது.

திரவியத்திற்கும் ரத்தினத்திற்குமுள்ள ஒரே ஒற்றுமை படிப்பு வாசனை. இருவருக்கும் சுத்தமாகக் கிடையாது. இப்படி பொருத்தமானது பொருந்தியும் பொருந்தாமலும் இருந்தாலும் திரவியத்திற்கு ஒரு சொந்த வீடு இருந்தது. எனவே திருமணம் நடப்பதில் எந்தச் சிக்கலுமில்லை.

எண்ணி மூன்றே வருட முடிவில் வெறும் பதினெட்டே வயதில் கையில் ஒன்றும் இடுப்பில் ஒன்றுமாகப் பிள்ளைகளைச் சுமந்து திரிந்த ரத்தினம், திரவியத்தின் ஊரை அலங்கரிக்கத் தொடங்கினாள்.

புடைத்து நிற்கும் மார்பகங்களை அங்கொன்றும் இங்கொன்றுமாக மறைக்கும் பொருட்டும், மஞ்சள் பூசியக் கால்களில் தலைகவிழ்ந்து படர்ந்திருக்கும் சாம்பல்நிறப் பூனைமுடிகளுக்கு வெளியுலகை காண்பிக்கும் ஒரு நல்லெண்ணத்தின் அடிப்படையிலும், நழுவிக் கொண்டே செல்லும் அந்த நைலான் புடைவையை ஈரம் பரவியிருக்கும் பாவாடையோடு சேர்த்துப்பிடித்து, அப்படியே இடுப்பில்

தூக்கிச் சொருகிக்கொண்டு ரத்தினம் தெருக்குழாயில் தண்ணீர் எடுக்க நடந்துவந்தால், மேலும்கீழுமாக ஆடும் அவள் பின்னழகை ரசிப்பதற்கே ஒரு கூட்டம் அவரவர் வீட்டில் தனித்தனியாக நிற்கும்.

மேலுதட்டை தாண்டி வெளியே நீண்டிருக்கும் அந்தத் தெத்துப்பல்லும், பட்டாணி சைஸிற்கு வலது கண்ணின் கீழ் துருத்தி நிற்கும் அந்த ஒற்றை மருவும் மட்டும் இல்லையென்றால், வார இதழ்களில் காதல் கதைகளுக்காக வரையப்படும் பெண்ணோவியம் போலவே இருப்பாள்.

பின்னாட்களில் அவள் இவனிடம் முழுவதும் சொக்கிக் கிடக்கும் அந்த நேரங்களிலெல்லாம் ஊரில் இவ்வளவு பேர் இருந்தும் யாராலும் நிகழ்த்த முடியாத சாதனையை, அவ்வளவு ஏன் அவளை ரசிக்கும் அந்தக் கூட்டத்தின் ஒரு ஓரமாகக்கூட நிற்க முடியாத தன்னால் எந்தவித சிரமமுமின்றி நிகழ்த்திவிட முடிந்தது குறித்து இவன் பெருமிதப்பட்டதுமுண்டு.

இப்படி வயதானவர்களும் இளைஞர்களும் அவரவர்களுக்கு ஏற்ற சில இடங்களில் நின்று கொண்டு ரத்தினத்தை ரசிப்பதும், அதை ரத்தினம் பெருமையாக நினைப்பதும், அதைச் சகித்துக்கொள்ள முடியாத திரவியத்தின் தாழ்வு மனப்பான்மையும் சேர்ந்து இருவருக்கும் இடையில் பிளவு வரக் காரணமாயிற்று. ஊரில் உலவிய திரவியத்திற்கும் ரத்தினத்திற்கும் இடையிலான பொருத்தமின்மை குறித்த கதைகள் அதற்கு நன்றாக உரமூட்டின. அந்த உரத்தினால் முளைத்து துளிர்விட்ட திரவியத்தின் மூர்க்கமானது, மகிழ்ச்சியாக இல்லாவிட்டாலும் துயரமில்லாமல் ஆரம்பித்த அவர்களது திருமண வாழ்க்கையை எண்ணி மூன்றாவது வருடத்தில் சந்தேகமும் சண்டையுமாக செழித்து வளரச் செய்தது. தினமும் குடித்துவிட்டு வந்து அவளை அடிக்கத் தொடங்கினான். அந்த வாக்குவாதங்களின், சண்டைகளின் இறுதியிலெல்லாம் "எனக்குத்தாண்டி நீ பொண்டாட்டி, ஊர்ல உள்ளவனுகளுக்கு இல்ல. ஒழுக்கமா நட, இல்ல சாவடிச்சிருவேன்" என்ற வார்த்தைகளை திரவியம் உதிர்த்துவிட்டுச் செல்வது வழக்கமான ஒன்றாக மாறியது.

தான் இல்லாத சமயத்தில் ரத்தினம் நிச்சயமாக யாராவது ஒருவனுடன் படுத்துக்கொண்டு சத்தமாகக் கைதட்டி சிரித்தபடி, அதைக் கண்டுபிடிக்காத தன்னைக் கிண்டலடித்துக்கொண்டும், தன்னைப் போலவே நொண்டி நொண்டி நடந்து காண்பித்து "ஒழுக்கமா இரி, பிச்சுபுடுவேன், நான் யாருனு உனக்குத்

தெரியாது" என்ற வார்த்தைகளை திரும்பத்திரும்ப பேசி நடித்துக் காட்டிக்கொண்டும், காமவெறியின் மயக்கத்தில் அவள் திளைத்திருப்பாள் என்ற எண்ணங்கள் அவனுக்குள் தாங்கமுடியாத குடைச்சலைக் கொடுத்தன.

ஒருநாள் அந்தக் கற்பனை எண்ணங்கள் உச்சத்தைத்தொட வீட்டிற்கு வந்த அவன் காரணமே இல்லாமல் அவளை இழுத்துப்போட்டு அடித்தான். அந்தச் சண்டையின் முடிவில் அடித்து மிளகாய்பட்டதுபோல காந்தல் எடுத்துக்கொண்டிருந்த இவனது வலது கையில் அவளது தலைமயிரின் ஒரு கொத்து இருந்தது. பின் வழக்கம்போல பலவீனமான குரலில் ஏதேதோ முனங்கியவாறே வீட்டிலிருந்து வெளியேறிச் சென்றான்.

வெளியேறிச்சென்றவன் மீண்டும் அதிகமாகக் குடித்தான். பின்னர் போதையானது அவனது கற்பனைகளைவிட உச்சத்தைத் தொட நடுஇரவிற்குப்பிறகு வீடு திரும்பியவன், முன்னிலும் பலவீனமானவனாக "நீ நெனச்சா நோஞ்சாம்மாரி இருக்க என்னைத் தூக்கி போட்டுச் சவட்டிருக்கலாம். ஆனா அப்படிச் செய்யல, நீ நல்லவ, நான்தான் வெளங்காதவன், கேட்டியா ரத்தினம்" என்று பொருள்படும்படியாக ஏதேதோ உளறியும் மன்னிப்பும் கேட்டும் இறுதியில் அவள் காலிலும்கூட விழுந்தான். பின் மிருகம்போல் அவளைப் புணர்ந்தான். எப்போதும்போல அதுவும் தோல்வியிலே முடிந்தது. இப்படி இருவருக்கும் இடையில் பலநாள் இரவுகள் நீடித்த சண்டைகள் ஒருவரையொருவர் நுனிவேர்வரை சென்று வெறுத்து ஒதுக்குவதற்குத் தேவையான நாடக பாணியிலான பல காட்சிகளை மாறிமாறி அரங்கேற்றின.

தொடக்கத்தில் ரத்தினம் அவனது பலவீனத்தைப் புரிந்துகொண்டாள். அடிகளைத் தாங்கிக்கொண்டாள். உளறல்களை ஏற்றுக்கொண்டாள். ஏன் பலமுறை மன்னிக்கவும் செய்தாள். ஆனால் திரவியத்தின் தொடர் வசைகள், புண்படுத்தல்கள், காயங்கள் வலிகளை உண்டாக்குவதற்கு பதிலாக, அவளுக்கே தெரியாமல் நாளடைவில் அவளைப்பற்றிய ஒரு பெருமித உணர்ச்சியை ஆழ்மனதில் ஆழமாக வேரூன்றச்செய்தது. தான் பேரழகி என்றும், தன் நிலை காரணமாகவே தான் இப்படி வாக்கப்பட்டு விட்டோம் என்றும், நல்லதொரு சேலைகூட கட்டவிடாத, முழம் மல்லிகை கூட தலையில் வைக்கவிடாத திரவியத்தின் மீதான கோபவெறி அவள் உடம்பெங்கும் பற்றிப்பரவியது.

பரவிய அந்த வெறி அவன் நினைத்தது போலவே அவன் முதுகிற்குப் பின்னால் நின்று அவளைச் சிரிக்க வைத்தது. மேலும் வாய்க்கு ருசியாக சமைத்துப் போடவும், அவனது இயலாமைகளையே அவனது பெருமைகளாகப் பேசி அவனை சொக்கவைக்கவும் அவளால் முடிந்தது. தன்னைவிட்டால் அவனுக்கு யாருமில்லை என்றும் அவளுக்குத் தெரியும். இது அனைத்தும் சேர்ந்து மிஞ்சிப்போனால் திரவியம் என்ன செய்வான் என்ற எல்லையையும் ஒருநாள் அவள் வகுத்துக்கொண்டாள். இப்படி தனக்குள் எழுந்த எதிரெதிர் உணர்ச்சிக் குமுறல்களை வெளியே தெரியாதவாறு அடக்கிக்கொண்டு புத்திசாலித்தனமாக அவன் மனம் நோகாதபடி நடிக்கத் தொடங்கினாள். அவன் அவளை முழுவதும் நம்பத் தொடங்கினான்.

இவனோ அவர்களின் அந்தத் திருமண வாழ்க்கையை ஒன்றுவிடாமல் கவனமாக கவனித்தும், கேட்டும் வந்தான். பல சமயங்களில் இருவருக்கும் இடையில் சென்று சண்டையை தீர்த்து வைத்திருக்கிறான். இருவருமே இவனிடம் தங்கள் தரப்பு நியாயங்களை எடுத்துச் சொல்வார்கள். கனிவாகக் கேட்டுக் கொள்வான். அதில் இருவரின் பலவீனங்களை மனதிற்குள் தேக்கி வைத்துக்கொள்வான். பணத்தின்மேல் தீராத மோகம்கொண்ட திரவியத்தின் குணம் அறிந்த இவன் வெளியூர் கட்டிட வேலைக்கு தொடர்ந்து அவனை அனுப்பி வைத்தான். அதிக சம்பளம் கிடைக்கும் என்ற ஆசையில் திரவியமும் அதனை விரும்பினான்.

அந்த சந்தர்ப்பங்களைப் பயன்படுத்திக்கொண்டு அவளிடம் இவன் கொஞ்சம் கொஞ்சமாக நெருங்கிச் சென்றான். பக்கத்தில் அமர்ந்து கொஞ்சம் சிரிக்கும்படி கொச்சையாகப் பேசினான். திரவியத்தின் கடந்தகால வாழ்க்கை முழுவதையும் பல்வேறு சம்பவங்களின் மூலம் வெறும் கேலிக்குரிய ஒன்றாக மாற்றினான். அப்படி ரத்தினத்தின் முன் அமர்ந்துகொண்டு திரவியத்தின் பய உணர்ச்சியினாலும், பலவீனத்தாலும் அவன் அடைந்த அவமானங்களையும், அடிகளையும், அதிலிருந்து தான் எப்படி அவனைக் காப்பாற்றினேன் என்றும் அவன் விவரிக்கும்போது ரத்தினம் விழுந்து விழுந்து சிரித்தாள்.

இப்போது திரவியம் குறித்த இருவரது உணர்ச்சிகளும் எண்ணங்களும் ஒன்றாகின. இது எதுவும் அறியாத திரவியம் அன்று இரவும் வந்து அவளை நிர்வாணமாக்கி தொடையில்

ரத்தக்கட்டுகள் ஏற்படும் அளவிற்கு அடித்தான்; அவள் சிரித்தாள்.

இப்போது அவளுக்கு தேவை தனது உணர்ச்சிக்கோர் பாதுகாப்பான ஒரு இளைப்பாறுதல். சின்னதாக ஒரு பழி வாங்குதல். அதற்கு இவனைவிட வேறு யாரும் அப்படி கச்சிதமாக பொருந்திப் போகமாட்டார்கள் என்று புரிந்துகொண்டாள். மோசமான சாலையென்றாலும், அதுவொரு அலுத்துச் சலித்த பயணமென்றாலும் எந்த நொடியிலாவது எந்த நிறுத்தத்திலாவது ஒரு முடிவுக்கு வந்துதானே ஆகவேண்டும்?

ஒருநாள் எல்லாமே சட்டென்று நடந்து முடிந்தது. ஒரு வார வெளியூர் வேலைக்கு திரவியம் சென்ற ஆறாவது நாளில், கோடை வெயிலின் புழுக்கமானது பூட்டிய வீட்டிற்குள் முழுவதும் நிறைந்திருந்த ஒரு உச்சிப்பொழுதில், வியர்வைத் துளியின் பிசுபிசுப்புகள் அப்பியிருந்த இருவரது உடலும் கள்ளத்தனமாக ஒன்றுகூடி ரசித்து விளையாடிய அன்று, முதல் கத்தியானது திரவியத்திற்கு தெரியாமலே அவனது கழுத்தில் இறக்கப்பட்டது.

பக்கத்தில் யாருக்கும் சந்தேகம் வராத, அவர்கள் பற்றிய கதைகள் ஊருக்குள் பரவாத அடுத்த ஒரு வருடம்வரை எல்லாமே நன்றாகத்தான் போய்க்கொண்டிருந்தது. இவன் வளர்மதியைத் திருமணம் முடித்திருந்தான். அதன் பின்னரும் அந்த உறவு தொடர்ந்தபோது முதலில் வளர்மதிக்குத்தான் சந்தேகம் வலுத்தது. அரைகுறைச் சந்தேகத்தோடு கேட்டபோது என்னவெல்லமோ சொல்லிச் சமாளித்தான்.

அங்கொன்று இங்கொன்றுமாக, கேட்டும் கேட்காததுமாக ஊரில் உலவும் அந்தக் கதைகளை குறித்து நேரடியாக இவனிடம் கேட்கும் திராணி திரவியத்திற்கு இல்லை. மிக மோசமான மனநிலையோடு திரவியத்தின் நாட்கள் கடந்தன. இப்போதெல்லாம் வெளியூர் வேலைகளுக்குச் செல்வதேயில்லை. மொத்தத்தில் இவனிடம் சென்று வேலை கேட்பதே அவமானமாக உணர்ந்தான். ஆனாலும் அந்தக் கதைகள் பொய் என்பதை நிரூபிக்கும் முயற்சியில் இவனை தினமும் சந்தித்து சாதாரணமாக பேசி வந்தான்; ஒன்றாக வேலைக்குச் சென்று வந்தான்.

ஆனால் அன்று நடந்தது வேறு. நண்பர்களின் கிண்டல்களை சகித்துக்கொள்ள முடியாத, தனது பிறப்பு முதற்கொண்டு இயலாமையினால் ஒன்றும் செய்ய முடியாத

கையறுநிலையினால் அனைத்தின் மீதும் வெறுப்புக்கொண்ட திரவியம் வீட்டிற்கு சென்றான்.

வாழ்வில் அந்தளவு அடி வாங்கியது ரத்தினத்திற்கு அதுதான் முதல் தடவை. முகம் எத்தனை இடத்தில் கிழிந்திருந்தது எனத் தெரியவில்லை. வாயிலிருந்து கொட்டிய ரத்தம் மேல் சீலைவரை நனைத்தது. வலது கையைப்பிடித்து வளைத்ததில் சுண்டுவிரல் முக்கால் பங்கு உடைந்து தொங்கியது. குழந்தைகள் வீறிட்டு அழும் சத்ததிற்கு மத்தியிலும் ரத்தினத்தின் முகத்தில் வலதுகையை மடக்கி வெறிகொண்டு குத்திக்கொண்டிருந்தான் திரவியம். அந்த நிலையிலும் முழுவதும் மறுக்காமலும், ஒத்துக்கொள்ளவும் செய்யாமல் ரத்தினம் கடைப்பிடித்து வந்த மௌனம் திரவியத்தை பைத்தியமாக்கியது.

குழந்தைகளின் அலறலைக் கேட்டு வளர்மதியும் அக்கம் பக்கத்திலிருந்தவர்களும் மட்டும் ஓடிவந்து திரவியத்தை இழுத்துச் செல்லாமல் இருந்திருந்தால் ரத்தினத்தின் தலையில் அம்மிக் கல்லோ, விறகு கட்டையோ, இல்லை முனை மழுங்கிய அந்த அரிவாளோ இறங்கியிருக்கும்.

அன்று இரவு போதையின் உச்சத்தில் இடுப்பிலிருந்த வேட்டி அவிழ்ந்ததுகூடத் தெரியாமல் எச்சில் வடித்துக்கொண்டு சூம்பிப்போன ஒரு காலுடன் அம்மணமாக படுத்திருந்த திரவியத்தை பார்த்தபோது அந்த வேட்டியை எடுத்தே அவன் கழுத்தை நெரித்து கொன்றுவிடலாமா என்று முதன் முதலாக அவளுக்குத் தோன்றியது.

அன்றிலிருந்து திரவியத்தை கொல்ல பலமுறை யோசித்திருக்கிறாள். ஒருநாள் பகலிலேயே குடித்துவிட்டு வீட்டுக்கு வந்தவன், வேலைகளை முடித்துவிட்டு அயற்சியில் மாராப்பு விலக தூங்கிக் கொண்டிருந்தவளின் முகத்தில் காறித்துப்பி "ஒழுங்கா சேல உடுத்தத் தெரியாத தேவ்டியாக்கெதுக்கு சேல" என்று கிழித்தெறிந்தான். அருவெறுப்பிலும் அவமானத்திலும் திடுக்கிட்டு எழுந்தவளை கொஞ்சமும் கண்டுகொள்ளாமல் கஞ்சிக்கு துவையல் அரைக்கச் சொன்னான். தேங்காய் பச்சைமிளகாய் உப்பு புளியை அம்மிமேல் வைத்து அரைத்துக் கொண்டிருந்தவளுக்கு அதை அப்படியே எடுத்து அவன் தலையில் போட்டுவிட வேண்டும் என்ற வெறி ஏறியது. இருமுறை முயற்சி செய்து பார்த்தாள். ம்கூம்... முடியவில்லை.

இப்படி ஒவ்வொரு முறையும் அடிவாங்கும்போது தொட்டில் கம்பு, கத்தி, காலியான சாராயப் பாட்டில், தலையணை, தண்ணீர் பிடித்து வைக்கும் தொட்டி என வீட்டில் இருக்கும் ஒவ்வொரு பொருட்களும் திரவியத்தை கொல்ல உதவும் சாதனங்களாக அவளுக்குத் தோன்ற ஆரம்பித்தன. "ஆப்பிள் விதைகளை மட்டும் தனியாக அரைத்து குடிக்க கொடுத்தால் ஒருவரை கொன்றுவிடலாம், போலீஸ்கூட கண்டுபிடிக்க முடியாது" என்று ஏதோ ஒரு தகவலைக் கேள்விப்பட்டு ஒருமுறை ஜூஸ் கடைகளுக்கு சென்று ஆப்பிள் விதைகளை சேர்க்க ஆரம்பித்துக் கூடத் தோல்வியுற்றாள்.

திரவியத்தின் கொடுமைகள் இவனுக்குத் தெரியாமலில்லை. ரத்தினம் ஒன்றுவிடாமல் அனைத்தையும் இவனிடம் சொல்லி விடுவாள். கூலிக்கு ஆள்வைத்து திரவியத்தை கொன்றுவிடலாம் என இருவரும் முடிவு செய்த போதுதான் அந்த கஞ்சா வழக்கு எல்லாவற்றையும் தலைகீழாக்கியது.

வெள்ளைச் சுவற்றில் சந்தனத்தை அள்ளித் தெளித்தது மாதிரியான அந்தச் சட்டையை அன்றுதான் எடுத்திருந்தான். அப்போது அந்தச் சட்டை இவனுக்கு சரியாக, இறுக்கமாக, அழகாகப் பொருந்திப்போய்தான் இருந்தது. ஊரில் ஒரு கல்யாண வீடு. பந்தியில் சாப்பிட்டு முடித்து வெளியே வந்தவனை மப்டியில் வந்த கிரைம் பிராஞ்ச் போலீசார் மணிக்கட்டு எலும்புகள் உடைந்துவிடும் அளவிற்கு இறுக்கிப் பிடித்து அழைத்துச் சென்றனர். இடுக்கியிலிருந்து 10 கிலோ கஞ்சா கடத்தி வந்ததாக வழக்கு.

இந்தமுறை இவன் செல்லவில்லை. சென்றது யார் என்றும் இவனுக்குத் தெரியும். வருடத்திற்கு ஒருவனை இதுபோன்ற வழக்கில் ஜெயிலுக்கு அனுப்பும் முதலாளி தனது விசுவாசத்தால் தன்னை எப்போதும் காப்பாற்றிவிடுவார் என்ற எண்ணம் அன்று அவனுக்கு அடியோடு தகர்ந்தது. சின்ன வயதிலிருந்து அவருக்காக நேர்மையாக அவன் செய்த வேலைகளை எண்ணி நொந்து கொண்டான்.

உள்ளே சென்றவன் வெளியேவர மாதங்களானது. வந்தவனும் பாதியாகத்தான் வந்தான். முன்னிலும் அதிகமாக "டோப்" இழுத்தான். கையிருப்பு மொத்தமும் காலியாகியிருந்தது. டைல்ஸ் மிஷினை விற்றான். 10 பேரை வைத்து வேலை வாங்கிவிட்டு இப்போது கொத்தவேலைக்குச் செல்வது ஒருவித அவமானமாகவே நினைத்தான். அவ்வப்போது

கொஞ்சம் கஞ்சா வாங்கி விற்று கிடைக்கும் கமிஷன் தொகையில் இவனது செலவுக்குப் போதுமானதாக இருந்தது. ரத்தினம் அருகாமையில் இல்லாதது விவரிக்க முடியாத வெறுமையை வேறு இவனுக்குள் விதைத்திருந்தது. ஏனோ எல்லாவற்றிற்கும் காரணம் திரவியம்தான் என்ற எண்ணம் இவனுக்குள் ஆழப்பதிந்து விட்டது.

எதையுமே நேரடியாகக் கேள்வி கேட்டு சண்டைப் போட பயந்தவனான திரவியம் இவன் ஜெயிலுக்குப் போனவுடன் இதுதான் சரியான சந்தர்ப்பம் என்று நினைத்து மனைவியுடன் இரண்டு கிலோமீட்டர் தள்ளி வேறு வீட்டிற்கு குடியேறியிருந்தான். இனிமேல் ரத்தினத்தை இவனால் நெருங்க முடியாது என்ற நிம்மதியில் இருந்தான். ஜெயிலிலிருந்து வெளியே வந்தவனிடம் எப்போதும்போல பேசிக்கொண்டான். ரத்தினமும் இவனும் என்ன நினைக்கிறார்கள் எனப் புரிந்துகொள்ளாத திரவியம் எதுவும் நடக்காததுபோல எப்போதும்போல இவனுடன் ஒன்றாகச் சேர்ந்து காலையில் வேலைக்கு சென்றான். மாலையில் அவனோடு சேர்ந்து குடித்தான். முன்புபோலவே அவ்வப்போது புதிய புதிய காரணங்களைக் கூறி ரத்தினத்தை அடித்துக் கொண்டிருந்தான்.

ரத்தினமோ எதற்கும் தயாராக இருந்தாள். கஞ்சா வழக்கினால் அதிர்ச்சியுற்று தாய் வீட்டிற்கு சென்றிருந்த வளர்மதி இன்னும் வீடு திரும்பியிருக்கவில்லை என்பதை அறிந்திருந்த ரத்தினம் இவனைப் பார்க்க வீட்டிற்கு வந்தாள்.

நாற்பது வயதிற்குள் பாட்டியாகி வாழ்வையே தொலைத்த தன் உறவுக்காரப் பெண்கள் அனைவரையும் ரத்தினம் அறிவாள். பதினெட்டு வயதில் இரண்டு பிள்ளைகளுக்கு தாயாகி, மூன்றே வருடங்களில் முப்பது வருடங்கள் காலம் தள்ளியதுபோல உடலும் மனமும் சோர்வுற்று, இரவும் பகலும் குடிகாரனோடு, அவன் அடிக்கும் அடியில் செத்தால்கூட கேட்பதற்கு நாதியற்ற, கல்யாணம் முடிந்தவுடன் இவளை முற்றிலும் கைகழுவி விட்ட அண்ணன்களை வைத்துக்கொண்டு இப்படி ஒரு அவலட்சணமான வாழ்வை வாழ அவள் சிறிதும் தயாரில்லை. வந்தவள் இதையே திரும்பத் திரும்ப அவனிடம் சொல்லிக் கொண்டேயிருந்தாள்.

கொஞ்ச நாட்களாக தன்னைச் சுற்றி நடந்த சம்பவங்களினால் சோர்ந்து போயிருந்த இவன் சிறிது நாட்கள் பொறுத்திருக்கச் சொன்னான்.

அந்த ஐந்து மாதங்களின் முடிவில் இந்த நான்கு பேரைச் சுற்றி நடந்து முடிந்த அந்தச் சின்ன சின்ன சம்பவங்கள் ஒரு பெரிய சம்பவத்தை நோக்கி படுவேகமாக சென்று கொண்டிருந்ததை ரத்தினமும் அவனும் மட்டுமே உணர்ந்திருந்தார்கள்.

இது எதுவும் தெரியாமல் வீடு திரும்பிய வளர்மதி வயிற்றில் கரு உருவாகி நான்கு மாதம் ஆகியிருந்தது.

★ ★ ★

எல்லாக் காலக் கணக்கையும் தன் ஒளிக்கீற்றுகளால் அளந்து வைத்திருந்த சூரியன் அன்று என்ன நினைத்தானோ என்னவோ; காலை ஒன்பது மணிக்கே எல்லோரின் மீதும், எல்லாவற்றின் மீதும் எரிந்து விழுந்து கொண்டிருந்தான்.

திரவியம் வீடு மாறிச் சென்ற ஆறாவது மாதத்தின் தொடக்கத்தில் ஒருநாள்...

"லேய் சாதனத்தை உள்ள தள்ளுனா என்ன செய்யிம் தெர்யுமா...? உலகமே ஒன் காலடில கெடக்கும், ஒண்ணு சிரிச்சிட்டே இருப்ப இல்ல அழுவ, அந்த காலத்ல இது பெரிய மருந்தா இருந்துருக்கு, கஞ்சா புகைய குண்டி வழி ஊதுனா தீராத வியாதில்லாம் தீரும் தெர்யுமால."

இந்த விஷயங்களைச் சொன்னபோது அதைக் கேட்கும் மனநிலையில் இல்லாத திரவியம் "சும்மா கத விடாத" என்றான்.

டைல்ஸ் ஒட்டும் வேலை சீக்கிரமே முடிந்திருந்ததால் அன்று மதியத்திலிருந்தே இருவரும் பாரிலிருந்து குடித்துக் கொண்டிருந்தார்கள். வழக்கம்போல இவன் செலவு செய்து கொண்டிருந்தான்.

அவனை நம்பவைப்பதற்கு இன்னும் கொஞ்சநேரம் பேசினான். கடைசியில் இதெல்லாம் ஒரு விஷயமே இல்லை என்ற தோரணையில் அவனைப் பார்த்து "சரி..தா" என்று சொல்லும் வரை இவனுக்கு திரவியத்தை கொலை செய்யும் எண்ணம் தோன்றவில்லை.

ஒன்பது மணி இருளிலும் இவன் தலையைச் சுற்றி ஒரு அனல்காற்று வீசியது. கொஞ்சம் யோசிக்கத் தொடங்கினான். இன்று இவனைக் கொலை செய்தால் தன்மீது யாருக்கும் சந்தேகம் வராது என்ற மன உறுதியும், அதைத் தெளிவாக தன்னால் மறைக்க முடியும் என்றும், திரவியம் வீடு

விஜயன் | 79

மாறிப்போனதுகூட அதற்கு உதவக்கூடும் என்ற எண்ணமும் இவனுக்குத் திடீரென்று தோன்றியது.

ஆனால் ஒரு கொலை செய்யப் போகிறோம் என்ற பதட்டம் இல்லாமல் இருப்பது அவனுக்கே அதிசயமாக இருந்தது. செய்யலாமா வேண்டாமா என்ற சின்னத் தடுமாற்றம்கூட இல்லாமல் அவனை இன்றே கொன்று விடவேண்டும் என்ற எண்ணம் தனக்கு ஏன் உடனடியாகத் தோன்றியது என எவ்வளவு யோசித்தும் அதற்கான காரணத்தை இவனால் கண்டுபிடிக்க முடியவில்லை.

நோஞ்சான் போன்ற அவனது உடல்வாகும், பெரிய பெரிய ரவுடிகளுடன் பழகுவதால் தன்னைக் கண்டால் திரவியத்திற்கு ஒரு பயம் இருக்கிறது என ரத்தினம் சொல்லியதையும், தான் போலீசில் பிடிபட்டால்கூட அது ஒரு வீரச் செயல்தான் என்ற நினைப்பும், மேலும் அவனைக் கொலை செய்தால் அதற்கு தன்னைப் பழிவாங்கக்கூட அவன் தரப்பில் யாருமில்லை என்ற எண்ணமும், அவனைக் கொன்றபின் ரத்தினத்துடனான தனது உறவை நிம்மதியாகத் தொடர இதுவே ஒரே வழி என இவனாகவே அதற்குப் பல காரணங்களைக் கண்டுபிடித்தான்.

உண்மையில், சின்ன வயதிலிருந்தே கொலை செய்பவர்களிடம் நேரடியாகப் பழகியும், அவர்கள் கூறும் பல்வேறு கொலைக் கதைகளைக் கேட்டும், கொலை செய்தால்தான் கெத்து என்று நிரூபிக்க ரோட்டில் படுத்துக்கிடந்த பிச்சைக்காரன் ஒருவனை பாலத்தில் இருந்து தண்ணீர் வற்றிப்போன ஆற்றில் கீழே வீசி எறிந்தவனின் நட்பும் சேர்ந்து, இவனுக்குள் ஒரு கொலை செய்ய வேண்டும் என்ற எண்ணத்தை அடிமனதில் இவனறியாமலே படரவிட்டிருந்தது. ஆனால் அதை மட்டும் இவன் அந்த நேரத்தில் உணரவில்லை.

அதனால்தான் அவ்வளவு போதையிலும் இவன் முகம் சட்டென்று தெளிவானதைப் பார்த்து "நீ இப்படி சந்தோஷமா இருக்குறதுதான் நல்லது" என்று மனதில் ரத்தினத்தை வைத்துக் கொண்டு சில உபதேசங்களை திரவியம் சொல்ல ஆரம்பித்தான்.

அதைக் கவனித்தும் கவனிக்காதபடியும் ஏற்கனவே வாங்கிய சிசர் ஃபில்டரில் இருந்த புகையிலைப் பொடிகளை கணநேரத்தில் கீழே உதிர்த்து, பேன்ட் டிக்கெட் பாக்கெட்டில் இருந்து மூக்குப்பொடி பொட்டலத்தின் அளவில் இருந்த கவரை எடுத்துப் பிரித்து, அது காற்றில் பறந்து விடக்கூடாது என்பதற்காக பொட்டலத்தை நெஞ்சோடு அணைத்து,

தேவையான துகள்களை மட்டும் இடது உள்ளங்கையில் தட்டிவிட்டு மீதியை மடித்து அதே பாக்கெட்டில் வைத்துக்கொண்டு, இப்போது காலியாக இருந்த சிசர் ஃபில்டரின் நீளமான துளைக்குள் நல்ல பொடியாகவும் இல்லாமல் இலையாகவும் இல்லாமல் துருதுருவென இருந்தவைகளை ஒன்றுகூட சிந்தாமல் நேர்த்தியாக அடைத்தான்.

இவை அனைத்தும் மின்னல் வேகத்தில் நடந்து முடிந்ததைப் பார்த்துக் கொண்டிருந்த திரவியதிற்குள் இனம்புரியாத ஒரு உணர்வெழுச்சி உடம்பெங்கும் பரவியது. இன்னும் கொஞ்ச நேரத்தில் இந்த உலகத்தில் இதுவரை யாருமே செய்யாத ஒரு விஷயத்தை தான் செய்யப் போவதாகவும், எவருமே பயணப்படாத ஒரு மாய உலகிற்குள் அதிவேகமாகச் செல்லப் போவதாகவும் கற்பனை செய்துகொண்டான்.

எல்லாம் தயாராகிவிட்டது எனத் தெரிந்ததும் இவனிடமிருந்து படக்கென்று வாங்க முயற்சி செய்த திரவியத்தை கண்டித்துவிட்டு, ஏதோ பெரிய ரகசியத்தைச் சொல்வதுபோல அவன் பக்கமாகக் குனிந்தான். பின்னர் மெல்லிய குரலில், மனதில் தோன்றிய திட்டத்தை முடிக்கும் வஞ்சகத்தோடு “இது இங்க அடிக்கிற சாதனம் இல்ல, வாடையே நம்மள காட்டிக் கொடுத்துரும். அங்க பாரு போலீஸ் இன்பார்மர் உக்காந்து குடிச்சிட்டு இருக்கான். என்னை வேற எப்பவும் ஷேடோ போட்டுக்கிட்டே இருக்கான். அப்புறம் உன்னையும் புடிச்சு உள்ள போட்ருவானுக. அதுனால உன் வீட்டுக்கிட்ட இருக்குற வாழத் தோப்புக்குள்ள போய்ருவோம். அதான் உனக்கு சேப்டி” என்றான்.

இதைக் கேட்டதும் காலையிலிருந்து எவ்வளவு குடித்தோம் என்ற உணர்வுகூட இல்லாமல் தடுமாறி நின்றுகொண்டிருந்த திரவியம் ‘தான் போலீசில் சிக்கிவிடக்கூடாது என்று தன்மீது இவ்வளவு அக்கறையாக இருக்கிறானே’ என்று நினைத்து அதை இவனிடமே சொல்லியும்விட்டு கூடுதலாக ஒரு ஆஃப் பாட்டில் வாங்கி இடுப்பில் திணித்தவன் பைக்கில் இவன் பின்னால் தள்ளாடியபடி ஏறி அமர்ந்தான்.

வழியில் சாப்பாடு வாங்குவதற்காக பைக்கை நிறுத்திய இவன், பக்கத்துக் கடையிலிருந்து ஒரு கத்தியையும் வாங்கிக்கொண்டான். சாப்பாட்டுப் பார்சலோடு அந்தக் கத்தியையும் ஒளித்து வைக்கும்போது ‘இப்படி எல்லோருக்கும் தெரியும்படி அவனுடன் குடித்தது, இப்போது சாப்பாடும்,

கத்தியும் வாங்கியது என எல்லாம் சேர்ந்து நான்தான் திரவியத்தைக் கொலை செய்தேன் என்று எளிதாக போலீஸ் கண்டுபிடித்துவிடும்' என்று முன்னர் தோன்றிய அந்த நம்பிக்கையைத் தகர்க்கும் வண்ணம் சில விஷயங்கள் இவனுக்குப் பிடிபட்டது. உடனே பயந்துபோய் அந்தக் கத்தியையும் திரவியத்தையும் பார்த்தான். உடல் வேர்த்துக்கொட்டி தளர்ந்தது. தன் வாழ்வின் ஒட்டுமொத்த துயரமும் அவனால்தான் ஏற்படப்போகிறதோ என்ற பீதி ஏற்பட மதியம் முதல் ஏற்றிய போதை சர்ரென்று கீழே இறங்கியது.

ஆனால் மறுகணமே இப்படி யோசிப்பதே தனக்கு அவமானம் என்றும் கூட்டாளிகளும் ரத்தினமும் தனது இந்த தயக்கத்தை அறிந்தால் இவ்வளவு காலம் தன்னைப்பற்றி அவர்கள் உருவாக்கி வைத்திருந்த பிம்பம் சுக்குநூறாக உடைந்து தன்னையும் திரவியம்போலவே ஒரு இழிந்த பிறவியாக எண்ணி எள்ளி நகையாடி அனைவரும் சிரிப்பார்கள் என்றும் நினைத்துக் கொண்டான். முக்கியமாக ரத்தினம் 'நீயும்கூட எவ்வளவு அழகா இவ்வளவு காலம் ஆம்பள மாதிரி நடிச்சிருக்க' என்று கூறி சத்தமாகச் சிரிப்பாள் என்ற எண்ணம் தோன்றவே கலவரமானான்.

தான் திரவியத்தைக் கொலை செய்ய நினைத்ததிலிருந்து அதைச்சரியாக செய்து முடிக்கிறேனா என்பதை கவனிக்க தன்னை யாரோ பின்தொடர்ந்து வருகிறார்கள் என்றும், அவர்கள் தனது நடவடிக்கைகளைக் கவனித்து உடனுக்குடன் அவனது கூட்டாளிகளுக்கும் ரத்தினத்திற்கும் தெரிவித்து வருகிறார்கள் என்றும், எனவே தனக்குத் தோன்றிய பயத்தை, பதட்டத்தை இந்நேரம் அவர்கள் அவர்களுக்குத் தெரிவித்திருப்பார்கள் என்பதுபோன்ற ஏதேதோ குழப்பமான பல எண்ணங்கள் தோன்றிச் சிதறியது. உடனே பின்னால் திரும்பி சுற்றும் முற்றும் பார்த்தான். சந்தேகப்படும்படி யாரும் இல்லை என்பதை உறுதிப்படுத்திக்கொண்டு சற்றுமுன் தனக்குள் தோன்றிய அந்த மனநிலையிலிருந்து தப்பிக்கும் பொருட்டும், தனக்கு அப்படி ஒரு சிந்தனை தோன்றவே இல்லை என்பதைக் காட்டும் பொருட்டும் இன்னும் ஒரு கத்தியை வாங்கி பார்சலுக்குள் மறைத்து வைத்துக்கொண்டான்.

ஆனால் இன்னும் தான் திரவியத்தைக் கொல்லவில்லை என்பதால், அவனைக் கொல்லாமல் விடுவதற்கான வலுவான காரணம் எதுவும் தோன்றினால் அவனை விட்டுவிடலாம் என்று மட்டும் முடிவெடுத்துக்கொண்டான். அப்படி நினைப்பது

மட்டுமே அவனுக்கு அந்தப் பரபரப்பிலிருந்து தப்பிக்கும் வழியாக, கொஞ்சம் ஆறுதலாக இருந்தது. இப்போது அதே மனநிலையின் தொடர்ச்சியாக வேண்டுமென்றே மிக இறுக்கமாக முகத்தை வைத்துக்கொண்டு, அவனை அந்த இடத்திலே கொலை செய்வதுபோலவே மறைத்து வைத்திருந்த கத்தி அவன் கண்ணில் படும்படியாகவே நெருங்கினான்.

தன்னைக் கொலை செய்யப்போகிறான் என்று கொஞ்சமும் புரிந்துகொள்ளாத திரவியம், கடைக்காரனிடம்தான் இவன் சண்டைப்போட்டு வருகிறான் நினைத்து கடைமுன் சத்தம்போட ஆரம்பிக்கவும் எரிச்சலான இவன் அவனை ஒருவழியாக சமாதானப் படுத்தினான். அந்தக் கத்தியைப் பார்த்து "வாழ இல வெட்றதுக்கா?" என்று கேட்ட திரவியத்தைப் பார்த்து வெறுப்புடன் தலையாட்டினான்.

எப்படியாவது திரவியம் தப்பித்து ஓடிவிட மாட்டானா என்று இவனுக்குத் தோன்றியபோது பைக் வாழைத் தோட்டத்திற்குள் நுழைந்தது. அதைத் தோப்பில் ஒரு ஓரமான இடத்தில் நிறுத்திவிட்டு அரைகுறை வெளிச்சத்தில் இன்னும் கொஞ்சம் உள்ளே நடந்து சென்றனர். பின்னர் வசதியான ஒரு இடத்தில் உட்கார்ந்தபடி, கொண்டு வந்த சரக்கில் கொஞ்சம் குடித்தனர். காது அடைக்கும்படியான போதை சிறிது நேரத்தில் ஏற இப்போது சுற்றிலும் கேட்டுக் கொண்டிருந்த பூச்சிகளின் சத்தம்கூட இருவரது காதிலும் விழவில்லை.

வந்த வேலையை முதலில் முடிக்கும் நோக்குடன் பொறுக்க மாட்டாத திரவியம் இவனிடமிருந்து அதை வாங்கிப் பற்ற வைத்தான். சாதாரண சிகரெட் போல புகையை இழுத்து இழுத்து வெளியே விட்டான். புகை அந்த அளவிற்கு வெளியே வரவில்லை என்றதும் இன்னும் பலமாக இழுத்து வந்த புகையில் பாதியை வெளியில் விட்டான். அதைப் பார்த்ததும் இவன், திரவியத்தை அடிக்க மட்டும்தான் செய்யவில்லை. அவனிடமிருந்து அதை வெடுக்கென்று பறித்தான். அதற்குள் கால்பங்கு சிகரெட் கரைந்திருந்தது.

"லேய் அத எப்படி இழுக்கனம் தெர்யுமா? நீ பாத்த அந்த சின்னப்பொட்டலம் முந்நூறு ஓவாடா லூசுப்பலே, இது இடுக்கி ஐட்டம். இருக்குறதுலே பெஸ்ட், இமயமலைப் பக்கம்கூட இப்படிபட்ட கஞ்சா கிடைக்காது. இத வாங்குறதுக்குன்னே ஒரு கோட் வேடு இருக்கு. அது தெரியலைன்னா உன்னால இந்த பொட்டலத்துகிட்ட மட்டுமில்ல, நம்ம நாலுமுக்கு

பாலத்துகிட்ட எப்பப் பாத்தாலும் துணி துவச்சிட்டு இருக்குமே ஒரு கெழவி அதுக்கிட்டகூட போக முடியாது. கேரளாவுல இருந்து எங்கெல்லாமோ சுத்தி பூச்சட்டி முதக்கொண்டு ஊறுகாய் பாக்கெட் வர இத எவ்வளவு கஷ்டப்பட்டு இங்க கொண்டு வாராங்கன்னு உனக்குத் தெரியுமா? நீ என்னடான்னா அத இப்படி அடிக்குற" என்று அதட்டினான்.

எதற்கு அவனை இங்கே அழைத்து வந்திருக்கிறோம் என்ற சந்தேகம் அவனுக்குத் துளியும் வராதபடி தான் நடந்துகொள்ளும் முறையை நினைத்து இவனுக்கே பெருமையாக இருந்தது. அதை நினைத்தபடி மெல்ல சாந்தமாகி, சிரித்துக்கொண்டே அதை எப்படி இழுக்க வேண்டுமென்று அவனுக்குச் சொல்லிக்கொடுத்தான்.

"இதல்லாம் எனக்க எங்கத் தெர்யும்?" என்ற திரவியத்தின் முன் டெமோ காட்டும் வகையில், ஒரே ஒரு பஃப் கண்களை மூடிக்கொண்டு ஐந்து செகண்ட் இழுத்தான். இழுத்த புகையை பத்து செகண்ட் நுரையீரலுக்கு உள்ளேயே வைத்துக்கொண்டான். பின்னர் ஒரு சின்ன விசில் அடிப்பதுபோல வாயைத் திறந்தான். இழுத்த மொத்தப் புகையும் எங்கு சென்றது எனத் தெரியவில்லை. அணைந்த தீக்குச்சியிலிருந்து மேலெழும் புகைபோல கொஞ்சம் மட்டும் வெளிவந்தது.

எதுவும் பேசாமல் அந்த சிகரெட்டை அவனிடம் நீட்டினான். இவன் செய்ததுபோல அட்சரம் பிசகாமல் அப்படியே செய்தான் திரவியம். கண்களை மட்டும் முதல் மூன்று இழுப்புக்கு திறந்தே வைத்திருந்தான். பின்னர் லூனார் செருப்பால் அந்த சிகரெட்டை அணைக்கும் வரை கண்களைத் திறக்கவே இல்லை. கொஞ்சநேரம் ஒன்றும் செய்யவில்லை. "இதுக்கால இந்த பில்டப்" என்றான். "முந்நூறு ஓவாக்கு மூணு பாக்கெட் நீள சிகரெட் வாங்கிருக்கலாம்ல" என்று நக்கலடித்தான். எல்லாம் தெரிந்தது போல முகத்தை வைத்துக்கொண்டிருந்த இவனைப் பார்த்துச் சிரிக்க ஆரம்பித்தான் திரவியம்.

சிரித்தான்... சிரித்தான்... சிரித்துக்கொண்டே இருந்தான்.

சிரித்துக்கொண்டே மீதி இருக்கும் சரக்கை ஒரே மடக்கில் குடித்து முடித்தான். அதற்குள் இவன் இன்னொரு "தம்" தயார் செய்ய ஆரம்பித்திருந்தான். சிரித்துக்கொண்டே திரவியம் அதைப் பார்த்தான். இடையில் இருவரும் எதுவும் பேசிக்கொள்ளவில்லை. பார்சலில் இருந்த சோற்றை கொஞ்சம் எடுத்து வாயில் வைத்தான் திரவியம். இவனோ மனதிற்குள்

என்னென்னவோ தோன்ற எதைஎதையோ யோசித்துக் கொண்டிருந்தான். ஆனாலும் திரவியத்தின் அந்தச் சிரிப்பு அடங்கியபாடில்லை. அங்கு கச்சேரியே நடத்தினாலும் யார் காதிலும் விழாத இந்தத் தோட்டத்தைத் தேர்வு செய்ததை நினைத்து அந்த நேரத்திலும் இவன் பெருமைப்பட்டுக் கொண்டான். ரத்தினத்திடம் இதைச் சொல்லும்போது பதிலுக்கு அவள் கூறும் பெருமை பொங்கும் வார்த்தைகளை எண்ணி மேலும் மகிழ்ச்சி அடைந்தான்.

இப்போது இன்னொரு தம் பற்ற வைப்பதற்கான ஆயத்த வேலைகள் நடந்து முடிந்தது. கஞ்சா வாடை வாழைத்தோட்டத்தை நிறைத்தது. அவ்வப்போது வீசிக்கொண்டிருந்த காற்று அதை இன்னும் கொஞ்சம் தூரம் இழுத்துச் சென்றது. தொடர்ந்து அதையும் இழுக்க ஆரம்பித்தான் திரவியம். அடிக்கும்போதே திரவியத்திற்கு உடம்பிற்குள் என்னவோ செய்ததுபோல இருந்தது. புதிதாக அடிக்கும்போது இப்படித்தான் இருக்கும் என தனக்குத்தானே சமாதானம் சொல்லிக் கொண்டான். இருந்தும் விடாமல் இழுத்தான்; ஆனால் அவனால் முடியவில்லை. முக்கால்பங்கு தீர்ந்திருந்தது. உடனே இவனிடம் கொடுத்துவிட்டால் தன்னைப்பற்றி கேவலமாக நினைத்து விடுவானோ என்று நினைத்துக்கொண்டு சிறிதுநேரம் கையில் வைத்துக்கொண்டு இவனிடம் கொடுத்தான். கொஞ்சம் தண்ணீர் எடுத்து வாய் கொப்பளித்தான். ஆனாலும் உள்ளேசென்ற அது இவனுக்குள் ஏதேதோ செய்ய ஆரம்பித்தது.

இப்போது அந்த சிரிப்பு மறைந்துவிட்டது. நெஞ்சு படபடவென திரவியத்திற்கு அடிக்க ஆரம்பித்தது. அது அடிக்கும் சத்தம் அவனுக்கே கேட்டது. வயிற்றுக்குள் ஒன்றுமே இல்லாதது போல வெறும் காத்து மட்டுமே இருப்பதுபோல உணர்ந்தான். எனவே சாப்பிட்டால் சரியாகிவிடும் என நினைத்து "வா சாப்பிடலாம்" என்றான். இவனின் வெளறிப்போன முகத்தைப் பார்த்தவன் "என்னல பீஸ் போன மாதிரி இருக்க" என்றான். அவன் பதிலுக்கு ஒன்றுமே சொல்லிக்கொள்ளவில்லை. மீதம் இருந்த சாப்பாட்டில் இருவரும் கொஞ்சம் சாப்பிட்டார்கள்.

இவனுக்கு எல்லாம் புரிந்திருந்தது. ஆனால் ஒன்றும் பேசவில்லை. அப்படி தானும் இந்தத் தோட்டமும் மரங்களும் அமைதியாக இருப்பதே அவனுக்கு மரண பயத்தை உண்டாக்கும், போதை இன்னும் பன்மடங்காக ஏறும் என இவனுக்கு நன்றாகவே தெரியும்.

கை கழுவி விட்டு வந்த வேகத்தில் திரவியத்திற்கு வாந்தி வந்தது. வெளியே காட்டிக்கொள்ளாமல் இருக்க முயற்சித்தான். காற்று இல்லாமல் ஏதோ கூண்டுக்குள் சிக்கியிருப்பதுபோல ஒரு உணர்வு. அதனால் அந்தப் படபடப்பு அப்படியே நெஞ்சிலிருந்து தொண்டைவரை பரவ ஆரம்பித்தது. மூச்சு முட்டத் தொடங்கியது. உட்கார்ந்திருந்தபடியே வெளியே பாய்ந்து வெளியேறியது வாந்தி. பின்னர் நின்றுகொண்டு வாந்தி எடுத்தான். எடுத்தான்... எடுத்துக்கொண்டே இருந்தான்.

முதலில் சிரிப்பு. இப்போது வாந்தி.

இன்னும் அந்தப் படபடப்பு குறையவில்லை. தலை சுற்றியது. இருபுறமும் மண்ணை, காய்ந்த வாழை மட்டைகளை பிடித்துக்கொண்டு அப்படியே உட்கார்ந்து கொண்டான். அவ்வளவு குளிர் காற்றிலும் திரவியத்திற்கு வேர்த்துக்கொட்டியது.

கற்பனை எண்ணங்கள் நானூறு கால்களின் பாய்ச்சலில், தூரத்தில் கேட்கும் அந்த இரயிலின் வேகத்தையும் மிஞ்சி, அவன் நினைத்த அந்த அதிவேகத்தில், அதே மாய உலகத்திற்குள் இவனை அழைத்துச் சென்றது. இப்போது இவனுக்கு அந்த வேகத்தை தடுக்க முடியவில்லை. அந்த மாய உலகத்தை விட்டு வெளியே வரமுடியவில்லை.

பார்த்த, பாதித்த என்னவெல்லாமோ நினைவுக்கு வர ஆரம்பித்தது. ஒருவேளை இது மாரடைப்பாக இருக்குமோ என நினைத்தான். அதன் அறிகுறிகள் இவனுக்கு நன்றாகவே தெரியும். நெஞ்சு வலியால் துடித்த அப்பாவை ஆஸ்பத்திரியில் சேர்த்தபோது டாக்டரோடு பேசியது நினைவுக்கு வந்தது. உடம்பை உணர ஆரம்பித்தான். இடதுகை தோள்பட்டை வலித்தது. அந்த வலி தாடை வரை பரவியது. விரல் நுனிகள் 'சுள்.. சுள்' எனக் குத்த ஆரம்பித்தது. இது அட்டாக் அல்ல என்பதை நிறுவ சிரிக்க முயன்று தோற்றான். இனிமேலும் இந்த இடத்தில் இருக்காதே... இருக்காதே என உள்ளுணர்வு சொல்ல ஆரம்பிக்க, பயந்து போன திரவியம் இவனுக்கு சந்தேகம் வராதபடி முகத்தை வைத்துக்கொண்டு எழ முயற்சித்தான். மொத்தம் நான்கு முறை தோற்றான்.

இதை எதையுமே கண்டுகொள்ளாதது போல அமர்ந்து சைனா மேட் செல்லை தடவிக் கொண்டிருந்த இவனிடமே கொஞ்சம் தண்ணீர் கேட்டு குடித்தான் திரவியம். இவன் பக்கத்திலே உட்கார்ந்தான். அந்தப் போதையிலும் திரவியம் தன்

செல்போனை எடுத்து ரத்தினத்திடம் சாப்பிட்டுத் தூங்குமாறும், நைட் முழித்து தனக்கு கால் பண்ண வேண்டாம் என்றும், தானே கூப்பிடுகிறேன் என்றும் அவன் குழந்தைகள் குறித்து கொஞ்சம் அன்பொழுகப் பேசிக்கொண்டிருந்தான். உடனே தான் இறந்தால் அவர்களை யார் கவனித்துக் கொள்வார்கள் என்ற அக்கறை ஏற்பட இப்போது எல்லோருமே அவனுக்கு அவ்வளவு அன்பானவர்களாகத் தோன்றினர். காமமோ, அன்போ, போதையோ உச்சந்தலையில் ஏதோ ஒன்று ஏறி நிற்க நிமிர்ந்துபார்த்தபடி நட்சத்திரங்களை எண்ண முயற்சி செய்துகொண்டு இனிமேல் குடிக்கவே கூடாது என முடிவெடுத்தான். அதேபோல ரத்தினத்தை அடிக்கக்கூடாது எனவும் முடிவெடுத்தான். இப்படி ஒவ்வொரு நொடிக்கும் ஒவ்வொரு முடிவாக எடுத்துக்கொண்டே இருந்தான்.

ஆனால் திரவியம் ரத்தினத்திடம் பேசப்பேச இவனுக்குள் வெறி ஏறியது. அதுவரை கொஞ்சம் அடங்கியிருந்த கொலைவெறி இப்போது மீண்டும் துளிர்விட, அமைதியான அந்த வாழைத் தோட்டத்தின் தோற்றம் இவனுக்கு மேலும் ஒரு இனம்புரியாத கவலையையும், பயத்தையும், ஆத்திரத்தையும் ஒருசேர உண்டு பண்ணியது.

அந்த நொடியில் இவனுள்ளும் சென்றிருந்த கஞ்சாப் புகையானது உடம்பெங்கும் குளிர் விலக்கி அனல் பரப்பியது.

கொஞ்சம் படுத்துப்பார்த்தான். படுத்தால் அந்த அனல் உள்ளங்காலிலிருந்து உச்சந்தலை வரை பரவியது. கொஞ்சம் நிமிர்ந்து உட்கார்ந்து கொண்டான். புரண்டு படுத்தான். ஒரு எறும்பு இவன்முன் ஊர்ந்து போனது. திடுக்கிட்டு எழுந்தான். ஒரு டைனோசரே அவனைக் கடந்து போவதுபோல அவ்வளவு பிரம்மாண்டமாய் அந்த எறும்பு அவன் கண்ணுக்குத் தெரிந்தது. புரிந்துகொண்டு பார்வையைச் சோற்றுப் பொட்டலத்தை நோக்கித் திருப்பினான். அதில் இருந்த மீன் துண்டு அப்படியே இவன் தொண்டைக்குள் நுழைந்து இவனை கொல்லப்போவதாகத் தோன்றியது. அதிலிருந்து தப்பித்து திரவியத்தின் பக்கம் முகத்தைத் திருப்பினான். அந்தக் கழுத்து... அதிலிருக்கும் ஒரு தளும்பு மட்டும் இவன் கண்களுக்கு தனியாகத் தெரிந்தது. திரவியம் என்பவன் மொத்தமாக மறைந்து போனான். அவன் அங்கு இருப்பதாகவே இவனுக்குத் தோன்றவில்லை. அந்தத் தளும்பு மட்டுமே முகம் கை கால் கொண்டு அசைந்தபடி இருந்தது. மண்ணில் ஆழமாகப் பாய்ந்து கிடந்த கத்தியை உருவினான்.

திரவியம் மறுபடியும் படுத்துப்பார்த்தான். ஆனால் உடல் மீண்டும் முதலிலிருந்து ஆரம்பிப்பதுபோல இருந்தது. வாந்தி வந்தது. எக்காரணம் கொண்டும் இனிமேல் படுக்கக்கூடாது என திண்ணமாக முடிவெடுத்தான். மூளைக்குள் டோப்பு, தூள், ஐட்டம், தம், பொடி, மால், பாலம், புகை, பொட்டலம், மர்ஜிவானா, மருந்து, கிழவி, துணி, சோப் என அவன் உச்சரித்த எண்ணற்ற பெயர்கள் திரவியத்தின் மூளைக்குள் ஒரு நீள்வட்டப் பாதையில் சுற்ற ஆரம்பித்தன. அடக்கிக்கொண்டு செல்லை எடுத்தான். கேலரிக்குள் சென்று மனைவி மற்றும் தனது குழந்தைகளின் புகைப்படங்களைப் பார்க்க ஆரம்பித்தான். அப்போதுதான் அவனுக்கு அந்த எண்ணம் தோன்றியது.

இந்தநாள் ஒருவேளை தனது கடைசிநாளோ என்று நினைத்தான். கூடவே இன்னொன்றும் தோன்றியது. அப்படி இந்தநாள் அவனது கடைசிநாளாக இல்லாவிட்டால் இனி இந்த கஞ்சாவை தன் வாழ்நாளில் ஒருபோதும் தொடக்கூடாது என முடிவெடுத்தபோது தொண்டையில் ஏதோ இறங்கியதுபோல இருந்தது. வலி அந்தளவிற்கு இல்லை. ஆனால் கொஞ்சம் மூச்சடைத்தது. தொட்டு பார்த்தவன் கையில் ஏதோ திரவமாகத் தட்டுப்பட்டது. பிசுபிசுவென ஒட்டியது.

அதிர்ச்சியும் பயமும், பலவீனமும் கொஞ்சம் அழுகையுமாக நடந்ததைப் புரிந்துகொண்டு திரும்பி இவனைப் பார்த்தான். அந்தப்பார்வையில் ஓராயிரம் அர்த்தங்கள் நொடிப்பொழுதில் தோன்றி மறைந்தது. இவனோ எதுவுமே நடக்காததுபோல உட்கார்ந்து கொண்டு திரவியத்தை திரும்பிக்கூடப் பார்க்காமல் பிளாஸ்டிக் கப்பில் மீதம் இருந்த சரக்கை குடித்துக் கொண்டிருந்தான். ஒருவேளை தான்தான் தவறுதலாக கத்திமேல் விழுந்து விட்டோமோ என்று ஒருகணம் நினைத்தவன் இவனைத் தட்டிக் கூப்பிட்டான். இன்னொரு கத்தி திரவியத்தின் இடுப்பில் சொருகியது.

இதுநாள்வரை தன் வாழ்வில் கடைபிடித்து வந்த அத்தனை பலவீனமான செயல்களை நினைத்தும், கோழைத்தனங்களை நினைத்தும், அதை இந்த நேரத்தில் எள்ளி நகையாடி தன்னை ஏதோ விளையாட்டு பொருள்போல கருதி குத்திக் கொல்லும் இவனை நினைத்தும் தீவிரமான வெறுப்பு அவனுள் மேலோங்கியது. தான் எதற்கு குத்துப்பட்டோம் என ஓரளவு புரிந்துகொண்டு மயக்கமா, அயற்சியா, தூக்கமா இல்லை இதுதான் மரணமா என எதுவும் தெரியாமல் முழுக்க

முழுக்க பயம் சூழ்ந்த கண்களின் மூலம் ஏதோ பேச நினைத்து முடியாமல் போகவே கண்மூடிச் சரிந்தான்.

திரவியத்தைக் கொல்வதில் மிகுந்த ஆர்வமாகவும், ஒருவித அலட்சியமாகவும் இருக்க வேண்டும் என்று அந்த நேரத்தில் உருவான ஒரு விசித்திரமான மனநிலையை செயலில் அப்படியே காட்டியதில் ஒரு பரம திருப்தி இவனுக்குக் கிடைத்தது. திரவியம் உடனே செத்துவிட்டது இவனுக்கு சலிப்பை ஏற்படுத்தியது. இன்னும் அவன் ஏதாவது பேசப் பேச அவனைக் குத்திக்குத்தி விளையாடியபடி கொன்றிருக்கலாமோ என்று நினைத்தவாறு குத்தப்பட்ட கத்திகளை உருவினான். உடலில் எந்த அசைவும் இல்லாததைப் பார்த்து திருப்தி வந்தவனாக ஒரு பெருமூச்சை விட்டான்.

தன்னைச்சுற்றி நடக்கும் எல்லாவற்றையும் தான் மட்டுமே கட்டுப்படுத்துகிறவன் என்று அந்தநேரத்தில் இவனைப்பற்றி இவனுக்கே பெருமையான ஏதோவொன்று தோன்ற, அதை அடக்கி வைத்துக்கொண்டு முன்பே தான் யோசித்து வைத்திருந்த திட்டத்தை செயல்படுத்த, ஆகவேண்டிய வேலைகளைச் செய்யத் தொடங்கினான்.

திரவியத்தை தவிர அவர்களைச் சுற்றி கிடந்த எல்லா பொருட்களையும் சாப்பாடு பார்சல் வாங்கி வந்தத் துணிப்பைக்குள் திணித்து, திரவியத்தை மட்டும் அப்படியே அதே இடத்தில் போட்டுவிட்டு பார்சலோடு பைக்கை நோக்கி நடந்தான். பின்னர் ரத்தினம் வீட்டை நோக்கி போகும் வழியில் அந்த பார்சலை ஒரு பெரிய சாக்கடைக்குள் மூழ்கும்படித் தூக்கி எறிந்தான்.

அருகில் இருந்த சிஎஸ்ஐ சர்ச்சில் ஒரு மணிக்கான பெல் அடித்தபோது இவனும் வாட்ச்சைப் பார்த்தான். வந்த வழியெங்கும் இவனைப் பின்தொடர்ந்து வந்த நட்சத்திரங்கள் இப்போது சரியாக அவன் தலைக்குமேல் இருந்தது.

தொடர்ந்து இரண்டுமுறை கதவைத் தட்டினான். கொஞ்சம் இடைவெளி விட்டு மூன்றாவது முறை தட்டப்போகும்போது கதவு திறந்தது. அவசர அவசரமாக உள்ளே நுழைந்தவன் நடந்ததை ஒரு வழியாகச் சொல்லி முடித்து குழிதோண்ட மம்பட்டி கேட்கும் போதுதான் ரத்தினத்திற்கு உச்சி முதல் உள்ளங்கால் வரை பயம் பரவத்தொடங்கியது.

நடுநடுங்கிப்போனக் கால்களினால் பக்கதிலிருந்த உரல்மீது பொத்தென அமர்ந்தாள். சொன்னவுடன் தன்னைப் பாராட்ட வில்லை என்ற வருத்தம் ஒருபுறம் இருந்தாலும் அவள் அதைக்கேட்டு பயந்து போனது அவனுக்கு கொஞ்சம் பெருமையாகத்தான் இருந்தது. யாரும் செய்யமுடியாத ஒரு காரியத்தை தான் செய்துவிட்டதாக அவனே இன்னும் கொஞ்சம் பெருமைபட்டுக் கொண்டான். அந்த மனநிலையிலே பதட்டமடைந்த ரத்தினத்திற்கு நம்பிக்கையூட்டும் விதமாக கால் மணிநேரம் தான் யோசித்து வைத்திருக்கும் திட்டத்தை தெளிவாக விளக்கி போலீஸிடம் மாட்ட மாட்டோம் என்று உறுதியளித்தான். பக்கத்தில் யாராவது கேட்டால் மட்டும் திரவியம் வெளியூர் வேலைக்குச் சென்றிருப்பதாக கூறும்படி சொன்னான்.

இந்த மம்பட்டிதான் இந்தக் கொலை வழக்கில் இரண்டாவது குற்றவாளியாக தன்னைச் சேர்க்கப் போகிறது என்று புரியாமலும், பின்னர் குற்றவுணர்ச்சி தாங்காமல் தான் தற்கொலை செய்து கொள்வதற்கும் காரணமாகப்போகிறது என்று அறியாமலும், இது எதையும் தெரியாமல் ஏதேதோ கனவுகள் கண்டு சிரித்தும், மிரண்டும் தொட்டில்களில் புரண்டபடி உறங்கிக் கொண்டிருக்கும் பிஞ்சுகளை நான்காவது நாளில் அனாதையாக்குவோம் என்று தெரியாமலும் அந்தநேரத்து நம்பிக்கையால் மம்பட்டியை எடுத்து அவனிடம் கொடுத்தாள் ரத்தினம்.

மம்பட்டியை வாங்கியதும் இருவருக்கும் இடையில் திரவியத்தை நினைத்து ஒரு உதட்டோரச் சிரிப்பு மின்னி மறைந்த வேளையில் அவசரப்படாமல், கொஞ்சமும் பதட்டப்படாமல் அந்த பின்வாசலில் வைத்தே இருவரும் உறவு வைத்துக் கொண்டார்கள். பின்னர் இதை நினைத்து சாவதற்கு இரண்டுமணிநேரம் முன்பு ரத்தினத்திற்கு அவளது அக்காபோல பித்துபிடித்து அங்குமிங்கும் ஓடி சுவற்றிலும் தூணிலும் மாறிமாறி முட்டிக் கொண்டாள்.

அவன் வெளியேறியதும் கதவை அடைத்துவிட்டுவந்து குழந்தைகளோடு படுத்தவளுக்கு கடைசியாக திரவியம் ஃபோனில் பேசியது நினைவுக்கு வந்தது. அந்த நொடியில் அவன் மேல் ஏற்பட்ட இரக்கம் புடவையில் அவள் தூக்கு மாட்டிக்கொள்ளும் வரை அப்படியே இருந்தது. திரவியத்தைக் கொன்று ஜெயிலுக்கு போவதற்கும் தயாராக இருந்தவள் இப்போது அவனை நினைத்து நிஜமாகவே வருத்தப்பட்டாள்.

அந்தக் கொலையினால் மொத்தமாக பயந்து போன ரத்தினம் ஒரு கொலை இவ்வளவு பய உணர்ச்சியை ஏற்படுத்தக்கூடியதா என்று நினைத்தபோது அவளது இதயம் துடிப்பது அவளுக்கே கேட்டுக் கொண்டிருந்தது. சட்டென்று ஏதோ தோன்ற குழந்தைகளை திரும்பிப் பார்த்தவளின் கண்களின் ஓரம் ஈரமானது. தான் கொஞ்சம் அவசரப்பட்டு விட்டோமோ என்று எண்ணியவள், திருந்துவதற்கு எவ்வளவோ வாய்ப்புக் கொடுத்தும் கொஞ்சமும் மாறாத திரவியத்தின் அருவருப்பான, ஈவு இரக்கமற்ற செயல்கள் கண்முன் தோன்ற எல்லாம் கைமீறிப் போய்விட்டது என்று உத்திரத்தைப் பார்க்க ஆரம்பித்தாள். இமைக்க மறந்த, விவரிக்கவும் முடியாத மனவோட்டங்கள் நிரம்பி வழிந்த அந்தப் பார்வையானது விடியும் வரை அந்தக் கண்களை உறங்க விடவில்லை.

ரத்தினத்தின் வீட்டிலிருந்து யாரும் தெருவில் நடமாடுகிறார்களா எனப் பார்த்துக்கொண்டே மம்பட்டியோடு வெளியே வந்தவன் வாழைத்தோட்டத்தை நோக்கி வேகமானான். பைக்கை அதே இடத்தில் நிறுத்திவிட்டு நடக்க ஆரம்பித்த கொஞ்ச நேரத்தில் எதிரில் ஏதோ ஒரு சத்தம் மட்டும் தன்னை நோக்கி மெதுவாக வருவதைப்போல உணர்ந்தவன் சட்டென்று நின்று காதுகளைக் கூர்மையாக்கினான். இப்போது ஒரு சத்தமும் கேட்கவில்லை. நிம்மதி வந்தவனாக நடக்க ஆரம்பித்தான். அடுத்த நொடியில் மீண்டும் அந்தச் சத்தம் கேட்க, இவ்வளவு நேரம் எங்குதான் இருந்ததோ எனத் தெரியாத, கடந்த நான்கு மணிநேரமாக அவன் செய்த அத்தனை காரியங்களின் போதும் மறைந்திருந்த பயம் என்ற ஒன்று ஒட்டுமொத்தமாகச் சேர்ந்து அவனை அப்படியே அப்பிக்கொண்டது.

கண்களைச்சுற்றி மட்டும் இருந்த கொஞ்சநஞ்ச போதையும் இப்போது இருந்த இடம் தெரியாமல் முற்றாகப் பறந்து போனது. தோட்டக்காரனாக இருக்குமோ, இல்லை போலீஸாக இருக்குமோ, திரவியத்தை பார்த்திருப்பார்களோ என ஏதேதோ அவனது தலைக்குள் உருள மம்பட்டியோடு கொஞ்சம் பெரிதாக இருந்த ஒரு வாழையின் முன் சட்டென மறைந்து நின்றுகொண்டான். இப்போது அந்தச் சத்தம் விட்டு விட்டு இவனை நோக்கி நகர்ந்து வந்தது. ஒருவேளை அது பேய் நடந்து வரும் சத்தமாக இருக்குமோ, அந்தப் பேய் திரவியமாக இருக்குமோ எனத் தாறுமாறாக சிந்தனைகள் ஓட, அதற்கு கொஞ்சமும் வாய்ப்பில்லை என்று தனக்குத்தானே சமாதானம் சொல்லிக்கொண்டான்.

பின்னர் யாராக இருந்தாலும் அவர்களையும் கொன்று விடுவது என்று தைரியம் பிறக்க கொஞ்சம் பின் பக்கமாகத் திரும்பி அப்படியே வாழையோடு வாழையாக அமர்ந்து தலையை மெல்லமாக வெளியே நீட்டி பார்த்தவனுக்கு இருட்டில் ஒன்றுமே தெரியவில்லை. இன்னும் கொஞ்சம் எட்டிப் பார்த்தான். ம்கூம். கொலுசு போட்டுக்கொண்டு நடப்பதுபோல் சத்தம் எழுப்பும் பூச்சிகளின் இரைச்சலைத் தவிர ஒன்றும் கேட்கவில்லை. அந்த சத்தம்கூட இப்போது இவனுக்கு பீதியை உண்டாக்கியது. சரி மீண்டும் அந்தச் சத்தம் கேட்கும்வரை இங்கேயே இருந்து விடுவோம் என எண்ணியபடி அமர்ந்தவனுக்கு ஒரு முனங்கல் சத்தம் கேட்டது.

மனதை தைரியமாக்கிக்கொண்டு மம்பட்டியை இறுக்கிப் பிடித்தபடி அந்த வாழையை விட்டு வெளிய வந்தவனுக்கு எதிரில் ஒரு உருவம் வந்துகொண்டிருந்தது. பிரமையாக இருக்குமோ என்று கண்களை கசக்கிக்கொண்டு மீண்டும் அதே திசையை நோக்கினான். ஆம்! ஒரு உருவம் அவனை நோக்கி வளைந்து நெளிந்து மெதுவாக வந்து கொண்டிருந்தது. பேயாக இருக்குமோ என மீண்டும் திடுக்கிட்டுப் பயந்தவன் திரும்பி ஓடிவிடலாமா என்று நினைத்த போது அந்த உருவம் அந்த இடத்தில் அப்படியே உட்கார்ந்தது.

கால்மணிநேரமாக நடந்து முடிந்த இந்த நாடகத்தினால் தன்னை நினைத்து தானே நொந்துகொண்டவன், இனிமேலும் பொறுப்பதற்கில்லை என்று முடிவுக்கு வந்தவனாக “யார்லது என்கிட்டயே வேலைய காமிக்கிற புடுங்கி” என நாக்கைத் துருத்திக்கொண்டு அருகில் செல்லச் செல்ல, அந்த வேகமான நடை சருகுகளோடு உரசியதால் எழும்பிய சத்தத்திற்கு மத்தியிலும் அது திரவியத்தின் குரல்தான் என ஒருவாறு கண்டுபிடித்தான்.

நீளமும் ஒல்லியுமான அந்தக் கத்தியானது தொண்டை, வயிறு இரண்டிலும் நடுப்பகுதியில் இறங்காமல் பக்கவாட்டில் துளைத்துக்கொண்டு பின்புறமாக வெளியேறி இருந்ததினால் திரவியம் பேசிக்கொண்டிருந்தான்; பிழைத்திருந்தான்.

போதையிலும், இருட்டிலும் தான் செய்த தவறை உணர்ந்தவனாக சந்தேகமும் அதிர்ச்சியும் குழப்பமும் சூழ்ந்தவனாக வேகத்தைக் குறைத்துக்கொண்டு திரவியத்தை நெருங்க நெருங்க, வலியும், வழக்கமான கோழைத்தனமானக் கெஞ்சலும் முன்னிலும் அதிகமாக நிரம்பி வழிய தன்னையே

பார்த்தபடி தெளிவில்லாமல் அவன் பேசுவது இவனுக்குத் தெளிவாகவே கேட்க ஆரம்பித்தது.

“யாம்பில மக்கா இப்படி செஞ்ச? ஒனக்கம் ரத்தினத்துக்கும் இடயில எல்லாம் இருக்குன்னு தெர்ஞ்சும் நான் என்னைக்காவது ஒனகிட்ட எதாவது கேட்ருக்கனாடே? இனியும் கேக்க மாட்டம்ல... இப்பக்கூட நீயே அவள வச்சிக்கோ, வீட்டுப் பக்கம்கூட நான் வரமாட்டேன். நீங்க இருக்குற தெச பக்கம் கூட வர மாட்டம்டே. எங்கையாவது போய்றன். ஆஸ்பத்திரில மட்டும் என்ன எப்படியாது சேத்து விட்ருல. என் புள்ளங்க மேல சத்தியமா சொல்றேன். நான் போலீசுக்கல்லாம் போக மாட்டன்டே, வீடு மாறனதுக்காக என்ன இத்தோட மன்னிச்சு விட்ருல... லேய் மக்கா லேய். என் வீட்ட கூட உன் பேர்லயே எழுதி தந்துருகம்ல. எனக்கு சாக பயமா இருக்குல.”

இருக்கும் மயிரளவு உயிரையும் பிடித்து வைத்துக்கொண்டு, வலியும் அழுகையும் மரண பயமும் மட்டுமே ஆக்கிரமித்த குரலோடு திக்கித்திணறி பேசிமுடித்து, இவன் காலைப்பிடித்து கெஞ்சுவதற்காக உட்கார்ந்தபடியே நகர்ந்த திரவியத்தின் தலையில் “ன்த்ச்” என்ற சத்ததோடு மம்பட்டி வேகமாக இறங்கியது.

●●●

அமீரின் நாட்குறிப்புகள்: கொலைக்களத்து மாலை

2014-ம் வருடம். அக்டோபர் மாதத்தின் இறுதி வேலைநாள். சீரானதொரு நேர இடைவெளிகளில் பள்ளிகள், கல்லூரிகள், அரசு அலுவலகங்கள் என நகரின் எல்லாக் கட்டிடங்களிலிருந்தும் மனிதக்கூட்டங்கள் படிப்படியாக வெளியேறி தத்தம் சுவர்களுக்குள் திரும்புவதற்காகப் பேருந்து நிலையத்தை நோக்கி ஊர்ந்து கொண்டிருந்தனர். அவசரமும் நெரிசலும் மிக்கதுமான, வெப்பமும் உரையாடல்களும் குறைந்து வந்ததுமான ஒரு மாலை நேரம்.

சைலன்சர்களிலிருந்து வெளியேறிய கரும்புகைகளும், ஹார்ன் சத்தங்களும், நடத்துனர்களின் கைப்பைகளுக்குள் நாணயங்கள் உரசிக்கொள்ளும் ஒலிகளும் நிறைந்திருந்த நகரப் பேருந்து நிலையத்திலிருந்து, அரைமணிநேரம் தாமதமாக பயணிகளின் "உச்" கொட்டல்களை கொஞ்சமும் மதிக்காமல் 128-A புறப்பட்டது. புறப்பட்ட சிறிதுநேரத்தில் ஒரு "ட" வடிவ திருப்பத்தில் அதிவேகத்தில் திரும்பியபோது எதிரே வந்த இன்னொரு பேருந்தின் ஓட்டுனரின் சாமர்த்தியத்தால் ஒரு மோசமான விபத்து தவிர்க்கப்பட்டது. பேருந்தினுள் நிறைந்திருந்த அத்தனை பேரும் கூச்சலிடத் தொடங்கினர்.

அந்தக் கூச்சல் அடங்கிய ஐந்தாவது நிமிடத்தில், சரியாக இரண்டு குவாட்டர்களுக்குமேல் ஒரு கட்டிங் குடித்து முடித்த ஒன்றரை மணிநேரத்தில்,தொடர்ச்சியாக இரண்டு நாட்களுக்கும் மேல் ஓய்வில்லாமல் பணியாற்றி வந்த அவன், அந்தப் பேருந்தை ஏதோ பழிவாங்குபவன்போல் வியர்த்துக் களைத்து, தாறுமாறாக இயக்கிக் கொண்டிருந்த சிறிதுநேரத்தில்...

அதே மாவட்ட மைய நூலகம் செல்லும் சாலையில் இருசக்கர வாகனம் ஒன்றை கல்லூரிச் சீருடையில் இருந்த மாணவி ஓட்டிக்கொண்டிருக்க, பின்னால் அமர்ந்திருந்த அவன், அவள் காதோரம் நெருங்கி ஏதோ சொல்ல ஆரம்பித்தான். பதிலுக்கு அவளும் ஏதோ சொன்னாள். அந்தப் பேச்சு அவர்களுக்குள் சிரிப்பை உண்டாக்கவும், அவர்கள் சிரிக்க ஆரம்பிக்கவும், அந்த இரண்டிற்கும் இடைப்பட்ட இரண்டொரு விநாடியில்...

பின்புறமாக பலத்த சத்தத்துடன் அந்தப் பேருந்து அவர்கள்மீது மோதியது. மோதிய வேகத்தில் அதன் இடதுபுற முன்சக்கரம் சுமார் பத்து அடி முன்னோக்கி வலதுபுறமாக வண்டியோடு நிலைகுலைந்து விழுந்து கிடந்தவனின் முகம்மேல் ஏறி இறங்கியது. ஏறி இறங்கிய அந்தக் காட்சி, அவனுக்கு முன்பே அதே சாலையின் இடதுபுறமாக தூக்கி வீசப்பட்டுக் கிடந்தவளின் கண்கள்முன் வேகமாகவும், மங்கலாகவும் சட்டென அரங்கேறி முடிந்தது. அதே வேகத்தில் என்ன நடந்தது என்பதை ஒருவாறாகப் புரிந்துவிட்ட அவள் கண்கள் அதிர்ச்சியில் நிலைகுத்தி நின்றன. “ஓ”வென்ற அழுகையுடனும், மணிக்கட்டு எலும்பு முறிந்த வலது கையுடனும், சிராய்ப்புகள் நிரம்பிய பலமிழந்த கால்களுடனும், வீங்க ஆரம்பித்திருந்த கண்களுடனும், இல்லாத அவன் முகத்தைப் பார்க்க எழுந்தவள் தடுமாறிக் கீழே விழுந்தாள்.

அவள் எழுந்து வருவதற்குமுன் அவன் சரிந்து கிடந்த செம்மண் தரையும், தலைகீழாகக் கிடந்த “ஒரு தந்தையின் நினைவுக் குறிப்புகள்” நூலும் மேலும் கொஞ்சம் சிவந்திருந்தது.

★★★

“அந்த ஆக்ஸிடென்ட் நடந்தப்ப பி.ஏ ஹிஸ்டரி ஃபைனல் இயர் படிச்சிட்டு இருந்தேன். செமஸ்டருக்கு ஹால் டிக்கெட் கொடுக்க ஆரம்பிச்ச ஒருநாள்லதான் இந்தச் சம்பவம் நடந்துச்சு. அவங்க ரெண்டுபேரும் எங்க காலேஜ் எம்.ஏ தமிழ் செகண்ட் இயர் ஸ்டூடண்ட்ஸ். நிறைய கவிதைகளும் விருதுகளும் வாங்குன அவனோட இழப்பு தமிழ் டிபார்ட்மெண்ட்ட ஒரு உலுக்கு உலுக்கிருச்சுன்னு பேசிக்கிட்டாங்க. அநியாயமா ஒரு உயிர் போய்ருச்சுங்குறதத் தவிர அந்த சம்பவம் எங்க ஹிஸ்டரி டிபார்ட்மெண்ட்ல பெரிய பாதிப்ப ஏற்படுத்தல. மறுநாள் அடக்கத்துக்கு காலேஜ்லருந்து நிறைய பேரு போனாங்க. காலேஜ் லீவுங்குறதுனால நாங்க நாலாம் நம்பர் பஸ் ஏறி வட்டப்பாறைக்கு குளிக்கப் போனோம்.

அந்த நேரத்துல யாராவது "இன்னும் அஞ்சு வருசத்துல விபத்தில உயிர் பொழைச்ச இந்தப் பொண்ணு உன் வாழ்க்கைய மாத்தப் போறா"ன்னு சொல்லியிருந்தா, சொன்ன அவங்கள சொந்த செலவுல கீழ்ப்பாக்கம் அனுப்பி வச்சுருப்பேன்."

★★★

12 ஜூலை 2010

சிறு சிறு வண்டுகளும் ஈசற் பூச்சிகளும் தும்பிகளும் வீட்டிற்குள் நுழையும் மழைநாளின் ஒரு மாலைப்பொழுது. விளக்குகள் அணைக்கப்பட்டும், கதவுகள் மூடப்பட்டும் கிடந்தன வீடுகள். வெண்மேகம் அரிதாகத் தோன்றிக் கடும் மழைபொழியும் கூதிர்காலம். கதிரவன் கார்மேகத் திட்டுகளால் சூழப்பட்டிருந்த மந்தாரவேளை. பெருந்துளிகளாகப் பெய்த மழைக்குப்பின் மரங்களின் இலைகளிருந்து நீர் இன்னும் சொட்டிக் கொண்டிருந்தது.

கல்லூரியில் தமிழ்ப் பிரிவில் சேர்வதற்கு நேர்காணல். கடும் மழை. மழையினால் ஏற்பட்ட தாமதத்தை ஈடுகட்ட, கல்லூரியிலிருந்து வீட்டிற்குச் செல்லும் குறுக்கு வழியான, இருபுறமும் ஓங்கி உயர்ந்து நிற்கும் அசோக மரங்களையும், வேங்கை மரங்களையும் கொண்டதும், அகண்டு விரிந்ததும், நீளமானதுமான மாநகராட்சி பூங்காச் சாலைக்குள் பைக்கைத் திருப்பினேன். செவ்வானமும் பால்போன்ற பிறைவடிவ நிலாவும் எங்கு ஓடி ஒளிந்தது எனத் தெரியவில்லை. மாலை அரைகுறை இரவானது. தூரத்தில் நீலநிறச் சுடிதார் அணிந்த ஒரு பெண் இடதுபுறமாக நின்று கொண்டிருப்பது மட்டும் என் கண்களுக்குத் தெரிந்தது.

அவசரத்தில் இருந்த எனக்கு அது ஒருவழிச்சாலை என்பதையும், அதனால்தான் அந்தப் பெண் என்பக்கம் பார்க்காமல் சாலையைக் கடக்க ஏதுவாக எதிர்திசையைப் பார்த்தவாறு நின்று கொண்டிருக்கிறாள் என்பதையும் மறந்திருந்தேன். ஒரு ஊர்வலம் வந்து கொண்டிருப்பதைப் பார்த்த அவள் அது வருவதற்குமுன் கடந்துவிட வேண்டும் என்ற முனைப்பில் இரண்டடி எடுத்து வைக்கவும், நான் அவளை இடித்துவிடக்கூடாது என்பதற்காக இழுத்து ப்ரேக் அடிக்கவும், இருவரும் இருநொடி கண்களை மூடி அதிர்ச்சியில் உறையவும் சரியாக இருந்தது.

அதுவரை வெறிச்சோடிக்கிடந்த சாலையில் வெண் குடைகளைப் பிடித்து அலங்கார உடையணிந்த நான்கு இளம்யுவதிகள் முன்

நடந்துசெல்ல, அருகிலேயே இசைக்கபட்ட மேளங்களின் ஓசை எங்கோ வெகுதொலைவிலிருந்து கேட்பது போல இருந்தது. ஊர்வலம் அருகில் வந்துவிட்டது. கடந்து செல்லும்வரை இருவரும் காத்திருந்தோம்.

வண்ண வண்ண மலர்களையும் பழங்களையும் குளிர்ந்த சாந்தினையும் குங்குமத்தையும் தாம்பூலத் தட்டுக்களில் ஏந்திக் கொண்டும், ஒருவருடன் ஒருவர் கதைகள் பேசிக்கொண்டும், பாடிக்கொண்டும், வெட்கத்தால் காதலர்களை ஓரக்கண் பார்த்தவாறும், கோவலன் கண்ணகி திருமணத்தில் இளங்கோவடிகள் வர்ணிப்பதுபோல நறுமண மலர்களைச் சூடிய, அண்ணாந்துயர்ந்த அடிபருத்துத் திரண்ட இளமுலைகளுடையதும் அழகிய பொற்கொடிகளைப்போல இடைகள் அமையப் பெற்றதுமான இளம்பெண்கள் அடிமேல் அடியெடுத்து வைத்து அசைந்தசைந்து சென்று கொண்டிருந்தனர்.

அவளோ அச்சாலையைப் போலவே கருத்தடர்ந்து நீண்டு சுருண்ட மென்கூந்தலில் மாலையிலும் இதழ்விரியாத மல்லிகையையும், வயல்மேட்டில் மலரும் நீர்ப்பூக்களைப்போலத் தோற்றமளிக்கும் ஒருவகை நீலமலர்களையும் சூடியிருந்தாள். தோள்பையும், கையில் மடக்கிய மெரூன் கலர் குடையுமாக நின்றிருந்த அவளது கைகளும் உதடுகளும் இன்னும் நடுங்கிக் கொண்டிருந்தன. அவளது அலங்காரமில்லாத வளையல்கள் கூட அதிர்ச்சியிலிருந்து மீளாததுபோல இன்னும் மணிக்கட்டையை அடையாமல் முழங்கையின் கீழேயே இறுகிப்போய் தஞ்சமடைந்திருந்தன.

அதிர்ச்சியில் பயந்து மூடிய குவளைமலர்க் கண்களின் இமை இதழ்கள் விரித்து மெல்ல என்னைப் பார்த்தாள். வாழ்க்கையில் கள்ளுண்டு சிவந்த கண்களையே பார்த்துப் பழக்கப்பட்ட நான், அன்று மையுண்டு சிவந்த கண்களைக் கண்டேன்.

அந்தப்பார்வை. கடும் காற்றில் முறிந்த மரக்கிளைகளையும், மலைப்பூவரசு மரத்திலிருந்து உதிர்ந்த பச்சை நிறப்பூக்ககளையும், சின்னஞ்சிறிய செடிகளையும், மலையுச்சியிலிருந்து வேரோடு பறித்துத் தள்ளி உருட்டப்படும் மரங்களையும் பள்ளத்திற்கு இழுத்துக்கொண்டு திரண்டுவரும் கொடும் மழையின் காட்டாற்று வெள்ளம்போல் இருந்தது. சிறிதுநேரம் செயலிழந்துபோன என் நெஞ்சத்திற்குள் மழை காய்ந்த வாசனையும், மணம் கமழும் அவளின் கூந்தல் இழையின் வாசனையும் மட்டும்தான் நிரம்பியிருந்தது.

அதுமட்டும்தான் வானத்தின் குளிர்ச்சியான காற்றாக என்னுள் வீசிக்கொண்டிருந்தது.

ஊர்வலம் கடந்து போனது. பூங்காச் சாலையின் நடுவில் இருந்த மசூதியையே எப்போதும் தங்கள் பகல்நேர வாழிடமாக வைத்திருக்கும் புறாக்கள் எங்களது அந்த நொடிநேரத் திகைப்பை தங்கள் சிறகுகளினால் தட்டிவிட்டுப் பறந்தன. பயத்தினால் மேலுதட்டின் மேல் பனித்துளிகள்போல அரும்பியிருந்த வேர்வைத் துளிகளை நீலமும் வெள்ளையும் நிறைந்திருந்த துப்பட்டாவினால் துடைத்தவாறு அவளும் அப்புறாக்ககளைப் போல சிறகடித்து எங்கோ மறைந்தாள்.

"காதலர் இல்வழி மாலை கொலைக்களத்து
ஏதிலர் போல வரும்"

ஆம், கொலைக்களத்திற்கு பகைவர்கள் வருவதுபோலத்தான் அவள் இல்லாத அந்த மாலையும் என்னிடத்தில் வந்து சேர்ந்தது. நாளெல்லாம் இரைதேடிய களைப்பையும் கணக்கில் கொள்ளாது இரவிலும் எதற்காகவோ, எதையெதையோ தேடியலையும் காக்கைகளின் நோக்கமற்ற அலைச்சலைப்போல, எங்கெங்கோ, எவ்வளவோ தேடியலைந்தும் அவளைக் காணமுடியவில்லை.

வேட்டையில் வல்ல பெண்புலி ஆண் யானையின் மத்தகத்தை கொன்று யாவரும் அச்சம் கொள்ளுமாறு முழங்கி வெற்றிக்களிப்புடன் உறங்குமாம்.

அதுபோல ஞாலல் மலர்களும், புன்னை மரங்களும், ஈங்கைச் செடியின் அரும்புகளும், மணம் பரப்பும் பலா மரங்களும், மீன்களை கொத்தித் தின்னும் நாரைகளும் நிறைந்திருக்கும் நீர்த்திவலை நிரம்பிய வெண்முற்றத்தில் பூத்த நீலாம்பல் மலர்களைச் சூடி அவள் துயில்கொண்ட அதே இரவில்தான்...

இளவேனிற்காலத்தில் நீர் தேடியலையும் பறவைகள்போல, எல்லா காதலர்களுக்கும் பெருந்துன்பம் செய்யும் மின்னலும் இடியும் தோன்றி மறைந்த, விண்மீன்களும் நிலவுமில்லாத, அந்தக் கொலைக்களத்து மாலையைவிடக் கொடியதான எனக்கான இரவும் வந்து சேர்ந்தது.

என்றானாலும் பறவைகள் தோற்பதில்லை. தண்ணீரைக் காணாமல் சிறகுகளை சுருக்குவதில்லை. கார்மேகமானது தென்புலமாக சென்று மலைகளுக்குள் ஒளிந்திருந்த முன்பனிக் காலம். வானுயர்ந்த கட்டடங்களுக்குப் பின்னால் ரத்த சிவப்புடைய செங்காந்தள் மலரென சூரியன் உதித்துவந்த

ஒரு காலைப் பொழுதில், கல்லூரி வகுப்புகள் தொடங்கிய முதல்நாள் அவளைக் கண்டுகொண்டேன். ஆம் அவளும் என்னைப்போல தமிழையே தேர்ந்தெடுத்திருந்தாள்.

★★★

“இதுக்கு ஒரு சீஃப் அஃபிடவிட் எழுது”ண்னு சீனியர் அந்த கேஸ் கட்டை கைல தந்தப்ப, அவர் ஆஃபிஸ்ல ஜூனியரா சேர்ந்து ஒரு வருசம் முடிஞ்சிருந்துச்சு. சீஃப் அஃபிடவிட்னா வாதியும், பிரதியும் கோர்ட்ல விசாரணை ஆரம்பிக்கும்போது கொடுக்குற வாக்குமூலம். வழக்கு போடும்போது இங்கிலீஷ்ல எழுதி போட்ருப்போம். அத விசாரணை ஆரம்பிக்கும்போது அப்படியே அவங்களுக்கு புரியுற மாதிரி தமிழ்ல எழுதிக் கொடுப்போம். அப்படி ஒரு கேஸ்க்கு வாக்குமூலம் எழுதிக்கொடுக்கத்தான் சீனியர் அந்தக் கேஸ தந்தாரு.

அந்தக் கேஸோட வாய்தா அடுத்த வாரம்தான் இருந்துச்சு. அதனால அப்ப அந்தக் கேஸ் கட்ட வீட்டுக்கு எடுத்துட்டு வரல. அதோட அஞ்சு காசுக்கு பிரயோசனம் இல்லாம தொழில் கத்துக்கணுங்குற ஒரே தேவைக்காக மட்டுமே செய்ற இதுபோல எழுதுற வேலைகள்ல எப்பவுமே ஒரு சலிப்பு இருக்கும். அந்த ஒரு வருச காலத்துல பணத்தேவை அதிகமா இருந்துச்சு. வீட்ல கஷ்டமெல்லாம் இல்ல. திருநெல்வேலில லா படிக்கும்போதே ரெண்டு தடவ குடிச்சிட்டு அப்பாட்ட மாட்டிருக்கேன். அப்ப வெறும் அடியோட விட்டுட்டாரு. மூணாவது தடவ மாட்டும்போது வக்கீலா இருந்தேன். இந்தமுறை அடிக்கல. “உன் செலவ நீயே பாத்துக்கோ”ன்னு சொல்லிட்டாரு. பெட்ரோலுக்கு கூட காசில்லாத நெலமை.

எங்க ஆஃபீஸ்ல சிவில், கிரிமினல்ன்னு ரெண்டு பக்கமும் கேஸ் இருக்கும். சிவில் பக்கம் போனாலே அலர்ஜி. ஜூனியர்களுக்கு பணம் கிடைக்காது. தாசில்தார்ட்ட வெறும் ஒரு ரூபா நஷ்டஈடு கேட்டு பெருமைக்கு கேஸ் போட்டவன் முதக்கொண்டு, ஒரு சென்ட் சொத்துக்காக 20 வருசம் கேஸ் நடத்தி ஒண்ணுமில்லாம போனவன் வரை ஒரே எழவு வீட்டுக்கு வந்த மாதிரி சோகமாவும், எரிச்சலாவும் இருக்கும். அதேநேரம் அடுத்தவன் சொத்த ஆட்டயப் போடுறவன் மூஞ்சப் பாத்தாலே தெரியும். ஆனா அவனுகள சீனியரும், குமாஸ்தாவும் நம்மகிட்ட நெருங்கக்கூட விட மாட்டாங்க. அவன் பர்ஸ்ல இருக்குற ரிசர்வ் பாங்க் அடிச்சதுலே மதிப்பு கூடுன நோட்டுக்கட்ட இவங்க பர்ஸுக்கு எப்படி மாத்துறாங்கங்குறத கத்துக்க மட்டுமே

குறைஞ்சது ஒரு வருசம் ஆகும். அது வரைக்கும் யாரால வெய்ட் பண்ண முடியும்?

அதுனால மொத ஒரு வருசத்துக்குள்ள கிரிமினல் பக்கம் தாவிட்டேன். சிவிலுக்கு இது எவ்ளோ தேவல. என்ன அங்க மாதிரி மொத்த மொத்தமா காசு கிடைக்காது. ஆனா ஒரு நாளைக்கு அஞ்சு பேருக்கு ஆப்செண்ட் பெட்டிசன் போட்டா போதும், செலவ ஓட்டிடலாம். இதுதவிர அடிதடி முதல் ஆள வெட்டுன கேஸ் வரைக்கும் சீனியர் சொல்ற மேட்டருக்கு போலீஸ் ஸ்டேஷன் போனா அன்னைக்கு ராஜா பட்டபாடுதான். இதோட சேத்து மாசத்துக்கு ரெண்டு பெயில் வந்தா போதும். வி.ஏ.ஓ'வான எங்கப்பா வாங்குற கிம்பளத்தக்கூட நெருங்கிடலாம். ஆனா இதெல்லாம் நடக்கணுமே. ஒரு மாசம் ஓஹோன்னு போகும். அடுத்த மாசமே கையப் பிசைய வைக்கும்.

எங்க ஆஃபிஸ்ல மொத்தம் நாலு ஜூனியர். அஞ்சாவதா உள்ள நுழைஞ்சப்ப இவனுக மத்தில எப்படி பொழைப்ப ஓட்டுறதுன்னு ஒரே குழப்பமா இருந்துச்சு. ஜூனியரான இவனுகள காக்கா புடிக்கிறதுக்கு பதிலா ஸ்ட்ரெய்ட்டா சீனியரையே கவுத்திடலாம்னு முடிவு பண்ணேன். எப்படி இவ்வளவு காலம் சொந்தமா எல்லாத்துக்கும் தலையை ஆட்டி, சொந்தமா ஒரு கருத்து கூட இல்லாம ஜால்ரா தட்டி வந்தேனோ அதே வழியை அவரு விசயத்திலயும் அப்படியே ஃபாலோ பண்ணேன்.

அவருக்கு கடவுள் நம்பிக்கை அந்தளவு கிடையாது. ஆனா ஈஷா யோகா மாதிரி எதுலருந்தாவது டொனேசன் கேட்டு வந்தா கொடுப்பாரு. ஏன் சார்னு கேட்டா ஜக்கியோட சமூக சேவை புடிக்கும்னு சொல்வாரு. ரோட்டரி கிளப்ல செகரெட்டரியா இருந்தாரு. "மனித உரிமை"ன்னு பேரு ஆரம்பிக்குற அமைப்புகள்ல தொடங்கி ஃபுட்பால் அசோசியேஷன் வரை கண்ல பட்ட எல்லாத்துலயும் பல பொறுப்புகள்ல இருந்தாரு. சமீபமா மக்கள் நீதி மையத்துல கூட சேந்துருக்காரு.

இதையெல்லாம் தாண்டி முக்கியமா அவரு கொஞ்சம் இலக்கிய கிறுக்கு. லா புக்குக்கு சரிசமமா ஷூ பாக்ஸ் சைசுக்கு நிறைய இலக்கிய புக் வச்சிருப்பாரு. அதுமட்டுமில்ல 'குடல்புண் வராமல் தடுப்பது எப்படி', 'பாம்புகளின் நற்பண்புகள்', 'மனிதன் குரங்கிலிருந்து வந்தானா? இல்லை பசுவிலிருந்தா?- ஓர் ஆய்வு', 'மௌன்டைன் பைக் - ரிப்பைர்

அன்ட் மெய்ன்டனன்ஸ்' இப்படி பல தலைப்புகள்ல புக் இருக்கும். அதாவது பிச்சக்காரன் தட்டு மாதிரி.

ஞாயித்துகிழமைன்னா சொல்ல வேண்டாம்; ஒரே இலக்கிய கூட்டம்தான். அவரு மீட்டிங் போற இடத்துக்கெல்லாம் பல்ல கடிச்சிட்டு சிரிச்ச முகத்தோட போய் உக்கார ஆரம்பிச்சேன். புரியுதோ புரியலையோ அவரு கண்ணுபட கைல கிடைக்குற புக்க எல்லாம் எடுத்து படிக்கிற மாதிரி சீனைப் போடுவேன். இதுதவிர அந்த வாரத்துக்கான கேஸ் லிஸ்டையும், கூட்ட விபரங்களையும் ஒழுங்குபடுத்துறது முதக்கொண்டு அவருக்கு கார் ஓட்டுறது, ஈபி பில் கட்டுறது, ஆவின்ல பால் கார்ட் வாங்குறது, அட்டைப்பெட்டி அட்டைப்பெட்டியா மளிகை சாமான்களைக் கட்டி வந்து இறக்குறது, அவ்வளவு ஏன் அவருக்கு 'பட் சோர் கிரீம்' வரை வாங்கி கொடுத்து அவரோட சொந்த பல வேலைகளையும் தயங்காம செஞ்சேன். கைமேல காசும் குவிய ஆரம்பிச்சது. போற இடத்துல எல்லாம் சோத்துக்கும் பஞ்சமில்ல.

மற்ற ஜூனியர்ஸ்லாம் மறுநாள் கேஸ் சம்பந்தமா படிச்சிட்டும் எழுதிட்டும் இருக்கும்போது, பிரபஞ்சத்தில் மனிதனின் நிலையாமை குறித்து நாங்க ரெண்டு பேரும்... மன்னிக்கவும், சீனியர் மட்டும் பேசிட்டு இருப்பாரு. அதக் கேட்டுட்டு நான், "சூப்பர் சார்" "எப்படிசார் இப்படில்லாம்"னு சில வார்த்தைகளை ரெண்டு நிமிசத்துக்குள்ள தலா நாலு தடவை சொல்லிட்டு இருப்பேன்.

அந்த சமயங்கள்ல அந்தெந்த வாக்கியத்துக்கு கரெக்டா ஆச்சர்யமா, அடக்கமா ஆடிட்டிருக்கும் தலையினால உண்டாகுற கழுத்து வலியக்கூட சமாளிச்சிடலாம். ஆனா கட்டுக்கடங்காம வரும் கொட்டாவியை அடக்க படும்பாட்ட வார்தையால வர்ணிக்கவே முடியாது. ஒரு கொட்டாவியை அடக்கும்போது கண்ல நீர் கோர்த்துரும். இரண்டாவதை நிறுத்தும்போது நுரையீரல் வீங்குறது மாதிரி இருக்கும். மூணாவதுக்கு வயித்துக்கு மேல எல்லாமே உப்பிரும். நாலாவது வர இன்னும் அஞ்சு நிமிசம் ஆகும்னு நிம்மதியில இருக்கும்போதுதான் "ஒரே ஆத்துல ரெண்டு தடவ குதிக்க முடியாது"ன்னு தொடங்குவாரு. அஞ்சாவதும் சேந்து வரும்போது ஒண்ணு தோணும் பாருங்க... சரி விடுங்க...

இது எல்லாமே கொஞ்சநாள்தான். காசுக்கு ஆசப்பட்டு எவன் உயிர விடுவான்..?

இந்த அவஸ்தையெல்லாம் தாங்க முடியாம சாய்ந்தரம் ஏழு மணியானதும் ஆஃபிஸை விட்டு எப்படியாவது ஓடிடனும்னு நினச்சு அத தெளிவா செஞ்சேன். என்னைப்போல சீனியர்ட்ட சிக்கிக்கிட்டு தப்பிச்சவங்கதான் அவங்கன்னு, அந்த ஒரு வாரமும் ஜூனியர்ஸும் குமாஸ்தாவும் என்னைப் பாத்து சிரிக்கும் போதுதான் தெரிஞ்சுக்கிட்டேன்.

அட்வகேட் தனக்கு ஒரு குமாஸ்தாவ வச்சு காசு சம்பாதிக்கிறத கேள்விப்பட்ருப்பீங்க. ஆனா ஒரு குமாஸ்தா ஒரு அட்வகேட்ட வச்சு வேலை வாங்குறத கேள்விப்பட்ருப்பீங்களா? எங்க சார்ட்ட இருந்து தப்பிச்சு அப்படியே எங்க குமாஸ்தா பக்கம் தாவிட்டேன். அவருக்கு எங்க சீனியர விட நிறைய கேஸ் மேட்டர் வரும். அவரு சொல்றத அப்படியே கேட்டா மட்டும் போதும். காசு கொட்டும். அப்புறம் அவரோட க்ளைன்ட்ஸ் எல்லாம் மொக்கப் பணக்காரனுக. ஃபீஸ் மட்டும் இல்லாம அவனுக தோப்புல விளையிற பலாபழம், வாழைப்பழம், வாழைப் பூ, தேங்காய் இப்படி சகலத்தையும் நமக்கு கொண்டு வந்து இறக்கிருவானுக. போலீஸ் ஸ்டேஷன், தாலுகா ஆபிஸ், ரிஜிஸ்டர் ஆபிஸ்னு ஒவ்வொண்ணா அலைஞ்சு வாய்ச்சவடால் போடுறது மட்டும்தான் நம்ம வேலை. அப்புறம் சீனியருக்கு ஆட்டுறது மாதிரி எல்லாத்துக்கும் தலைய மட்டும் ஆட்டிக்கிட்டு இருந்தாப் போதும்.

அடக்கடவுளே.. என்ன சொல்லவந்து எத சொல்லிட்டு இருக்கேன்னு பாருங்க!

★★★

7 அக்டோபர் 2010

“மாப்ள கிளாஸ்ல அந்தப் பக்கமே பாத்திட்டு இருந்தியே, இந்தப் பக்கம் பாத்தியா? குண்டம்மை போட்ருந்த கருப்பு கலர் பாடி வெளிய தெரிஞ்சிட்டு இருந்துச்சு.”

தமிழ்த்துறை பேராசிரியர் நெடுநல்வாடையை கையில் எடுத்தார். வடகிழக்கு பருவமழை தொடங்கியிருந்தது. அந்தநாள் அப்படியே நினைவில் இருக்கிறது.

நீலம் பூசிய கல்லூரிச் சுவர்களுக்கு தொடர்மழை ஆங்காங்கே பாசியின் மூலம் பச்சை வண்ணத்தையும் தெளித்திருந்தது. எந்த இடத்தையும் விட்டு வைக்காத ஆலமரத்தின் விதைகள் தன்பங்கிற்கு சுவர்களில் ஆங்காங்கே பச்சைக் கிளைகளை வரைந்து வைத்திருந்தது. சாரலும், குளிரும் ஜன்னலின் வழியாக

வகுப்பிற்குள் நுழைந்து எல்லோரையும் இறுக அணைத்துக் கொண்டிருந்தது. காதலிகளின், கதாநாயகர்களின் பெயர்களும், அம்பு துளைத்த இதயங்களும் நிறைந்திருந்த மரப்பெஞ்சுகள் கூட முதன்முதலாக உட்காரும்போது குளிரினால் துள்ளிக் குதிக்க வைத்தன. ஊரே குட்டி கேரளாவாக மாறியிருந்தது.

நெடுநல்வாடை என அவர் போர்டில் எழுத "அது என்ன சார் வாடை" என்று மூக்கைப் பிடித்துக்கொண்டு கேட்டோம். அவரும் அசராமல் "வாடைக்காலத்தில் தலைவனைப் பிரிந்து தலைவி வாடையில் வாடுவதுடா" என்று கிண்டலாகச் சொல்லிவிட்டு புத்தகத்தை கையில் எடுத்தார். சிரிப்பு சத்தங்கள் அடங்கி அவை சின்னச்சின்ன முனுமுனுப்புகளாக மாறிய இடைவெளியில் புத்தகத்தை வாசிக்கத் தொடங்கினார்.

"வெள்ளி வள்ளி வீங்கு இறைப் பணைத் தோள்,
மெத்தென் சாயல், முத்து உறழ் முறுவல்,
பூங்குழைக்கு அமர்ந்த ஏந்து எழில்மழைக்கண்,
மடவரல் மகளிர் பிடகைப் பெய்த
செவ்வி அரும்பின் பைங்கால் பித்திகத்து,
அவ்இதழ் அவிழ் பதம் கமழ, பொழுது அறிந்து,
இரும்பு செய் விளக்கின் ஈர்ந்திரி கொளீஇ,
நெல்லும் மலரும் தூஉய், கை தொழுது,
மல்லல் ஆவணம் மாலை அயர..."

"சார் சார் ஒண்ணுமே புரியல. தமிழ்ல பாடம் நடத்துங்க சார்" என்று சொல்லிச் சிரித்தோம்.

"அவசரக்குடுக்கைகளா... இருங்கடா" எனச் சொல்லிவிட்டு, நாற்பது வயதை தண்டாதபோதும் முன் கவிழ்ந்திருந்த தன் பெருந்தொப்பையை தடவிக்கொண்டே ஆண்கள் பக்கமும் பெண்கள் பக்கமுமாக நக்கலாக மாறிமாறிப் பார்த்தபடி விளக்கம் தரத் தொடங்கினார்.

"வெண்மையான சங்கினால் செய்யப்பட்ட வளையல், இறுகின முன்கையினையுடைய பெண்கள், மூங்கிலைப்போன்ற தோளினை உடையர், மென்மையான மேனியுடையர், முத்துப் போன்ற பல்லுடையர், காதிலே அணிந்துள்ள அழகிய காதணிக்குப் பொருத்தமிக்க அழகுடன் கூடிய குளிர்ச்சியான கண்களையுடையர், பெண்மைக்கு உரிய பேதைமைத் தன்மையுடையர். இப்பெண்கள் பூந்தட்டில் இட்டு வைத்திருந்த,

மலரும் பருவத்திலுள்ள பசுமையான காம்பினையுடைய பிச்சி மலர் அரும்புகள் இதழ் விரித்து மணம் வீசின" என்றார்.

எப்போதும் அவர் அப்படித்தான். எது மாணவர்களை கவரும் விஷயமோ அதை மட்டுமே முதலில் பாடமாக நடத்துவார். அது நடுப்பக்கமாக இருந்தாலும் சரி, கடைசி பக்கமாக இருந்தாலும் சரி. அதனால் அவர் வகுப்பில் நாங்கள் புத்தகத்தை கையில் தொடுவதே இல்லை.

"காதிலே அணிந்துள்ள அழகிய காதணிக்குப் பொருத்தமிக்க அழகுடன் கூடிய குளிர்ச்சியான கண்களையுடையர்" என்று அவர் சொல்லச் சொல்ல இயல்பாகவே என் கண்கள் அவளை நோக்கிச் சாய்ந்தது. ஏதோ விவரிக்கமுடியாத ஒரு உணர்வு.

அவளைப் பார்க்கவும் வேண்டாம், அந்தக் காதலும் வேண்டாம் என்று முடிவெடுத்த ஒருவன் மூன்று மாதங்களாக ஏன் தினமும் அவளை விடாமல் கவனித்து வரவேண்டும்? அன்று காலையில்கூட வகுப்பில் நுழைந்ததும் என் கண்கள் ஏன் அணிச்சையாகவே அவள்பக்கம் திரும்பி அரை நிமிடத்தில் அனைத்தையும் படம் பிடிக்க வேண்டும்? கண்களை மூடி யோசித்தபோது ஒவ்வொரு நாளாக நினைவில் தோன்ற இறுதியில் இன்றைய காலைப்பொழுதும் கண்முன் வந்து நின்றது.

அவளைப் போலவே இளம் சிவப்பு நிறத்திலுள்ள வழுவழுப்பான அந்த சுடிதார், ஒரு பக்கமாக போடப்பட்ட ஷால், பொட்டு வைக்க மட்டுமே இடமிருக்கும் சின்னச்சிறிய நெற்றி, அதில் வெள்ளைக் கலர் ஸ்டிக்கர் பொட்டு, காதோரம் கதைகள் பேசிக்கொண்டே சுருண்டு கிடக்கும் அந்த பூனை முடிகள், அதை அவ்வப்போது ஒதுக்கிவிடும் இடதுகை விரல் நகங்களில் அடித்திருக்கும் வெளிர் மஞ்சள்நிற நெய்ல் பாலிஷ், பொன்னால் செய்யப்பட்ட அந்த வளையல்கள், ஏன் அந்த கன்னத் தழும்புக்கூட அவளுக்கு அழகாகத்தான் இருக்கிறது என அடிக்கடி நினைத்ததுண்டு.

மனம் எங்கோ சென்று திரும்பியபோது பாடத்தின் நடுப்பகுதியை அவர் வாசித்துக் கொண்டிருந்தார்.

"கூந்தல், மகளிர் கோதை புனையார் ,
பல் இருங் கூந்தல் சில்மலர் பெய்ம்மார்,
தண் நறுந் தகர முளரி நெருப்பு அமைத்து,
இருங்காழ் அகிலொடு வெள் அயிர்புகைப்ப..."

“பெண்கள் தங்கள் கூந்தலில் பூமாலைகளைச் சூட மாட்டார்கள். அடர்ந்த கரிய கூந்தலில் சில மலர்களையே சூடுவர்” என்றார்.

ஆம். அந்த சில மலர்களில் வெள்ளை, மஞ்சள், சிவப்பு என பல வண்ண ரோஜாக்களே அவள் விருப்பமாக இருந்தது. மாலை நெருங்கும்போது, கல்லூரியின் கடைசி மணியும் அடிக்கும்போது வாடைக்காற்றில் அப்பூக்கள்போல நானும் வாடியது இப்போது தெளிவாக நினைவுக்கு வந்தது.

“தலைவனின் பிரிவால் வருந்திய தலைவி எவ்வித ஒப்பனையும் இல்லாமல் மெழுகு பூசிய கட்டிலில் துயருடன் படுத்திருந்தபோது கழுத்திலும், காதிலும், கையிலும் எதனால் செய்யப்பட்ட வளையல்களும், காதணிகளும், மாலையும் அணிந்திருந்தாள்?” என்று அப்போது எங்களைப் பார்த்து அவர் ஒரு கேள்வி எழுப்பினார்.

இப்படிக் கேள்விகள் எழுப்பப்படும் போதெல்லாம் எங்கே தன்னிடம் ஏதோ கேட்டுவிடுவாரோ என பயந்து, குனிந்து தன்முகத்தை இரு கைகளுக்குள் மறைக்கும் அவள் அழகை முன்பிருந்தே கவனித்து வந்திருக்கிறேன். அன்றும் கவனித்தேன். முன்பெஞ்சில் அமர்ந்திருந்த யாரோ ஒருவர் பதில் சொன்னதாக நினைவு.

வலம்புரி சங்கினால் செய்யப்பட்ட வளையல்களையும், தாழ்ந்து தொங்கும் காதணிகளையும், முத்துக்களால் கோர்க்கப்பட்ட மாலையையும் அவள் அணிந்திருக்கவில்லை. ஆனால் அதைவிட சிறிய, அழகான, பொருத்தமானவைகளை, மெல்லிய மயிர் புரளும் கழுத்திலும், பிஞ்சுகளின் பாதங்களையொத்த மென்மையான காதிலும், கையிலும் அணிந்திருக்கிறாள் என்று எனக்குள் நானே சொல்லிக்கொண்டேன்.

“காதலர்ப் பிரிந்தோர் புலம்ப, பெயல் கனைந்து கூதிர் நின்றன்றால்...” என்று அவர் திரும்பவும் பாடத்தின் முன்சென்று எங்கெல்லாமோ சுற்றி அவசர அவசரமாக இப்படி முடித்தபோது ஒரு சின்னச் சிரிப்பு கடைசி வரிக்காக எழுந்தது. இதை கவனித்த அவர்..

> “தளிர் ஏர் மேனி, தாய சுணங்கின்,
> அம் பணைத் தடைஇய மென் தோள், முகிழ்முலை,
> வம்பு விசித்து யாத்த, வாங்கு சாய் நுசுப்பின்,
> மெல் இயல் மகளிர் நல் அடி வருட...”

இந்த வரிகளை எதன் நடுவிலோ இருந்து எடுத்து வேண்டுமென்றே வேகமாக வாசித்துவிட்டு நிறுத்திவிட்டார். அதையும் கவனித்த நானும் என் அருகில் அமர்ந்திருந்த நண்பனும் கொஞ்சம் சிரித்துக்கொண்டோம்.

“தலையணை என்பதெல்லாம் தலைக்கென்று நினைத்திருந்தேன்; தலைவனை பிரிகையிலே தலையணை துணையறிந்தேன்.” இந்த பாடலை வைரமுத்து எழுதும்போது நிச்சயம் நெடுநல்வாடையை அவர் நினைத்திருப்பார் என்று நினைத்துக் கொண்டேன். தலைவியை பிரிந்து தலைவன் வாடுவதாக ஒரு வாடையை எழுதவேண்டும் என பின்னர் நான் யோசித்ததும்கூட உண்டு.

நாங்கள் சிரித்து முடிக்கவும் லஞ்ச் பெல் அடிக்கவும் சரியாக இருந்தது. வாழ்வில் செய்தே முடிக்க முடியாத ஒரு வேலையை செய்யத் தொடங்குவது போன்ற ஏதோ ஒரு பெரும்பாரம் மனதை அழுத்தத் தொடங்க வகுப்பை விட்டு வெளியேறினேன். வண்டுகள் மொய்க்கும் கள்ளினை அதிகமாக குடித்து, இரவு எது, பகல் எது என்று அறியாமல், குளிர்ந்த மழைத்துளி தம் மேனியில் விழுவதைக்கூட பொருட்படுத்தாது மூதூர் நகர அங்காடித் தெருவில் சுற்றித்திரியும் நெடுநல்வாடையில் வரும் ஆண்களைப்போல நடக்கத் தொடங்கினேன்.

வெள்ளி என்பதால் வரப்போகும் இரண்டு நாட்கள் விடுமுறை மனதுக்குள் ஏதோ செய்ய, உடன் வந்த நண்பன் அப்போதுதான் வரலாற்றுச் சிறப்புமிக்க முதல் வரியிலிருக்கும் அந்தக் கேள்வியை கேட்டுச் சிரிக்க வைத்தான்.

★★★

“லா காலேஜ் ஃபைனல் இயர் படிக்கும்போதே நல்லா பிராக்டிஸ் பண்ணணும்னு ஆஃபிஸ் வர ஆரம்பிச்சுட்டேன். அப்ப வந்த புதுசுல சீனியரப் பாக்க வயசான ஒருத்தரும் அவர்கூட ஒரு பொண்ணும் அடிக்கடி வருவாங்க. ஆரம்பத்துல அப்பா மகளா இருக்கும்னுதான் நினச்சேன். ஆனா அவருக்கு துணையாத்தான் இந்தப் பொண்ணு வருதுன்னு குமாஸ்தா மூலமா தெரிஞ்சுகிட்டேன். அந்தப் பொண்ணும் சீனியரும் கேஸ் விஷயமா கொஞ்சநேரம் பேசுவாங்க. அப்புறமா இலக்கியத்துல என்னல்லாமோ பேசுவாங்க. ஒண்ணும் புரியாது. ஆனா அந்தப் பொண்ணு வரும்போதெல்லாம் அதுக்கிட்ட பந்தா காட்டுறதுக்காகவே இருக்குறதுலயே நல்ல அட்ராக்டிவா அட்டைப்போட்ட இங்கிலீஷ் புக்கா பாத்து எடுத்து படிக்குற மாதிரி சீன் போடுவேன். இப்படி அவளோட

கவனத்த திசை திருப்ப என்னல்லமோ செஞ்சுப் பாப்பேன். ம்கூம்... அவ கண்டுக்கவே மாட்டா. காலேஜ் படிக்கும்போது நாலஞ்சு பொண்ணுகள பின்னாடி அலையவிட்ட காலம் இது கிடையாதோன்னு நினைக்கும்போது கடுப்பா இருந்துச்சு. அந்த நாலஞ்சு பொண்ணுகளப் போல இவ கிடையாதுன்னு உரைச்சப்ப இன்னும் எரிச்சலாச்சு. எப்படியாவது இவள உசார் பண்ணணும்னு நினச்சேன்.

இன்னும் ரெண்டு வார்த்தை பேசிட்டா உலகமே அழிஞ்சு போய்ரும்ங்குற மாதிரி அளந்து அளந்து பேசுற பேச்சும், சீனியரத் தவிர அந்த இடத்துல யாருமே இல்லங்குற மாதிரியான உடல் மொழியும், எப்பவுமே காட்டுற அலட்சியமும், முக்கியமா அழகும், அமைதியும் கொட்டிக்கிடக்குற அதோட முகமும், திமிரும்... முதல்ல கோவத்தையும் அப்புறமா அதுக்கிட்ட "நாம யாரு"ன்னு கண்டிப்பா காட்டியே தீரணும்ங்குற வெறியையும் ஏத்திருச்சு. அதனால கொஞ்சம் இலக்கியம் பக்கம் வண்டிய விட்டேன். காலேஜ்ல பேச்சுப் போட்டிக்காக பாரதியாரையும், பெயர் மறந்துபோன சிலரையும் மேலோட்டமா மேஞ்சதோட சரி. அப்புறம் கொஞ்சம் சிலப்பதிகாரம், கம்ப இராமாயணம், மகாபாரதம் அவ்வளவுதான். இவங்க ரெண்டுபேரும் என்னென்ன பேசுறாங்கன்னு கவனிக்க ஆரம்பிச்சேன்.

ஒருநாள் புதுமைப்பித்தன் எழுதுன "திருக்குறள் செய்த திருக்கூத்து'ன்னு ஒரு கதைய நாடகமா போட்ட ஃபங்ஷனுக்கு போய் விழுந்து விழுந்து சிரிச்சக் கதைய அந்தப் பொண்ணுட்ட எங்க சீனியர் சொல்லிட்டு இருந்தாரு. இதுதான் சரியான சந்தர்ப்பம்னு "ஆமா சார் அவரோட கந்தசாமிப் பிள்ளை கதையும் சூப்பரா இருக்கும், காலேஜ் படிக்கும்போது படிச்சிருக்கேன்"னு சொல்லிட்டு சீனியர பாக்காம அவள கொஞ்சம் பெருமையாப் பாத்தேன். ஒரு "ம்" கூட அவட்ட இருந்து வரல. அவ்வளவு ஏன் முகத்தைக் கூடத் திருப்பல. புண்பட்டுப் போன மனசுல "காலேஜ் படிப்பெல்லாம் குப்பை தம்பி. அதவிட்டு வெளிய வரணும்"னு சீனியர் இன்னும் கொஞ்சம் இரும்புக் கம்பியை தூக்கிச் சொருவி வச்சாரு. வழக்கம்போல சப்புன்னு இரக்கமில்லாம அந்த உரையாடல் முடிஞ்சு போச்சு.

அதுக்கப்புறம் இன்னும் கொஞ்சம் வெறி ஏறிருச்சு. அந்தப் பொண்ணு இன்னைக்கு வரும், நாளைக்கு வரும்னு சீனியர் வச்சுருந்த புக்ல கால்வாசி படிச்சு முடிச்சிருந்தேன். ஆனா அவ

ரொம்பநாள் வரவே இல்ல. அதுக்கிடைல எக்ஸாம் முடிஞ்சு பார் கவுன்சில்ல பதிஞ்சு வக்கீலாவும் ஆயிட்டேன். அப்படி அவ வராம கொஞ்சம் பைத்தியம் முத்திப்போன ஒரு நாள்லதான் சீனியர் அந்த கேஸ் கட்டத் தந்தாரு.

இன்னும் நாலு நாள்ல அந்த கேஸ் வாய்தாங்குறதுனால வேண்டா வெறுப்பா ஒருநாள் அந்தக் கேஸை எடுத்தேன். ஆக்சிடெண்ட் கேஸ்ங்குறதுனால மெய்ன் பெட்டிசன் எடுத்து படிச்சு, அத அப்படியே தமிழ்ல எழுத ஆரம்பிச்சேன்.

“இம்மனுவின் மனுதாரரான எனது வயது 59 ஆகும். இம்மனுவின் அனைத்து விபரங்களும் எனக்கு நன்கு தெரியும். எனக்கு இரு பிள்ளைகள். மூத்த மகளுக்கு கடந்த 2016-ம் வருடம் திருமணமாகி அவர் தற்போது தனது கணவருடன் சென்னையில் வசித்து வருகிறார். இம்மனுவில் குறிப்பிடப்பட்டிருக்கும் விபத்தில் உயிரிழந்தவர் எனது மகனாவார். அவர் விபத்தில் உயிர் இழக்கும்வரை நல்ல உடல் ஆரோக்கியத்துடனும் அறிவுடனும் வாழ்ந்து வந்தார். எனக்கு தொண்டைப்பகுதியில் புற்றுநோய் இருந்ததால் 2008-ம் ஆண்டிலேயே நான் வேலைப்பார்த்து வந்த ஹோட்டல் சப்ளையர் வேலையிலிருந்து விலகிவிட்டேன். அப்போது நான் சென்னை அடையார் புற்றுநோய் மையத்தில் தொடர்ந்து சிகிட்சை எடுத்து வந்ததால், நாகர்கோவில் “மங்களம் மறுமணம்” சேவை மையத்தில் என் மனைவி பார்த்து வந்த வேலையின் மூலம் கிடைத்த வருமானத்தினால்தான் நானும் எனது மனைவியும் மகனும் வாழ்ந்து வந்தோம். அதன் பின் 2011-ம் ஆண்டு ஆஸ்துமா நோயின் காரணமாக எனது மனைவி இறந்தபின் குடும்ப நிலைமை காரணமாக மேற்படி எனது மகன் காலையில் கல்லூரிக்கும் மாலையில் நான் வேலைப் பார்த்து வந்த “எம்.என்.எக்ஸ் ஹோட்டலில்” பகுதிநேர சப்ளையராகவும் வேலை பார்த்து என்னை கவனித்து வந்தார். இந்நிலையில் கடந்த 27/10/2014 அன்று மாலை சுமார் 5.45 மணியளவில் மனுவில் குறிப்பிட்டிருக்கும் ஹோண்டா ஆக்டிவா இருச்சக்கர வாகனத்தை போக்குவரத்தின் அத்தனை விதிமுறைகளையும் கடைபிடித்து மிதமான வேகத்தில் அவனுடன் ஒரே வகுப்பில் படிக்கும் நிரஞ்சனா என்பவர் ஓட்டிக்கொண்டிருக்க, எனது மகன் அவரின் பின்னால் அமர்ந்து மாவட்ட மைய நூலகத்தை நோக்கிச் சென்று கொண்டிருந்தார். அப்போது மனுவில் குறிப்பிட்டிருக்கும் பேருந்தை இம்மனுவின் 1-ம் எதிர்மானுதாரர் எந்தவித போக்குவரத்து விதிமுறைகளையும் கடைபிடிக்காமலும், ஒலி எழுப்பாமலும், கவனக்குறைவாகவும், மிதமிஞ்சிய

அளவில் குடித்துவிட்டு அலட்சிய மனோபாவத்துடனும், அதிவேகமாகவும் அஜாக்கிரதையாகவும் ஓட்டி வந்து மேற்படி சாலையில் தெற்கிலிருந்து வடக்கு நோக்கி எனது மகன் சென்று கொண்டிருந்த வாகனத்தின் மீது பலத்த சத்ததுடன் மோதினார். மோதிய வேகத்தில் மேற்படி அதே சாலையின் முன்புறமாக சுமார் பத்து அடி என் மகன் தூக்கி எறியப்பட்டார். அப்போதும் கட்டுக்கடங்காத வேகத்துடன் இம்மனுவின் 1-ம் எதிர்மானுதாரர் இயக்கி வந்த பேருந்தின் இடதுபுற முன்சக்கரமானது எனது மகனின்...”

கொஞ்சம் கொஞ்சமா புரிய ஆரம்பிச்சப்ப கேஸ் கட்ட அப்படியே மேஜை மேல வச்சிட்டேன். அதுக்கப்புறம் கொஞ்சமும் படிக்க முடியல. வில்ஸ பத்த வைச்சிட்டு மொட்ட மாடி போய்ட்டேன். என்னோட யோசனை எல்லாம் அந்த நாளுக்கே போய்ருச்சு. பணம் பணம்னு ஓடி, என் ஆஃபிஸ்லயே இருந்தும் இவ்வளவு நாள் அந்தப் பொண்ணு வரக்கூடிய கேஸ் பத்தி படிக்காம, தெரிஞ்சுக்கக்கூட விரும்பாம, அந்தப் பொண்ணை தப்பான கண்ணோட்டத்தோடயே பாத்துருக்கோமேன்னு நினச்சப்ப ஒரு எரிச்சலும், இத்தனை நாளு ஒரு ஆள்னுகூட கண்டுக்காம இருந்த அவனோட அப்பாவ நெனச்சு குற்ற உணர்ச்சியும், அவர்மேல பரிதாபமும் உண்டாயிருச்சு.

மறுநாள் ஆஃபிஸ் போகல. காலையிலே உக்காந்து முழுசா அந்த கேஸ படிச்சு எழுதி முடிச்சேன். அவனப் பத்தி தெரிஞ்சுகிட்டப்ப கொஞ்சம் பொறாமையாவும் இருந்துச்சு. பத்தொன்பது வயசிலயே அவன் எழுதுன கவிதைகளை அவனே பப்ளிஷ் பண்ணிருக்கான். திருக்குறள்ல பி.எச்டி முடிக்க ஆசைப்பட்ருக்கான். எல்லா கவிதை கட்டுரை போட்டியிலயும் கலந்துகிட்டு நிறைய பரிசு வாங்கிருக்கான். காலேஜ் மேகஸின்ல அவன் போட்டோவும் எழுத்தும் தொடர்ந்து வந்துருக்குது. இப்படி அவன் எழுதுன கவிதை புக், காலேஜ் மேகஸின், அவனோட டைரின்னு எல்லாத்தையும் கேஸ் லிஸ்ட் ஆஃப் டாக்குமென்ட்ல சேர்த்து, அவனோட அறிவு இழப்புக்கும் சேர்த்து மனுல நஷ்ட ஈடு கேட்டுருந்தாரு சீனியர். அன்னைல இருந்து அவர் மேலயும் கொஞ்சம் மதிப்பு கூடிருச்சு.

அவன் எழுதுனத ஒண்ணு விடாம படிச்சேன். கொஞ்சம் நல்லா இருந்துச்சு. கொஞ்சம் எனக்கு பிடிக்கல. ஒரே புரட்சி போராட்டம்னு எழுதிருந்தான். ஆனா ஒரே காலேஜ்ல படிச்சும் அவனயும், நிரஞ்சனாவையும் எப்படிப் பாக்காம விட்டோம்னு

மட்டும் புரியவே இல்ல. எவ்வளவு யோசிச்சும் அவங்கள பாத்ததா ஞாபகமே வரல.

ஒருவழியா அந்த நாளும் வந்துச்சு.

அஃபிடவிட்ட கோர்ட்ல ஃபைல் பண்ணும்போது இரண்டு பேருமே வந்துருந்தாங்க. "ஆக்சிடென்ட் நடக்கும்போது அந்த காலேஜ்லதான் படிச்சேன்"ன்னு ஏனோ அவங்ககிட்ட சொல்லத் தோணல. அவனோட அப்பாவ குறுக்கு விசாரணை செய்ய வாய்தா தேதி அடுத்த ரெண்டு நாளுக்குள்ல இருந்ததால, எதிர்த்தரப்பு வழக்கறிஞர் எந்த மாதிரி கேள்வி கேட்டு குழப்புவாங்க, அதுக்கு எப்படி தெளிவா பதில் சொல்லனும்னு சொல்லிக் கொடுக்க அன்னைக்கு சாய்ந்தரமே அவங்கள ஆஃபிஸ் வரச்சொன்னேன்.

ரெண்டு பேருமே வந்தாங்க. எப்படி கேள்வி கேட்பாங்கன்னு நிரஞ்சனா நிறைய சந்தேகம் கேட்டுகிட்டே இருந்தா. அவ கண்ணப் பாத்து பதில் சொல்றதே ஒருமாதிரி அவமானமா இருந்துச்சு. அவனோட அப்பாக்கிட்ட பரிவா நடந்துக்கிட்டேன். "எதிர்த்தரப்பு வழக்கறிஞர் கொஞ்சம் சிடுமூஞ்சி. தன்னோட கை காச குடுக்குற மாதிரியே கோவப்பட்டு கேள்வி கேட்பாரு. அவர் கேள்விக்கு தெரிஞ்சா மட்டும் பதில் சொல்லுங்க, இல்லைன்னா ஞாபகமில்லைன்னு சொல்லிருங்க. எந்தப் பதிலா இருந்தாலும் ஜட்ஜை பாத்து தெளிவா சொல்லுங்க. நாளக்கழிச்சு காலைல பத்தரைக்கு கோர்ட்டுக்கே வந்துருங்க. ஆஃபிஸ் வர வேண்டாம். க்ராஸ் பத்தி ரொம்ப யோசிக்காதீங்க. உங்கள க்ராஸ் பண்ணும்போது நாங்க யாராவது ஒருத்தர் அந்த கோர்ட்லதான் இருப்போம்"ன்னு சொன்னேன்.

"நல்ல பொறுமையா சொல்லிக்கொடுத்ததுக்கு ரொம்ப நன்றி தம்பி.. எனக்கு கொஞ்சம் மறதி. அது மட்டும்தான் பிரச்சனை. அதயும் எப்படியாவது பாத்துக்கிறேன். அவ்வளவுதானா தம்பி, நாங்க போலாமா" என்றார்.

"ம். அவ்வளவுதாங்கய்யா. ஆக்சிடென்ட் ஆன ஆண்டு, மாதம், தேதி, நேரம், இடம், எவ்வளவு நஷ்டஈட்டு தொகை இத மட்டும் ஞாபகம் வச்சுக்கோங்க"ன்னு சொன்னேன்.

அதுவரைக்கும் பேசாம இருந்தவரு "அத நான் சாவுற நாள் வர மறக்க மாட்டேன்பா" என்றார். ஒருவேளை ஆக்ஸிடென்ட் நடந்த நாளுங்குறதுன்னால அப்படி சொல்றாருன்னு நினச்சிட்டு

இருந்தப்ப, கண்ண தொடச்சிட்டே "அதுக்கடுத்த நாள்தான் அவன் பிறந்தநாள்" என்றார்.

மூணு பேருக்கும் பொதுவா ஒரு அமைதி நீடிச்ச அந்தநேரத்துல என்னெல்லாமோ தோணுச்சு. விபத்துல பையன் செத்துட்டான்னு கேள்விபட்டப்ப அவரோட மனநிலைய நெனச்சு பாக்கவே கொடூரமா இருந்துச்சு. நோய்க்கு மனைவியப் பறிகொடுத்து, விபத்துல பையன இழந்து, புற்றுநோய்லருந்து மீண்டு வந்த ஒருத்தருக்கு என்ன ஆறுதல் சொல்ல?

எதையோ யோசிச்சிட்டே எந்துரிச்சு கதவுகிட்ட போனவர் "தற்கொலை பண்லாம்னு சிலநேரம் யோசிச்சுருக்கேன்பா. ஆனா பூமில என்ன நடந்தாலும் அது அல்லாவோட பதிவேட்ல இல்லாம இருக்காதே. எனக்கு நடந்துருச்சேன்னு நான் கவலைப்படுறதும் எனக்கு நடக்கலைன்னு நான் சந்தோசப்படுறதும் அல்லாக்கு விரோதமில்லையா தம்பி" என்றார்.

அந்தப் பதிலையும் சூழ்நிலையையும் எப்படி எதிர் கொள்றதுன்னே தெர்ல. நிரஞ்சனா அவர அழைச்சிட்டு வெளிய போனா. அன்னைக்கு நைட் ஃபிரண்ட்ஸ்கூட போய் நல்லா குடிச்சேன். எவ்வளவு குடிச்சேன்னு தெர்ல. எப்படியோ வீட்டுக்கு வந்து சேந்தேன். எப்பவுமே நைட் லேட்டா வரதுனால அம்மா அப்பாவுக்கு சந்தேகம் வரல..."

★★★

7 மே 2011

தாழ்வு மனப்பான்மை, அதனால் உண்டாகும் மனஅழுத்தத்திற்கு யாராவது மனநல மருத்துவரை சந்தித்திருக்கிறீர்களா? கல்லூரி சேர்வதற்கு முன்பே இரண்டுமுறை சென்றிருக்கிறேன். எல்லா தோல்விகளுக்கும் தன்னைத்தானே நொந்துகொள்ளும் பழக்கம் எப்போது முதல் தொற்றிக்கொண்டது என்பது நினைவிலில்லை. ஆனால் அவளை காதலிக்கத் தொடங்கிவிட்டேன் என்பதை முதன்முறையாக உணர்ந்தபோது அது இன்னும் என்னை வலுவாக பிடித்துக்கொண்டது. அதன்பின் அவளைத் திரும்பி பார்க்கக்கூட பயமாக இருந்தது. தோல்விகளை, இழப்புகளை சந்தித்து சந்தித்து துவண்டுபோன மனதால், இன்னும் சிறுவனாக இருக்கும் ஒருவனால் வேறு என்ன செய்துவிட முடியும்? தோல்விகளினால் ஏற்படும் துயரம் வேண்டாம் என ஒரு

முடிவெடுத்து நண்பர்களுடன் முடிந்தவரையில் மகிழ்ச்சியாக நேரத்தைச் செலவழிக்கத் தொடங்கினேன்.

ஆறு மாதங்கள் ஓடியிருந்தது. இரண்டாவது செமஸ்ட்டர் வகுப்புகள் முடிந்திருந்தன. தேர்வுகள் நடந்து கொண்டிருந்தன. வகுப்பில் இருக்கும் பல பெண்களிடம் சகஜமாகப் பேச ஆரம்பித்தேன். அவளிடமும் அதையே முயற்சி செய்து கொண்டிருந்தேன். காதலிக்கும் எண்ணம் அறவே போய்விட்டது என்று என்னை நானே நம்பிக் கொண்டிருந்தேன்.

'மருத்துவம் படிக்காமல் போனதற்காக வருந்துகிறேன்... படித்திருந்தால் உன் இதயத்தில் ஓபன் ஹார்ட் சர்ஜரி செய்தாவது நுழைந்திருக்காலாம்...' என்பது போன்ற காதல் கவிதைகளை நண்பர்களின் மத்தியில் படித்துக் காட்டிச் சிரித்துக்கொண்டு காதலை வெறுப்பவனாகக் காட்டிக் கொண்டும், ஆடுகளம்,வானம் போன்ற படங்களை பலமுறை பார்த்துவிட்டு ஒருவித அரைபோதை மனநிலையில் ஆகாயத்தில் இயேசுநாதர் போல மிதந்து கொண்டும் இருந்தேன்.

'இறக்கும்வரை நினைவில் தங்கும் காதல்' என்று சொல்வார்களே அப்படி ஒரு காதல் நம் வாழ்க்கையில் எப்போதுமே வரக்கூடாது என்ற என் மனநிலையை நானே தீர்க்கமாகவும் கொஞ்சம் குருட்டுத்தனமாகவும் நம்பத்தொடங்கினேன். அதேபோல் கண்டவுடன் தோன்றுவதற்கு பெயர் மட்டும்தான் காதல் என்றும், அது எங்கும் வளைந்து நெளிந்து செல்லாத ஒரு நேர்வழிப்பாதை எனவும், மற்றபடி காதல் எந்தவித குறுக்குச் சந்தோடும் நுழைந்து நமக்குள் ஒருபோதும் வண்டி ஓட்டப் போவதில்லை என்றும் நான் புரிந்து வைத்திருந்தேன்.

அது எவ்வளவு பெரிய முட்டாள்தனம் என நான் தெரிந்துகொள்ள தேர்வு விடுமுறை காலங்கள் தேவைப்பட்டது. நட்பென்று சொல்வார்களே, இல்லை... இல்லை அதீத அன்பென்று சொல்வார்களே... சரி விடுங்கள். அதனால்தான் என்னவோ வகுப்பில் நுழைந்தவுடனே அவளை என் கண்கள் தேடுவதை மட்டும் என்னால் நிறுத்தமுடியவே இல்லை.

அவளுடன் கதைகள் பேசினேன். நடைபாதையோரம் ஒன்றாக நடந்தேன். என் கைகள் பிடித்து அழைத்துச் சென்றிருக்கிறாள். நான் சொல்வதையெல்லாம் ரசித்துச் சிரிப்பாள். அந்த சிரிப்பு இருக்கிறதே! அப்படி ஒரு சிரிப்பு. அந்த சிரிப்பு அளவிலோ, பண்பிலோ குறைந்து எப்போதும் நான் பார்த்ததில்லை.

கல்லூரிக்கும் பேருந்து நிலையத்திற்கும் இருக்கும் இரண்டு மைல் தொலைவை நடந்துதான் செல்கிறோம் என்பதையே மறக்க வைப்பாள்.

உண்மையில் காதல் என்றால் என்ன? காதலித்து அது கைகூடாமல் கானல்நீராகிப் போகும்நிலை வந்தால் அந்த வலி எப்படி இருக்கும்? என்று அவள் கொஞ்சம் கொஞ்சமாக பாடம்தான் நடத்திக் கொண்டிருக்கிறாள் என அப்போது எனக்கு தெரிந்திருக்கவில்லை. யாரோ சொன்னதாகச் சொல்வார்களே 'அணுவணுவாக சாக வேண்டுமா? காதலித்துப்பார்' என்று. இந்த எட்டு மாதங்களும் எனக்குத் தெரியாமலே அதைத்தான் செய்து கொண்டிருந்தேன்.

★★★

நினைச்சது போலவே எதிர்த்தரப்பு வக்கீலோட கேள்வியெல்லாம் இப்படித்தான் இருந்துச்சு. "நீங்க அந்த விபத்த நேர்ல பாக்கல, அதனால உங்களுக்கு அந்த விபத்த பத்தி நேரிடையா ஒண்ணும் தெரியாது. நீங்க உங்க மனுல சொல்லிருக்குற சங்கதியெல்லாம் வெறுமனே கேள்வி ஞானத்துல சொன்னது. அதுனால அந்த விபத்துல யார்மேல தவறுன்னு உங்களால தெளிவா சொல்ல முடியாது?"

இந்தக் கேள்விகளையே திரும்பத் திரும்பக் கேட்டு அவர ரொம்ப ஹர்ட் பண்ணிட்டே இருந்தாரு. அவர் கண்ல கண்ணீர் கட்டியிருந்தத பாத்தேன். பொறுக்க மாட்டாம சிலநேரம் "அல்ரெடி ஆஸ்க்டு"ன்னு சொல்லிக்கிட்டே இருந்தேன். ஆனா அதைச் சுத்தியே கேள்வி கேட்டுகிட்டே இருந்தாரு. ஒரு கட்டத்துல ஜட்ஜ் வார்ன் பண்ணதுக்கு அப்புறம்தான் அடுத்த சில கேள்விகளே கேட்டாரு. இப்படி ஒரு மணிநேரமா போய்ட்டுருந்த க்ராஸ்ல இன்னும் கொஞ்சம் கேள்வியெல்லாம் கேட்டுட்டு ஒருவழியா கடைசிக் கேள்விக்கு வந்தாரு.

"தவறு முழுக்க உங்க பையன் போன வண்டிய ஓட்டுனவங்க மேலதான்னு சொல்றேன். அவங்கள இந்த மனுல நீங்க கட்சி சேர்க்காததுனால உங்களுக்கு எந்த நஷ்டஈடும் கொடுக்க 2-ம் எதிர்மானுதாரர் கடமைப்பட்டவரல்ல."

"சரியில்ல சார். அவங்களுக்கு அடிபட்டதுக்கு அவங்க தனியா இதே கோர்ட்ல கேஸ் போட்டு 2017-லயே அதுக்கு நஷ்டஈடு வாங்கிருக்காங்க"ன்னு பதில் சொன்னார்.

அந்த விபத்துல அவளுக்கு எந்த காயமும் இல்லன்னு நினைச்சிருந்தேன். அவரு பதில் சொன்ன அப்புறம்தான் நிரஞ்சனாக்கு இன்னொரு ஆக்ஸிடெண்ட் கேஸ் இருந்த விஷயமே தெரிஞ்சது. ஆஃபிஸ்ல சேரதுக்கு முன்னாடியே அது முடிஞ்சு போயிருக்குமோன்னு யோசிச்சப்ப, இன்னும் எவ்வளவு நாள் இப்படி ஒரு விசயத்தைபத்தி, ஒரு ஆளைப்பத்தி முழுசா தெரிஞ்சுக்காம அரைகுறையா வாழப்போறோம்ங்குற எரிச்சல் வந்துச்சு.

அப்படி நெனச்சிட்டு இருக்கும்போது "இப்ப உள்ள பசங்களே இப்படித்தான். அதுவும் பொண்ணுங்க, ஒரு ரோடக்கூட க்ராஸ் பண்ண தெரியாத அதுகெல்லாம் எதுக்கு வண்டி ஒட்டுதுகன்னே தெர்ல. இந்த கேஸ்லயும் அப்படித்தான். ஒழுங்கா போய்ட்டுருந்த பஸ்ல உள்ள விட்டுட்டு இப்ப பாருங்க எங்கள தாலியறுக்குறாங்க"ன்னு அந்த வக்கீல் திடீர்னு ஜட்ஜை பாத்து சொன்னார்.

கோவம் தலைக்கேறிருச்சு. "க்ராஸ் முடிஞ்சா அடுத்த கேஸ பாத்துட்டு போங்க சார். உங்க வீட்டு பிரச்சனைய பேச இடம் கோர்ட் கிடையாது' என்றேன். "எப்படி என்னோட தனிப்பட்ட விசயத்தெல்லாம் பேசலாம்" என்று பொங்கியவரைப் பாத்து இன்னும் கொஞ்சம் கடுப்பாச்சு "ஆமா சார் உங்கப் பொண்ணும்தான வண்டி ஒட்டுறாங்க. நீங்க அதத்தான் சொல்றீங்கன்னு நினச்சேன்"னு மறுபடியும் வம்பிழுத்தேன். உள்ள நடக்குற எல்லாத்தையும் வெளிய நின்னு அவ பாத்துட்டு இருந்தா. ஒரு ஜூனியர் எல்லோரோட முன்னால இப்படி தன்ன அவமானப்படுத்திட்டான்னு கோவத்துல வெளிய வந்தவர் நிரஞ்சனாக்கும் அவருக்கும் கேக்குற மாதிரி எதையோ சொல்லிட்டு போய்ருக்காரு.

இது எதுவும் தெரியாம கோர்ட் ஹால்ல விட்டு வெளியவரும்போது அவரு அழுதுட்டு இருந்தாரு. கேட்டதுக்கு பதில் எதுவும் சொல்லல. நானும் எப்பவும் நடக்குறதுதானன்னு விட்டுட்டேன்.

அந்த நேரத்துல கைல ஒரு 500 ரூபா நோட்ட தந்தாரு. வழக்கமா எல்லா க்ளைன்ட்ஸ்ட்டேயும் வாங்குற மாதிரி வாங்கிட்டு கொஞ்ச தூரம் போய்ட்டேன். அப்புறம்தான் ஏதோ ஒண்ணு உறுத்த ஆரம்பிச்சது. எவ்வளவு பெரிய தப்பு பண்ணிருக்கோம்னு நினச்சு உடனே திரும்பி வந்து அவரு கைலயே அந்த நோட்டத் திருப்பிக் கொடுத்தேன்.

“இல்லப்பா நீதான் வாக்குமூலம்லாம் எழுதி டைப் அடிச்சிருக்க. செலவுக்கு நீ காசே வாங்கல. ஆக்சிடெண்ட் கேஸ்ங்குறதுன்னால உங்க சீனியரும் காசு வாங்கல. நீ ஜூனியர். உனக்கே காசு வராது. அதுனால உங்க சீனியர்தான் உனக்கு காசு கொடுக்கச் சொன்னாரு. இத வச்சுக்கப்பா”ன்னு சொன்னாரு. உள்மனசு ‘வாங்கு வாங்கு’ன்னுதான் சொல்லுச்சு. இருக்குற பணத்தேவைக்கு இத வச்சு ரெண்டு நாள் ஓட்டிறலாம். ஆனா அந்தநேரத்துல என்ன மனநிலையில இருந்தேன்னு இன்னைக்குவர தெர்ல.

வம்படியா அவரு பாக்கெட்ல நோட்ட வச்சு திணிச்சிட்டு “போய்ட்டு வாரே”ன்னு சொல்லி கௌம்புனேன். அப்பத்தான்,

“அவனே போய்ட்டான். எனக்கு எதுக்கு அவன் செத்த காசுன்னு வேண்டாம்னு சொன்னவர, நான்தான் கேஸ் போடச் சொன்னேன். அப்பக் கூட அந்த காசுல முக்கால் பங்கையும் படிக்க கஷ்டப்படுற பிள்ளைங்களுக்கு உதவுறதுக்காக அவன் படிச்ச காலேஜ்கே கொடுக்கணும்னு கேட்டுகிட்டுதான் இந்த கேஸ் போட சம்மதிச்சாரு. ஆனா அந்த வக்கீல், ‘எப்ப மவன் அடிபட்டு சாவான்னு காத்துருப்பானுக போல. செத்த மறுநாளு காரியங்கூட பண்ணாம பணத்தை வாங்கி பாக்கெட்டுல போட்டுறனும்னு இங்க தூக்கிப்பிடிச்சுட்டு வந்துருகானுக’ன்னு சொல்லிட்டுப் போறாரு. நீங்க ஏற்கனவே உள்ள அவரோட சண்டை போட்டுட்டு இருந்ததப் பாத்தேன். அதான் திரும்பியும் ஏதாவது நடந்துற கூடாதுன்னு உங்ககிட்ட சொல்லல. மாத்திரை வாங்க வச்சுருந்த காசு கூட சேர்த்து இந்த 500 ரூபாவ காலைல ரெடி பண்றதுக்கு அவர் பட்ட கஷ்டம் எனக்கு மட்டும்தான் தெரியும். இது. ஆனா அத நீங்க வேணாம்னு சொல்லி அவர்ட்டயே....” ன்னு சொல்லி நிரஞ்சனா கையெடுத்துக் கும்பிட்டு “ரொம்ப தாங்ஸ்ங்க”ன்னு சொன்னா.

அட்வகேட்ஸ்ங்குற முறைல கிளைன்ட்ஸ், கோர்ட் ஸ்டாப்ஸ், ஆஃபிஸ் வாட்ச்மேன் அப்டீன்னு நிறைய பேரு கையெடுத்து கும்பிடுவாங்க. பதிலுக்கு நாங்களும் வணக்கம் வச்சுட்டு போவோம். இப்படி ரெண்டு தரப்புலயும் தினமும் பரிமாறிக்கிற வணக்கத்துல ஒரு எந்திரத்தனமும், கொஞ்சம் நாடகத்தனமும் இருக்கும். இந்த ரெண்டு வருச காலத்துல அப்படி நிறைய வணக்கத்தை சந்திச்சிருக்கேன். அதேபோல அன்னைக்கு நிரஞ்சனா கையெடுத்து கும்பிட்டப்ப எல்லாத்தையும் போலத்தான் இதுவும்னு கடந்து போய்ட்டேன்.

ஆனா கொஞ்ச நாளாவே அவனோட அப்பாக்கிட்ட பாசமா நடந்துகிறது, கோர்ட்ல அவருக்காக அந்த வக்கீலோட சண்டை போட்டது, தினமும் செலவ ஒட்டுறதுக்கே கஷ்டப்பட்டு வந்த அவர்ட்ட வாங்குன காசை திரும்பிக் கொடுத்தது, இப்படி எல்லாத்தையும் கவனிச்சு வந்த அவளோட அந்த வணக்கத்துக்குப் பின்னால அவ கடந்துவந்த வலியையும், வேதனையையும் புரிஞ்சுக்க இன்னும் ரெண்டு மாசம் தேவைப்பட்டுச்சு.

அவன் பார்ட் டைம் வேல பாத்தத நிரூபிச்சா இன்னும் இழப்பீட்டு தொகை அதிகமா கிடைக்கும். அதனால இந்த க்ராஸ் முடிஞ்ச உடனேயே அந்த ஹோட்டல் முதலாளிய விசாரிக்க முடிவு பண்ணியிருந்தோம். அவரும் கோர்ட்ல வாக்குமூலம் கொடுக்க சம்மதிச்சிருந்தாரு.

அதனால அவரைக் கூட்டிட்டு ஒருநாள் மதியம் நிரஞ்சனா ஆஃபிஸ் வந்திருந்தா. அன்னைக்கு லீவ் நாளுங்குறதுனால ஆஃபிஸ்ல யாருமே இல்லை. வந்தவரு சாய்ந்தரம் ஏர்வாடில ஒரு ஃபங்சன் வீட்டுக்கு போக வேண்டிய அவசரத்துல இருந்தாரு. அதனால அவர்ட்ட எல்லா டீட்டைலும் வாங்கிட்டு ஒரு ட்ராஃப்ட் வாக்குமூலத்தையும் அவர் கைல குடுத்து அனுப்பிட்டேன். இன்னொரு காப்பி அவ கைல கொடுத்தேன். படிச்சிட்டு கரெக்சன் இருந்தா சொல்லச் சொன்னேன்.

அதுல அவனோட வொர்கிங் ஹவர்ஸ் சாய்ந்தரம் 6 மணில இருந்து நைட் 10 மணி வரைன்னு அவரு சொன்னத அப்படியே போட்டுருந்தேன். அதப் பாத்துட்டு "இல்ல, காலேஜ் மதியம் 2 மணிக்கே முடிஞ்சிரும். வெங்காயம், தக்காளியெல்லாம் வெட்ட அவன் 3 மணிக்கெல்லாம் கடைக்கு போய்ருவான். சப்ளையர் வேலையும் முடிச்சிட்டு பிரியாணி பாத்திரத்துலயிருந்து ஸ்பூன் வரை எல்லாத்தையும் கழுவி வைச்சிட்டு ஹோட்டெல்ல இருந்து அவன் கிளம்பும்போது மணி 12:30 ஆயிரும். வெறும் 200 ரூபா சம்பளத்துக்காக..."

அதுவரைக்கும் குனிஞ்சு எழுதிட்டு இருந்தவன் விசும்பல் சத்தத்த கேட்டு நிமிந்து பாத்தேன். ஈரத்துல இமை முடியெல்லாம் ஒன்னோட ஒன்னா ஒட்டி கண்ணு ரெண்டும் தீக்கங்குபோல சிவந்து கையில வச்சிருந்த அந்த ட்ராஃப்ட் வாக்குமூலமே பாதி நனஞ்சிருச்சு. இவ்வளவு நாள் எங்கதான் இந்த அழுகைய வச்சிட்டு இருந்தான்னு தெரல. அவ்வளவு கண்ணீர் ஒரு ஆள்ட்ட இருந்து வந்து அன்னைக்குதான்

பாத்தேன். என்ன சொல்லணும்னு தெரியாம கொஞ்சநேரம் அமைதியா இருந்து பாத்தேன். அவளோட அழுக அடங்குற மாதிரி தெரியல. வேற வழி இல்லாம ரொம்பநாள் மனசுக்குள்ள வச்சிருந்தத சொல்லிட்டேன்...

"அந்த ஆக்சிடென்ட் நடந்த நேரத்துல நம்ம காலேஜ்லதான் பி.ஏ ஹிஸ்டரி ஃபைனல் இயர் படிச்சிட்டு இருந்தேன்."

★★★

23 மார்ச் 2012

எங்கள் வீட்டில் அப்போது பீரோ கிடையாது. இருப்பதிலே காலர் கிழியாத, எல்லா பட்டன்களும் இருக்கிற நல்ல சட்டை ஒன்றை டிரங்க் பெட்டியிலிருந்து எடுத்து முந்திய இரவிலே தலையணைக்கு அடியில் வைத்துக்கொண்டேன். 20 கிலோ வெயிட் கொண்ட ஒரு அயன்பாக்ஸ் வீட்டில் அடிக்கடி அம்மா சொல்வதுபோல "என்னைப்போலவே சொரணையில்லாமல்" இருந்தது. நகரின் ஒட்டுமொத்த மின்சாரத்தை செலுத்தினாலும் சாய்ந்தரம் 6 மணி வெயிலுக்கும் அதற்கும் சிறியதொரு வித்தியாசத்தைக்கூட உங்களால் கண்டுபிடிக்க முடியாது. பேன்ட் பற்றி யோசிக்க முடியாது. இருந்த மூன்றில் ஒன்றில் மட்டுமே வலது பாக்கெட்டில் எதை வைத்தாலும் குழாய் வழியே காலில் வந்து விழாது. அதை எடுத்து அப்பா தலையணைக்கு அடியில் வைத்துக்கொண்டேன். இப்படி மல்யுத்த வீரனையே நசுக்கிவிடும் வலிமை கொண்ட அரிசி உமிகள் நிரம்பிய அந்தத் தலையணைகள்தான் எங்களது வீட்டின் அயன்பாக்ஸ்கள். அப்போதெல்லாம் பகல்களில் உறங்கிக்கொள்ள அப்பாவின் பஞ்சுத் தலையணைக்கு நானும் அக்காவும் அடிக்கடி சண்டையிட்டுக்கொள்வோம். அவைகளே நான் வெற்றிபெற்ற கடைசி நாட்கள் என அப்போது எனக்குத் தெரியாது.

ஆம். ஒரு வழியாக காதலைச் சொல்லத் தயாராகிவிட்டேன்.

மணித்துளிகள் நாட்களாகின. நாட்கள் வாரங்களாகவும், மாதங்களாகவும் நீண்டு கொண்டிருந்தன. கடிகார முட்களும், நிலவும், சூரியனும் எனக்கென்று மட்டும் வேகமாகச் சுழன்றன. பகல்கள் இரவை நோக்கியும், இரவுகள் வெளிச்சத்தைத் தேடியும், நான் இதயம் முரளிபோல "இந்த பாதங்கள் மண்மீது நடக்க வேண்டியவை அல்ல மலர்கள்மீது" என்று கவிதைகள் எழுதிக் கொண்டும் நிற்காமல் ஓடிக்கொண்டுமிருந்தேன். இது

எதையும் கண்டுகொள்ளாத காதலோ ஐப்பசி மழையையும், மார்கழி, தையின் கூர்பனிக்காலத்தையும், அத்தனையிலும் அனல் தெறிக்கும் கோடையையும் தாண்டி தொடங்கிய மாதத்தின் மத்தியில் வந்து நின்றது. எழுதிக்கொடுக்கவா, நண்பனைத் தூதுவிடவா என எதற்கும் பதில் சொல்லாமல் அத்தனை தூங்கா இரவுகளும் இரை கிடைக்கா மழைக்கால பறவைகள்போல வெறுமனே நகர்ந்து கொண்டிருந்தன.

அன்றும் அப்படித்தான். டென் ஸ்போர்ட்ஸ், அனிமல் ப்ளாநெட், கே டிவி என கலவையாகக் கடந்து ஏதோ ஒரு சானலில் எஸ்.பி.பி குரலைக் கேட்டு ரிமோட் நின்றது.

"உன் வீட்டுக் கண்ணாடி ஆனாலும்கூட
முன்வந்து நின்றால்தான் முகம் காட்டும் இங்கே..."

இந்த வரிகளை ஏனோ தானோவென கேட்டு முடித்ததுதான் தாமதம். இடைவேளைக்குப் பிறகு வரும் தமிழ் சினிமா கதாநாயகர்கள் போல ஒரு தைரியம் மனதுக்குள் வந்தது. அன்றைய இரவு நடந்த சம்பவத்தைத்தான் நீங்கள் மேலே படித்தீர்கள்.

அவளிடம் என் காதலை சொல்வதற்காகவே அன்றைய பொழுது விடிந்ததுபோல இருந்தது. சொல்ல வேண்டியதை ஆயிரம் முறை நினைத்துக்கொண்டாலும் ஒவ்வொரு முறையும் மறந்து போனது. எந்தப்பக்கம் நான்கு அடி வைத்தாலும் சுவரில் முட்டிவிடும் வீட்டில் சர்க்கரை நோயாளிபோல குறுக்கும் நெடுக்குமாக நடந்து கொண்டிருந்தேன். பதட்டத்தில் மயங்கிவிடக் கூடாது என்பதற்காவே பசியே இல்லாவிட்டாலும் பண்டாரத்தி அக்கா கடையில் வாங்கிய ஏழு ஆப்பத்தையும் ஒரு ரசவடையையும், அப்பா குடித்ததுபோக தூக்கு வாளியில் மீதியிருந்த ரெண்டு டம்ளர் டீயையும் எந்த வேகத்தில் முழுங்கினேன் எனத் தெரியாது.

இத்தனை களேபரத்திற்குள் பதட்டத்தில் இரண்டுமுறை தவறி விழப்பார்த்தேன். வருவதை கவனிக்காமல் அக்கா மீது முட்டி ஒருமுறை திட்டு வாங்கினேன். முக்கியமாக பல் விளக்காமல் குளித்து பின்னர் நியாபகம் வந்து பிரஷ்ஷை எடுத்துக்கொண்டு பின்வாசலுக்கு ஓடினேன்.

இறுதியில் ஒரு வழியாக வீட்டை விட்டு வெளியேறியபோது சுற்றியிருந்த மரங்கள் எனக்காவே கிளைகளை அசைத்து வாழ்த்துச் சொல்வதாக நினைத்துக்கொண்டேன். எப்போதும்

எவரையாவது எரித்துவிடும் கோபத்திலேயே முகத்தை வைத்திருக்கும் எங்கள் பக்கத்துத் தெரு முத்தாரம்மன்கூட அன்று கண்ணனைத் தேடும் ஆண்டாள்போல மலர்களுக்கு நடுவில் வாஞ்சையாக அமர்ந்திருந்தாள்.

கல்லூரிக்கு இரண்டு கிலோ மீட்டர் தூரம் போக வேண்டும். உடன் வரும் நண்பன் எனக்காக அதிமுக கவுன்சிலர் வீட்டின் முன் காத்துக்கொண்டிருந்தான். அவனிடம் எப்போதும் என்னிடம் சொல்வதற்கு சுவாரஸ்யமான கதைகள் இருக்கும். அன்றுகூட காலையில் அவன் மண்ணெண்ணை வாங்க ரேஷன் கடைக்குப் போயிருந்தபோது நடந்த சண்டை பற்றி ஏதோ சொல்லத் தொடங்கினான். சண்டையிட்ட இருவரில் ஜட்டி போடாத ஒருவனுக்கு கைலி அவிழ்ந்த சம்பவம் மட்டுமே நினைவிருக்கிறது. எங்கு முடித்தான் எனத் தெரியவில்லை. இடையிடையே சிரித்து, உம் கொட்டி, தலையை சொறிந்து, பெருமூச்சு விடுவதற்குள் கல்லூரி வாசலை தாண்டி அவன் பிசிக்ஸ் வகுப்பையும், நான் தமிழ்த்துறையையும் நோக்கிப் பிரிந்திருந்தோம்.

இன்னும் அவள் வந்திருக்கவில்லை. மணிதான் ஒன்பது கூட ஆகவில்லையே. முன் பெஞ்சில் இருந்த இருவரில் அபில்சிங் நோட்டில் இருந்த பர்பிள் நிறப் பூவை பச்சை ஜெல் பேனாவினால் வரைந்து கொண்டிருந்தான். இருபத்தைந்து கிலோமீட்டர் பயணித்து வந்த சிறு களைப்பில் அருள் இரு கைகளையும் மடித்து பெஞ்சின்மேல் வைத்து தலை சாய்த்திருந்தான். நேற்று நடத்திய ‘செம்பியன் மாதேவியின் கோயில் பணி’ தலைப்பு போர்டில் அழிக்கப்படாமல் இருந்தது.

ஒரு வாரத்தில் ஹால் டிக்கெட் கொடுக்கப்போவதாக சொல்லிக்கொண்டார்கள். இரண்டாம் வருடம் அத்தோடு முடிந்துவிடும். இந்த வாரத்திற்குள் இல்லாவிட்டால் பின்னர் தேர்வுகளின் பரபரப்புகளுக்கிடையில் அவளிடம் சரியாக பேசக்கூட முடியாது. இன்றுதான் வாய்ப்பு. ஆடிட்டோரியத்தின் போர்டிகோ அருகில் அவள் வருவதைப் பார்த்துவிட்டேன். பல வண்ணங்கள் கொட்டிக்கிடந்த சச்சின் பேக். கையில் இரண்டு காலேஜ் சைஸ் நோட்டுக்கள். அதே வெள்ளைப் பொட்டு. அதே சிரிப்பு. வெள்ளைக் கலர் சுடிதாரும், பச்சை, சிகப்பு நிற ஷாலிலும் வந்துகொண்டிருந்தாள்.

“என்ன சார் ஓடி வறீங்க?”

“ஒண்ணுமில்ல ஹால் டிக்கெட் கொடுக்கப் போறாங்களாம். இன்னைக்கே கூட குடுத்துருவாங்களாம். அதான் உன்கிட்ட சொல்ல வந்தேன். ஆமா படிக்க ஆரம்பிச்சிட்டியா?”

“இன்னும் இல்லப்பா... நாம ஆவரேஜ்தான, உங்கள மாதிரி படிப்பாளியா என்ன? ஆமா எந்தானு விசேசம்? ஆளு அடிபொழியா வந்த மாதிரி இருக்குது.”

எங்கே வாயைத் திறந்தால் வெளியே வந்து விழுந்து விடுமோ என்ற அளவிற்கு நெஞ்சு படபடவென அடிக்கத் தொடங்கிவிட்டது. பதட்டத்தில் வறண்டுபோன தொண்டையை நனைக்க இல்லாத எச்சிலை இரண்டுமுறை விழுங்கிக்கொண்டேன். “அது... அதெல்லாம் ஒண்ணுமில்ல... அப்புறம் எப்பக் கிளம்புவ?”

“ஹால் டிக்கெட் கொடுத்தா வாங்குன உடனே கிளம்பிற வேண்டியதுதான்.”

“இல்ல, அப்புறம் இனி உன்னை ஒரு மாசம் பார்க்க முடியாது. யாரையும் பார்க்க முடியாது. காலையில இருந்து ஒருமாதிரி இருந்துச்சு. தினமும் பாத்துட்டு...”

புருவங்களை சுருக்கி மெல்லிய புன்னகையுடன் உன்னிப்பாக கேட்டுக்கொண்டிருந்தாள். நிற்காமல் வீசிக் கொண்டிருந்த காற்று நொடிக்கு ஒருமுறை நெற்றி முடிகளின் மூலம் அவள் முகத்தை சலிக்காமல் தீண்டிக் கொண்டிருந்தது. அவளும் தனது ஒற்றைக் கையால் அள்ளி முடித்திருந்த அந்தக் கற்றைக் குழல்களை ஓயாமல் வருடிக் கொண்டிருந்தாள். அதில் நான் குழைந்து நின்று கொண்டிருந்தேன். காற்றில் பறந்து கொண்டிருந்த ஷாலை கைகளிலிருந்த நோட்டுக்களோடு சேர்த்து அணைத்து வைத்திருந்தாள். எனக்கு மூச்சுத் திணறிக்கொண்டிருந்தது. உச்சியை நோக்கி ஏறிக்கொண்டிருந்த வெயில் எங்கள் இருவரின் நிழல்களை ஒன்றுசேர்த்தது. நானோ, புறாக்கள் செய்வதுபோல வலிக்கும் கால்களை மாற்றி மாற்றி வைத்துக்கொண்டும், தலையை கொஞ்சம் குனிந்தும், சாய்ந்தும் அவள் நெற்றியைப் பார்த்தும் பேசிக் கொண்டிருந்தேன். ஏனோ அந்த நேரத்தில் அவள் கண்களை நேருக்குநேர் பார்க்க முடியவில்லை. மூச்சுக்காற்று தீப்பிடித்து எரிந்து கொண்டிருந்தது.

“உனக்கு அப்படி ஏதாவது தோணுதா?”

“ஆமா, பயங்கர போர் அடிக்கும் இல்லையாடா?”

“இல்லை... என்னைப் பாக்காம உன்னால இருக்க முடியுமான்னு கேட்டேன்?”

அவளின் அந்த நொடிநேர அமைதி என் எல்லாத் தயாரிப்புகளையும், தைரியங்களையும் இனி இருப்பதற்கு இடம் இல்லாது இலைகளிலிருந்து நழுவும் மழைத்துளிகளாய் கீழே விழுந்து சிதற வைத்தன. அவள் அதை எப்படி எடுத்துக்கொண்டாள் எனத் தெரியவில்லை.

“ஆமா, நீ என் பெஸ்ட் பிரெண்ட் இல்லையாடா? இப்ப பரவாயில்ல. நாளைக்கு எனக்குக் கல்யாணம் ஆகும்போது உன்னை, நம்ம பிரண்ட்ஸ எல்லோரையும் நான் ரொம்ப மிஸ் பண்ணுவேன்தானே.”

எங்கே இன்னும் என்னைப் பேச அனுமதித்தால் நான் ஏதாவது சொல்லிவிடுவேனோ என நினைத்து இதைச் சொன்னாளோ என்னவோ தெரியவில்லை. ஆனால் நான் அப்படித்தான் நினைத்துக்கொண்டேன். என்னை அவளுக்குப் பிடிக்கவில்லை. நான் அவளுக்கு விருப்பமானவன் இல்லை. ஏன் அப்படி ஒரு சின்ன யோசனைகூட அவளுக்கு இல்லை எனவும் நினைத்துக் கொண்டேன். மீண்டும் ஒரு விரும்பத்தகாத அமைதி. மேற்கொண்டு நான் எதுவும் பேசவில்லை. ஏதோ சொல்லிவிட்டு அவள் வகுப்பிற்குள் சென்றாள்.

கனவுகள் பலிக்கும் என நினைத்த எனக்கு, என்முன் இருக்கும் எந்தக் கதவுகளும் திறக்கவில்லை. எந்த மேகமும் மழை பொழியவில்லை. எல்லா சூரியனும் மேற்கிற்குள்ளேயே மறைந்திருந்தன. எதிர்ப்படும் எல்லா மனிதர்களும் ஏதாவதொரு பேராபத்தைப் பற்றியே பேசிக் கடந்து சென்றார்கள். இனி என் கால்கள் எங்கு திரும்புவதெனத் தெரியாமல் விக்கித்து நின்றது. உள்ளங்கை வேர்த்து நீர் நிறைந்ததில் கையில் வைத்திருந்த “தீண்டாத வசந்தம்” நாவல் நழுவிக் காலடியில் விழுந்தது.

வகுப்பைக் கடந்து கேன்டினுக்குச் சென்றேன். அங்கேயும் இருப்புக்கொள்ளாமல் கல்லூரிக்கு வெளியில் வந்து எப்போதும் அரட்டை அடிக்கும் ஜூஸ் கடையிலும், யாருமில்லா பேருந்து நிறுத்தத்திலும், மினி பஸ் கண்டக்டர் மணி அண்ணனுடன் என ஒவ்வொரு இடமாக எவ்வளவு நேரம் இருந்தேன் எனத் தெரியவில்லை. நேரம் போகப்போக அந்த வெயிலிலும், தோல்வியிலும் சோர்ந்து வீட்டிற்கு கிளம்பினேன். சூரியனும் சந்திரனும் ஏதேதோ பேசிக்கொண்டு அவரவர் திசையில் பிரிந்து சென்றார்கள். சாயந்திரம்.

தெருவில் இறங்கி நடக்க நடக்க காலையில் கையசைத்து வாழ்த்திய மரங்களும், செடிகளும் காற்றின் போக்கிற்கு எதிர்திசையை நோக்கி வீசிக்கொண்டிருந்தன. துணி வைத்து மூடினாலும் தண்ணீரைப் பீச்சியடித்து கால்களை நனைத்த மாநகராட்சிக் குழாய்களும் இப்போது வரப்போகும் கடும் கோடையை அறிவித்து மௌனமாக காட்சியளித்தன. ஏன் முத்தாரம்மனும்கூட முகத்தைத் திருப்பிக்கொண்டாள்.

விண்ட் மில் வேலைக்கு கிளம்பிக்கொண்டிருந்த பானு பெரியம்மா மகனிடம் வழக்கம்போல டீ கடையில் தனது இளமைக்கால வீரதீர சாகசங்களை இரட்டை அர்த்த வார்த்தைகளோடு கமால் தாத்தா அளந்து கொண்டிருந்தார். எப்போதும் அவர் பேச்சுக்கு விழுந்து விழுந்து சிரிக்கும் ரசிகக் கூட்டங்கள் உண்டு. அன்றும் டீ கடையே சிரிப்பில் அதிர்ந்தது. என்னைப் பார்த்துதான் அவர்கள் சிரிக்கிறார்களோ என நினைத்துக் கொண்டேன். கமால் தாத்தா கையசைத்து என்னைக் கூப்பிட்டார். நான் கவனிக்காததுபோல நடக்கத் தொடங்கினேன். ஏதோ கிண்டலடித்தார். சிரிப்பலை தொடர்ந்தது.

அந்த இரவு என் வாழ்வின் மிக நீண்ட இரவுகளில் ஒன்றாக இருந்தது.

★★★

சொல்லிட்டு அவள பாத்தேன். எந்த மாற்றமும் இல்ல. ஏதாவது பேசுனுமேன்னு பேச ஆரம்பிச்சேன்.

“அப்பவும் சரி இப்பவும் சரி அடுத்தவங்களோட கஷ்டத்தைப் பாத்து, அதுக்கு வருத்தப்படவோ இல்ல அவங்களுக்கு ஆறுதல் சொல்லவோ தெரியாதுங்க. அந்த ஆக்சிடெண்ட் நடந்த நேரத்துலயும் அப்படித்தான் இருந்தேன். மறுநாள் தலைமறைவா இருந்த அந்த பஸ் டிரைவர அரெஸ்ட் பண்ணச் சொல்லி காலேஜ் முன்னால ஆர்பாட்டம் நடந்துச்சுல்ல, அப்பக்கூட அதுல கலந்துக்காம பசங்களோட ஊர் சுத்தத்தான் போனேன். இப்ப நீங்க அழறீங்க. என்ன சொல்றதுன்னு தெர்ல. அந்த விபத்து பஸ் டிரைவர் குடிச்சிட்டு வண்டி ஓட்டுனதுனாலத்தான். இதுல நீங்க குற்ற உணர்ச்சி பட வேண்டிய அவசியமில்லையே” ன்னு எதையோ சொல்லவந்து வேற எதையோ சொல்லி முடிக்கவும் “சாரிங்க” ன்னு சொல்லிட்டு அவ வேகமா கிளம்பவும் சரியா இருந்துச்சு.

வழக்கம்போல சொதப்பிட்டேன்னு புரிஞ்சப்ப தலைல கை வச்சு உக்காருறத தவிர வேற வழி இல்ல.

“அடுத்தவங்க உணர்வுகள புரிஞ்சுக்கத் தெரியாத முட்டாள்டா நீ. உனக்கு உன் காரியம் நடக்கனும். சரியான சுயநலப் பேயி” அம்மா அடிக்கடி இதச் சொல்லும். அப்பாவ கேட்கவே வேணாம். அவரு திட்டாம இருந்தாத்தான் அதிசயம். உண்மையும் அதுதான். யாரோட பிரச்சனையும் எப்பவுமே ஆழமா பாதிச்சதில்ல. பரிதாபப்படுவேனே தவிர அதையே யோசிச்சிட்டு இருக்க மாட்டேன். இப்படி ஆயிருச்சேன்னு அவன் அப்பா மேல பரிதாபம்தான் இருந்துச்சு. நிரஞ்சனாட்ட அதுவும் இல்ல. வயசு மூத்த பொண்ணை, இவ்வளவு வருசம் ஆனாலும் அவனோட அப்பாவுக்கு உதவி பண்ண ஆக்சிடென்ட் கேஸ்க்கு வந்தவள, யாருன்னே தெரியாம கேவலமா கரெக்ட் பண்ண முயற்சி செஞ்சத, அது அவளுக்கே தெரிஞ்சாலும் பரவாயில்லை அப்படிங்குற இந்த கேவலப்பட்ட புத்திய என்ன சொல்ல? உண்மை தெரிய வந்தப்பக்கூட அப்பவும் ஒரு குற்ற உணர்ச்சிதான் ஏற்பட்டதே தவிர அவட்டப் போய் மன்னிப்பு கேட்கணும்லாம் தோனல. அப்படி –கேட்கவும் தெரியாது.

யோசிச்சுப் பாத்தா தெரியாது தெரியாதுன்னு ஒரு பெரிய லிஸ்டே இருக்கும்னு நெனைக்குறேன். பேசத் தெரியாது. புரிஞ்சுக்க தெரியாது. கவலைப்படத் தெரியாது. நல்லதா நாலு விசயத்தை யோசிக்கத் தெரியாது. அவ்வளவு ஏன் காதலிக்கக்கூடத் தெரியாது. ஒண்ணே ஒண்ணு நல்லாத் தெரியும். ஆமா அன்னைக்கு நைட்டும் போய் நல்லா குடிச்சேன். வீட்டுக்குப் போனா மாட்டிக்குவோம்னு நினச்ச வரைக்கும்தான் ஞாபகம் இருந்துச்சு. எப்ப ஆபிஸ் வந்தேன், எப்படி வந்தேன், எத்தனை மணிக்கு உறங்குனேன்னு எதுவுமே ஞாபகமில்ல. காலைல எந்திரிக்கும்போது மணி ஒன்பது. நல்லவேள யாரும் வரல. ஆபிஸ்லயே அவசர அவசரமா குளிச்சு முடிச்சு நல்ல புள்ள கணக்கா உக்காந்துட்டேன். அப்பதான் செல்ல எடுத்து பாத்தேன். அம்மா 5, கூட குடிச்சவனுக 8, வீணாப்போன கிளைன்ட் 3, கஸ்டமர் கேர் 1, சேவ் பண்ணாத நம்பர்ல இருந்து 1, மொத்தம் 18 மிஸ்டு கால். எல்லாத்துக்கும் கால் பண்ணி முடிக்கும்போதுதான் பாத்தேன்.

ஒரு புது நம்பர்ல இருந்து தங்லீஷ்ல “சாரி. நீங்க சொல்ல வந்தது எனக்கு புரிஞ்சது. உங்கமேல தப்பு இல்ல. என்னால அழுகைய கட்டுப்படுத்த முடியலைன்னுதான் கிளம்பிட்டேன். நான் அப்படி நடந்துருக்கக் கூடாது. அஃபிடவிட் ட்ராஃப்ட் என்

கைலதான் இருக்கு. ரெண்டு நாள்ல வரேன். ஒன்ஸ் அகைன் சாரி" அப்படின்னு மெசேஜ் வந்துருந்துச்சு.

இந்த மெசேஜ்க்கு அப்புறம் ஒரு சின்ன புரிதல் அவமேல வந்துச்சு. நல்லாப் பழக ஆரம்பிச்சேன். இப்ப சீனியருக்கும் அவளுக்கும் இடைல நடக்குற இலக்கிய பேச்சும் புரிய ஆரம்பிச்சது. பணம் பணம்னு ஆபிஸ்ல கெடையா கெடந்ததுல பணம் வந்துச்சோ இல்லையோ படிப்பு வாசனை புடிச்சிக்கிருச்சு. இந்த மூணு வருச முடிவுல சீனியர் அலமாரில அடுக்கி வச்சுருந்த புக்ல எல்லாத்துலயும் நுனிப்புல் மேஞ்சுருந்தேன். சில கதைகள் புடிச்சிருந்துச்சு. சில கதைகள் ஒண்ணுமே புரியல. சீனியர்ட்ட அதப்பத்தி கேட்டா இன்னும் நீ படிக்கனும்னு சொன்னாரு.

இதுக்கு இடைல கேஸ் ஜட்ஜ்மென்ட் வந்துருந்துச்சு. நாப்பது லட்சம் நஷ்ட ஈடு கேட்டு போட்ட கேஸ்ல இருபது லட்சத்துக்குதான் ஆர்டர் வந்துருந்துச்சு. அவனோட அறிவு இழப்புக்கு எந்த நஷ்டஈடும் கொடுக்கல. சீனியர் பயங்கர கோவத்துல இருந்தாரு. அறிவு என்ன அவ்வளவு எளக்காரமா போய்ருச்சா, அப்பீல் போயே தீருவேன்னு சொல்லிட்டு இருந்தாரு. ஆனா அவனோட அப்பா இதுவே அதிகம்தான்னு ஒரே புடியா வேண்டாம்னு சொல்லிட்டாரு.

அவரோட நல்ல மனசுக்கோ இல்லையோ அடுத்த ஆறு மாசத்துல ஆர்டர்ல சொல்லி இருந்த அவ்வளவு பணத்தையும் எதிர்த்தரப்பு நிறுவனம் கோர்ட்ல டெபாசிட் பண்ணி வச்சுடுச்சு. அந்த பணத்துக்கான செக்கை ஜட்ஜ்ட்ட இருந்து வாங்குறதுக்காக அன்னைக்கு கோர்ட்டுக்கு ரெண்டு பேரும் வந்துருந்தாங்க. ஜட்ஜ் ஒரு கேஸ்க்கு டிக்டேசன் கொடுத்துட்டு இருந்ததால நாங்க கோர்ட் ஹாலுக்கு வெளிய காத்துட்டு இருந்தோம்.

இப்ப நாங்க கொஞ்சம் ப்ரெண்ட்ஸ் ஆயிட்டோம். தினமும் போன்ல பேசிக்குவோம். பேஸ்புக்ல இருக்கோம். வாட்ஸ்அப் பண்ணிக்குவோம். ஆனாலும் அவட்ட ஒரு விலகல் இருந்துட்டே இருந்துச்சு. இப்பவும் என்னல்லாமோ பேசிட்டுதான் இருந்தோம். இனிமேல் அவளப் பாக்க முடியுமோ முடியாதோ, இதுதான் சரியான நேரம்னு நினச்சு ரொம்ப நாளா என் மனசுல இருக்குற அந்தக் கேள்விய அப்பக் கேட்டேன்.

"நீங்க ஏன் இன்னும் கல்யாணம் பண்ணிக்கல? யாரையாவது லவ் பண்றீங்களா?"

கைல வச்சிருந்தத டைரியப் பாத்துட்டு இருந்தவ மெதுவா நிமிந்து என் கண்ணப் பாத்து “ஆமா”ன்னு சொன்னா. அந்த ஆமான்னு சொல்லும்போது அவ முகத்துல ஒரு பிரகாசம் இருந்துச்சு.

சொல்லிட்டு அமைதியா இருந்தவளப் பார்த்து அப்பவும் வழக்கம்போல காறித் துப்பக்கூடிய ஒரு அல்பமான விசயம் மனசுக்குள்ள தோனுச்சு. ‘ஆமா உன்னைத்தான்’னு சொல்ல வாராளோன்னு நினைச்சுட்டு ஆவலா “அது யாருங்க”ன்னு கேட்டேன். அதுக்கும் அமைதியா இருந்தவளைப் பார்த்து ஒருவேளை ஒரே ஒரு வயசு மூத்தவ அப்படிங்குறதுனால காதலச் சொல்ல வெக்கப்படுறாளோன்னு நினச்சு “அட சும்மா சொல்லுங்க”ன்னு சொன்னேன்.

★★★

22 ஜனவரி 2013

“உன்கிட்ட சொல்லனும்னே நினைச்சிட்டு இருந்தேன். உனக்கு இவனத் தெரியுமா? எங்க ஊர்காரப் பையன்தான். சூப்பர் கேரக்டர். அவ்வளவு அன்பா பழகுவான். உன்ன மாதிரியேதான். எவ்வளவு நேரம் பேசிட்டு இருந்தாலும் நேரம் போகுறதே தெரியாது. பக்கா டீசெண்ட். எனக்கு இவனை செமையாப் புடிக்கும். ஆனா அவன ஆரம்பத்துல அண்ணான்னு கூப்பிட்டுட்டேன். இப்ப அப்படி கூப்பிடுறது இல்ல. ஒயிட் ஷர்ட். டார்க் சாண்டல் கலர் பேன்ட். டக் இன் பண்ணி எவ்வளவு ஹேண்ட்ஸமா இருக்கான் பாத்தியா. அவன பத்தி சொன்னா சொல்லிக்கிட்டே இருக்கலாம். நான் அவன லவ் பண்றேன்னு நினைக்கிறேன். நீ என்ன நினைக்கிற?”

“---------------”

“டேய் நான் லூசு மாதிரி என்னல்லாமோ சொல்லிட்டு இருக்கேன். நீ என்னடான்னா சிலை மாதிரி நிக்கிற? ஏதாவது சொல்றா?”

காலையிலிருந்தே எங்கள் கடைசி பெஞ்ச் கலகலத்து கொண்டிருந்தது. நாச்சியார் திருமொழி, சித்தர் இலக்கிய வகுப்புகள் முடிந்து மூன்றாவது பீரியட் தொடங்கியது. கருமேனியாப்பிள்ளை சாரின் உ.வே. சாமிநாதய்யரின் “என் சரித்திரம்.”

தான் அனைவரையும் விட புத்திசாலி என்று நிரூபிக்கும் வகையில் தமிழ் வகுப்பில்கூட அவர் ஆங்கிலம் பேச எடுக்கும் முயற்சிகள் எங்களுக்கு பயங்கர சிரிப்பை வரவழைக்கும்.

அவரை யாரும் கண்டுகொள்ள மாட்டார்கள். அவரைத் தொந்தரவு செய்யாதவரை அவரும் யாரையும் கண்டுகொள்ள மாட்டார். ஆகவே அந்த வகுப்பு எங்களுக்கு மதியம் சாப்பிட வேண்டிய சாப்பாட்டை பிரித்து பெஞ்சின் கீழ் குனிந்து கொண்டு வாய்க்குள் அமுக்குவது, எங்கள் முன்பெஞ்ச் நண்பர்களின் முதுகிலும், இடுப்பிலும் மூடிய பேனாவை வைத்து கூச்சமூட்டுவது, பெஞ்சின் அடியில் எப்போதும் கிடக்கும் கயிறை வைத்து அவர்களின் காலில் கட்டி விளையாடுவது, இரண்டடி தள்ளி எங்களின் இடது பக்கமாக அமர்ந்திருக்கும் பெண்களின் விசித்திரமான ஹேர் ஸ்டைலையும், அதில் அவர்கள் வைத்திருக்கும் பூக்களும், ஹேர் கிளிப்ஸ்களும் படும் கஷ்ட நஷ்டங்களை பற்றி கமெண்ட் அடிப்பதற்குமே பயன்படும்.

சங்கர நாராயணன் போன்ற நண்பர்கள் சிலரோ “வண்டினங்கள் மொய்க்கும் வாசனைமிக்க இயற்கையான கூந்தலுக்கு மங்கையர்கள் ஏன் இன்னொரு பூவையும் வைத்து வருகிறார்கள்?” எனக் கவிபாடிக் கொண்டிருப்பார்கள்.

நண்பன் ரமேஷின் அம்மா அவனுக்கு ஒருவித சைவ பிரியாணி செய்து கொடுத்து விடுவார்கள். பெரும்பாலும் அவன் அதைத்தான் தினமும் கொண்டு வருவான். தொடர்ந்து இரண்டரை வருடங்கள் சாப்பிட்டிருக்கிறோம். கொஞ்சம்கூட சலிப்பு தட்டியதில்லை, எங்கள் ஊர் பிரபல ஹோட்டல் ஒன்றின் சிக்கன் பிரியாணிகூட அதற்கு முன்னால் கைகட்டித்தான் நிற்க வேண்டும். எங்கெங்கோ சாப்பிட்டிருக்கிறேன். அந்த சுவைக்கு ஈடு... ம்கூம்.

உணவில் வரும் கொத்தமல்லி இலையை, கிராம்பை எவராவது சாப்பிடுவார்களா? கடுகுபோல் நறுக்கப்பட்டிருக்கும் ஏலமும்,கிராம்பும், அது இலையா இல்லை இலியானாவா என்கிற வித்யாசம் தெரியாமல் வளைந்து நெளிந்து அலங்கரிக்கப் பட்டிருக்கும் கொத்தமல்லி இலையையும் பிரியாணியுடன் சேர்ந்து சாப்பிட்டால்தான் அந்த ஒரு வாய் உணவே முழுமை பெறும். எண்ணிப் போடப்பட்டிருக்கும் அந்த நெய்யில் வறுத்த பிரௌனிஷ் நிற அண்டி பருப்பு எவனெவன் வாயிலெல்லாம் வந்து விழுகிறதோ அவனே அன்றைய தினத்தில் எங்களில்

ஆசீர்வதிக்கப்பட்டவன். எனவே மஞ்சளும் அல்லாமல், வெந்தைய நிறத்திலும் அல்லாத, இளம் காவி நிறத்திலும் சேராத அதற்கு, சற்றும் பொருத்தமில்லாத வெஜிட்டபிள் பிரியாணி என்ற பெயரை மாற்றிப் புதிய பெயர் ஒன்றை வைக்க நாங்கள் விடாமல் முயன்று வந்தோம்.

"மென்பிணி அவிழ்ந்த, குறுமுறி அடகும்,
அமிர்தி இயன்று அன்ன தீஞ்சேற்றுக் கடிகையும்,
புகழ்படப் பண்ணிய பேர் ஊன்சோறும்
இன்சோறு தருநர், பால்வாயின் நுகர"

மதுரைக்காஞ்சியில் குறிப்பிடும் அமுதைவிட இனிமையான இறைச்சி உணவான இந்த "ஊன்சோறு"கூட, போட்டியின் முதல் சுற்றிலே வெளியேறியதால் எங்களது அந்த முயற்சியும் தோல்வியிலே முடிந்தது.

ஆகவே அன்றைய வகுப்பறையில் அவனின் சோற்றுப் பொட்டலத்தில்தான் எங்கள் அனைவரின் கைகளும் இருந்தன. நான்கைந்து கைகள் பார்சலில் புகுந்ததின் விளைவு பெயர் தெரியாத அந்த வெஜிட்டபிள் பிரியாணியின் வாசனை வகுப்பறை முழுவதும் பரவியது. அந்த நேரத்திலும்கூட கண்டுகொள்ளாமல் அவர் புத்தகத்தில் இருப்பதை அப்படியே வாசித்துக் கொண்டிருந்தார். அவசர அவசரமாகத் தின்று முடித்த இன்னொரு நண்பன் அப்போதுதான் அந்த கமெண்டை எங்களுக்கு மட்டும் கேட்கும்படி சொன்னான்.

"சார் எங்களுக்கு இங்கிலீஷ் தெரியாது. ஒத்துக்குறோம். ஆனா நீங்க பேசுறது இங்கிலீஷ் இல்லைன்னு மட்டும் எங்களுக்குத் தெரியும் சார்."

அவன் சொல்லி முடித்ததுதான் தாமதம். சிரித்த சிரிப்பில் நிரம்பிய அணையை திறந்து விட்டதுபோல வாயில் இருந்த பிரியாணி பருக்கைகள் நாலாபுறமும் சிதறியது. அன்றுதான் கருமேனியாப்பிள்ளையின் கால் அருகில் கிடந்த இலையின் பெயர் "ரம்பா(பை)" என்று எவனோ சொல்லி எனக்குத் தெரியவந்தது.

கருமேனியாப்பிள்ளை முகத்தில் கார்மேகம் சூழ்ந்தது. இடியும் மின்னலும் வகுப்பறைக்குள் வெடிக்க, டிபார்ட்மெண்ட் வந்து புயலையும் பார்க்கும்படி என்னையும் ரமேஷையும் அழைத்தார். கடைவாயில் ஆங்காங்கே ஒட்டியிருக்கும் பிரியாணியை நாக்கின் மூலம் தூர்வாரிக்கொண்டிருந்த

எங்களைப் பார்த்து வகுப்பறையே சிரித்துத் தள்ளியது. வகுப்பு முடிந்ததும் கரைக்கு ஒதுங்கிய கடல் ஆமைபோல கவட்டையை பிளந்து கொண்டு நடக்கும் அவர் பின்னால் சிரிப்பை அடக்கிக்கொண்டு நாங்களும் சென்றோம். கையில் பிரியாணி எண்ணைப்பசையுடன் மணந்து கொண்டிருந்தது. வழக்கம்போல திட்டினார். இனி நாங்கள் ஒன்றாக உட்காரக் கூடாது. அதிலும் கடைசி பெஞ்ச் ஆகவே ஆகாது. மீறினால் டி.சி தரப்படும்.

அதன் பின்னர் என்னைப் பிடித்துக்கொண்டார். எல்லாவற்றிற்கும் காரணம் நான்தான், அனைவரையும் நான்தான் கெடுக்கிறேன் என ஒரு ஐந்து நிமிடம் திட்டிக் கொண்டிருந்தார். என்னைத்தானே திட்டிக்கொண்டிருக்கிறார் என்று அப்போதுதான் ரமேஷ் அந்தக் கேள்வியை கேட்டான். “சார் அப்ப நான் போகலாமா?”

ஒரு விஷயம் சொல்ல மறந்து விட்டேன். அவருக்குக் கொஞ்சம் மாறுகண். ஆகவே அவர் திட்டியது என்னை அல்ல; அவனை.

இது தெரியாமல் நான் அவர் திட்டத் திட்ட தலையை ஆட்டிக்கொண்டிருந்ததும், அவன் மோட்டு வலையை கொஞ்ச நேரமும், டிபார்ட்மெண்ட்டில் தொங்க விடப்பட்டிருந்த ஜவஹர்லால் நேருவைக் கொஞ்சநேரமும், ஏழேழு ஜென்மத்திற்கும் புரியாத தலையனை அளவுள்ள ஆங்கிலப் புத்தகம் ஒன்றை கொஞ்சநேரமும் பார்த்ததுமில்லாமல், கடைசியில் அலட்சியமாக அவன் கேட்ட கேள்வியும் சேர்ந்து அவரைப் பைத்தியத்திற்கு முந்திய கட்டத்திற்கு அழைத்துச் செல்ல, கால்மணிநேரம் வருகின்ற போகின்ற எல்லாப் பேராசிரியர்களிடமும் எங்களைக் காட்டி, திட்டி ஒருவழியாக “போங்கடா... உருப்புடாத கழுதைகளா” என்று அர்ச்சனை செய்து அனுப்பி வைத்தார்.

வெளியே வந்ததிலிருந்து வகுப்பிற்கு செல்லும்வரை “சார் அப்ப நான் போகலாமா” என அவன் சொன்னதையே திரும்பத் திரும்ப சொல்லி பேசக்கூட தெம்பில்லாமல் வார்த்தைகளை வாய்க்குள்ளே அடக்கிவிட்டு கண்ணில் நீர் வரும்வரை சிரித்துக்கொண்டே வந்தோம். எதிரில் வருபவர்கள், செல்பவர்கள் எல்லாம் நாங்கள் சிரிப்பதைப் பார்த்து அவர்களும் சிரித்துக் கொண்டே சென்றார்கள்.

எக்னாமிக்ஸ், சோசியாலஜி, தமிழ் என ஒவ்வொரு டிபார்ட்மெண்ட்களின் நடைபாதையைத் தாண்டியும் எங்களுடன் வந்து கொண்டிருந்த அந்த சிரிப்புகளுக்கு எதிரில்தான் அவள்,

அந்த பழமையும் புதுமையும் கலந்த கட்டிடத்தைத் தாங்கும் ஒவ்வொரு தூண்களையும், ஜன்னல்களையும், இரண்டு ஆள் உயரத்திற்கு இருக்கும் வகுப்பறைக் கதவுகளையும் கடந்து எங்களை நோக்கி நடந்து வந்துகொண்டிருந்தாள். என்ன நடந்தது எனக் கேட்டதற்கு, நான் அவனையும் அவன் என்னையும் காட்டி நடந்ததை சொல்லமுடியாமல் வயிறு வலிக்க சிரித்துக் கொண்டிருந்தோம்.

அப்போதுதான் அவளை நோக்கி கை காட்டியபடி ஒருவன் ஓடி வந்தான். பார்த்ததில் எங்கள் சீனியர் என்று மட்டும் தெரிந்தது. அவளிடம் ஏதோ கொஞ்ச நேரம் பேசிவிட்டு சென்றான். அவன் சென்றபின் என் பக்கம் திரும்பி அவள் பேச பேச கட்டற்று கரைபுரண்டோடிக் கொண்டிருந்த என் சிரிப்பு மெல்லமெல்ல குறைந்து ஒருவித வெப்பம் தலையைச் சுற்றிப் பரவத் தொடங்கியது.

ஆம். முதல் பத்தியில் எழுதியதைத்தான் அவள் பேசிக் கொண்டிருந்தாள்.

மூங்கில்களின் உரசலில் உருவாகும் பெருநெருப்பு காட்டையே எரித்து விடுவதுபோல அவளது ஒவ்வொரு வார்த்தையும் என் தலையிலிருந்து உடலெங்கும் பரவியது. எழுகின்ற கீழைக்காற்றில் பரவிடும் காட்டுத்தீயை விட்டு விரைந்தோடும் மான்களைப்போல அந்த நிமிடங்களிலிருந்து எப்படியாவது தப்பி ஓடிவிட வேண்டும் என நினைத்தேன்.

எங்கோ பெல் அடிக்கும் சத்தம் கேட்டது. சோசியாலஜி வகுப்பில் பெனடிக்ட் சாரின் குரல் கேட்டது. உச்சி வெயிலிலும் கிரவுண்ட்டில் விசில் சத்தம் கேட்டுக்கொண்டிருந்தது. சுற்றி நடப்பவர்கள் ஏதேதோ பேசிச் சென்றார்கள். ஓங்கி உயர்ந்து காணப்பட்ட மரங்களிலிருந்து உண்பதற்கு எதையெதையோ எடுத்துச்சென்ற குருவிகள் ஏதோ வைகறை நேரம்போல ஆராவாரத்துடன் கீச்சு சத்தங்களை எழுப்பி ஒவ்வொரு தூணாக சுற்றிச்சுற்றிப் பறந்து கொண்டிருந்தன.

யாரோ கை கழுவ குழாயைத் திருகியதில் தண்ணீர் எங்களை வட்டமடித்துத் தெறித்தது. தெறித்த அந்த நீர்த்துளிகளின் மேல் அரும்பாகி நனைந்து, முகிழ்ந்து மொட்டாகி, அவிழ்ந்து மலர வேண்டிய காதல் உதிர்ந்து விழுந்து சிதறியது. விழுந்த ஓசையைத் தவிர மற்ற எல்லாச் சத்தங்களும் என் காதில் விழுந்து கொண்டிருந்தன.

வகுப்புகள் முடிந்து அனைவரும் வெளியே வந்தனர். சிரிக்கச் சிரிக்க ரமேஷ் ஒவ்வொருவரிடமும் நடந்ததை சொல்லிக் கொண்டிருந்தான். நானோ அந்த இடத்தைவிட்டு, அவள் குரலை விட்டு, ஏன் அவளை நினைவுபடுத்தும் ஒவ்வொன்றிலிருந்தும் எவ்வளவு தொலைவு செல்ல முடியுமோ அவ்வளவு தொலைவு ஓடிவிட வேண்டும் என்ற அவசரத்தில் இருந்தேன். சிரிப்பினால் வந்த கண்ணீரின் ஈரப்பதம் இன்னும் என்னைக் காப்பாற்றிக் கொண்டிருந்தது. கரைகடந்த கண்ணீரைக் குனிந்து துடைத்துக் கொண்டேன். எந்த வழியாக அந்த இடத்திற்கு வந்தேன்? திரும்பி எங்கே செல்ல வேண்டும்? ஒன்றும் புரியவில்லை. ஒரு நிமிடம்தான் சுற்றியிருந்த அனைத்தும் அந்நியமாகிவிட்டன. ஆசை ஆசையாக வைத்து விளையாடிய பொருள் உடைந்த சோகத்தில் இருக்கும் குழந்தையின் அடக்கிவைக்கபட்ட கண்ணீர் வீட்டையே மூழ்கடிக்க எதுவும் பேச வேண்டாம், தொட்டாலே போதும் அல்லவா?

நல்லவேளை என்னை யாரும் அப்போது தொடவில்லை. எதுவும் கேட்கவில்லை.

அப்பொழுதுதான் கேட்டாள். “டேய் நான் லூசு மாதிரி என்னல்லாமோ சொல்லிட்டு இருக்கேன். நீ என்னடான்னா சிலை மாதிரி நிக்கிற? ஏதாவது சொல்றா?”

காளிதாசரின் சாகுந்தலத்தில் ஒரு கவிதை வரும்...

> “நீ உனக்குத் தகுதியான ஆளிடம்தான்
> உன் இதயத்தைக் கொடுத்திருக்கிறாய்.
> அதிர்ஷ்டசாலிதான்!!
> உண்மைதான்!!
> பெருக்கெடுத்து ஓடும் ஆறு கடலைத்தவிர
> வேறு எங்கு போக முடியும்”

“ஆமா நீயும் இந்து. அவனும் உங்க மதம்தான். பிரச்சனை இல்லை” வெட்கப்பட்டுக் கொண்டும், அவ்வளவு அழகாக சிரித்துக் கொண்டும் அவள் பேசி முடித்தபோது இதை மட்டும்தான் இரண்டு நிமிட திணறலுக்குப் பின் கஷ்டப்பட்டுச் சொன்னேன். அப்போது கூட அவளுக்கு என் போலி அசைவுகளைப் புரிந்துகொள்ள முடியவில்லை. என்னுடைய பொய் மொழிகள்தான் அவளுக்கு எவ்வளவு இன்பத்தைத் தந்தன!

தீச்சுடர் போல பிரகாசமாக மின்னிக்கொண்டிருந்த அவள் கண்களோ அதை அப்படியே நம்பிக் கொண்டிருந்தன. அவ்வப்போது நீண்டு வளர்ந்த கரிய நிற தலைமுடியை கோதும் அவள் கைகளில் தவழ்ந்த அலங்கரிக்கப்பட்ட வளையல்கள்தான் எவ்வளவு மகிழ்ச்சியுடன் மேலும் கீழும் துள்ளிக்குதித்து கொண்டிருந்தன. நீர் காணா ஓடையில் நீண்ட காலத்திற்குப்பின் வரும் புதுநீர்போல பல்கி பெருவெள்ளமாய் பாய்ந்தோடிக் கொண்டிருந்தது அவள் மனது. உதயமாகும் நிலவைப் போல அவள் முகம் பிரகாசித்துக் கொண்டிருந்தது. ஆம்பல் மலர் போல மகிழ்ச்சியில் மலர்ந்து விரிந்து வெண்மையான அவள் கண்களுக்குள்ளும், இமைகளை மட்டுமே நனைத்துக் கொண்டிருக்கும் கண்ணீர் கண்களை தாண்டிவிடக்கூடாது என்பதற்காக நொடிக்கொருமுறை இமைத்துக் கொண்டிருந்த என் கண்களுக்குள்ளும் ஒரு சிறு புயலே சுழன்று சுழன்று வீசிக் கொண்டிருந்தது.

இலக்கியங்களில் அழகிய ஆடைகளையும், ஆபரணங்களையும் அணிந்த இழையணி பணைத்தோள் என்பார்களே, அதைப்போன்ற அவளது தோள்களை இறுக்கமாக பிடித்துக் குலுக்கி "எப்போது என் காதலை நீ புரிந்து கொள்ளப்போகிறாய்?" என்று அந்த மூன்று மாடி கட்டிடமே அதிரும் வண்ணம் கத்த வேண்டும் போல இருந்தது. அந்த கட்டிடங்களே மூழ்கும் அளவிற்கு அவளைப்பற்றி நான் எழுதிக் குவித்த கவிதைகளைக் காண்பித்து "இன்னும் எத்தனை எத்தனை வருடங்கள் காத்திருந்தால் நீ என் காதலை புரிந்துகொள்வாய்?" என்று அவள் முகத்திற்கு முன் தூக்கியெறிய வேண்டும் போல இருந்தது. "கொஞ்சம் நீ திரும்பி பார்த்திருந்தால்கூட இந்த இரண்டரை வருடங்களில் நெடுந்தொலைவை கடந்திருக்கும் உன் பாதச்சுவடுகளுக்கு பின் கொஞ்சமும் பிசகாமல் வந்திருக்கும் என் காலடித் தடங்களையாவது நீ பார்த்திருக்கலாமே" என்று கெஞ்ச வேண்டும் போலிருந்தது. "நான் நுழைய மட்டும் ஆயிரக்கணக்கான தடைகளையும், காவல்களையும் ஏற்படுத்தி அந்தப் பொதினி மலையளவு பூட்டை வைத்துப் பூட்டி வைத்திருக்கும் உன் மனதை நான் என்ன செய்தால் திறப்பாய்? விண்ணைத்தொடும் மலைகளுக்கும் கேட்கும் எனது குரல் உனக்கு மட்டும் கேட்காதா?" என்று 'ஓ'வென்று கத்த வேண்டும் என்று நினைத்தேன். "யாருக்கும் தெரியாமல் மதிய இடைவேளையில் உன் இருக்கையில் வந்து அமர்ந்த கதையை அதனிடம் கொஞ்சம் நீ காது கொடுத்து கேட்டிருந்தால்கூட காதலினால் நான் படும் அவஸ்தைகளை

அமீரின் நாட்குறிப்புகள் | 131

நாள் முழுவதும் உன்னிடத்தில் சொல்லியிருக்குமே? அதற்கு புரிந்தது கூட உனக்கு புரியவில்லையா என்று அவள் கைகளைப் பிடித்து அந்த மரப்பெஞ்சுகளிடம் இழுத்துச் செல்லலாமா" என யோசித்துக் கொண்டிருந்தேன். என் வீட்டிற்கு அழைத்துச்சென்று பாதரசம் தேய்ந்து பிம்பங்களை சிதறடிக்கும் அந்த கண்ணாடிமுன் அவளை நிறுத்தி "நான் எத்தனை முறை உன்னிடம் காதலை சொன்னேன் என்ற கதையை அதனிடம் கேள்" என்று உரக்கக் கூவ வேண்டும் என்று தோன்றியது.

எங்கே இதையெல்லாம் கேட்டு அவளை நிரந்தரமாக இழந்து விடுவேனோ என்ற பயத்தில், "இன்னும் நீ அவள்முன் நிற்பது நல்லதல்ல" என்று எனக்கு நானே நொடிக்கொருமுறை சொல்லிக் கொண்டிருந்தேன்.

அகநானூறு களிற்றியானை நிரையில் ஒரு பாடலில் தலைவன் தான்கொண்ட காதலுக்கு இசையாத தலைவியின் செய்கையால் தன் இனத்தினின்றும் நீக்கப்பட்ட ஆண் யானையைப் போன்று துயருடனும், தளர்வுடனும் அங்கிருந்து செல்வான். கிட்டத்தட்ட அதைபோன்றுதான் ஏதேதோ சொல்லிவிட்டு அந்த இடத்தைவிட்டு அகன்றேன். வடமொழி பாகவத புராணத்தில் ஒரு கதை வரும். சிங்கம் ஒன்று கஷ்டப்பட்டு ஒரு காட்டு விலங்கை கொன்றுவிட்டு சேர்ந்து சாப்பிட தன் குடும்பத்தை அழைத்து வருவதற்குள் ஓநாய் ஒன்று அந்த மாமிசத்தை தின்றுவிட்டுச் சென்றுவிடும். ஏமாந்து போன சிங்கம் கூனிக்குறுகி தன் குடும்பத்தின் முன் சோகமாக நிற்குமாம். என் காதலைத் தெரிந்த ஒரே ஒரு நண்பன் ஒருவன் முன் அன்றைய தினம் அப்படித்தான் நின்றேன்.

அப்போதுதான் எங்கோ இருந்து அந்த பாடல் காற்றில் மிதந்து வந்து காதில் விழுந்தது.

அந்த பாடல் அன்றைய தினத்தை இனி எந்நாளும் மறக்கவிடாது என்பதோ, இனிவரும் காலங்கள் முழுவதும் அது அவளையே நினைத்து கசிந்துருக வைக்கும் என்பதோ, அவளுக்காக காத்திருந்த புங்கை மர நிழலும், விடுமுறை தினங்களும், வரப்போகும் முன்பனிக்காலமும் என்னை சித்ரவதைசெய்து கொல்லும் என்பதோ, அவசரத்தில் எடுத்து மாலையில் சேராமல் சாலையில் விழுந்து வண்டி சக்கரங்களில் சிக்கிக்கொண்ட பூ போல ஆகிவிட்ட என் சொல்லாக் காதலின் ஏக்கங்களும் இன்னும் நூறு பக்கத்திற்கு அவளைப் பற்றிக் கவிதை எழுத வைக்கும் என்பதோ, மன அழுத்தத்தின் உச்சியில் எழுதிய

அத்தனையையும் நான் கிழித்தெறிவேன் என்பதோ அப்போது எனக்குத் தெரியாது.

அந்த தேவாலய மணி ஓசையும், வயலினும், புல்லாங்குழலும்... ஊர் உறங்கும் அந்த அடர் இருள் இரவுகளில் தொடர்ந்து என் உறக்கத்தை பறித்த அந்த பாடல்...

★★★

"அவ்வளவு அமைதியா. மெதுவா அவனோட பேரச் சொன்னா."

அவமானமும், கேவலமும் பொங்க பரிதாபத்துடன் மூஞ்சை வைத்துக்கொண்டு "என்னங்க சொல்றீங்க?" என்றேன். செக் இஷ்யூ பண்ண இன்னும் அரைமணிநேரம் ஆகும்னு ஓ.ஏ சொல்லிட்டு போக, தேம்பியும், அழுதும், இடைவெளி விட்டும், தொடர்ந்தும், கைல வச்சிருந்தத, அந்த டைரியை தடவி கொடுத்துட்டும், அத நெஞ்சோரம் அணைச்சு வச்சுகிட்டும் அந்த அரைமணிநேரமும் அவ சொன்னது இதுதான்.

"எனக்கு ஒரு அக்காவும் அண்ணனும். ரெண்டு பேருக்குமே படிப்பு ஏறல. அக்காவ கல்யாணம் பண்ணி குடுத்துட்டாங்க. அண்ணன் அப்பா வச்சுருந்த பாத்திரக் கடையப் பாத்துக்கிட்டான். எனக்கும் அவன மாதிரியே அம்மா கிடையாது. என்னோட சின்ன வயசுலயே தவறிட்டாங்க. அதனால நான் படிச்சு பெரிய ஆளா வருவேன்னு என்மேலத்தான் வீட்ல எல்லாரும் அதிகமா நம்பிக்கை வச்சுருந்தாங்க. நாங்களும் ரொம்ப வசதியானவங்க இல்ல. மிடில் கிளாஸ்தான். குடும்பத்துல நான்தான் மொத கிராஜுவேட். அதேமாதிரி அவன் குடும்பத்தோட கஷ்ட நஷ்டமெல்லாம் எனக்குத் தெரியும். அவன் அப்பாவும் அவன நம்பித்தான் இருந்தாரு. அவன் நல்ல படிப்பான். எழுதுவான். எல்லாருக்கும் அவனப் புடிக்கும். ஆனா அத தன்னோட கேரியர்க்கு பயன்படுத்திக்க கொஞ்சமும் அவன் யோசிக்கல. கம்யூனிஸ்ட் கட்சில இருந்தான். சாய்ந்தரம் வேலைக்கு போறதுனால க்ளாஸ கட் அடிச்சு நோட்டிஸ் கொடுக்கவும் போஸ்டர் ஒட்டவும் ஆர்பாட்டம் நடத்தவும்தான் போவான். நான் அந்த விசயத்துல அவன குறைச் சொல்லல. அப்படி அவன் இருந்ததுனாலத்தான் அவ்வளவு மனிதாபிமானம் உள்ளவனா இருந்தான்.

நான் ஒரு பையன காதலிக்கிறேன்னு சொன்னாலே போதும். எங்க வீட்ல அத்தோட என்னை காலேஜ்க்கு அனுப்புறத நிப்பாட்டிருவாங்க. 'என் நிலமை மட்டும் நல்லா இருந்துச்சுன்னா நான் கட்சில ஃபுல் டைமரா போய்ருப்பேன்னு' அடிக்கடி சொல்லிட்டு இருப்பான். இப்படி இருக்குறவன கல்யாணம்னு வரும்போது எங்க வீட்ல எப்படி ஏத்துக்குவாங்க? அதுலயும் ஒரு முஸ்லீம்னு சொன்னா...?

எனக்கு என்ன பண்றதுன்னே தெரியல. ஆனா கடைசிவரை நான் எப்பவுமே அவன்கூட இருக்கணும்னுதான் ஆசைப்பட்டேன். அதனாலத்தான் என் காதல அவன்கிட்ட சொல்லாம மறைச்சு வச்சேன்...

அவன எப்படியாவது பிஎச்டி வரை இழுத்துட்டு வந்துரனும்னு நான் ரொம்ப ஆசைப்பட்டேன். ரெண்டு பேருமே ப்ரபசர்ஸ் அப்டீன்னா, எங்க வீட்ல சம்மதிப்பாங்கன்னு ஒரு நம்பிக்கை இருந்துச்சு. அதுவரைக்கும் பொறுமையா இருக்கனும்னு எனக்கு நானே முடிவு பண்ணிக்கிட்டேன். அந்த ஒரே காரணத்துக்காகத்தான் என் காதல நான் வீட்லயும் சொல்லல, அவன்ட்டயும் சொல்லல. காதலச் சொல்லாம மறைச்சு வச்சு அவனவிட நான்தான் அதிகமா வேதனைப்படுறேன்னு நினச்சேன்... ரெண்டு வருசத்துக்கு முன்னாடி ஒருநாள் அவன் வீட்டுக்கு போகும்போதுதான் அவனோட புக்ஸ் நடுவுல ஒளிச்சு வச்சுருந்த இந்த டைரி என் கைல கிடச்சப்ப...

...அவன் என்னை விரும்புறான்னு ஆரம்பத்துல இருந்தே எனக்கு நல்லாத் தெரியும். சும்மா கொஞ்ச நாளு சுத்துவான் அப்புறம் ஒதுங்கிருவான்னு நினச்சேன். அவனும் அடிக்கடி அப்படி என்கிட்டயிருந்து ஒதுங்கிதான் இருந்தான். ஆனா அது அவன அவனே வதைச்சுக்கிட்டதுன்னு...

...அவன நான் ரொம்ப கஷ்டப்படுத்திருக்கேன். அவன் கிளாஸ்ல என்னைப் பாக்குறான்னு எனக்கு நல்லாவே தெரியும். ஆனா அவன நான் கண்டுக்கவே மாட்டேன். ஆனா அவன் என்னப் பாக்காத நேரமா பாத்து அவன நான் அப்படி ரசிப்பேன். என்கிட்ட ஒருநாள் எப்படியோ தைரியத்தை வரவச்சு காதல சொல்ல வந்தான். அவனால எப்பவுமே என்கிட்ட காதலச் சொல்ல முடியாதுன்னு நினச்சுக்கிட்டு இருந்த எனக்கு அது ரொம்ப ஷாக்கா இருந்துச்சு. அப்பவே அவன்கிட்ட ஏதாவது பொய் சொல்லி அத தள்ளிப்போடணும்னு நினச்சேன். ஆனா நான் சொன்ன அந்தப் பொய்...

...எங்க ஊர்க்காரப் பையன் ஒருத்தன் எங்க காலேஜ்லதான் படிச்சான். அப்படி ஒருநாள் அவனை எப்படியாவது அந்த எண்ணத்துல இருந்து மாத்துறதுக்காக, அவனத்தான் நான் லவ் பண்றேன்னு சும்மா சொல்லிப் பாத்தேன். ஆனா நான் எவ்வளவு பெரிய தப்பு பண்ணிட்டேனு எனக்கு புரியுறதுக்கு...

...அவனை அந்த பஸ் ஒருமுறைதான் கொன்னுச்சு. நான் நாலு வருசமா தினம் தினம் அவனைக் கொன்னுட்டு இருந்துருக்கேன். நான் ஒரு சாடிஸ்ட். கோழை. அடிமுட்டாள். சுயநலம் புடிச்சவ. உண்மையிலே அந்த ஆக்ஸிடென்ட்ல செத்துருக்க வேண்டியது நான்தான்..."

★★★

22 அக்டோபர் 2013

எங்கிருந்தோ அந்தப் பாடல் காற்றில் மிதந்து வந்தபோது தூங்கிக் கொண்டிருந்தேனா, கனவு கண்டேனா, இல்லை விழித்திருந்தேனா? என இப்போதும் ஞாபகமில்லை. காதலற்று பேசியவைகளை காதலாக எண்ணி, அவற்றை உள்ளூர விரும்பி, அவைகளை உண்மையான வார்த்தைகள் என நம்பி எனக்குள் நானே வளர்த்துக்கொண்ட ஆசைகள் தவிடுபொடியான அன்று அடுத்தடுத்து இரண்டு வகுப்புகள் இருந்தன. எதற்கும் செல்லவில்லை. யாரும் பார்க்காத வண்ணம் கல்லூரியின் இண்டோர் ஸ்டேடியத்தில் போய் படுத்துக்கொண்டேன். எவ்வளவு நேரம் அங்கே இருந்தேன் என்று தெரியவில்லை. வெளியே வரும்போது இருட்ட ஆரம்பித்தது. அந்தப் பாட்டு ஏதோ ஒன்றை எனக்குள் செய்ததே தவிர அப்போது நான் அதைக் கண்டு கொள்ளவில்லை. ஆனால் அன்று இரவு முழுவதும் அதன் பல்லவிகள் மட்டும் மனதுக்குள் ஆழப் பதிந்துவிட்டது.

பின்னர் அந்தப் பாடலை கேட்கத் தொடங்கிய போதுதான், அது வயலின் தந்திகள் போன்ற இதயத்தின் நாளங்களில் முப்பது இன்ச் வில்களை வைத்து வாசிக்கத் தொடங்கியதை உணர்ந்தேன். உண்மையிலே அந்தப் பாடல் கதாநாயகி கடவுளை நோக்கிப் பாடுகிறாளா? இல்லை கதாநாயகனிடம் கெஞ்சுகிறாளா? எனப் புரிந்துகொள்ள முடியவில்லை. ஆனால் அவளுக்கு ஒரு தேவன் இருந்தார். எனக்கு...

முதன்முதலில் அவளைச் சந்தித்த நறுமண மலர்கள் உதிர்ந்து கிடக்கும் புன்னைமரத்தின் நிழல்களைத் தவிர வேறு என்ன

இருக்கிறது எனக்கு? அவளுக்காக காத்து கிடந்த அத்தனை பிறை நாட்களையும் தவிர வேறு எதனிடம் நான் வேண்டுவேன்? வேங்கை மரம்போல ஓங்கி உயர்ந்து காணப்பட்ட கல்லூரியின் வாசல் கதவைத் தவிர நான் கெஞ்சுவதற்கு ஒன்றுமில்லையே வண்டுகள் மொய்க்கும் பூக்களின் நிழல்கள் அசைந்தாடும் எங்கள் தெரு பூதத்தான் கிணற்றைத் தவிர, அதில் விழுந்து கிடக்கும் முதிர்ந்த இலைகளைத் தவிர வேறு என்னதான் எனக்குத் தெரியும்?

அந்த நாட்கள் முழுவதும் தோல்வியில் முடிந்த காதல், ஒரு வழிப்பறி கொள்ளைக்காரன் போலவே என்னைப் பின்தொடர்ந்து வந்தது. புதர்கள் மண்டியும், தடங்கள் மறைந்தும், கொடிய விலங்குகளை எதிர்கொண்டும் நீங்கள் செல்லும் அந்த ஒற்றையடிப் பாதையில் தாம் செய்வது தீங்கு என்பதை அறியாத, எதிர்ப்பட்டோர் எவராயினும் தொடர்ந்து சென்று, கொன்று வீழ்த்தும் கொடிய இயல்பு கொண்டதுமான காதல் தன் கையில் கொடிய ஆயுதத்துடன் ஒரு வழிப்பறிக் கொள்ளைக்காரன் போல உங்கள்முன் வந்து நின்றிருக்கும்.

காதலை வெளிப்படுத்தாத உங்களின் ஜன்னலோரப் பயணங்கள் ஒன்றும் மகிழ்ச்சிகரமானதாக இருப்பதில்லை. வீசும் தென்றலும், கடந்துபோகும் மரங்களும், பறந்துவரும் சருகுகளும் அவளை இன்னும் ஆழமாக உங்களுக்குள் தூக்கியெறிந்து விட்டுச்செல்லும். காதலைச் சொல்லத் தயங்கி நின்ற உங்களின் இரவுகள் எல்லாம் சாபங்களால் நிறைந்தவை. கைவிட்டுப் போன காதலின் நினைவுகள் துயில்கொள்ளா இதயத்தின் மீது கடிகார முள்ளென நொடிநொடியாய்ப் படர்ந்து செல்லும். சொல்லக் கிடைத்த வாய்ப்பையெல்லாம் சொல்லாமல் தவறவிட்ட உங்களின் மழைக்காலங்கள் ஒன்றும் அவ்வளவு இதமானவைகள் அல்ல. பெறுநீரிலிருந்து தப்பிச்செல்லும் அட்டைப்புழுக்கள்போல் நினைவுகள் மனதின் பாதையில் ஏதோ ஒன்றை சுமந்தபடி ஊர்ந்து செல்லும். சொல்ல வந்ததைக்கூட மறந்து கண்களுக்கும் கன்னத்திற்குமிடையில் இருக்கும் சிறுதழும்பை ரசித்து நின்ற உங்களுக்கு பகல்கள் மட்டும் வரங்கள் நிரம்பியவைகளா என்ன? நிதம் கடக்கும் கல்லூரி வாசலும், பேருந்து நிறுத்தமும் ஆயிரம் கதைகளை புங்கைமரக் காற்றோடு வீசிவீட்டுச் செல்லும். காதலைக்கூற தைரியமில்லாத நீங்கள் கலந்துகொள்ளும் மது விருந்துகள் ஒன்றும் அவ்வளவு கொண்டாட்டமானவைகளாக இருப்பதில்லை. விழுங்கும் ஒவ்வொரு மிடறும் மறந்துபோன

சின்னச்சின்ன தருணங்களைகூட அசுர வேகத்தில் ஆயிரம் யானைகளின் எடைகொண்ட கால்தடங்களை நடு நெற்றிக்குள் ஆழப்பதித்துவிட்டு பாய்ந்தோடும். சொல்ல வந்த காதலை சொல்லாமல் வேறு ஏதோ பேசிச்சென்ற நீங்கள் எழுதும் துயரங்களும் வேதனைகளும் புலம்பல்களும் ஆக்கிரமித்திருக்கும் உங்கள் கவிதைகளும் அவ்வளவு ரசிக்கும்படியானதாக ஒன்றும் இருக்கப்போவதில்லை. அந்திம காலத்தில் மிச்சமென ஒட்டியிருக்கும் கொஞ்சநஞ்ச முனங்கல்களையும் விடாமல் பிடித்து வைத்துக்கொண்டு உங்களை நிம்மதியிழக்க வைக்கும் அம்மாச்சியின் தொந்தரவுகள் போன்றவை அவை. ஆம் அவைகள் வெறும் தொந்தரவுகள் நிரம்பியவை. ஆனாலும் கூர்பனிக்காலத்து நள்யாமக் குளிரில் சுடச்சுடக் காய்ந்து கொதித்த நீரில், இருள் போர்த்திய காலையில் அவ்வளவு எளிதாக ஒன்றும் அவற்றை வெறுப்புடன் தலைமுழுகிவிட்டு புதைத்துச் செல்ல உங்களால் ஒருபோதும் முடியாது.

தோல்வியடைந்த காதலின் காலம் எப்போதும் முதுவேனிற் காலம்தான். எனவே நீங்கள் செல்லும் பாதை எங்கும் வெம்மை சுட்டெரிக்கும். கானல் நீர் நெளிந்து வளைந்து செல்லும். நீர் ஓட்டம் என்று எண்ணிச் செல்லும் உங்களுக்கு அது பாலை வெளியை நினைவுபடுத்தும். அதையும் கடந்து செல்லும் நீங்கள் அப்போதுதான் காதல் என்ற கொலைகாரனை எதிர்கொள்வீர்கள். அதே பாலை வழியேதான் நானும் சென்றேன்.

நீரற்றுப் போன ஊற்றுக்களைப் பார்த்து தொடர்ந்து ஏமாந்தேன். இதற்கு முன் அந்தப் பாதை வழியாகச் சென்றவர்களின் சதைகளற்ற, கூடுகளைக் கண்டேன். அத்தகைய கொடுமை நிறைந்த அந்தப் பாதையில் செல்லும்போது எங்கோ காற்றில் மிதந்து வரும் அந்தப் பாடல் வரிகள் உங்களை என்ன செய்யும்?

அப்போதுதான் நீங்கள், உண்பதற்கு எதுவும் கிடைக்காத பறவைகள் காதலின் பாதையில் வருந்தி மெலிந்து கண்கள் இல்லாமல், சிறகுகளை இழந்து இறந்து கிடக்கும் காட்சிகளை பார்த்துக் கொண்டிருப்பீர்கள். உங்களை என்ன செய்யும் அந்த வரிகள்?

மிச்சமான கொஞ்ச உயிரையும் கைகளில் பிடித்துக்கொண்டு, ஏந்தியிருக்கும் காதல் எனும் பிச்சைப் பாத்திரத்தை அதன் சுமை தாங்காமல் நழுவவிடாதபடி பற்றிக்கொண்டு தோல்விகள் நிறைந்த பாதையில் வெற்றிகரமாக நடப்பீர்கள். கொதிக்கும் மணல்கள் காலோடு கால் ஒட்டும். அச்செம்மண் தரைகளில்

ஊர்ந்து கொண்டிருக்கும் புழு பூச்சிகள் உங்களுக்கு எந்தச் சூழ்நிலையிலும் எந்த நம்பிக்கையையும் தராது.

காதல் மறுக்கப்பட்ட நீங்கள் நினைப்பீர்கள். இனி வானத்தில் சந்திரன் தோன்றாது, தேனீக்கள் ஒருபோதும் இனி உயர்ந்த மலை இடுக்குகளில் தேன்கூடுகளை கட்டாது, வயல்வெளிகளில் எந்தப் பறவைகளும் இனி மகிழ்ச்சியாக சிறகுகளை விரித்துப் பறக்காது, நீராற்றின் கரைகளில் இனி காந்தள் மலர்கள் மலரப் போவதில்லை, அடி பருத்து காணப்படும் மரங்கள் எல்லாம் வேரோடு சரிந்து வீழும், அவ்வுயர்ந்த மரங்களில் வசித்து வந்த பறவைகள் எல்லாம் அஞ்சிப் பறக்கும்!

உங்களிடம் இருக்கும் இதுபோன்ற கொஞ்ச நஞ்ச நம்பிக்கையையும் சுக்குநூறாக்கும் அந்த வரிகள், அந்த தோல்வியின் குரலும், வயலினும், புல்லாங்குழலும் உங்களை நேரடியாகத் தாக்கும்.

பெண்ணின் மனக்குமுறல்களை வெளிக்காட்டும் அந்தப் பாடல், ஒரு ஆணின் மனதை தவிடுபொடியாக்க எந்த இடத்திலும் தவறுவதில்லை. அதில் வரும் தேவாலய மணி ஓசை கிளைகளை இழந்து, இலைகளை உதிர்த்து நிழலற்று காணப்படும் மரங்களையும், அந்த மரங்கள் உதிர்த்த இலை தளைகளினால் மூடப்பெற்ற நீர் வற்றிப்போனக் கிணற்றையே உங்களுக்கு நினைவுபடுத்துமே தவிர, ஒருபோதும் வசந்தத்தை அல்ல. சமஸ்கிருத கீர்த்தனைகளில் ஆரம்பித்து பிரேமத்தையும், பிரீத்தியையும் ஐந்து முறை சொல்வதில் எந்த பிரச்சனையும் உங்களுக்கு இருப்பதில்லை. “தேவனின் கோவில் மூடிய நேரம்” என்று அந்த வரியை நீங்கள் கேட்கத் தொடங்கும் அந்த நொடியில்தான் உடம்பின் ஒவ்வொரு அணுக்களிலும் காதலின் வலியை நீங்கள் உணர்வீர்கள்.

கலித்தொகையில் காளையை அடக்குதல் பற்றி ஒரு பாடல் உண்டு. அதை படிக்கும்போது காளை மறந்து காதலே உங்கள் நினைவுக்கு வரும்.

காதலின் மீது நாம் ஏறி அமர்ந்து அதை அடக்கப் பார்ப்போம். அப்போது வேலின் நுனிக் கூர்மைகள் கொண்ட கொம்புகள் போன்ற மங்கையர்தம் கண்கள் நம்மை குத்திக் கிழிக்க எந்நேரமும் காத்திருக்கும். அதை மீறியும் அஞ்சாதவனாக ரத்தம் சிந்தும் காயங்களோடு காதலின் மேல் நாம் ஏறி அமர வேண்டும். ஏற்கனவே அது குத்திக் கிழித்து நம்முன் கிடத்தியிருக்கும் மனிதர்கள் நம்மை சுற்றி நிற்பார்கள்.

ஆனாலும் ஏதோ ஒரு வீட்டின், ஏதோ ஒரு மரத்தின் நிழலில் இருந்து ஒரு ஜோடி கண்கள் நம் வீரத்தை ரசிக்கும். ஆராவாரம் செய்யும். அதற்காக நீங்கள் உங்கள் உயிரையும் விடலாம். உங்கள் காயங்களை அவள் ரசிப்பாள். வழிந்தோடும் சூடான ரத்தத்தோடு நீங்கள் காதலை மார்போடு அணைத்துக் கொள்ள வேண்டும். அந்த கண்களை நாம் கொம்புகளாக நினைத்து முறித்துத் தள்ள வேண்டும். கொம்புகள் குத்திக் கிழிப்பதை ஆசையுடன் எதிர்கொள்ளவேண்டும். வேறு சிலர் அஞ்சி நடுங்குவார்கள். அதை நீங்கள் கவனிக்கக்கூடாது. தன்னை தழுவியவனையே குத்திச் சாய்ப்பது காளையின் கொம்புகளுக்கு அடுத்து இருப்பது காதலியின் கண்கள்தான். அதன் காயங்களுக்கு மருந்து கிடையாது.

அப்போதுதான் அந்நாட்களில்தான் காதல் ஏற்படுத்திய அந்த மருந்தில்லா காயங்களை ஆற்ற எங்கெங்கோ சுற்றத் தொடங்கினேன். மீன் பிடித்து, அதில் உப்பு தடவி காயப் போட்டிருக்கும் பாக்கமும், பட்டினங்களும், விளைகளும், தோப்புக்களும், துறைகளும் நிறைந்துள்ள எத்தனையோ ஊர்களுக்கு சென்றேன். அதை உண்ண வரும் பறவைகளை விரட்டும் பாட்டிமார்களுடனும், கிழவன்மார்களுடனும் கதைகள் பேசியிருக்கிறேன். தேவாலயத்தில் கன்னியாஸ்திரிகளின் பிரார்த்தனைப் பாடல்களை நண்பனுடன், ஊர் அண்ணன்மார்களுடன் எத்தனையோ தடவை சென்று கேட்டிருக்கிறேன். அதில் அத்தனை நபர்களிடமும் ஏதாவதொரு வடிவில் "தேவனின் கோவில்" இருக்கும்.

இடுப்பில் பல வண்ணங்கள் கொண்ட பாலிஸ்டர் சாரங்களை உடுத்திக்கொண்டு, வாயில் நிரம்பியிருக்கும் வெத்தலைப் பாக்குடன், செருப்பென்பதே அறியாத அந்தப் பாதங்கள் தேவாலயத்திற்குள் நுழையும் அந்த நொடியைப் பாருங்கள். தேவன் அந்தப் பாதங்களின் அழுக்குகளில் தனது பாவத்தை கழுவுவதை காண்பீர்கள். மீன் விற்றபின் கையில் மிச்சமிருக்கும் காசுடனும், அவ்வளவு பெரிய மீன் குடுவையுடனும் தேவாலயத்திற்குள் சென்று கர்த்தரின்முன் முக்காடிட்டு மன்டியிட்டு அமரும் அவர்களின் கண்களிலிருந்து வானிலிருந்து விழும் மழைத்துளிபோல உதிரும் புனிதமான கண்ணீர்த் துளிகளை காண்பீர்கள். அவர்களுக்குமுன் நம் இமைகளைத் தாண்டும் கண்ணீரின் வெதுமையை உணர்வீர்கள்.

தேவாலய சுவர்களில் வரையப்பட்டிருக்கும் அத்தனை ஓவியங்களும், திரைச்சீலைகளும், அலங்கரிக்கப்பட்ட அவ்வளவு

உயரமான கதவுகளும், ஜன்னல்களும், படிக்கட்டுகளும் அவர்களை நோக்கித் திரும்பும். அவர்களுக்கு சிலநேரம் வேண்டும் வரம் கிடைக்கலாம். தேவன் காட்சியளிக்கலாம். மாதா மார்போடு அவர்களை வாரி அணைத்துக் கொள்ளலாம். கர்த்தரின் இரு கைகள் அவர்களை நோக்கித் திரும்பலாம். நாம் கொண்டிருக்கும் காதல் தெய்வீகக் காதலா இல்லையோ; ஆனால் அவர்களின் அந்த கண்ணீர் தெய்வீகமானது. அந்த நம்பிக்கையுடனும், அடக்கிவைக்கப்பட்ட கண்ணீருடனும் அதன்பின் எத்தனையோ முறை அவள்முன் சென்று நின்றிருக்கிறேன். ஒரு கண்ணசைப்பில், உதட்டோர ஒரு இளம் சிரிப்பில், ஒரு அசட்டுப் பார்வையில் மௌனமாக ஒரு வார்த்தையை உதிர்த்துவிட மாட்டாளா என நாட்கணக்கில் ஏங்கி தவித்திருக்கிறேன். அத்தனை தெய்வங்களும் அவள்முன் எனக்காக "தேவனின் கோவில்" பாடவேண்டும் என்று அடிக்கடி நினைத்துக் கொள்வேன்.

முட்டிகள் தேயத்தேய யாரிடம் நீங்கள் மண்டியிட்டு வேண்டுவீர்கள்? கண்ணீர் உங்கள் மேல் சட்டையை ஈரமாக்கும்வரை அழுதால் மட்டும்? கொஞ்ச நாட்களில் உணர்ந்து விடுவீர்கள். நீங்களும் அந்த தேவாலய மெழுகுவர்திகள்தான். யாரோ ஒருவர் ஏற்றுவார். அவர்களுக்காக நீங்கள் கரைவீர்கள். உங்களின் பிரகாசம் கானல் நீரைவிட பொய்யானது. தாங்காமல் தாங்கி பாரம் சுமந்து நிழலுக்காகவோ, ஒரு சொட்டு நீருக்காகவோ, அல்லது ஒரே ஒரு அன்பான அரவணைப்பிற்கோ நீங்கள் சோர்ந்து போயிருக்கும்போது நீண்டிருக்கும் அந்த இரு கைகள் உங்களுக்கு இளைப்பாறுதல் தரும். இதயத்தின் குறுக்கு நெடுக்காக நீங்கள் இடும் அந்த சிலுவைக் குறி எதைத்தான் நினைவுபடுத்தும்? நீங்கள் சொல்லும் அத்தனை அல்லேலூயாவிலும், ஆமெனிலும் யார் நிறைந்திருப்பார்கள்?

அந்த நொடியில் உலகில் இதுவரை யார்யாரோ காதலைப் பற்றிக் கூறிய அத்தனை வார்த்தைகளும் உங்களுக்கு மறந்துவிடும். அப்போது ஒன்று மட்டுமே உங்கள் நினைவில் நிற்கும். தோல்விகள் அல்ல காதல், வெறும் ஹார்மோன்கள் அல்ல காதல். அது அங்கீகாரத்திற்காக யாரிடமும் மண்டியிடுவதில்லை. ஏன் காதலர்களிடம்கூட. தோல்வியடைந்த காதல் தேடுவது வெறும் காதலை மட்டும்தானே தவிர; ஒருபோதும் காதலியையோ, காதலனையோ அல்ல.

அந்தக் காதலும் உங்களிடம் தேடுவதும், கேட்பதும் ஒன்றே ஒன்றுதான்... ஒருநிமிடத் தனிமை... வெறும் ஒரே ஒரு நிமிடத் தனிமை. என்றோ ஒருநாள்... அப்படிப்பட்ட ஒரு தனிமை உங்களுக்கு கிடைக்கும் பட்சத்தில்... அந்த அறுபது நொடிகளில்... அந்த அமைதியில்.. அந்த இரவில்... கிட்டத்தட்ட இதேபோல ஒரு கவிதையை நீங்கள் எழுதக்கூடும்...

★★★

இந்த இரவிலும் தனிமையில்தான் செல்வேனோ?
இக்குளிரிலும் வெறுமையைத்தான் போர்த்துவேனோ?
இம்மழையிலும் நிலவை மட்டும்தான் துணைக்கழைப்பேனோ?

சருகுகளை மிதித்து நெடுந்தொலைவு செல்ல வேண்டும்
வீசும் காற்று பிரிவைக் குறித்து ஏதோ முனுமுனுத்தபடி கடக்கிறது
இதயம் அவளை மட்டும் நிரப்புகிறது
கேள்விகள் எனக்கு மட்டும் கேட்கிறது
தெரியும் வெளிச்சத்தில்
அவள் கிழக்கையும் என் மேற்கையும் பார்க்கிறேன்
காதல் அதன் ஆழத்தைச் சந்தேகிக்கிறது
விரியும் இடைவெளியில்
ஒரு பெருமூச்சுக்கான நேரம்கூட இல்லாமல் நடக்கிறேன்
வசந்தத்தின் அறிகுறிகள் காதலின் பக்கங்களைப் புரட்டுகிறது
சந்திப்பதற்கு மட்டுமா பயணம்? சேர்வதற்கு மட்டுமா காதல்?
கானலாகிப்போன காதலை...
வெறும் கனவாகிப்போன உன்னை...
எழுதித் தீர்த்தே ஒருநாள் இறந்துபோகும்
என் விரல்கள்மீது ஒரே ஒரு முத்தம் இட்டுவிடு...
தாய் ஊட்டியப் பாலின் கடைசி சொட்டும்
கரைந்து வெளியேறும் அந்த நொடியில்...
காதலின் ஆணியால் அறையப்பட்டிருக்கும்
என் சவப்பெட்டியினுள் ஒட்டியிருக்கும் உன் எச்சிலின் ஈரப்பதம்
இப்புவியின் கடைசிச் சொட்டு நீர்த்துளியோடும் கலந்திருக்கும்.
அன்றைய தினம்...
நான் இல்லாத "நள்"என்று சத்தம் கேட்கும்
அந்த கரியநிற இரவில் உன் இமைகளை மூடு...

கல்லெறிந்த குளம்போல்

நீரலையாய் என் நினைவுகளில் சுமந்து தவழ்ந்து விரியும்
ஊமைக் காதலின் கதைகளின் மீதியை...
மீன்கள் இல்லாத, நீலம் மறைந்த,
கசந்து கண்ணீர்த் துளிகளால் நிறைந்துபோன
என் காதல் கடலின் ஒவ்வொரு அலையின் மூலம்
உன் கனவில் வந்து ஒவ்வொன்றாக ஒப்பிப்பேன்...
ஆயிரக்கணக்கான வருடங்களாக
காற்று மரங்களோடு பேசுவதைபோல...
ஆகாய வெளிகளில் பறவைகள் பாடித் திரிவதைப்போல...

★★★

“பாதி சொல்லியும் சொல்ல முடியாமலும், அழுது அடங்கி, வீங்கிய கண்ணத் தொடச்சிக்கிட்டு எதுவும் பேசமுடியாம அதுவரை அவ கைல இருந்த டைரியத் தந்து “நாளைக்கு வந்து வாங்கிக்கிறேன். அப்பாட்ட முக்கியமான வேலையா போய்ருக்கேன். சாய்ந்தரம் வீட்டுக்கு வருவேன்னு மட்டும் சொல்லிருங்க. பிளீஸ்”ன்னு சொல்லிட்டு நடையும் ஓட்டமுமா படில இறங்கி போனவளப் பாத்துட்டே இருந்தேன். அவ சொன்னதுல பாதி புரிஞ்சிச்சு. மீதி ஒண்ணுமே புரியல. இன்னும் அரைமணி நேரம் ஆகும்னு மறுபடியும் ஓ.ஏ வந்து சொல்லிட்டு போனாரு. என்ன செய்யணும்னு தெரியல. ஒரே வெறுமையா இருந்துச்சு. வேற வழி தெரியாம டைரியோட மொதப் பக்கத்தை தொறந்து சும்மா படிக்க ஆரம்பிச்சேன்...”

★★★

நீர் நிறைந்த மேகத்திட்டுகள் பாரம் தாங்காது இளைப்பாற மழையாவதுபோல, என் காதலை சொல்ல நினைத்து முடியாமல் அந்த பாரங்களை இன்றுவரைத் தாங்கிக் கொண்டிருக்கும் நான்... அச்சம் தரும் கொடிய மிருகங்களையும், அவநம்பிக்கைகள் தரும் கானல் நீர் நிறைந்திருந்த சுடும் பாலை வழியையும் கடந்து வாழ்ந்து கொண்டிருக்கும் நான்... வளைந்த தந்தங்களையுடைய யானைகள் மகிழ்ச்சியாய் உலவும், மாமரங்களும் பூத்துக்குலுங்கும், குயில்களும் பாடித்திரியும் நிழல் நிரம்பிய அழகில்,வெப்பத்தால் கருகிய மரங்களும்கூட தனக்குள் பூக்களின் மொட்டிதழ் விரித்து மணம் வீசத்தொடங்கும் முதுவேனிற்காலம் போன்றதொரு மாலைவேளையில் அவளை இழந்த நான்...

இப்படி என் எல்லாப் பருவ காலங்களிலும் எனக்கு அளவில்லா காதலை பரிசளித்தவளும், என் இன்னொரு நானாக மாறிப்போனவளுமான அவளைப்பற்றி உங்களுக்கு சொல்ல விரும்பிய நான், அதற்கு முன்னுரையாகக் கூற விரும்பிய முதல் இரண்டு வரிகள்தான் இந்த மூன்று வருட நாட்குறிப்புகள்...

12 ஜூலை 2010

சிறு சிறு வண்டுகளும் ஈசற் பூச்சிகளும் தும்பிகளும் வீட்டிற்குள் நுழையும் மழைநாளின் ஒரு மாலைப்பொழுது. விளக்குகள் அணைக்கப்பட்டும், கதவுகள் மூடப்பட்டும் கிடந்தன வீடுகள். வெண்மேகம் அரிதாகத் தோன்றிக் கடும்மழைப் பொழியும் கூதிர்காலம். கதிரவன் கார்மேகத் திட்டுகளால் சூழப்பட்டிருந்த மந்தாரவேளை. பெருந்துளிகளாகப் பெய்த மழைக்குப்பின் மரங்களின் இலைகளிருந்து நீர் இன்னும் சொட்டிக் கொண்டிருந்தது.

●●●

பொச்சுக்கிள்ளி: இன்முகம் காணும் அளவு

உசிலம்பட்டி பக்கம் வெயிலும், கருவேல மரங்களும், கம்பும், சோளக் காடுகளும் சூழ்ந்த பாதி அத்துவானமானதும், வானம் பார்த்த பூமியுமான சேர்வராயன்பட்டியில் பிறந்து அங்கேயே வளர்ந்து, மதுரையில் சட்டம் படித்து, பின்னர் நீதிபதி தேர்வில் தேர்வாகி, அதே போன்றதொரு வெப்ப மண்டல பிரதேசமான திருவண்ணாமலையில் மூன்று வருடம் பணியாற்றிவிட்டு, முதன் முதலாக அந்த ஊருக்கு பணியாற்ற வந்த சங்கரபாண்டி, அந்த ஊரைச் சுற்றி இருக்கும் கடலையோ, பெயர் தெரியாத ஓங்கி உயர்ந்த மரங்களையோ, எப்போதும் வற்றாமல் ஓடிக்கொண்டிருக்கும் ஆறுகளையோ, நிரம்பி வழியும் குளங்களையோ, சலிக்காமல் பெய்யும் மழையையோ இல்லை கேரளாவைப் போல சிலுசிலுவென இருக்கும் ஊரின் தட்பவெட்ப நிலையையோ பார்த்து அதிசயப்பட்டதை விட, ஆச்சர்யப்பட்டதை விட, கோர்ட்டிற்கு வரும் அக்யூஸ்ட்களின் பெயர்களும், மலையாளமும் தமிழும் கலந்த ஒரு விசித்திர பாஷையும்தான் அவரை அதீத வியப்பில், ஆர்வத்தில், இன்னும் சரியாகச் சொன்னால் பல நேரங்களில் பயங்கர சிரிப்பிலும் ஆழ்த்திக் கொண்டிருந்தன.

சாம்பார்வாளி வில்சன், யூடூப் மணி, பால்கவர் ரவி, சிசிடிவி தாஸ், விதவை குமார், பாவாடை சுரேஷ்...

அரிவாள் சேகர், வெட்டு ஜோசப், வீச்சு பக்கீர், குண்டாஸ் முருகன்... இப்படிப் பெயர்களாக கேள்விப்பட்டே பழகிப்போன அவருக்கு முதன் முதலாக மஜிஸ்ட்ரேட் க்ளர்க் நீதிமன்றத்தில் இந்தப் பெயர்களை வாசித்தபோது

கொஞ்சம் சத்தம் போட்டே சிரித்துவிட்டார். ஆனால் இந்தப் பெயர்களுடனேயே வாழ்க்கை நடத்திவரும் வழக்கறிஞர்களோ, குமஸ்தாக்களோ, நீதிமன்றப் பணியாளர்களோ நீதிபதி மனம் கோணக்கூடாது என்பதற்காக மெல்லியதாக புன்சிரிப்பு ஒன்றை மட்டும் உதிர்த்து வைத்தனர். அக்யூஸ்ட்களோ என்னவென்று புரியாமல் கூண்டிற்குள் கைகட்டியும் வணக்கம் வைத்தும் குனிந்தவாறு அப்படியே நின்றுகொண்டிருந்தனர். பார்த்தால் உலகின் அனைவரின் பாவங்களையும் சுமந்து அவர்களுக்காகவே தங்கள் எஞ்சிய வாழ்நாட்களை அர்ப்பணித்துவிட வேண்டும் என்ற உயரிய கொள்கையோடு வாழ்வதுபோலவே அவ்வளவு அப்பாவியாக இருந்தார்கள். அப்படி அவர்கள் நிற்பதைப் பார்க்கும்போது அடக்கி வைத்த சிரிப்பை அடக்க அவருக்கு இன்னும் பெரும் பாடாகிவிட்டது.

அடுத்த மூன்று வருடங்கள் இங்குதான் பொறுப்பு என்பதால் கண்டிப்பாக இந்தப் பெயர்களின் பின்னணிக் கதைகளை ஒருநாள் தெரிந்துகொள்ள வேண்டும் என்று அன்றைய தினமே முடிவெடுத்து விட்டார். பணிச்சுமை, விடுமுறை நாட்களில் சொந்த கிராமத்திற்குச் சென்று வருவது, முதல் திருமணம் விவாகரத்தில் முடிந்ததால் இரண்டாவது திருமணத்திற்குப் பெண் பார்க்கப்போனது என அதற்குள் மூன்று மாதங்கள் ஓடியிருந்தது. இந்த மூன்று மாதங்களில் பாடுவது போல இருக்கும் அந்த ஊர் பாஷை மட்டும் அவருக்குக் கொஞ்சம் பிடிபட்டிருந்தது.

இதற்கிடையிலும் அந்தக் கதைகளை கேட்க அவர் முயற்சி எடுக்காமலில்லை. அவருடைய ஜுடிசியல் மஜிஸ்ட்ரேட் நம்பர் 1 கோர்ட் போலீஸ் சுகுமாரனிடம் இதைப்பற்றிக் கேட்டிருந்தார். ஆரம்பத்திலிருந்தே அவர் பேசுவது மட்டும்தான் எந்தவித சிரமமும் இல்லாமல் சங்கரபாண்டிக்கு புரியும்படியான தமிழாக இருந்தது. வெளியூரிலிருந்து மாற்றலாகி வரும் பல்வேறு மாவட்டங்களைச் சார்ந்த சப் இன்ஸ்பெக்டர்கள், இன்ஸ்பெக்டர்கள், நீதிபதிகளிடம் வேலை பார்த்ததால்தான் இந்த அனுபவம் எனப் பின்னர் தெரிந்துகொண்டார். சுகுமாரனுக்கு அந்த ஊரே அத்துப்படி. பிறந்ததிலிருந்து அந்த ஊரைவிட்டு அவர் எங்கும் சென்றதில்லை. இன்னொரு விஷயம் மேற்படி அக்யூஸ்ட்களில் சிலர் அவருக்கு ஏதோவொரு வகையில் சொந்தக்காரர்களாகவும், இன்னும் சிலர் நேரடிப் பழக்கம் உள்ளவர்களாகவும் இருந்தார்கள். எனவே தான் மட்டும் தயாராக இருந்தால் போதும், எப்போது வேண்டுமானாலும்

அந்தப் பெயர்களின் பின்னணியில் உள்ள கதைகளை தெரிந்துகொள்ளலாம் என்பதால் கொஞ்சம் சுணக்கமாகவே இருந்துவிட்டார். நாட்கள் ஓடின. மூன்று மாதங்கள் ஆறானது.

அந்தச் சமயத்தில்தான் இனிவரும் ஒவ்வொரு மாதத்தின் முதல் சனிக்கிழமைகளில் கீழமை நீதிமன்றங்கள் செயல்பட வேண்டும் என்று ஒரு சுற்றறிக்கை வந்து சேர்ந்தது. அன்று வெள்ளிக்கிழமை. ஊருக்குப் போய் திரும்புவதில் அலைச்சல்தான் மிஞ்சும். ஆகவே நாளைதான் அதற்கு சரியான நாள் என்று சங்கரபாண்டி மனதுக்குள் நினைத்துக்கொண்டார். காலையிலே சுகுமாரனை சேம்பருக்குள் அழைத்து நாளை காலை 10.00 மணிக்கு வீட்டுக்கு வரும்படி சொல்லிவிட்டார். மற்ற நீதிபதிகள் போல அவர் குவாட்டர்ஸில் தங்கவில்லை. ஊரின் ஒதுக்குப்புறமாக மரங்களும், பறவைகளும், அணில்களும், புல்வெளிகளும் சூழ்ந்த ஆணும் பெண்ணுமாய் இரு வேலைக்காரர்கள் மட்டுமே இருக்கும் கேரள பாணியில் கட்டப்பட்டிருந்த மாடி இல்லாத ஒரு பெரிய வீட்டில் தங்கியிருந்தார்.

★★★

சுகுமாரன் ஏற்கனவே வந்து ஹாலில் அமர்ந்திருந்தார். இடியும் மின்னலும் காற்றும் கலந்து முந்தையநாள் இரவு பிடித்த பெருமழை காலையில்தான் சாரலாக கொஞ்சம் ஓய்ந்திருந்தது. ஒரு தெளிவான வெளிச்சம் இல்லாமல் மேக மூட்டங்களுடன் காட்சியளித்துக் கொண்டிருந்த வானம் இனி எப்போது வேண்டுமானாலும் ஒரு பெருமழையைத் தரலாம் என்று எண்ணிய சுகுமாரன், தனது ஸ்ப்ளென்டரில் லேசான தூறல்களில் நனைந்தபடி 9.30-க்கே அங்கு வந்து சேர்ந்திருந்தார். சுகுமாரன் டிபன் முடித்திருந்ததால் காஃபியும் பிஸ்கெட்டும் முழங்கை அளவிற்கு ஒரு நேந்திரம் பழமும் அவருக்கு கொடுக்கப்பட்டது. நேந்திரம் பழத்திற்கு சுகுமாரன் வயிற்றில் இடம் இல்லாததால் அது மட்டும் டீபாயில் மிஞ்சி இருந்தது.

முதன் முதலாக கதை கேட்கும் ஆர்வத்தை சங்கரபாண்டி சொன்னதில் இருந்தே சுகுமாரனுக்கு ஒரு சந்தேகம் இருந்து வந்தது. அந்தச் சந்தேகம் தோன்றும்போதெல்லாம் எப்படியும் சங்கரபாண்டியிடம் அதைக் கேட்டுவிட வேண்டும் என நினைத்துக்கொள்வார். ஆனால் பொதுவாக நீதிபதிகள் கோர்ட் போலீஸை வேலைக்காரர்கள் போலவே நடத்துவார்கள். அப்படி இருக்கும்போது தன்னையும் மதித்து இவ்வளவு அன்பாக பேசும் நீதிபதியிடம் தான் அதிகமாக உரிமை எடுத்துக்கொள்ளக்

கூடாது என நினைத்துக்கொண்டு அந்த எண்ணம் தோன்றும் போதெல்லாம் அமைதியாகிவிடுவார். இன்னொரு காரணம் சங்கரபாண்டியின் தோற்றம்.

அவரை பார்த்தவுடன் நெஞ்சின் ஓரத்தில் தோன்றும் பயத்தில் கொஞ்சநஞ்சம் ஒட்டியிருக்கும் அந்த எண்ணத்தையும் அப்படியே குழிதோண்டிப் புதைத்துவிடுவார். அந்தக் கேள்விக்கான முதல் வார்த்தைகூட சுகுமாரன் வாயிலிருந்து வெளிவராது.

இன்றும் அப்படித்தான்.

அந்த சந்தேகத்தைத்தான் தனது முதல் கேள்வியாகவே கேட்கவேண்டும் என நினைத்துக்கொண்டே குளிருக்கு இதமாக ஆவி பறக்க வேலைக்காரன் கொண்டு வைத்த அந்த டீயை ஜெட் வேகத்தில் சுகுமாரன் குடித்து முடிக்கவும், குளித்து முடித்துவிட்ட சங்கரபாண்டி முன் வழுக்கைத் தலையுடன் வெளியே வரவும் சரியாக இருந்தது.

தலையில் இருக்க வேண்டிய முடியைவிட இரண்டு மடங்கு அளவு அகண்டு விரிந்த அவரது மார்பில் இருந்தது. அந்த திறந்த மார்புடன், சந்தன கலர் வேட்டியை தனது வயதின் அளவுள்ள முப்பத்தியெட்டு இன்ச் இளம் தொப்பையில் மடித்துக் கட்டிகொண்டு, தொப்புளையும் தாண்டி தொங்கும் 11 பவுன் முறுக்கு சங்கிலியுடன் ஒரு கையில் வில்ஸுடனும் மறு கையில் காஃபியுடனும் அறை கதவைத் திறந்து வெளியே வந்தார்.

அவரைப் பார்த்ததும் சுகுமாரனின் உடல் தானாகவே எழுந்து நின்று நேராகி, காக்கி பேன்ட் அணிந்த கால்கள் ஒன்றோடொன்றாக அப்பி, இடதுகை தொடையோடு சேர்ந்து இறுகி, இருக்கிறதா இல்லையா எனத் தெரியாத வண்ணம் அதன் ஐந்து விரல்களும் உள்மடங்கி, அதேநேரம் வலதுகை அணிச்சையாக முன்தலை பக்கம் போய் கணநேரத்தில் பலமாக ஒரு சல்யூட் அடிக்கவும், வழக்கம்போல அந்தக் கேள்வி புதைகுழிக்குள் போய்ச் சேர்ந்து “அய்யா” என்ற வார்த்தையாக வெளிவந்து விழுந்தது.

முழங்கைவரை மடித்துவிடப்பட்ட வெள்ளைச் சட்டையும், நெற்றித் தழும்புகளும், கிருதாக்கள்கூட இல்லாமல் மழுங்கச் சிரைத்த ஒட்டிய கன்னங்களும், சிறிதாக முறுக்கிய மீசையும், நிறத்திற்கேற்ப கோல்டன் கலர் டைட்டன் வாட்சும், மோதிரமும், காலரின் ஓரம் துருத்திக்கொண்டிருந்த தங்கச்சங்கிலி

சகிதமுமாய் பளிச்சென்று நின்று கொண்டிருந்த ஐம்பது வயது சுகுமாரனைப் பார்த்ததும் சங்கரபாண்டி சிரித்துக்கொண்டே "சொல்லுங்க சுகுமாரன், பொண்ணு பாக்க வந்த மாப்பிளை மாதிரி எப்படி இப்படி அழகா வந்து நிக்குறீங்க?" என்றார்.

கூச்சத்துடன் நெளிந்துகொண்டே "அது வீட்டம்மா செஞ்ச வேலங்கைய்யா. ஜட்ஜய்யாவப் போய் பாக்கப் போறீங்க கொஞ்சம் நீட்டா போங்கன்னு பீரோவுக்குள்ள இருந்த வாட்ச் செயினு மோதிரம் இப்படி எல்லாத்தையும் எடுத்துப் போட்டு விட்டுட்டாய்யா" என்றார்.

"சரி அதெல்லாம் கோர்ட்ல அய்யானு கூப்டுக்கோங்க. இங்க சார்னே கூப்பிடுங்க. வாங்க உள்ளவிட வெளியதான் குளிரா இதமா இருக்கு, அங்க உக்காந்து பேசுவோம்" என்று சுகுமாரனை வீட்டின் நுழைவாயிலுக்கு அருகில் அமைந்துள்ள விசாலமான வராந்தாவிற்கு அழைத்துச் சென்றார். ஏற்கனவே போடப்பட்டிருந்த பழையகாலத்து சாய்வு நாற்காலிகளில் இருவரும் அமர்ந்தனர். அங்கும் பிளாஸ்க்கில் டீயும், இஷ்டத்திற்கு பழங்களும், பிஸ்கெட்டுகளும் இருந்தன.

பேச்சு முந்தையநாள் நீதிமன்ற விஷயங்களைப் பற்றிச் சென்றது. சம்பிரதாயமாக கால்மணிநேரம் நீடித்த அந்தப் பேச்சு முடிந்தவுடன் சங்கரபாண்டி, "அது என்ன சுகுமாரன் இந்த ஊர்ல மட்டும் இப்படியெல்லாம் பட்டப் பேரு வைக்குறாங்க? யூடுப் மணிக்கு அடிதடி கேஸ். நானும் அவன் கேஸைப் படிச்சுப் பார்த்தேன். இந்த பேருக்கும் அவனுக்கும் ஒரு சம்பந்தமும் இல்லயே? அப்படியேதான் ஒவ்வொரு அக்யூஸ்ட்டோட கேஸையும் படிச்சுப் பாத்தேன். அந்தப் பேர்களுக்கான காரணம் எதுலயும் இல்லை. எல்லாருக்கும் ப்ரிவியஸ் கேஸஸ் இருக்கு. அநேகமா அவங்களோட முதல் கேஸ்லதான் இந்தப் பேர்களெல்லாம் வந்துருக்கும்னு நினைக்கிறேன். அதுனாலத்தான் அதோட காரணங்களைச் தெரிஞ்சுக்குற ஆர்வத்துனால உங்களக் கூப்பிட்டேன். அப்புறம் இந்தப் பேரெல்லாம் யார்தான் வைக்குறாங்க? இவ்வளவு பேரும் ஒரே ஊர்ல இருக்காங்க, இவங்களுக்குள்ள சண்டையே வராதா? நீங்க எப்படி இவங்கள ஹான்டில் பண்றீங்க?" என்றார்

எப்படித் தொடங்குவது என்ற தயக்கத்தில் இருந்த சுகுமாரனுக்கு அவரே இப்படி சாதாரணமாக ஆரம்பித்தவுடன் உற்சாகமாக பேசத் தொடங்கினார்.

★★★

"அய்யா... ஸ்... சாரி சார்."

சார் இவனுகளுக்கெல்லாம் ஹெட் நம்ம பால் கவர் ரவி. இரயில்ல போயி திருடுறது, இரயில் தண்டவாளங்களை, அங்க கிடைக்குற இரும்பு சாமான்களை, அதச் சுத்தி இருக்குற இரயில்வே குடியிருப்புல திருடறதுன்னு சின்னச் சின்ன திருட்டுல ஆரம்பிச்சு, இப்ப அவனுக்கு தமிழ்நாடு முழுக்க தொடர்பு இருக்குற அளவுக்கு திருட்டுல முன்னேறிட்டான் சார். ஆனா அவன் திருட்ட விட்டு 10 வருசத்துக்கும் மேல ஆச்சு. பெண்டிங்க்ல இருக்குற ராபரி கேசுங்க எல்லாமே பழசுங்கதான். இப்ப அவனோட வேல இவங்களப் போல உள்ள எல்லோருக்கும் திருட்டு சொல்லிக் குடுக்குறது, அப்புறம் அவங்கள வெளியூர்ல நடக்கப்போற சின்னச் சின்ன திருட்டுல இருந்து கொஞ்சம் பெரிய திருட்டுவரை லிங்க் பண்ணி விடுறது. அடிக்குற அமௌன்ட்ல கொஞ்சம் இவனுக்கும் வந்துரும். ஆனா எங்க வச்சு இவனுகள மீட் பண்றான், என்ன பண்றான்னு யாருக்குமே தெரியாது. இத்தனைக்கும் பெரும்பாலும் ஜெயிலுக்குள்ளதான் இருப்பான். அவன் செலக்ட் பண்ற ஆளுகளும் ரொம்பப் பெரிய திருட்டெல்லாம் பண்ண மாட்டானுக. முக்காவாசி அவனுக்கு நல்ல பழக்கம் உள்ளவனுகளுக்கு மட்டும்தான் சொல்லிக் கொடுப்பான். எங்கையாவது போய் மாட்டிக்கிட்டா அவன்பேரு மட்டும் வெளிய வரவே கூடாது. இதுதான் அவனோட மொத பாடமே. அப்படி காட்டிக்கொடுத்தா என்ன ஆகுங்குறதும் எல்லோருக்கும் தெரியும். இதுவரை வெளியூர்ல நடந்த எந்தெந்த திருட்டு கேசுல யார் யாரு மாட்டலன்னு ரவிக்கும் மத்த எல்லோருக்கும் தெரியும். ஒருத்தன் போலீஸ்ல காட்டிக் கொடுத்தா போதும். மிச்சம் இருக்குற எல்லா கேசும் அவன் மேல அந்தந்த ஊரு போலீஸ் போடுறதுக்கு ஏத்தமாதிரி எல்லாத் தகவலும் ஸ்டேஷனுக்கு வந்துரும். அதனாலத்தான் அத தாஸ் மொதக்கொண்டு யாருமே இதுவர மீறுனது இல்ல. இதெல்லாம் எங்களுக்கு எப்படி தெரியும்னுதான யோசிக்கிறீங்க சார்."

"ரவிய ரொம்பநாள் ஷாடவ் போட்டோம். ஒரு யூசும் இல்ல. இதெல்லாம் எங்களுக்கு இன்பார்மெர்ஸ் சொல்றத வச்சு நாங்களா கெஸ் பண்ணது. கை கால உடைச்சும் பாத்துட்டோம், மாட்ட மாட்டேங்குறான். அப்புறம் எங்க லிமிட்குள்ள ரொம்பப் பெரிய திருட்டெல்லாம் இவனுக பண்றதில்லை. இவனுக எப்படி வெளிய போறானுகளோ, அதே மாதிரி வெளிய உள்ளவனுக இங்க வந்து பண்றானுக. என் அளவுக்கு

இவ்வளவுதான் சார் எனக்குத் தெரியும். அதுக்குமேல என்ன நடக்குதுன்னு தெரியாது சார்...”

சுகுமாரனை தான் அந்த நோக்கத்திற்காக அழைக்க வில்லையே என்று உணர்ந்தவராக “சரி அந்த பேரு எப்படி வந்துச்சுனு சொல்லவே இல்லையே...” என்றார்.

“சாரி சார். அத விட்டேன் பாத்தீங்களா. திருட ஆரம்பிச்ச காலத்துல இருந்து இப்பவரை ரவி போதைக்கு அடிக்ட் சார். சின்ன வயசுல கைல காசு இல்லாம அவன் பண்ண காரியம்தான் அவனோட இந்த பேருக்கு காரணம். சரக்கு வாங்க, டோப்பு வாங்க காசில்லாம இருமல் மருந்து வாங்கி குடிக்கிறது. பால் கவர்ல ஓட்ட போட்டு அதுக்குள்ள நெய்ல் பாலிஷ், ஃபெவிக்கால், வொய்ட்னர், பெயிண்ட் இப்படி எதையாவது ஊத்தி அந்த கவர நல்லா ஊதி மூக்கு வழியாவும் வாய் வழியாவும் இழுக்குறது இப்படி என்னென்ன வேண்டாத்தனம் உண்டோ அதையெல்லாத்தையும் செய்வான் சார். ஒருதடவை அவன போலீஸ் அரெஸ்ட் பண்றப்ப அவன் வீட்ல பால்கவரா இருக்குறதப் பாத்து விசாரிக்கும்போதுதான் இது தெரிய வந்துச்சு. கேஸ்ல அந்தப் பேரையே சேத்துக்கிட்டோம்” என்று சீரியசாக முடித்தார்.

எல்லோரையும் வைத்து வேலை வாங்கும் ரவியிடம் இன்னும் ஆர்வமான, நுணுக்கமான கதைகள் பல இருக்கும் என்று சங்கரபாண்டி மனதுக்குள் நினைத்துக்கொண்டிருக்கும்போதே “சார் அவனுக்குன்னு இல்ல நீங்க கேக்குற யாருக்குமே ஒரு கேஸ் மட்டுமில்ல எத்தனையோ கேஸ் இருக்கு. அதுல ஒண்ணுதான் சார் யூடூப் மணி கேஸ். அது நீங்க வரதுக்கு முன்னாடி இதே கோர்ட்ல நடந்து முடிஞ்ச கேஸ் சார். சீனியர் வக்கீல் எட்வின் சார்தான் அவனுக்கு அந்த கேஸ்ல அக்யூட்டல் வாங்கித் தந்தாரு.”

சங்கரபாண்டி தலையாட்டிக்கொண்டே காபி டம்ளரை கீழே வைத்து விட்டு சோபாவில் சாய்ந்தார்.

இப்போது அவரின் கேள்விகளுக்காக காத்திருக்காத சுகுமாரன் தானாகவே மீதியையும் சொல்லத் தொடங்கினார்.

“சார் யூடூப் இருக்கானே... அவனுக்கும் படிப்புக்கும் ஏணி இல்ல, கிரைன் வச்சாக்கூட எட்டாது. ஸ்கூல் பசங்கள மிரட்டிக் காசு வாங்குறது, சொந்த வீட்லயே திருடிட்டு ஊர விட்டு ஓடுறது, சின்னச் சின்ன அடிதடி இதுதான் அவன் மேல

உள்ள கேஸ். அப்ப நம்ம ஏரியாவுல ஒரே பைக் திருட்டு. அது எங்களுக்கு பெரிய தலச்செரையா இருந்துச்சு. இவன் மேல யாருக்கும் சந்தேகமே வரல. இவனுக்கு அந்த கூரும் கிடையாதுன்னு நம்ம ஸ்டேஷன்ல கண்டுக்கவும் இல்ல. ஆனா கொஞ்ச நாளா ஆன்ட்ராய்ட் போனு, கலர் கலரா சட்டை பேன்ட்டுன்னு மணி மைனர் மாதிரி திரிய ஆரம்பிச்சான். அப்பவும் நாங்க ஒருநாள் ஏதாவொரு கேஸ்ல சிக்குவான்னு விட்டுட்டோம். அந்த சமயத்துலதான் ரெண்டு காலேஜ் பசங்கள யாரோ நாலு பேரு சேந்து நம்ம பீச் ரோடு ஜங்ஷன் பக்கத்துல இருக்குற அண்ணா சிலைக்குக் கீழப் போட்டு அடிக்குறாங்கன்னு கன்ட்ரோல் ரூம்ல இருந்து தகவல் வந்துச்சு. ஸ்பாட்டுக்கு போயி எல்லாரையும் அள்ளிப்போட்டுட்டு ஸ்டேஷனுக்கு வந்து விசாரிச்சோம். அப்பத்தான் ஒவ்வொன்னா ஒவ்வொரு ஆளா தாண்டிப்போயி கடைசில நம்ம மணிகிட்ட வந்து சங்கதி நின்னுச்சு. அவன கூட்டிட்டு வந்து என்ன ஏதுன்னு கேக்காம, சப் இன்ஸ்பெக்டருக்கு இருந்த கடுப்புல அரைநாளு புல்லா அவன வச்சு காச்சி எடுத்துட்டாரு. கடைசில ஒத்துக்கிட்டான். இவன்கூட ரெண்டு டோப்பு பார்ட்டிகளும் கம்பனிக்கு உண்டுபோல. அவனுகளுக்கும் செமத்தியா குடுத்தோம்.”

அய்யோ பாவம் என்பதுபோல சுருங்கிப்போன சங்கரபாண்டி முகத்தைப் பார்த்து சுகுமரனும் “ஆமாங்க சார் நல்ல அடி வாங்குனானுக” என்றார்.

“விஷயம் என்னான்னா, பைக்க திருடி வெளி மாவட்டத்து காலேஜ் பசங்களுக்கும், சேல்ஸ் ரெப்புகளுக்கும் ஐயாயிரத்துக்கும், பத்தாயிரத்துக்கும் வித்துருக்கானுக. விக்கிற வரைக்கும் பைக்க ஹார்பர் பக்கம் கொண்டு போயி தார்பாய் போட்டு அடையாளத்துக்கு ஒடஞ்சு நிக்குற போட்டுக்கு பக்கத்துல மண்ணத் தோண்டி ஒளிச்சு வச்சுருக்கானுக. எல்லாம் முடிஞ்சு ரிமாண்டுக்கு ரெடி பண்ணிட்டு இருந்தோம். ஆனாலும் ஏதோ ஒண்ணு இடிக்குற மாதிரியே இன்ஸ்பெக்டருக்கு இருந்துச்சு. திடீர்னு ரூமுக்குள்ள இருந்து சரசரன்னு வந்து மணிக்கு பக்கத்துல உக்காந்து, ‘எல்லாம் சரி... பைக்க எப்படி திருடின’ன்னு கேட்டாரு. என்னடா இது திரும்பவும் முதல்ல இருந்தான்னு நினச்சுக்கிட்டோம். மணியோ, ‘அதான் சார் சொன்னேன்ல, ‘இக்னிசன் வயர வச்சு’ என்றான். கடுப்பாகிப்போன இன்ஸ்பெக்டர், ‘அதான் உனக்கு எப்படித் தெரியும்டா?’ன்னு ரெண்டு கெட்டவார்த்தையும் போட்டு

கேட்டாரு. அப்பதான் அவன் சொன்ன பதிலக் கேட்டு ஒட்டுமொத்த ஸ்டேஷனும் வாயடைச்சுப் போச்சு.”

சங்கரபாண்டிக்கு ஆர்வம் தாங்கவில்லை என்பது அவர் முகத்திலே தெரிந்தது. அதைக் கண்டு சுகுமாரனுக்கு பரம திருப்தி. நிறுத்தாமல் சொல்லிக்கொண்டே போனார்.

“மொத வாட்டியா மணி வாயிலிருந்து யூடுப் என்ற வார்த்தை அப்பதான் சார் வந்துச்சு. மொதல்ல எங்க யாருக்கும் புரியல. அப்புறமா அவன் ஃபோனை எடுத்து எங்களுக்கு எப்படின்னு சொல்லி காமிச்சான் சார். யூடுப் ஒப்பன் பண்ணி அதுல ‘ஹவ் டூ ஸ்டார்ட் மோட்டார் சைக்கிள் வித்அவுட் கீ இன் எமர்ஜென்சி’ன்னு இங்லிஷ்ல அடிச்சு காமிச்சான். கிட்டத்தட்ட பத்து பதினைஞ்சு வீடியோ சார். ஆறு வருசத்துக்கு முன்னாடி அவ்வளவுதான் இருந்துச்சு. இப்ப எத்தனையோ வீடியோ இருக்கு. அதப் பாக்க பாக்க எங்களுக்கு இந்த பயலுக்கு இப்படி அறிவான்னு ஆடிப்போய்டோம். எவனையும் நம்பக்கூடாதுன்னு நினச்சுக்கிட்டோம். சரி இத எப்படிடா கத்துக்கிட்டேனு கேட்டோம். ‘கொல்கத்தால இதே மாதிரி செஞ்சு மாட்னவனும் நானும் பேஸ்புக் ஃப்ரெண்ட் சார்’ன்னு சர்வ சாதாரணமா சிரிச்சுக்கிட்டே சொல்றான். பின்னாடி அத நினைச்சு நினைச்சு நாங்க எல்லோரும் சிரிச்சிருக்கோம். ஆச்சர்யப்பட்டிருக்கோம். அன்னைலயிருந்துதான் சார் அவன் பேரு அப்படி மாறுச்சு.”

மணியின் கதையை சுகுமாரன் சுருக்கமாகச் சொல்லி முடித்ததும், சங்கரபாண்டி வில்ஸின் கடைசி பஃப் அடித்துவிட்டு வாயிலிருந்து புகையும் சிரிப்புமாய் வெளிவர, மொபைலை எடுத்து யூடுப் போய் “ஹவ் டூ ஸ்டில் பைக்” என்று மட்டும்தான் அடித்தார். 50+ வீடியோஸ் காண்பித்தது. அப்படியே மொபைலை சுகுமாரனிடம் கொடுத்துவிட்டு வழக்கம்போல சத்தமாய் சிரிக்க ஆரம்பித்துவிட்டார்.

“ஆமா சார், இது மட்டுமா... புருசனுக்குத் தெரியாம பணத்தை எப்படி ஒளிச்சு வைக்கிறது முதக்கொண்டு போலீஸிடம் மாட்டாம எப்படிக் கொலை பண்றதுவரை கூகுள்ல வருது சார்” என்று சுகுமாரனும் சலித்துக்கொண்டே சிரித்தார்.

“சரி இவன விடுங்க. உங்க அனுபவத்துல இண்டரெஸ்ட்டிங்கான ஆளுன்னு நீங்க யார சொல்வீங்க சுகுமாரன்.”

“எல்லோருமே ஒரு வகைல இண்டரெஸ்ட்டிங்கான ஆளுகதான் சார். ஆனா வேலைல இருக்குற டென்ஷன்ல அதயெல்லாம்

எங்க சார் யோசிக்க, ரசிக்க டைம் இருக்கு? அப்பத்தான் நிம்மதியா வீட்ல இருக்கலாம்னு போவோம். உடனே ஸ்டேஷன்ல இருந்து ஃபோன் வரும். கடுப்புல போற நமக்கு அப்படியே அவனுகள நாலு சாத்து சாத்துனாதான் நிம்மதியே வரும்.''

இருவரும் சிரித்துக் கொண்டனர்.

''நீங்க கேட்ட சிலரோட பேரு மட்டும் வித்யாசமா இருக்கும்னு நினச்சுறாதீங்க சார். ஆளுகளே வித்யாசமாத்தான் இருப்பானுக. ஏந்தான் இப்படி இருக்கானுகன்னு நமக்கே கடுப்பா வரும். அதுல ஒருத்தன்தான் சார், சாம்பார் வாளி.''

சங்கரபாண்டி முகத்தில் இன்னும் சிரிப்பு மறையவில்லை. நாடியில் வைத்த கையையும் எடுக்கவில்லை. இடையிடையே வரும் ஃபோன் கால்களைக்கூட ஓரிரு வார்தைகள் பேசி கட் பண்ணிக் கொண்டே இருந்தார். சுகுமாரனுக்கு மறுபடியும் அந்த சந்தேகம் வந்தது. ஆனால் இறுதியாக எல்லாம் முடிந்தபின் கேட்டுக் கொள்ளலாம் என அவருக்கு அவரே சமாதானம் சொல்லிக்கொண்டு கதையைத் தொடர்ந்தார்.

''அது ஒண்ணும் பெரிய கதை இல்ல சார்'' என்று ஆரம்பித்ததுமே ''நீங்க சிகரெட் பிடிப்பீங்கல்ல! மறந்தே போய்ட்டேன் பாருங்க'' என்று சங்கரபாண்டி எழுந்தார். ''சார் வேண்டாம்... வேண்டாம்...'' என சங்கோசத்துடன் சுகுமாரன் சொல்லச்சொல்ல அறைக்குள் சென்று வில்ஸ் பாக்கெட்டுடன் திரும்பி வந்தார். ஆஷ் ட்ரே ஏற்கனவே இருந்தது. மறுபடியும் ஒன்றை சங்கரபாண்டி பற்ற வைத்துக் கொண்டார்.

அவர் அதை ரசித்து ருசித்தும் சுகுமாரன் கொஞ்சம் கூச்சமும் அடக்கமுமாகப் புகைக்க ஆரம்பித்தனர்.

''சாம்பார் வாளிய திருடுனதுனால அந்த பேரு அவனுக்கு வரல சார். ஜெமினி கணேசனுக்கு சாம்பார்ன்னு பேர் வைக்கலைன்னா உனக்குத்தான்டா வைச்சிருப்பானுகன்னு ஊர்ல கிண்டல் பண்ற அளவுக்கு அவனுக்கும் சாம்பாருக்கும் ஒரு கனக்சன் உண்டு சார். கல்யாண பந்தில ஒக்காந்துகிட்டு பருப்பு வேண்டாம் சாம்பார் தாங்கன்னு கேட்கிறதுல இருந்து, ரசம் வாங்குறபோதும் அதுக்கூட கொஞ்சம் சாம்பார் ஊத்துங்கன்னு கேட்கிற வரை மொத்தம் நாலு தடவை சாம்பார் வாங்கியிருப்பான் சார். ஊத்துறவன் அவனை சாம்பாருக்குப் பொறந்தவன்னு திட்றவரை விட மாட்டான். ஒரு தடவை ஒருத்தன் காண்டாகி சாம்பார்

வாளியவே அவன்கிட்ட வச்சிட்டுப் போய்ட்டான் சார். அதுல இருந்துதான் அவனுக்கு அந்தப் பேரு. தினமும் மீன் சாப்டுற இந்த ஊர்ல பொறந்துட்டு சாம்பாருக்கு அலையிறவன் எனக்குத் தெரிஞ்சு இவன் மட்டும்தான் சார்...” என்று சொல்லி அடக்கமாகச் சிரித்தார் சுகுமாரன்.

சங்கரபாண்டி தனது ஊரை நினைத்துக் கொண்டார். அவர் காலேஜ் படித்து முடிக்கும் வரை அவரது வீட்டில் தினமும் கத்திரிக்காய் சாம்பார்தான். தொட்டுக்க மசால் வடை. இந்த ஊருக்கு வந்தபின்தான் அதற்கு வெள்ளை சாம்பார் என்று ஒரு பெயர் இருப்பதையும் தெரிந்து கொண்டார். அவரது வீட்டில் மட்டுமல்ல பெரும்பான்மையான வீடுகளில் காலை மதியம் இரவு என மூன்று வேளையும் சாம்பார்தான். அங்கு ஆட்டுக்கறி விலை குறைவு என்பதால் வார இறுதியில் மட்டும் ஆட்டுக்கறி வாங்கி, இரண்டுநாள் அதையே வைத்து சமாளித்துக் கொள்வார்கள். மீன் எல்லாம் இப்போதுதான் அந்த ஊர் பக்கம் வாரம் ஒருமுறையாவது வர ஆரம்பித்திருக்கிறது. நொடிப்பொழுதில் தோன்றி மறைந்த சங்கரபாண்டியின் எண்ணவோட்டம் சுகுமாரனிடம் கதை கேட்பதைக் கொஞ்சமும் பாதிக்கவில்லை.

சுகுமாரன் சொல்லிக்கொண்டே போனார்.

“எல்லாரும் வடைக்கு சட்னி ஊத்துனா இவன் மட்டும் சாம்பார் இருக்கான்னு கேட்பான் சார். தின்னுட்டு சும்மாவும் இருக்க மாட்டான் சார். அஞ்சு நிமிசத்துக்கு ஒரு தடவை புல்லட் விட்ருவான் சார்”னு சொல்லும்போதே சுகுமாரனே சிரித்து விட்டார். நீதிபதி என்கிற ஒரு பதட்டம் ஆரம்பத்தில் இருந்தது. சங்கரபாண்டியின் அணுகுமுறையும் சொல்லும் கதையும் சேர்ந்து அந்த பதட்டத்தை சுகுமாரனுக்கு குறைத்திருந்ததால் இப்போது இயல்பாகவே அவர் அவரைப்போலவே இருந்தார். எனவே வரும் சிரிப்பை அவருக்கு அடக்கத் தோன்றவில்லை.

ஆனால், அந்தச் சிரிப்பு சொன்ன விசயத்துக்கு இல்லை; இனி சொல்லப்போகும் விசயத்தை நினைத்துதான் சிரிக்கிறார் என்று சங்கரபாண்டி புரிந்துகொண்டார்.

“ஒரு ஏழெட்டு வருஷம் இருக்கும் சார். எங்க ஏரியால இருக்குற ஒரு வீட்ல நகை, லேப்டாப், மொபைல்னு நிறைய சாதனங்கள் திருட்டுப் போய்ருந்துச்சு. விசாரிக்கப் போயிருந்தோம். அது கொஞ்சம் பெர்பெக்ட் திருட்டுதான். திருடுனவன் நாய் இருக்குறதுனால ஜன்னல் கம்பிய வளச்சு உள்ள

போய்ருக்கான். கிளவ்ஸ் யூஸ் பண்ணிருக்கான். பழக்கப்பட்ட வீடு மாதிரி எந்தெந்தப் பொருள் எங்க இருக்கும்னு சரியா கணிச்சு எடுத்துருக்கான். வீட்ல ஏழு பேரு இருந்தும் யாரும் முழிக்கலைன்னா பாத்துக்கோங்க. திருடிட்டு வந்தவழியே போய்ருக்கான். விடியக்காலை அந்த வீட்டுக்கு போன பாரன்சிக்கும் நாங்களும் மதியம் வரை அங்கையும் இங்கையும் அலஞ்சதுதான் மிச்சம். ம்கூம். தப்பு பண்ணவன் அவனுக்கே தெரியாம ஏதாவது தப்பு பண்ணிருப்பான்ல, அப்படி எதுவும் அந்த வீட்ல கண்டுபுடிக்க முடியல. குழந்தைங்க இல்லாத வீடு. அப்புறம் இப்படி ஒரு சம்பவம் நடந்ததால வீட்ல சமையலும் நடக்கல. காலைல யாரும் சாப்பிடவும் இல்ல. ஹோட்டல்ல இருந்து எங்க எல்லோருக்கும் மதியம் சாப்பாடு வந்துச்சு. வீட்ல இருந்தவங்க அப்பதான் முந்துனநாள் மிஞ்சுன சாப்பாட்டையும் குழம்பையும் எடுக்க கிச்சன்பக்கம் போனாங்க. ஒண்ணும் மிச்சம் இல்ல. அவங்களுக்குள்ளேயே, 'நீ சாப்டியா? இல்ல நீ சாப்டியா?'ன்னு மாறி மாறிக் கேட்டா பதில் 'நான் இல்ல, நான் இல்லை'ன்னு வந்திருக்கு. அவங்களுக்கு ஒரே குழப்பம். ஏன்னா எல்லோரும் சாப்ட்டதுக்கு அப்புறமும் குக்கர்ல முக்காவாசி சோறு இருந்துருக்கு. நைட் படுக்கும்போது வீட்ல இருக்குற பாட்டிதான் தண்ணி ஊத்தி போட்டுருக்குது. விஷயம் எங்க காதுக்கு வந்துச்சு. சப் இன்ஸ்பெக்ட்ர் சார்லஸ் சார் 'நேத்து வீட்ல என்ன குழம்பு?'ன்னு ஒரே ஒரு கேள்வியத்தான் சார் கேட்டாரு. கண்டுபிடிச்சிட்டோம்."

சுகுமாரனும் சங்கரபாண்டியும் விடாமல் சிரித்தனர்.

அப்பொழுது ஒரு ஃபோன் கால் சங்கரபாண்டிக்கு வந்தது. ஹலோ என்றதுமே அவரின் முகம் கொஞ்சம் கோணலாகியது. "டேய் முக்கியமான ஒரு மீட்டிங்ல இருக்கேன். அப்புறம் கூப்பிடுறேன்" என்று உடனடியாக கட் பண்ணிவிட்டார். சுகுமாரன் கேட்காமலே "ஊரில் இருந்து நண்பன் பேசினான். பேச ஆரம்பித்தால் இப்போதைக்கு வைக்க மாட்டான். அப்புறம் நம்ம கதை இன்னைக்கு நடக்காது. அதான் கட் பண்ணேன்" என்று உலுத்துபோன ஒரு சிரிப்பை சுகுமாரன் முன் கொஞ்சம் கொட்டினார்.

அந்தச் சூழலை மாற்ற "நான் முதல்லயே கேட்க விரும்பியது பாவாடை சுரேஷ், விதவை குமார் கதைகதான்... அது என்ன ஆம்பளைகளுக்கு அப்படி ஒரு பட்டப்பேரு?"

பேசிக்கொண்டிருக்கும்போதே மழை ஆரம்பித்துவிட்டது. வீட்டைச் சுற்றி அமைத்திருந்த புல்வெளியில் மழைத்தண்ணீர் ஏற்கனவே தேங்கியிருந்தது. தோட்டச் சுவர்களில் பாசி அளவில்லாமல் படர்ந்திருந்தது. தண்ணீர் வெளியேற சிறு சிறு ஓட்டைகள் இருந்தும் புல்வெளிகள் எங்கும் தண்ணீர் தேங்கி இருந்தது. வராந்தா ஓட்டுக்கூரை மேல் மழை கொட்டும் மெல்லிய சத்தம் இதமாக இருந்தது

“பாக்க ரொம்ப டீசெண்டா இருப்பான் சார். நீட்டா டிரஸ் பண்ணுவான். எப்பவும் வெள்ள வேட்டி வெள்ள சட்டை. ஒரு அஞ்சு வருசத்துக்கு முன்னாடிவரை சுரேஷுக்கு எந்த கிரிமினல் ரெகார்டும் கிடையாது. எங்க தெருவுக்கு ரெண்டு தெரு தள்ளிதான் சார் அவன் வீடு. நம்ம கோர்ட்ல நடக்குற இந்த தெஃப்ட் கேஸ் அவனோட இரண்டாவது கேஸ். அதுக்கு முன்னாடிதான் இந்தப் பாவாடை கேஸ். அதுக்கு முன்ன எந்த பிரிவியஸ் கேஸூம் அவனுக்குக் கிடையாது. ஆனா இப்ப அவன் கைல ஆறு கேஸ் இருக்கு. அவ்வளவும் திருட்டு கேஸ்தான் சார். அந்த மொத கேஸ்தான் அவனுக்கு இந்த மஞ்சப் பாவாடைங்குற பேர வாங்கி குடுத்துச்சு. அப்ப அவன் நாகர்கோயில்ல ஒரு பெரிய ஜவுளி கடைல வேலைப் பாத்துட்டு இருந்தான் சார். அவன் பொண்டாட்டி நல்ல மெட்டுக்காரி சார்...”

சுகுமாரன் மெட்டுக்காரி என்ற வார்த்தையை உதிர்த்ததுமே சங்கரபாண்டியின் முகம் ஒருமாதிரியாக மாறியது.

அதைப்பார்த்ததும் “இது உங்க ஊரு ஸ்லாங்தான் சார்” என்றார்.

அதற்கும் சங்கரபாண்டி அமைதியாக இருந்தார்.

“இதுக்கு முன்னாடி எங்க ஸ்டேஷன்ல இருந்த இன்ஸ்பெக்டர் பொம்பளைகள பாத்தாலே இந்த வார்த்தைய... அப்புறம் பகுமானக்காரி, சில்லாட்டை இப்படி ஏதாவது ஒண்ண சொல்லிட்டே இருப்பாரு சார்.”

மேலும் பகுமானக்காரி என்றதும் சங்கரபாண்டிக்கு அந்த பழமொழியும் அவரது ஊரும் நியாபகத்திற்கு வந்துவிட்டது. இன்னொரு சிகரெட்டை உடனே பற்றவைத்தார். மூன்றாவது சிகரெட்டை பற்ற வைத்ததுமே சுகுமரனுக்கு ஆச்சர்யமாக போய்விட்டது. திடீரென்று எழுந்து எதுவும் சொல்லிக் கொள்ளாமல் சைகை மூலம் ஒரு நிமிடம் என்று சொல்லிக்கொண்டு வீட்டிற்குள் சென்றுவிட்டார்.

அவர் எழுந்ததுமே சட்டென்று எழுந்து விரைப்பாக நின்றுகொண்ட சுகுமாரனுக்கு ஒன்றுமே புரியவில்லை.

சங்கரபாண்டியின் நினைவுகள் எங்கெல்லாமோ சுழன்றது.

அதை ஊர் நினைவுகள் என்று சொல்வதைவிட விவாகரத்தான அவரது திருமண வாழ்க்கையின் கசப்பான நாட்கள் என்று சொல்வதுதான் சரியாக இருக்கும். திருமணமாகி இரண்டு வருடம்கூட ஆகியிருக்கவில்லை. எப்போதும் பிரச்சனை. குழந்தையும் இல்லை. அப்போது சங்கரபாண்டி வக்கீலாக பயிற்சியை தொடங்கியிருந்த நேரம். இவருக்கு வருமானமும் சொல்லிக்கொள்ளும்படியாக இல்லை. அப்பா கிடையாது. அம்மா மட்டும்தான். உடன்பிறந்தவர்களும் இல்லை. பரம்பரை சொத்துக்கள்தான் இருந்தது. இதையெல்லாம் பார்த்துத்தான் பொண்ணும் கொடுத்தார்கள். அவளுக்கோ இடம் வாங்க வேண்டும். வீடு கட்ட வேண்டும். சீனிக்காரத்தேவரின் மருமகள் போல அடுக்கடுக்காக நகைகள் போடவேண்டும். அதற்காக கரட்டுமலை அடிவாரத்தில் கிடக்கும் சங்கரபாண்டியின் பூர்வீகச் சொத்தான இருபத்தைந்து ஏக்கர் நிலத்தை விற்கச்சொல்லி சதா சண்டை போட்டுக்கொண்டே இருந்தாள். எல்லாவற்றிற்கும் அமைதியாக இருக்கும் இவரைப் பார்த்து அவளது வீட்டார்களும் மட்டம் தட்டிக்கொண்டே இருந்தார்கள்.

அந்த மாதிரியான சந்தர்ப்பங்களில் எல்லாம் அவளும் அவர்களோடு சேர்ந்து கொள்வாள். அப்போதும் இவர் பொறுமையாகவே இருந்தார். அந்தப் பொறுமையே அவர்களுக்கு அடக்க முடியாத எரிச்சலைக் கொடுத்தது. ஒரு கட்டத்தில் சங்கரபாண்டி வேறு யாரையோ வைப்பாட்டியாக வைத்திருக்கிறார்; அதுதான் இவ்வளவு பிரச்சனைக்கு காரணம் என்று முடிவுக்கு வந்து சண்டையும் முற்றிப்போய் அவள் அவரது வீட்டை விட்டு வெளியேறிவிட்டாள். அப்போதுதான் சங்கரபாண்டியின் அம்மா அந்தப் பழமொழியைச் சொன்னாள்.

ஊரே வேடிக்கைப் பார்த்தது. உடனே விவகாரத்தை மனைவி வீட்டார் பஞ்சாயத்துக்குக் கொண்டு சென்றார்கள். ஊர் கட்டுப்பாட்டை மீற முடியவில்லை. மீறினால் ஊரைவிட்டு ஒதுக்கி வைத்துவிடுவார்கள். அம்மாவுக்கு சுடுகாடுகூட கிடைக்காது. இதையெல்லாம் யோசித்த அவர் பஞ்சாயத்தின்முன் போய் நின்றார். மனைவி தரப்பில் சொந்தங்கள் ஏராளம். இவருக்கோ பெரிதாக யாருமில்லை. மனைவி தரப்பில் அவளது தம்பி ஊர் தலையாரியின் முன்

காலில் விழுந்து வணங்கினார். அப்பா இல்லாத, உடன் பிறப்புகள் இல்லாத சங்கரபாண்டி, அம்மாவை யார் காலிலும் விழ வைக்கக் கூடாது என எண்ணிய சங்கரபாண்டி முன்சென்ற அம்மாவைத் தடுத்து நிறுத்தி யாரும் எதிர்பார்க்காத அந்தச் செயலை அப்போது செய்தார்.

அம்மாவின் அழுகை பத்து நிமிடம் பஞ்சாயத்தையே நிலைகுலைய வைத்துவிட்டது. மயங்கிச் சரிந்தாள். காற்றுக்காகவும் தண்ணீருக்காவும் அம்மாவை செல்லத்தாய் மதினியும் அவரது மக்களும் தூக்கிச் சென்றதை, வைத்தக்கண் விலகாமல் சங்கரபாண்டி பார்த்துக்கொண்டே நின்றார். மயக்கம் தெளிந்து வந்தவள் மொட்டைக் கிணற்றின் சிமெண்ட் சுற்றுச்சுவரில் கால் நீட்டி சாய்ந்து உட்கார்ந்துகொண்டு உதட்டைப் பிரிக்காமல் கலைந்துபோன தலைமுடியோடு மேல்சீலை விலகியதுகூட தெரியாமல் அழுதுகொண்டேயிருந்தாள். கண்ணீர் மட்டும் நிற்காமல் கொட்டிக் கொண்டிருந்தது.

சங்கரபாண்டி அப்போதும் அவரது அம்மாவையே பார்த்துக் கொண்டிருந்தார். அவரது அம்மாவைப்போல அவர் மயக்கம் மட்டும்தான் அடையவில்லை. பிணமாக நடப்பதை பார்க்க விருப்பமில்லாமல் வெறுப்புற்று அனைவரின்முன் நின்று கொண்டிருந்தார். பஞ்சாயத்தில் ஏதேதோ பேசினார்கள். திருமணத்தின்போது பிரிந்த மொய்ப் பணத்தை நஷ்ட ஈடாக மனைவிக்கு கொடுக்கச் சொன்னார்கள். அவள் இவருடன் வாழ மாட்டேன் என்று ஒரே பிடிவாதமாக மறுத்துவிட்டாள். பசியுடனும் தூக்கமில்லாமலும் அழுகையுடனும் இனி இந்த உலகம் ஒருபோதும் சூரியனையே பார்க்கப் போவதில்லை என்பதுபோல, வீறாப்புடன் விடியாமல் நீடித்த அந்த இரவில்தான் சங்கரபாண்டி பல முடிவுகளை எடுத்தார்.

நிலத்தை விற்றார். மொய்ப் பணத்தை ஒரு வாரத்தில் கொடுத்தார். நீதிமன்றத்தில் ம்யூச்சுவல் பெட்டிசன் போட்டு விவாகரத்து வாங்கினார். எல்லாம் முடிந்தபின் படித்தார்... படித்தார்... படித்தார். தமிழகம் முழுவதும் வெறும் 80 நீதிபதிகள் காலியிடங்களுக்கு ஆயிரக்கணக்கில் விண்ணப்பங்கள் வந்த தேர்வில் முதல் பத்து இடத்திற்குள் வந்து தேர்ச்சி பெற்றார். இப்போது அந்த ஊரில் மூன்று மாடிகள் கொண்ட ஒரே வீடு அவருடையதுதான். வேண்டுமென்றே பிஎம்டபிள்யூ ஒன்றை வாங்கி வீட்டுமுன் நிறுத்தினார். அது மட்டும்தான் கடன். வேறு கடன் இல்லை. இடையில் திரும்பவும் மனைவி வீட்டார் விட்ட தூதுவை சிரித்துக்கொண்டே மறுத்துவிட்டார்.

அதன் பின் எவ்வளவோ வரன்கள் வந்தும் தனது அடுத்த திருமண வழக்கையில் எந்தச் சிக்கல்களும் வந்துவிடக்கூடாது என்பதற்காகப் பொறுமையாக அவைகளைக் கையாள ஆரம்பித்தார். அடுத்த மாதம் ஒரே சாதியில் அவரைப்போலவே வசதியான பத்தாளன்புரம் ஊர் தலையாரி பொண்ணுக்கும் அவருக்கும் திருமணம்.

இவ்வளவு பிரச்சனைகளிலும் அந்தச் சிரிப்பு மட்டும்தான் அவரைவிட்டு என்றுமே போகாத ஒரே சொத்தாக இருந்தது. உண்மையில் அது அவரது அப்பாவிடம் இருந்து கிடைத்த பரம்பரைச் சொத்து. தான் சோர்வுற்ற தருணங்களிலெல்லாம் சந்தோஷமான மனிதர்களையே தன்னைச்சுற்றி இருக்குமாறு பார்த்துக்கொள்வார். இன்றும் சுகுமாரனிடம் அவர் கதைகள் கேட்டுக் கொண்டிருப்பதற்கு அதுவும் ஒரு காரணம்.

வெளறிய முகத்தோடு எந்தவித சலனமும் இல்லாமல் சங்கரபாண்டி சென்றதைப் பார்த்த சுகுமாரன் மனதுக்குள்ளும் அவர் கடந்துவந்த இதுபோன்ற விசித்திரமான நடவடிக்கைகள் அடங்கிய சந்தர்ப்பங்களும் நினைவுக்கு வந்தன.

அதிகாரத்தின் உச்சத்தில் இருக்கும் எத்தனையோ உயர் அதிகாரிகளை, அரசியல்வாதிகளை, நீதிபதிகளை பல சந்தர்ப்பங்களில் அவர் பார்த்துவிட்டார். ஒரு சொல் போதும். என்ன காரணம் என்று சொல்லமாட்டார்கள். ஏதோ ஒரு கட்டத்தில் இப்படி ஆகிவிடுவார்கள். அது குடியின் உச்சத்தில் இருக்கலாம். இல்லை கோபத்தின், வெறியின், விரக்தியின், இயலாமையின், வேதனையின் என எதுவாகவும் இருக்கலாம். அந்த சமயங்களில் எல்லாம் அவர்கள் சங்கரபாண்டி போலவே அமைதியாகி விடுவார்கள், இல்லை வெளியேறிவிடுவார்கள். அதுவும் இல்லையென்றால் அழுது விடுவார்கள். “தற்கொலை செய்து கொள்ளப் போகிறேன்...” என்பார்கள். இன்னும் சிலரோ, “கொலை செய்ய ஆள் எங்கு கிடைக்கும்?” என சுகுமாரனிடமே கேட்பார்கள்.

பத்து நிமிட சந்தோஷத்திற்காக “இந்தப் பட நடிகை, அந்த சீரியல் நடிகை, கல்லூரி பெண், ஃபிரெஷ் அயிட்டம்” என ஆசை வார்த்தை பொழியும் பிரோக்கர்களிடம் கட்டுக்கட்டாக பணத்தை அள்ளிக் கொட்டுவார்கள். அவர்களுக்கு ப்ரோக்கர்களும் ஒன்றுதான் போலீஸ்காரர்களும் ஒன்றுதான். இது அனைத்துக்கும் சாட்சியாக நிற்கும் சுகுமாரனின் சட்டைப்பையிலும் கொஞ்சம் பணம் வந்து சேரும். மறுக்காமல்

வாங்கிக் கொள்வார். மறுநாள் காலை சுகுமாரனிடம் கெஞ்சி, கூத்தாடி இதையெல்லாம் வெளியே சொல்லவேண்டாம் என்று கேட்டுக்கொள்வார்கள். அப்போதும் கொஞ்சம் பணத்தை சட்டைப்பையில் விடாப்பிடியாக திணிப்பார்கள். “வேண்டாம் சார்...” என்று சொல்லிக்கொண்டே சங்கரபாண்டியிடம் எப்படி வெட்கப்பட்டுக்கொண்டே வில்ஸ் வாங்கினாரோ அதைப்போலவே அதையும் சுகுமாரன் வாங்கிக் கொள்வார். பெரிய வீடும், காரும், பவுன் கணக்கில் நகைகளும், வீட்டுக்கு பின்புறம் இருக்கும் ஐம்பது செண்ட் தென்னைமரத் தோப்பும் சுகுமாரனிடம் இப்படித்தான் வந்து சேர்ந்தது.

ஆனால் ஒன்றுமட்டும் சுகுமாரனுக்குத் தெரியும். அதை மனதுக்குள் சொல்லிக்கொண்டார்.

‘வில்சன், மணி, தாஸ், ரவி, குமார், சுரேஷ்களின் கதைகள் ஒன்றுமில்லாதவர்கள் வயிற்றுப்பாட்டுக்கு இதுபோன்ற பணக்காரர்களைப் பார்த்து அவர்களைப் போலவே வாழ ஆசைப்பட்டு செய்யும் குற்றங்கள். ஆனால் இவர்களோ ஏன் தானும்கூட வரப்போகும் பத்து தலைமுறைகளுக்கு சொத்து சேர்த்து வைப்பதற்காக, வயிற்றுக்கும் கீழே இருக்கும் சமாச்சாரத்திற்காக செய்யும் கீழ்த்தரமான குற்றங்கள். இதுபோன்ற கேவலமான குற்றங்களின் கதைகள் என்றென்றைக்கும் வெளிவாராது. தான் மட்டுமே பார்த்த, தானும் உடன் சேர்ந்து செய்த குற்றங்களின் கதைகளை தான் ஒருவன் மட்டுமே சொல்ல முடியும் என்ற நிலை இருக்கும்போது அந்தக் கதைகள் எப்படி என்னிடமிருந்து வெளிவரும்? தான் சொல்லிக்கொண்டிருக்கும் கதைகளைவிட ஆயிரம் மடங்கு விறுவிறுப்பாக இருக்கும் அந்தக் கதைகளை எத்தனை சங்கரபாண்டிகள் வந்தாலும் அதன் முதல் வார்த்தையைக் கூட என் உதடுகள் ஒருபோதும் உச்சரிக்காது’

சாதாரண மனிதர்களிடமிருந்து விலகி, அவர்களையே அடிமைகளாக வைத்து புழுவிலும் கேவலமாக அவர்களை நடத்தும் அதிகாரமிக்க இவர்களுக்கு, அவர்களைப்போன்றே அதிகாரமிக்க மனிதர்களால் ஏற்படும் இதுபோன்ற மன உளைச்சல்களைப் பார்க்கும் போதெல்லாம் தானும் ஒருவகையில் அவர்களின் நீட்சிதான் என்றும், இனிமேல் தனக்குக் கீழ் உள்ளவர்களை, காவல் நிலையத்திற்கு வரும் அப்பாவி மனிதர்களை, நேர்மையாகவும் மரியாதையாகவும் நடத்த வேண்டும் என்றும் இதுபோன்ற சந்தர்ப்பங்களிலெல்லாம் சுகுமாரனும் முடிவெடுப்பார். ஆனால்

நினைத்த மறுவினாடியிலே சப் இன்ஸ்பெக்டர்களாலும், இன்ஸ்பெக்டர்களாலும் ஏன் பல நேரங்களில் அவராலும்கூட அது சாத்தியமில்லாமல் ஆகிவிடும்.

இப்போதும்கூட அப்படி நினைத்துக்கொண்டார்.

சுகுமாரனின் அந்த அழுக்கடைந்த சம்பவங்களின் நினைவோட்டத்தை சங்கரபாண்டியின் குரல் தடுத்து நிறுத்தியது.

"எங்க ஊர்ல இந்த பகுமானத்துக்கு ஒரு பழமொழிகூட இருக்கு சுகுமாரன்" என்று ஒன்றுமே நடக்காததுபோல முகத்தில் எந்த உணர்ச்சியையும் வெளிக்கட்டாமல் இப்போது வந்து இருக்கையில் அமர்ந்தார். கையில் வில்ஸ் இல்லை.

சங்கரபாண்டி உள்ளே சென்றுவந்த அந்த சிலநிமிட அமைதி சுகுமாரனின் குரல்வளையை நெரித்ததுபோல இருந்தது. தொண்டையை செருமிக்கொண்டே "என்ன பழமொழி அது" என்றபோது அவரின் குரல் அவருக்கே புதிதாக ஒலிப்பதுபோல இருந்தது. "சார்" என்ற சொல் உச்சரிக்காததே அதற்குக் காரணம் என அவருக்கு நன்றாகவே தெரியும். வேண்டுமென்றேதான் அதை அவர் சொல்லவில்லை. அதை சங்கரபாண்டி கவனித்ததுபோலவும் தெரியவில்லை. இப்போது சம்பந்தமேயில்லாமல் எல்லா அதிகாரிகளின் மீதும் அவருக்கு ஒரு வெறுப்புணர்ச்சி ஏற்பட்டது. அதுவே அவருக்கு ஒரு புது உணர்வை, தெம்பை உருவாக்கி 'எல்லா மனுசனுகளும் தன்னைப்போல வாய்ப்புக்காக ஏங்கும் ஈனப் பயல்கதான்' என்ற எண்ணம் புது மிருகமாக அவரை மாற்றியது. இது அனைத்தும் மின்னல் வெட்டுவதுபோல அந்த ஒருநொடி சுகுமாரனுக்குள் தோன்றி மறைந்தது.

சட்டென்று சங்கரபாண்டியின் முகத்தைப் பார்த்தார். இந்த நொடி அவர் ஏதோ ஒரு துயரத்தில் இருக்கிறார் என்று மட்டும் சுகுமாரனுக்கு விளங்கியது. எல்லோரையும் போல அவர் இல்லையோ என்று நினைத்தாரோ என்னவோ இப்போது கொஞ்சமும் யோசிக்காமல் "சார் அது என்ன பழமொழி... சொல்லுங்க சார்" என இரண்டு சார்கள் போட்டார்.

சங்கரபாண்டி சிரித்துக்கொண்டே "பகுமானம் புடிச்ச கோழி பந்தலுக்கு மேல போய் முட்டை போட்டுச்சாம்" என்றார்.

இப்போது சுகுமாரனுக்கு ஆச்சர்யமாக போய்விட்டது. "சார் எப்படி சார் இப்படி கரெக்டா சொன்னீங்க... இந்த மொத்தக் கதையும் இந்த ஒத்த பழமொழியிலதான் சார் இருக்கு" என்றார்.

சங்கரபாண்டி அதை கவனித்தாரா இல்லையா என்று தெரியவில்லை. இன்னும் அவர் முழுவதுமாக மீளவில்லை என்பதை உணர்ந்த சுகுமாரன் அவரை சந்தோசப்படுத்த பாவாடை சுரேஷின் கதையை தொடர்ந்தார்.

"கல்யாணம் ஆகி எட்டு வருஷம் ஆகியும் அவங்களுக்கு குழந்தை இல்லை சார். அவளுக்கோ அதப்பத்தி ஒரு கவலையும் கிடையாது. தினமும் சீவிச் சிங்காரிச்சு மினிக்கிட்டுத் திரியணும். அதுக்கு காசு வேணும்."

சங்கரபாண்டி வெறுமையாக ஒரு சிரிப்பை உதிர்த்தார். சுகுமாரன் புரிந்து கொண்டதுபோல அந்தச் சிரிப்புக்கு கதையை நிறுத்தவே இல்லை.

"அவனும் என்னல்லாமோ பாடுபட்டு பாத்தான் சார். ம்கூம். ஒரு பிரயோசனம் இல்லை. அப்பத்தான் அவனுக்கு ஒரு யோசன வந்துச்சு. அன்னைல இருந்து கடைக்கு கிளம்பும்போது ஜட்டி போடாம போனான் சார்."

சங்கரபாண்டி இப்போது கைதட்டிச் சிரித்ததை ரசித்துக் கொண்டே சுகுமாரன் "ஆமா சார். காலைல ஜட்டி போடாம கடைக்கு போவான். மதியம் சாப்பாடு டைம்ல நேரா குடோனுக்கு போவான். எப்பவும் வேட்டிங்குறதுனால ஈஸியா ஒரு புது ஜட்டி எடுத்து மாட்டிக்குவான். வீட்டுக்கு வந்து சாப்டுட்டு காலைல போட்டுட்டு போன பனியன கழட்டி வச்சுட்டு வெறும் சட்டையோட கடைக்கு கிளம்பிருவான். அப்புறம் நைட் கிளம்புறதுக்கு முன்னாடி ஒரு 8.30 மணி வாக்குல திரும்பவும் குடோனுக்கு போவான் சார். ஒரு புது பனியனை எடுத்து போட்டுக்குவான். இப்படி ஒரு நாளைக்கு ஒரு ஜட்டி ஒரு பனியன். ஒரு மாசம் போச்சு. அப்புறம் இதையெல்லாம் விக்கணுமே... தெருதெருவா ஜவுளி விக்குறவன் ஒருத்தன புடிச்சிருக்கான். ஒரே மாசத்துல 3000 ரூபா சம்பாதிச்சான். அப்புறம் ஒரு பனியன் ரெண்டாச்சு. ஒரு ஜட்டி மூணாச்சு. இப்ப மாசம் 10000 ரூபா அவனுக்கு கிடைச்சது.

சுகுமாரன் சொல்லச்சொல்ல சங்கரபாண்டியின் முகத்தில் சிரிப்பின் அளவும், அடுத்து என்ன என்ற ஆர்வமும் பெருகிக்கொண்டே சென்றது.

"பேராசைல எல்லா திருடனும் ஒருநாள் மட்டுவான்தான சார். ஆனா இவன் ஒரு வருசம் தாண்டியும் மாட்டவே இல்ல. ஆனா விதி யார விட்டுச்சு. எப்பவுமே தனியா திருடுறதவிட ஆள்

சேர்த்து திருடுனா மாட்டுறதுக்கு அதிக வாய்ப்பு இருக்குல்ல சார். அவன் விசயத்துலயும் அதான் நடந்துச்சு."

"இதுக்குகூட ஆள் சேத்துகிட்டானா?" என்றார் சங்கரபாண்டி.

"அதான் ஏற்கனவே ஆள் இருக்குதே சார்..." என புதிர் போட்டார் சுகுமாரன்.

சங்கரபாண்டி புரியாமல் குழம்புவதை ரசித்துக்கொண்டே "அதான் சார் அவன் பொண்டாட்டி."

"அட ஆமா ஆமா... அவளையும் வேலைக்கு கூட்டிட்டுப் போய்ட்டானா?"

"இல்லை சார். ஆனா அவளாலதான் மாட்டுனான். ஒருநாள் அவ அவன்கிட்ட 'புதுசா ஒரு ஜவுளி வியாபாரி வந்துருக்கான். பாவாடை மட்டும்தான் விப்பானாம். ஒரு பாவடைக்கு 90 ருவா தருவானாம்' என்றாள். இவன் புரியாம குழம்பி நின்னுருக்கான். அப்பதான் இவ அவன்ட்ட ஒரு ரகசியம் சொல்லிருக்கா. இவனும் மறுநாளே அதுபடி செஞ்சுருக்கான். அன்னைக்கே மாட்டிக்கிட்டான். அது எப்படின்னு சாம்பார் வாளி கதை மாதிரி நீங்களே கண்டுபிடிங்க சார்..." என்று முடித்தார் சுகுமாரன்.

அவருக்கு கொஞ்சமும் பிடி கிடைக்கவில்லை. அதை அவரே சிறிது நேரத்தில் சுகுமாரனிடம் ஒப்புக்கொண்டும் விட்டார். சுகுமாரன் வெற்றிப் புன்னகையுடன் சொல்ல ஆரம்பித்தார்.

"எப்படி நீ ஜட்டிய மாட்டிகிட்டு வாரியோ அதேமாதிரி பாவாடைய கட்டிக்கிட்டு வா சுரேஷேன்னு சொல்லிருக்கா சார்."

"அடப் பாவிகளா..." கண்ணீர் வழிய சிரித்தார் சங்கரபாண்டி.

"இவனும் மதியம் சாப்பிடுறதுக்கு முன்னாடி குடோனுக்குப் போய் மஞ்சக் கலர் பாவாடைய எடுத்துக் கட்டிக்கிட்டான் சார். மேல வேட்டி. அதக் கட்டிக்கிட்டு நடக்கும்போதே காலை அகலமாக வைக்க முடியாம திணறி இருக்கான். போதாததுக்கு அந்த நேரம் பாத்து குடோனுக்கு வந்த சூப்பர்வைசர் ஏணிமேல ஏறி டீஷர்ட் மூட்டையை எடுக்க சொல்லிருக்காரு. இவனும் ஏறிருக்கான். கீழ நின்னவருக்கு மொத ஒண்ணும் புரியல. வேட்டிக்குள்ள ஒரே மஞ்சளா தெரிஞ்சிருக்கு. நல்லா உத்து பாத்துருக்காரு. இவனோட திருட்டு முழிய பாத்ததுக்கு அப்புறம்தான் சந்தேகம் பலமாகி அரட்டுனதுல அங்க கொஞ்சமும், அப்புறம் எங்க ஸ்டேஷன்ல வச்சு கேட்டதுல மீதி உண்மையும் அது பாட்டுக்கு வெளிவந்துருச்சு. எல்லாத்துக்கும்

காரணமான அவன் பொண்டாட்டிய இன்ஸ்பெக்டர்தான் பாவம் பாத்து A2'வா சேக்கல. இப்ப இவன் மாட்டிக்கிட்டு முழிக்கிறான். டவுன்ல ஒரு கடைல மாட்டினா அவ்வளவுதான் சார். எல்லா கடைக்கும் தகவல் சொல்லிருவாங்க. இவன் அவள தொறத்தி விட்டானா? இல்ல அவ இவன விட்டு ஓடிப்போனாளான்னு தெர்ல. அவன் வாழ்க்கை முடிஞ்சிருச்சு. இப்ப கேரளாவுக்கு பேக்கரி வேலைக்கு போறான். பழைய ஞாபகம் வந்து கடுப்பாக்கும்போது எங்கயாவது போய் திருடுவான். ரெண்டு நாள்ல மாட்டிக்குவான் சார்" என்று கதையை முடித்தார் சுகுமாரன்.

கொஞ்ச நேரத்துக்குமுன் சங்கரபாண்டி நடந்துகொண்டதை நினைத்து பார்த்த சுகுமாரன் மேற்கொண்டு கதை கேட்கமாட்டார் என்று அவராகவே நினைத்துக்கொண்டு "சார் அப்ப நான் கிளம்பவா?" என்றார்.

அதைக் கேட்டவுடன் சுகுமாரனின் மனநிலையை புரிந்துகொண்டு "அட இன்னும் எவ்வளவு சொல்ல வேண்டியிருக்கு. எவ்வளவு நேரம் ஆனாலும் எல்லாக் கதையையும் சொல்லிட்டுதான் போகனும். அதுவுமில்லாம உங்களுக்கு மதியச் சாப்பாடும் ரெடியாகிட்டு இருக்கு" என்றார்.

மழையும் இன்னும் விட்டபாடில்லை. இருவரும் டீ குடித்தனர். டீ குடித்துக் கொண்டிருக்கும்போதே "அது ஒண்ணும் பெரிய கதை இல்ல சார்" என்று மீண்டும் ஆரம்பித்தார் சுகுமாரன்.

"சார்... குமாருக்கு மட்டும் சூடம், கட்ட, பூச்சை, தக்காளி, முண்டக்கண்ணன் இப்படி எண்ணிப்பாத்தா பத்துக்கும்மேல பட்டப்பேரு இருக்கும் சார். ஆனா இந்தப் பேருதான் அவனுக்கு நிரந்தரமா ஆயிருச்சு. இந்த டாஸ்மாக்ல வருசத்துக்கு ஒருமுறை எவ்வளவுக்கு வித்துருக்குன்னு அறிக்கை வெளியிடுறாங்கல்ல... அதேமாதிரி அதிகமா குடிச்சவங்க அறிக்கை ஒண்ணு வெளியிட்டாங்கன்னு வச்சுக்கோங்க, இங்க மட்டுமில்ல உலக லெவெல்ல முத ஆளா இவந்தான் சார் வருவான். எந்தளவுக்கு குடிப்பான்னா, அவன் ஒண்ணுக்கு இருந்தாகூட அது குவாட்டர் ஸ்மெல்தான் அடிக்கும். வாழ்நாள் முழுதும் குடிக்காத ஒருத்தன் அவன்கிட்ட போய் நின்னான்னு வச்சுக்கோங்க, போதை ஏறி கீழ விழுந்துருவான் சார். அவன் மட்டும் குடிக்கலைன்னு வச்சுக்கோங்க... அவன மாதிரி நல்லவன் கிடையாதுன்னு அவனோட அம்மா அடிக்கடி சொல்லும். ஆனா அவன் குடிக்காம இருந்தத அவனோட அம்மா கடைசியா பாத்தது

அவனோட 16 வயசுல. இப்போ அவனுக்கு வயசு 40 இருக்கும். இன்னும் கல்யாணம் ஆகல. அதனாலே கல்யாணம் பண்ண எவனப் பாத்தாலும் அவனுக்கு ஒரு கடுப்பு இருந்துட்டே இருக்கும். அவன் குரூப்ல எவனுக்கும் கல்யாணம் ஆகல. எல்லாவனும் மொட்டப் பயலுகதான். அவன் குரூப்புக்கு பேரே வழுக்கம்பாறைதான் சார்."

"இரண்டாயிரத்தி ஒன்பதாம் வருஷம். தீபாவளிக்கு முந்துன நாள். அவனும் அவன் கூட்டுக்காரனுக எல்லாவனும் சக்கை போதை சார். நம்ம கோர்ட்டுக்குப் பின்னாடி பழையாறு கால்வாய் பாலம் போகுதுல்ல, அங்க உக்காந்துதான் குடிச்சிட்டு இருந்தானுக. இவனுக குடிச்சா கையில எடுக்காத கேஸூங்க சார். அப்ப பாத்து அந்த பக்கம் சிசிடிவி தாஸ் பழைய சட்டாக் வண்டில அவன் முதலாளி பின்னாடி உக்காந்துட்டு வந்தான். நல்ல போதைல நம்ம குமார் சடாருன்னு ஓடிட்டு இருக்குற வண்டிக்கு சைட்ல பாஞ்சு ரெண்டு பேரையும் கட்டிபுடிச்சு இழுக்க பாத்துருக்கான். இவனுக அழிச்சாட்டியத்த தெரிஞ்சு சுதாரிச்ச முதலாளி அவன் கைக்கு அகப்படாம குனிஞ்சுகிட்டு அப்படியே வண்டிய நிறுத்தாம ஓட்டிருக்காரு. ஓடுற வண்டியோட பின்னாடி நின்னு எட்டி கை போட்ட குமாரு கைக்குள்ள தாஸ் மாட்டிக்கிட்டான். அச்சலக்கா அப்படியே தாஸ் நெஞ்சோட பின் வாக்குல நின்னு ரெண்டு கையையும் விட்டு தூக்கிட்டான். வண்டி கொஞ்சம் லம்பி ஸ்டெடியாகி முதலாளி வண்டிய திருக்க ஆரம்பிசிருக்காரு. கொஞ்ச தூரம் போய் நிம்மதி பெருமூச்சு விட்ட முதலாளிக்கு அப்பத்தான் தெரிஞ்சிருக்கு, தாஸ பின்னாடி காணோம்னு. திரும்பி போனா என்ன நடக்கும்னு நல்லாவே தெரிஞ்ச முதலாளி தப்பிச்சா போதும்னு ஒரே ஓட்டமா ஓடிட்டான்."

"இந்த முதலாளியும் ஒரு வெளங்காத பயதான் சார். குமாரவிட மோசமானவன். எவனுக்கும் கல்யாணம் ஆக விடமாட்டான். இவன் மளிகைக்கடைய தாண்டிதான் எவன்னாலும் ஊருக்குள்ள போகணும். புதுசா அந்த ஊருக்குள்ள யாராவது மாப்ள எப்படினு விசாரிக்கப்போனா, இல்லாததையும் பொல்லாததையும் சொல்லி வந்தவங்கள அந்த பாதைக்கே தொரத்தி விட்ருவான் சார். அதுனால யாராவது மாப்ள பாக்க வராங்கன்னா அன்னைக்கு காலைலயோ, இல்ல முந்துனநாளோ அந்த மாப்ள வீடே இவன் வீட்டுக்கு போய் நிக்கும். அவனுக்கு வேண்டப்பட்ட தட்சணையும் குடுப்பாங்க. அப்புறம் அவன் ஆசி குடுத்து அனுப்புவான்.

இதுல ஏதாவது ஒண்ணு நடக்கலைன்னா அவ்வளவுதான். அவனால ஊருக்குள்ள கல்யாண ஆன ஒரு கும்பல், கல்யாணம் ஆகாத ஒரு கும்பல்னு ரெண்டு இருக்கு. ஏன் ஒரு தடவை குமார மாப்ள பாக்க வந்த பொண்ணு வீட்டாளுககிட்டயே 'அவனா? அவனுக்கு நீ இப்ப பொண்ணு கொடுத்தீன்னா இனி பதினாலு வருஷம் கழிச்சு பாத்தாப்போதும்; இப்பத்தான் டபுள் டக்கர் மண்ணுளிப் பாம்ப புடிக்க இரண்டு கோடி ரூவாக்கு ஸ்கெட்ச் போட்டுட்டு இருக்கான். நான் சொல்றது சந்தேகம்னா போய் அந்தச் சானல் பக்கம் போய்ப் பாரு. அவனையெல்லாம் குடிக்க வேணா கூட்டிட்டு போலாம்பா; பொண்ணு கொடுத்து மண்டபத்துக்கெல்லாம் கூட்டிட்டுப் போகாத'ன்னு சொல்லி விட்டுட்டான். இப்பத் தெரியுதா ஏன் குமாரு அந்த வண்டிய நிறுத்துனான்னு."

சீரியசாக கேட்டுக்கொண்டிருந்த சங்கரபாண்டி "இப்ப மட்டும் அவன ஒரு வாரத்துக்கு கடைய பூட்டச் சொன்னா ஊருக்குள்ள ஒரு நாப்பது பேருக்காவது கல்யாணம் நடக்கும் சார்" என்ற சுகுமாரனின் கடைசி வாக்கியத்தினால் "நல்லவேளை நான் இந்த ஊரு இல்ல" என்று வாயைப் பொத்திக்கொண்டார்.

"அன்னைக்கு என்ன நடந்ததுன்னு சொல்றதுக்கு முன்னாடி தாஸுக்கும் குமாருக்கும் உள்ள சம்பந்தத்த சொல்லிறேன் சார். தாஸுக்கு சிசிடிவி பேர் வரதுக்கு காரணமும் குமார் அவன்மேல கொலவெறில இருக்குறதுக்கு காரணமும் ஒண்ணே ஒண்ணுதான் சார். பேசிக்கா தாஸ் ஒரு தப்பளகுட்டி சார்."

இவ்வளவு நேரம் சங்கரபாண்டிக்கு புரியாத ஒரு வார்த்தையையும் உச்சரிக்காத சுகுமாரன் முதல் தடவை தப்பளகுட்டின்னு சொன்னதும் தனது நாக்கை கடித்துக்கொண்டார். புரிந்துகொண்ட சங்கரபாண்டி பரவாயில்லை என்பதுபோல சிரித்தார்.

"அதாவது சரியான கூருபாடு இல்லாதவன் சார். தாஸ் ஒண்ணும் பெரிய ரவுடில்லாம் இல்ல சார். அவனோட வேலை திருட்டு. ஆனா அந்த திருட்டு கொஞ்சம் வித்யாசமா இருக்கும். நேருக்கு நேராவோ இல்ல வீடு புகுந்து திருடவோ தைரியமில்லாதவன். அதனால அவனுக்குன்னு ஒரு புதுவிதமான திருட்டு மெத்தட் வச்சிருந்தான். அவனோட திருட்டு வேலைக்கான இடமே யாரும் அதிகம் நடமாட்டமில்லாத எப்பவாவது வண்டி வர ரோடுதான். என்ன பண்ணுவான்னா... நம்ம மண்டை சைசுக்கு உருண்டையும் இல்லாம சதுரமாவும் இல்லாம ஒரு

பாறைத்துண்டை எடுத்து ரோட்டுக்கு நடுவுலயும் இல்லாம சைடுலயும் இல்லாம போட்டுட்டு மரத்துக்கு பின்னாடியோ, இல்ல பாலத்துக்கு அடியிலேயோ ஒளிஞ்சுக்குவான். அவன் கொண்டு வந்த கோட்டர குடிச்சு முடிக்குறதுக்குள்ள அம்மானு ஒரு சத்தம் கேக்கும். மூஞ்சுல கருப்புத் துணிய கட்டிக்கிட்டு வெறும் சட்டியோட விளக்கெண்ணை தடவுன உடம்போட ஓடிபோய் கீழ விழுந்து கிடக்குறவன் மூஞ்சுல ரெண்டு மிதி மிதிச்சு கையில கழுத்துல பர்சுல அவங்கிட்ட இருந்து என்னல்லாம் கிடைக்குமோ அது அத்தனையும் எடுத்துக்கிட்டு ஓடிருவான்."

"அடப்பாவி..."

"இப்படித்தான் ரெண்டு மாசத்துக்கு முன்னாடி ஆத்துபாலத்துல நைட் 2 மணிக்கு ஒரு சம்பவம் பண்ணான். விழுந்தவனுக்கு பலமான அடி. இருந்தும் அவன் முனங்கிட்டு எந்துரிக்க பாத்துருக்கான். மொத்தமே ரெண்டாயிரம்தான் கிடைச்சிருக்கு. அந்த கடுப்புல இவன் அவன் மூஞ்ச அடிச்சு பேத்துருக்கான். வண்டி டயர பஞ்சராக்கி விட்ருக்கான். அப்படி தாஸு கைல சிக்குனது யாரு தெரியுமா சார்."

சங்கரபாண்டி யோசிக்கவோ சிரிக்கவோ கொஞ்சமும் நேரம் கொடுக்காமல் சுகுமாரன் சொல்லிக்கொண்டே போனார்.

"வேற யாருமில்ல சார், அது நம்ம குமாருதான். இவனுக்கு அவன் குமார்னோ அவனுக்கு இவன் தாஸ்னோ தெரியாது. ஆனா மறுநாளே ரெண்டு பேரையும் போலீஸ் கண்டுபிடிச்சிருச்சு. எப்படீன்னு தெரியுமா சார்?"

"சிசிடிவி தான?"

"அதேதான் சார். ஆத்துபாலத்துல நடக்காத கிரைமே கிடையாது. அந்த ரூட்ல தைரியமா யாருமே நைட் வர மாட்டாங்க. குமார் மாதிரியான ஆளுகளுக்குத்தான் அந்த இடம் செட்டாகும். அந்த சம்பவம் நடக்குறதுக்கு ரெண்டு நாள் முன்னாடிதான் அங்க சிசிடிவியே வச்சோம். இது தெரியாத தாஸ் மாட்டிகிட்டான். எங்ககிட்ட மட்டுமில்ல, குமார் கிட்டயும்தான். அந்த ஒரு மாசமா அவன் இவனப் பாக்கும்போதெல்லாம் அடிச்சு தொவைச்சுருவான். அன்னைக்கும் அப்படித்தான். முதலாளி தப்பிச்சிக்கிட்டான். இவன் மாட்டிக்கிட்டான். அதுவரைக்கும் சூடம் குமாரா இருந்தவன் விதவைக்குமாரா மாறுனதும்

அன்னைக்குதான் சார். அதனால இப்ப வரைக்கும் தாஸ் மேல குமாருக்கு அப்படி ஒரு கடுப்பு.”

“ஏற்கனவே கல்யாணமாகி விதவையான ஒரு பொண்ணத்தான் தாஸ் எங்கயோ இருந்து இழுத்துட்டு வந்திருந்தான். எந்த இக்கட்டான நிலைம வந்தாலும், அவன் தன்னை காப்பாத்திக்கிறதுக்கு அவன் வாயில வர வார்த்தை ‘அய்யா நான் விதவைக்கு வாழ்க்கை கொடுத்தவன். அவள மறுபடியும் விதவை ஆக்கிறாதீங்க. என்ன மன்னிச்சு விட்ருங்க அய்யா’ இதுமட்டும்தான் சார். ஏதாவது கேசுல மாட்டிக்கிட்டு வந்தானா, நொறுங்க எடுப்போம். அப்பவும் அதத்தான் சொல்லுவான். அன்னைக்கும் குமார் கோஷ்டிககிட்ட அடி வாங்கும்போது அதத்தான் சொல்லிருக்கான்போல. காலைலயிருந்து குமார் முழங்கை அளவுள்ள ஒரு பெரிய கத்திய எடுத்து தாஸ குத்துறதுக்கு ரெடியா நிக்கான். ஆனா குத்துன பாடுல்ல. வெறும் அடி மட்டும்தான். இவனுக சும்மாத்தான் வம்பு பண்றானுக; நம்மள கொல்ல மாட்டனுகன்னு தாஸுக்கு தெரிஞ்சுப் போச்சு. அவனுககிட்டயிருந்து எப்படியாவது தப்பிக்கிறதுக்கு தாஸ் எப்பவும் சொல்றதுபோல ‘குமாரே நான் விதவைக்கு வாழ்க்கை கொடுத்தவன். அவள மறுபடியும் விதவை ஆக்கிறாத குமாரு’ன்னுருக்கான்.

அப்பதான் குமார் அந்த வார்த்தைய சொல்லிருக்கான். ‘தாஸு நீ சொல்றதும் சரிதான். ஒருத்தி ரெண்டு தடவை விதவை ஆனா நல்லாவா இருக்கும்? நீ சாகுறதுக்கு முன்னாடி அவள நான் கல்யாணம் பண்ணிக்கிறேன். அப்புறமா உன்னை கொன்னுக்கலாம். நீ மட்டுமா விதவைக்கு வாழ்க்கை கொடுப்ப. நானும் கூடத்தான் கொடுப்பேன். வா தாஸே விதவையைக் கல்யாணம் பண்ண உன் வீட்டுக்கு போலாம்’னு கூப்ட்ருகான்...”

சிரித்து சிரித்து சங்கரபாண்டி வயிற்றைப் பிடித்து விட்டார். சுகுமாரனுக்கு ஒரே குஷியாகிவிட்டது. இப்போது எழுந்து நின்று சைகை எல்லாம் காண்பித்து கதை சொல்ல ஆரம்பித்து விட்டார்.

“சார், குமாரு இத மொத தடவை சொன்னதும் அவன் கூட்டாளிக எல்லாம் விழுந்து விழுந்து சிரிச்சிருக்கானுக. ரெண்டாவது தடவையும் சொல்லிருக்கான் சிரிச்சிருக்கானுக. மூணாவது தடவை சொல்லிருக்கான் லைட்டா சிரிச்சிருக்கானுக. ஆனா அது நாலு அஞ்சு ஆறுன்னு சாய்ந்திரம் வரை அதையே சொல்லிட்டு இருந்துருக்கான். இப்படி கணக்கில்லாம போய்ட்ருக்கதப் பாத்து அவன்

கூட்டாளிகள்ல ஒருத்தன் கடுப்பாகி 'குமாரு இனிமேல் உன் பேரு தக்காளி குமாரோ, சூடம் குமாரோ, ஏன் பூச்சை குமாரோகூட கிடையாது. இன்னைல இருந்து உன் பேரு விதவைக்குமாரு... விதவைக்குமாரு... விதவைக்குமாரு'ன்னு மூணு தடவை சொல்லி பேர் சூட்டு விழா நடத்திருக்கான். அன்னைலருந்துதான் அவன் பேரு இப்படி ஆகிருச்சு சார். கடைசில எப்படியோ ஒண்ணுக்கு இருக்க போறேன்னு சொல்லி அந்த பக்கமா எங்கயோ விழுந்து ஏந்துரிச்சு வீடு வந்து சேந்துருக்கான் தாஸு..."

சங்கரபாண்டியை சுகுமாரன் விடுவதாயில்லை. இப்போது அவர் இவ்வளவு உற்சாகமாக இருப்பதைப் பார்த்த சுகுமாரன் வேறு கோர்ட்களில் உள்ள அக்கியூஸ்ட்களின் கதையையும் சொல்ல ஆரம்பித்து விட்டார்.

"சார் நீங்க கேள்விப்பட்டது இவங்களை மட்டும்தான். இன்னும் போலீஸ் ஸ்டேஷன்ல, ரெண்டாம் நம்பர், மூணாம் நம்பர் கோர்ட்ல, செஷன்ஸ் கோர்ட்லன்னு நிறைய பேரு வருவானுக சார். அதுல மூணு பேர பத்தி மட்டும் சொல்றேன் சார்...

கல்யாண ஆசை, லோ வால்டேஜ், 2E அய்யப்பன் இந்த மாதிரிப் பேர நீங்க வாழ்க்கைல கேள்விப்பட்ருக்கீங்களா சார்?"

ரொம்பநாள் கழித்து தன்னை இவ்வளவு சிரிக்க வைத்து, இந்த நாளை மறக்க முடியாத நாளாக மாற்றிக் கொண்டிருந்த சுகுமாரனை நோக்கி "சத்தியமா இல்லை" என்று தலையாட்டினார்.

ப்ரொடியூசரிடம் கதை சொல்லி படத்திற்கு அட்வான்ஸ் வாங்கியதுபோல மகிழ்ச்சியுடன் "இந்தா இந்தப் புறாப் பேர்ல கூட ஒருத்தன் இருந்தான். நல்ல பேரு. இப்ப பாத்து மறந்துபோச்சு பாருங்க" என்று முன் நெற்றியைத் தடவி யோசிக்க ஆரம்பித்தார்.

சங்கரபாண்டி வீட்டைச் சுற்றி புறாக்கள் கூட்டம் நிறைய இருந்தது. எங்கு சென்றாலும் அவைகள் மாலையில் வீடு திரும்பிவிடும். இப்போது அவைகள் வெளியேறத் தொடங்கின. அதைபார்த்த சுகுமரனுக்குத்தான் புறாவின் பேரில் இருந்த திருடன் ஒருவனின் ஞாபகம் வந்தது.

சுகுமாரன் கதையின் போக்கில் தனக்குத் தெரிந்த வித்யாசமான எல்லா திருடன்களின் பெயர்களையும் அவரிடம் சொல்லிவிட

வேண்டும் என்ற ஆர்வத்தில் தலையை உருட்டிக் கொண்டிருந்தார்.

சுகுமாரனை இயல்பாக்கும் பொருட்டு சங்கரபாண்டி "இங்கருந்து மதுரையில இருக்குற என் வீட்டுக்குக்கூட இந்தப் புறாக்களெல்லாம் போய்ட்டு திரும்பிரும் தெரியுமா? புயல் அடிச்சாக்கூட பறக்குறத நிறுத்தாது. நைட் மட்டும் கொஞ்சம் ஓய்வெடுத்துக் கொள்ளும். ஆனா ஒருபோதும் அதோட வழித்தடத்தை மட்டும் மறக்கவே மறக்காது" என்றார்.

"ஆமா சார் நானும் கேள்விப்பட்டுருக்கேன். முன்னாடியெல்லாம் புறாக்கள வச்சு நம்ம ஊருக்குள்ளேயும் பெரிய பெரிய சண்டையெல்லாம் வரும். ஸ்டேஷனுக்குக் கூட பஞ்சாயத்துக்கு வருவானுக. இவனுகள மாதிரியே அதுகளுக்கும் பட்டப்பேரு வச்சிருப்பானுக. இப்ப யாரும் முன்ன மாதிரி புறாக்கள வளக்குறதில்ல சார்..." என்று கொஞ்சம் இயல்பானவரிடம் "கதையச் சொல்லவிடாம நான்வேற உங்க மைன்ட்செட்ட மாத்திட்டேன் பாருங்க. நீங்க சொல்லுங்க" என்றார்.

"இல்ல சார் நான்தான் சார் புறாவுக்கு தாவி தேவையில்லாம குழப்பிட்டேன் சார்..." என்ற சுகுமாரன் அவர்கள் மூவரின் கதையைச் வெகு உற்சாமாக சொல்லத் தொடங்கினார்.

"சார் கல்யாண ஆசைக்கு பேரு வெறும் ஆசை மட்டும்தான்னு நினைக்குறேன் சார். அவனுக்கு ஊரு இங்க கிடையாது. ஆனா சின்ன வயசுலயே அவன யாரோ கொண்டு வந்து நம்ம அருவிக்கரை பக்கத்துல விட்டுட்டுப் போய்டாங்க. ஆளு கொஞ்சம் அரவட்டு. அந்த ஊரு கோவில்ல ஒறங்கி, அங்க கிடைக்குற சோற தின்னுட்டு கிடந்தான். அந்த ஊர்ல உள்ளவங்களும் அவன அல்ற சில்ற வேலைக்கெல்லாம் யூஸ் பண்ணிக்கிட்டாங்க. வீட்டு வேலை மொதக்கொண்டு ஊருல உள்ள எல்லா வேலையும் செய்ய ஆரம்பிச்சான். அவனுக்குன்னு ஒரு குடிசையையும் ஊரே போட்டுக் கொடுத்துச்சு. இதுக்குள்ள வயசும் அவனுக்கு ஏறிக்கிட்டேப் போச்சு. அவனவிட அஞ்சு வயசு பத்து வயசு குறைஞ்சவனுக்கெல்லாம் ஊருக்குள்ள கல்யாணம் நடக்க ஆரம்பிச்சது. ஆனாலும் இவனுக்கு அப்படி ஒண்ணு தேவைன்னு யாருமே நினைக்கல. இளந்தாரிக மட்டும் இவன சதா உசுப்பேத்தி உசுப்பேத்தி அவனுக்குக் கல்யாண ஆசையை வர வச்சுட்டானுக. ஆனா அவனுக்கு ஏத்த மாதிரி ஊருக்குள்ள ஒரு பொண்ணும் கிடைக்கல. யார் வீட்டு

சுவர்லயாவது ஏறிக் குதிக்கிறது, பொம்பளைங்க குளிக்குற இடத்துக்கு போறது, சும்மா தெருவுலபோற கல்யாணம் ஆன, ஆகாத எல்லாத்துக்கிட்டயும் எதையாவது பேசி அடிவாங்குறது வரைக்கும் ஒரு பிரச்சனை இல்லை. ஆனா அது எதுவும் ஒர்க் அவுட் ஆகாம, கல்யாண ஆசை அவனுக்கு அதிகமாக அதிகமாக அவன் பண்ண வேலைகள்தான் சார் அவனுக்கு இந்தப் பேர வைக்க காரணமாப் போச்சு...''

"அப்படி அவன் என்னதான் பண்ணான்?'' என்ற கேள்விக்கு இடமில்லாமல் சுகுமாரனே பொழிந்து கொண்டிருந்தார்.

"கிறிஸ்டினா மாறுனா கல்யாணம் நடக்கும்னு எவனோ சொல்ல, இவனும் ஊர் ஃபாதர்ட்ட போயி இந்தக் காரணத்தை சொன்னா காரியம் நடக்காதுன்னு நினைச்சிட்டு, எவனோ சொல்லிக்கொடுத்த 'ஏசப்பா என் கனவுல வந்தாரு... மதம் மாறனும்னு சொன்னாரு'ன்னு மட்டும் சொல்லிருக்கான். அவரும் சபைக் கூட்டத்துல முடிவெடுத்து இவன ஒருநாள் சேத்துக்கிட்டு 'மரிய ஆசை'ன்னு பேரையும் மாத்தி விட்ருக்காரு. இவன் ஒரு ரெண்டு வாரமாவது பொறுக்க வேண்டாமா? அதே மாதிரி எவன் பேச்சையோக் கேட்டுக்கிட்டு மறுநாளே ஃபாதர்ட்டப் போயி, 'என் கனவுல மறுபடியும் ஏசப்பா வந்தாரு. என்னை அன்பியம் ஆறாவது தெருவுல இருக்குற அன்புதாஸ் மக சகாய ஜெனிஷாவ கல்யாணம் பண்ணச் சொன்னாரு. ஆனா அவருகிட்டப் போயி கேட்டா என்ன அடிக்க வாறாரு. நீங்க வந்து பேசி எப்படியாவது முடிச்சு விடுங்க'ன்னு சொல்லிருக்கான். அதோட நிக்காம ஏசப்பா சிலைக்கு பக்கத்துல ஃபாதரக் கூட்டிட்டுப் போயி ஏசப்பா தலமேல கைய வச்சு, 'நீங்க கண்டிப்பா வருவேன்னு சத்தியம் பண்ணுங்க'ன்னு சொல்லிட்டு இருந்துருக்கான். சிலையோட ஒட்டிபோயி இவங்க ரெண்டு பெரும் நிக்குற அந்தநேரம் பாத்து அங்க வந்த அன்புதாஸ் அதப் பாத்து கடுப்பாகி மொத்தமா எல்லாத்துக்கும் சேத்து தள்ளைக்கும் பிள்ளைக்கும் அறுப்பு கொடுத்துட்டு, 'நாளைக்கு இவன் பேரு சபைல இருந்தா மொத வெட்டு யாருக்குன்னு தெரியாது'ன்னு சொல்லிட்டு போயிட்டாரு. ஃபாதருக்கு முன்னாடி ஏசப்பாவே ஒரு நிமிஷம் ஆடிப் போய்ட்டாருபோல. உண்மையிலே கல்யாண ஆசை கனவுல வந்த ஏசப்பா 'அன்புதாஸ் உண்மையிலே சொன்னத செய்யக் கூடியவனாக்கும். உனக்கு அவனப் பத்தி தெரியாது. பேசாம நீ என் ஃப்ரெண்ட் சிவனையே கும்பிட்டுக்க, அவன் கைலதான் கம்பு, பாம்பு எல்லாம் இருக்கு. உங்க நடுவுல

என் கோமணத்தை உருவாதீங்க. என்னை ஆள விட்ரு'ன்னு சொல்லிருக்காரு. இப்படித்தான் மரிய ஆசையோட நூத்தி இருபதாவது கல்யாண ஆசைல மண் விழுந்துச்சு.

விழுந்து விழுந்து சிரித்துக்கொண்டிருந்த சங்கரபாண்டியை ரசித்தபடி "இது இத்தொட நின்னுருந்தாகூட பரவாயில்ல சார். இவன யார் உசுப்பேத்தி விட்டதுன்னு அன்புதாஸ் ஆராய ஆரம்பிச்சதுல, ஒரு மதக் கலவரமே வர பாத்துச்சு. பிள்ளையார் கோவில் குட்டிச் சுவர்ல உக்காந்துட்டு சின்னப் பசங்கதான் இதெல்லாம் செய்றாங்கன்னு ஒரு கம்ப்ளைண்ட்ட அன்புதாஸ் கொடுத்துட்டாரு. எங்களுக்கு வேற வழி தெரியல. மரிய ஆசைய புடிச்சு நிமுத்து நிமுத்துன்னு நிமித்துனோம். ஸ்டேஷன விட்டு வெளியப் போகும்போது மரிய'ங்குறப் பேரு மரிச்சு கல்யாண ஆசையாத்தான் போனான் சார்."

இருவருமே ஒரே மாதிரியான மனநிலையில் இருந்தனர். இருவரின் உதட்டிலிருந்தும் "உச்" கொட்டல் வந்தது. சுகுமாரனுக்கு அவனைப்பற்றி இன்னும் சொல்வதற்கு விஷயம் இருந்ததை உணர்ந்த சங்கரபாண்டி "அப்புறம் என்னாச்சு?" என்றார்.

"அதுக்கப்புறம் நடந்ததுதான் சார் செம ட்விஸ்ட். நாங்க கொடுத்த அடில திருந்திட்டான்போல. அவனப் பாத்து ஊர்க்காரங்களே பரிதாபப்பட ஆரம்பிச்சிட்டாங்க. அந்த நேரத்துலதான் எங்கிருந்தோ வந்த தொம்மன் மாதிரியான கூட்டம் ஒண்ணு ஊருக்கு வெளிய டெண்ட் போட்டுருந்தாங்க. ஊர்ல இருந்து ஒருத்தரும் அந்தப்பக்கம் போகல. இவன் குடிசைக்கு பக்கதுலதான் அவங்க டெண்ட் போட்டுருந்தாங்க. இவன் மட்டும் அங்கப் போகுறதும் வரதுமா இருந்தான். அவங்க இந்தியும் குஜராத்தியும் தமிழும் கலந்து பேசுறது இவனுக்கு புரியல; அவங்களுக்குப் இவன் பேசுறது புரியல. ஆனாலும் அவங்களுக்கு தண்ணிப் புடிச்சு கொடுக்குறது, சமையலுக்கு ஹெல்ப் பண்றது, தேவையானப் பொருளா வாங்கிக் கொடுக்குறதுன்னு இவன் அங்க ஐக்கியமாக்கிட்டான். அங்க ஒரு பொண்ணு இவனுக்கு ஒருநாளு பாட்டுப்பாடி பச்ச குத்திருக்கு. அடுத்தநாளும் போயிருக்கான். நாடி பார்த்து நோய்க்குறி சொல்லிருக்கு. விடாம போயிருக்கான். ஒருநாள் ஜோசியம், இன்னொருநாள் நாட்டு வைத்தியம்னு இவனும் அந்தப்பொண்ணும் லவ் பண்ண ஆரம்பிச்சிட்டாங்க. இது அவங்க டெண்ட்குள்ள, ஊருக்குள்ளன்னு எல்லா எடமும் பரவிருச்சு. ரெண்டு நாளா எல்லோரும் உக்காந்து ஒருவழியா

பேசி இவனுக்கே அந்தப்பொண்ண கல்யாணம் பண்ணி வைக்கலாம்னு முடிவு பண்ணிட்டாங்க.''

“அப்படிப்போடு'' என்று பலமாக ஒரு கைதட்டினார் சங்கரபாண்டி.

“ஆனா சார்...'' என்று மட்டும் சொல்லிவிட்டு ‘இப்போது இந்த இடத்தில் இப்படித்தான் நிறுத்த வேண்டும்' என்று மனதுக்குள் நினைத்தவராக, வேண்டுமென்றே கொஞ்சம் தண்ணீர் எடுத்து குடித்துவிட்டு வாயைத் துடைத்து அவரின் பொறுமையை சோதித்தார் சுகுமாரன்.

இதை எதையும் யோசிக்காத சங்கரபாண்டி “ஆனா என்ன? அப்புறம் என்னாச்சி?'' என்றார்.

தான் ஒரு தேர்ந்த கதைச்சொல்லி ஆகிவிட்டோம் என்று திருப்தி வந்தவராக, “அவங்க முறைல ஆம்பளைங்கதான் சீர் செய்யணும்போல. சீர்னா ரொம்பல்லாம் இல்ல. இவனோட நிலமையப் பாத்து வேட்டி, சட்டை, பாவாடை, உடம்புக்கு குறுக்க கட்டுறத் துணி, பச்சரிசி, உளுந்தம் பருப்பு, மஞ்சள் இது மட்டும் போதும்னு சொல்லிட்டாங்க. அத ஊரே சேந்து வாங்கிக் கொடுத்துச்சு. மறுநாள் கல்யாணம். எல்லாரும் ஒரு ஒரு வேலைய எடுத்துக்கிட்டு செய்ய ஆரம்பிச்சாங்க. நைட் கல்யாண வேல செய்றவங்களுக்கு கூட்டாஞ்சோறு செஞ்சதுலே தேங்காய் பாதி காலியாயிருச்சு. அதுனால தேங்காய் வாங்க 2E-ய அனுப்பி வச்சுருந்தாங்க. போனவன ஆளக் காணோம். அத யாரும் அப்ப சரியா கவனிக்கல. கவனிச்சப்ப மணி ஒண்ணு. தேங்காய்க்கு என்ன செய்யணும்னு யாருக்கும் தெரியல. இங்கதான் லோ வால்டேஜும் வாரான். இவங்க மூணு பேருமே ஒரே ஊரு. அந்த நேரத்துல வேறென்ன செய்ய...''

பொறுக்க மாட்டாதவராக சங்கரபாண்டி “மொத இவங்க ரெண்டு பேருக்கும் அந்தப் பேரு வந்ததுக்கான காரணத்த சொல்லிருங்களேன். இல்ல என் தலையே வெடிச்சிரும்போல'' என்றார். இப்போது சுகுமாரனுக்கு ஏதோ ஒரு குழந்தையிடம் கதை சொல்வது போலவே ஆகிவிட்டது. சிரித்துக்கொண்டே சொல்ல ஆரம்பித்தார்.

“லோ வால்டேஜோட உண்மையான பேரு சரியா நியாபகமில்ல சார். இந்த சம்பவம் நடக்கும்போது ரெண்டு பேருமே இளந்தாரிகதான். அவன் லோ வால்டேஜ் ஆகக் காரணம் கரண்ட் ஷாக் அடிச்சதுனாலத்தான். இவனுக்கு வயல்வேல

மட்டும்தான் தெரியும். ஒருநாள் டிராக்டர்ல வைக்கோல் படப்பை ஏத்திக்கிட்டு டிரைவர் பக்கத்துல உக்காந்துகிட்டே வந்துருக்கான். ஒரே ட்ரிப்ல முடிச்சிறலாம்னு அவ்வளவு படப்பையும் ஏத்திக்கிட்டு வந்த டிரைவருக்கு ஊருக்குள்ள நுழையும்போதுதான் மேலப் போற கரண்ட் கம்பி ஞாபகமே வந்துருக்கு. அதுமேல படப்பு தட்டுப்பட்டா தீ புடிச்சிரும்னு பயந்தவரு ஒரு கவட்டக் கம்பை எடுத்து இவன் கைல கொடுத்து கம்பியக் கொஞ்சம் தூக்கி தென்னச் சொல்லிருக்காரு. இவன் என்ன பண்ணியிருக்கணும்... சைடுல ஏறி நின்னு அந்தக் கம்பை வச்சு கம்பிய தூக்கியிருக்கனும். இவன் என்ன பண்ணான்னா, வைக்கப் படப்பு மேலயே ஏறி நின்னு கம்பிய முன்னாடி தள்ளி தூக்கியிருக்கான். இப்ப கம்பியும் அவனும் முதல்வன் படத்துல அர்ஜூனும், மனிஷா கொய்ராலாவும் தொப்புள்ல கம்ப அடைகொடுத்து ஆடுற மாதிரி மேல நின்னுருக்காங்க. இது தெரியாத டிரைவர் கம்பிய மேல தூக்கியாச்சுன்னு நினைச்சிட்டு வண்டிய எடுத்துட்டு அவரு பாட்டுக்கு ஊருக்குள்ள நுழைஞ்சிட்டாரு. வண்டி சத்தத்துல இவன் கத்துறதும் கேக்கல, பயத்துல இவனும் சத்தமா கத்தல. கம்பிய புடிச்சு தொங்கிட்டான். அன்னைக்குன்னு பாத்து ஊருக்குள்ள லோ வால்டேஜா, இல்ல இவன் அதிர்ஷ்டத்துக்கு கரண்ட் அடிக்கலையான்னு தெரியல. தொங்குனவனுக்கு ஒண்ணும் ஆகல. முட்டாப் பய கம்பிய விடாம புடிச்சு தொங்கிட்டு ஷாக் அடிக்குது என்னக் காப்பாத்துங்க, காப்பாத்துங்கன்னு கத்திருக்கான். ஆரம்பத்துல பயந்தவங்க, இவனுக்கு ஷாக் அடிக்கலைன்னு தெரிஞ்சு வேடிக்கைப் பாக்க ஆரம்பிச்சிட்டாங்க. பொட்டிக்கடைல பீடி குடிச்சுட்டு இருந்த ஒரு தாத்தாதான், 'ஏலக் கிறுக்குக் கூதி மொவன, மொத கம்பில இருந்து கைய எடுல'ன்னு சொல்லிட்டு பீடிய ரெண்டு இழு இழுத்துருக்காரு. ஆனாலும் பயத்துல கம்பில இருந்து கைய எடுக்காம தொங்கிட்டே இருந்துருக்கான். அது கொஞ்சம் பழைய கம்பி போல. இவன் வெயிட்ட எவ்வளவு நேரம்தான் அது தாங்கும். அவரு பொகைய ஊதுறத்துக்கும் இவன் மாடு சாணி போடுற மாதிரி அந்தக் கம்பியோட சேந்து கீழ தொப்புன்னு வுழுறதுக்கும் சரியா இருந்துருக்கு. ஊர்ல ரெண்டு நாளைக்கு கரண்ட் இல்ல..."

'அந்த ரெண்டு நாளும் ஊருக்குள்ள அவன் நிலைமை எப்படி இருந்துருக்கும்'னு கடைசி வரியை நினைத்துப் பார்த்த சங்கரபாண்டி சொல்லிச் சொல்லிச் சிரித்தார்.

கதை சொல்லும் ஆர்வத்தில் அவரின்முன் கெட்ட வார்த்தை பேசிவிட்டோமே என்று அப்போதுதான் சுகுமாரனுக்கு நியாபகம் வந்தது. அதை அவர் யோசித்து விடக்கூடாது என்பதற்காக தொடர்ந்து பேசிக்கொண்டே சென்றார்.

"சார் அதுமட்டுமில்ல அதுக்கப்புறம் அவன்கிட்ட பேசுற எல்லாருமே கரண்ட்ட மையப்படுத்தியே பேச ஆரம்பிச்சாங்க.

'என்ன லைனுக்கு போகலையா மாப்ள?'

'இங்க கொஞ்சம் சப்ளை வரல என்னானு பாத்துச் சொல்லுடே...'

'மின்சாரக் கண்ணான்னு ஒரு படம் வந்துருக்கு போலயாடா'

இதுல வடிவேலு வந்தபிறகு, 'நான் அப்படியே ஷாக் ஆகிட்டேன்' டயலாக் யாருக்கு பொருந்துச்சோ இல்லையோ இவனுக்கு நல்லா பொருந்திருச்சு சார்.

2E இதுல கொஞ்சம் வித்யாசமானவன் சார். அவனுக்கு எழுதப் படிக்க தெரியாது. ஆனா அதை யார்ட்டையும் காட்டிக்கிட மாட்டான். ஒரு வேலைன்னு இல்ல, கிடைக்குற எல்லா வேலையும் செய்வான். லோ வால்டேஜுக்கும் இவனுக்கும் நைட் ஆனா மணல் களவுதான் முக்கியமான வேலை. வெளியூர் வேலைக்கு எங்கையும் போவ மாட்டான். அவனுக்கு வெளியூர்னா ஒரு முப்பது கிலோமீட்டர்தான். அதுவும் 2E பஸ் போற ரூட்ல மட்டும்தான். அந்த பஸ்லயும் அந்த 2Eனு எழுதியிருக்குறத படிக்கத் தெரியாது. மீன் லோடு ஏத்துறதுக்காக பஸ்ல கொஞ்சம் சீட்கள எடுத்துட்டு கம்பி சீட் வச்சுருப்பாங்க. அத வச்சுதான் அவன் நம்ம ஊரு பஸ்னு கண்டுபிடிப்பான். அப்படிபட்டவனத்தான் ஒன்பது மணிக்கு தேங்காய் வாங்க அனுப்பி விட்டுருக்காங்க. பஸ் இருக்க தைரியத்துல ஆட்டோக்கு வச்சுருந்த காச மிச்சப் புடிச்சு நல்லா குடிச்சிருக்கான். ஊருக்கு கடைசி பஸ் நைட் 11 மணிக்கு. அதுல போய்றலாம்னு பஸ் ஸ்டாண்ட்லயே உக்காந்துட்டு இருந்துருக்கான். ஊருக்கு ஒரு பஸ்ஸூம் வரல. இத்தனைக்கும் அவன் ஊருக்கு பஸ் ஒட்டுற அதே டிரைவர் கண்டக்டர பாக்கவும் செஞ்சுருக்கான். ஆனாலும் அந்த பஸ்ல அவன் ஏறல. போதைல உக்காந்து இருந்தவன் அப்படியே உறங்கிட்டான். முழிச்சுப் பாத்தா நைட் இரண்டு மணி."

"ஐய்யய்யோ..."

“ம்... எங்க தேங்காய் இல்லாம கல்யாணம் நடக்காதோ என்னவோன்னு பயந்த நம்ம கல்யாண ஆசை, ஊருக்கு வெளிய ஆத்துப்பக்கம் நிக்குற தோப்புல போய் தேங்காய் பறிக்க ஒரு திட்டம் போட்டான். இந்த திட்டத்தைச் சொன்னா யாரும் விட மாட்டாங்கன்னு தெரியும். அதுனால யார்ட்டயும் சொல்லாம தோப்புக்குள்ள புகுந்து ஒருமாதிரி ஏறி ரெண்டு தேங்காவும் பறிச்சு போட்டுட்டான். இந்த மாதிரி வேலையெல்லாம் அவனுக்கு நல்லாவே தெரியும் சார். அப்பத்தான் போலீஸ் விசில் சத்தம் கேட்டுருக்கு. இவனுக்கு ஒண்ணுமே புரியல. தான் தேங்காய் பறிக்க வந்தது அவங்களுக்கு எப்படி தெரியும்னு குழப்பத்துலயே, எங்க தன்னத்தான் புடிக்க வாராங்களோன்னு பயந்து மேல இருந்து கீழ குதிச்சிட்டான். காலு பெசங்கிருச்சு. ஓட முடியாம ஒடுனவனத் தாண்டி லோ வால்டேஜ் ஓடிட்டு இருந்தான். போலீஸ் வந்தது மணல் திருட்டுக்காக, தன்னை புடிக்க இல்லைன்னு அப்பதான் இவனுக்கு புரிஞ்சிருக்கு. என்ன புரிஞ்சு என்ன செய்ய நொண்டி நொண்டி ஓடிக்கிட்டு இருந்த இவனையும் சேத்து மொத்தமா புடிச்சிட்டு வந்துட்டாங்க. நான் அப்ப அந்த ஸ்டேஷன்லதான் இருந்தேன். இவன் எவ்வளவோ சொல்லியும் நாங்க யாரும் நம்பல. அப்புறம் ஊர்க்காரங்க எல்லோரும் நடு ராத்திரி ஸ்டேஷன் வந்து பேசி அவன மட்டும் கூட்டிட்டுப் போனாங்க.”

“அவன கூட்டிட்டு மண்டபம் போனா அங்க ஆட்டோகாரனுக்கு கொடுக்க காசில்லாம 2E நின்னுட்டு இருந்துருக்கான். இவன்தான் இவ்வளவு பிரச்சனைக்கும் காரணம்னு எல்லோரும் அவன அடிக்கப் போயிருக்காங்க. அப்பதான் ஏன் லேட் ஆச்சுன்னு ஒவ்வொரு காரணமா சொல்லிருக்கான். எல்லாம் சரிதான் ஆனா ஒண்ணு மட்டும் ஒருத்தருக்கு புரியவே இல்ல. அவருதான் 2E பஸ்ஸோட டிரைவர். அவரும் அந்த ஊர்காரர்தான். ஆமா ‘நானும் அவனப் பாத்தேன்’னு அவரு சொன்ன வார்த்தைக்குதான் அவனுக்கு அடி கிடைக்கல. அந்த நேரத்துல ‘ஆமா, பஸ் ஸ்டாண்ட்ல நான் பஸ்ஸ எடுக்கும்போது நீதான் பாத்தியே, ஆனா ஏன் பஸ்ல ஏறாம நின்னுட்டு இருந்த?’ன்னு ஒரு கேள்வி மட்டும் அவனப்பாத்து கேட்டுருக்காரு. இவனும் சாதாரணமா ‘நீங்க எடுத்தது நம்மூரு பஸ் இல்லேல்ல, அதான் ஏறல’ன்னு சொல்லிருக்கான். இவ்வளவு நடந்தும் ஏத்தத்தைப் பாருன்னு எல்லோரும் அவன ஏசுனாலும், டிரைவருக்கு மட்டும் 2E சொன்னதுல ஏதோ விஷயம் இருக்கும்போலன்னு நினச்சிக்கிட்டு, ‘டேய்

விளையாட இது நேரமில்ல. அது நம்மூரு பஸ் தாண்டா'ன்னு கடுப்புல சொல்லிருக்காரு."

"அதுக்கு அவன் சலிக்காம, 'சும்மா பொய் சொல்லாதீங்கண்ணே... நம்ம ஊரு வண்டிலதான் மீன் லோடு ஏத்துற பெரிய இரும்புக் கம்பி சீட் இருக்குமே'ன்னு சொல்லிட்டு அப்பவும் அசராம நின்னுருக்கான். அவரு பஸ் பிரேக்டவுன் ஆனதால்ல வேற பஸ் எடுத்துட்டு வந்தது அவருக்கு ஞாபகம் வர 2E- வோட பாமரத்தனம் அவருக்கு உடனே புரிஞ்சிருச்சு. ஊர்மக்களுக்கு புரிஞ்சு அந்த ராத்திரி ஃபுல்லா சிரிச்சு அவனுக்கு 2E-ன்னு பேரு வைக்கத்தான் கொஞ்சம் நேரமாச்சு..."

சங்கரபாண்டி கையெடுத்து கும்பிட்டுவிட்டு, "போதும்பா சாமி" என்று கண்ணை துடைத்துக் கொண்டிருக்கும்போது வேலைக்காரர்கள் வந்து "சார் சாப்பாடு ரெடி ஆகிருச்சு" என்றனர்.

வழக்கம்போல வேண்டாம் என்று மறுத்த சுகுமாரனை கண்டுகொள்ளாமல் டைனிங் டேபிளில் உட்கார வைத்து விட்டார். டேபிளில் நெய்மீன் குழம்பும், கணவா துவக்கும், சாளை மீன் பொறிப்பும், சௌசௌ கூட்டும், பழ வகைகளும் இருந்தது.

இப்போதும் சங்கரபாண்டி அதே தடித்த கைகளோடும், அகண்டு விரிந்த ரோமங்கள் மண்டிய மார்போடும், தோளோடும்தான் இருந்தார். ஆனால் அவ்வளவு சந்தோஷமாக இருந்தார். அது அவரது கவனிப்பிலேயே தெரிந்தது.

அதைப் பார்த்தவுடன் சுகுமாரனுக்கு இப்போது அதிர்ஷ்டவசமாக தைரியம் வந்துவிட்டது. சோற்றிற்கு மிஞ்சிய குழம்பை ஊற்றி அதற்குள் கணவாயை பிசைந்து சௌசௌ கூட்டும் சாளை மீனையும் வைத்து பிசைந்து தயாரித்த ஒரு உருண்டையை லாவகமாக வாய்க்குள் தள்ளி ரசித்து சுவைத்து மென்று விழுங்கியபடியே மெதுவாகப் பணிவாக ஆரம்பித்தார்.

"சார் உங்கள்ட்ட ஒண்ணு கேக்கலாமா?"

"அதுல என்ன தயக்கம்... கேளுங்க சுகுமாரன்"

"எனக்கு வயசு 50 ஆச்சு. டிபார்ட்மெண்ட்ல சேந்து 25 வருசத்துக்கும் மேல ஆச்சு. சாதாரண பிசி-யா சேர்ந்து இப்ப எஸ்எஸ்ஐ ஆவும் ஆகிட்டேன். இப்ப வரைக்கும் எத்தனையோ

ஜட்ஜை பாத்துட்டேன் சார். இதுநாள் வரை யாரும் என்கிட்ட இந்த மாதிரி கதையும் கேட்டதில்ல. ஏன் ரிமாண்டுக்கோ வேற ஏதோ அவசரத்துக்கோ வந்தா கூட எங்கள உக்காரக்கூட சொல்ல மாட்டாங்க சார். அப்புறம் இப்படி சார்னு கூப்பிடுறது, சாப்புடுறதெல்லாம் கனவுலகூட எண்ணிப் பாக்க முடியாது. வந்த புதுசுல நீங்க உங்க சேம்பருக்கு கூப்பிட்டு, 'இவங்கள பத்தியெல்லாம் ஒருநாள் என்கிட்ட கேட்கணும்'னு நீங்க சொல்லும்போது கூட நான் சாதாரணமா கேஸ் ரிக்கார்ட் கேப்பீங்கன்னுதான் நினச்சேன். அதுக்காக கேஸ் டைரி எல்லாம்கூட ரெடி பண்ணேன். அப்புறமா அசிஸ்டண்ட் தங்கராஜ் சொன்னதுக்கப்புறம்தான் நீங்க கதை கேட்க போறீங்கன்னு புரிஞ்சது. இப்ப நீங்க என்ன வீட்ல உக்கார வச்சக் கரணத்தைக்கூட கூட விடுங்க சார். இவ்வளவு ஆர்வமா கதை கேக்குறீங்களே, அதுக்கு என்ன காரணம்னு மட்டும் எனக்கு தெரிஞ்சுக்கலைன்னா தலையே வெடிச்சிரும் சார்."

"அட அதுக்கெல்லாம் காரணம் ஒண்ணுமில்லை சுகுமாரன். சும்மாதான். எனக்கு கதை கேட்க ரொம்ப புடிக்கும்..." என்றவர் "போலீஸ் மூளைல்ல... அதான் எல்லாத்துலயும் ஏதோ ஒரு காரணத்தைத் தேடுது. அப்படித்தான...?" என்று சொல்லிச் சிரித்தார்.

சுகுமாரன் சங்கோஜமாக நெளிந்து "அப்படியெல்லாம் இல்ல சார்" என்று இரண்டு மூன்று சமாளிப்பு வார்த்தைகள் உதிர்த்து அடக்கமானார்.

அதைப்பார்த்த சங்கரபாண்டி திரும்பவும் "அதெல்லாம் ஒன்னுமில்ல சுகுமாரன். சின்ன வயசுல இருந்து கதை கேட்டே வளந்துட்டேன். கிராமத்தான் பாத்தீங்களா. ஒரு அனுபவத்துக்குத்தான்" என்று சொல்லிவிட்டு மீண்டும் சத்தமாக சிரித்தார்.

பின்னர் கொஞ்சநேரம் அமைதியாக இருந்துவிட்டு சுகுமாரனுக்கு இன்னும் நம்பிக்கை வரவில்லை என்பதுபோல தோன்றியதால் "அட நிஜமாவே இதுதான் காரணம். எங்க ஊர்ல இதுபோல 'மிளகுதின்னி, குண்டாச்சட்டி, மொசப்புழுக்கை'ன்னு ஏகப்பட்ட பட்டப்பேருக் கதைகள் இருக்கு. இன்னும் சொல்லப்போனா இந்த பேருகளையெல்லாம் காதுகுத்து, கல்யாண பத்திரிக்கைகள்ல போடுற அளவுக்கு அவங்களோடவே ஒன்றிப்போன பேருங்க இது. அவங்களோட உண்மையான பேர்கூட யாருக்கும் தெரியாது. அவங்க பட்டப்பேர் வச்சுத்தான்

கூப்பிடுவாங்க. அதையெல்லாம் கேட்டு வளந்தவன் நான். போற இடத்துலயும் இதுமாதிரி கதைகள் கேட்டுகிட்டேத்தான் இருப்பேன். வேணும்னா இன்னொருநாள் வாங்க உங்களுக்கு இதுமாதிரி நிறைய கதைகளை நான் சொல்றேன்" என்றார்.

சுகுமாரனுக்கு திருப்தி ஏற்பட்டது. அது அவரது சிரித்த முகத்திலேயே தெரிந்தது. இருவரும் சாப்பிட்டு முடித்து இருவரது குடும்பங்கள் பற்றி பரஸ்பரம் நலம் விசாரித்துவிட்டு, சம்பிரதாய வார்த்தைகளை உதிர்த்தப்பின் பழங்கள் நிரம்பிய பார்சலை கையில் திணித்து சுகுமாரனை வழியனுப்பி வைத்தார் சங்கரபாண்டி.

சுகுமாரன் செல்வதைப் பார்த்துக்கொண்டே இருந்தவருக்கு, தனக்கும் தனது நட்பு வட்டத்திற்குள் இன்றுவரை ஒரு பட்டப்பேர் இருக்கிறது என்பதையும், அதை வைத்துத்தான் தனது நெருங்கிய ஐந்து நண்பர்களும் தன்னை அழைப்பார்களென்பதையும், அதற்கான காரணம் மேற்சொன்ன கதைகளுக்கு சற்றும் சளைத்ததல்ல என்பதையும், இவரும் அவர்களுக்கு 'மொனங்கி அலெக்ஸ், அம்மிநக்கி அர்ஜூன், குண்டிப்பரு ஜெகன், நூலாம்படை கண்ணன், செனப்பாறை மணி' என்றப் பட்டப் பெயர்களை வைத்துள்ளார் என்பதையும், ஆனாலும் தன்னை சதாக் கிண்டலடித்துகொண்டே இருக்கும் அவர்களுக்கு கூடுதலாக பட்டப்பேர் வைக்க இதுபோன்ற பெயர்களும் கதைகளும் அவருக்குத் தேவைப்படுகிறது என்பதையும், அதில் ஒருவன்தான் சிறிதுநேரத்திற்குமுன் மொபைலில் தன்னை பட்டப்பேர் வைத்து அழைத்து கூப்பிட்டபோது, "டேய் முக்கியமான ஒரு மீட்டிங்ல இருக்கேன் அப்புறம் கூப்பிடுறேன்" என்று சொல்லி கட் பண்ணியதையும், அப்போதுதான் அந்த உலுத்துப்போன ஒரு சிரிப்பை தான் உதிர்த்ததையும் இறுதிவரை அவர் சுகுமாரனிடம் சொல்லவே இல்லை.

●●●

மூன்று பெண்கள்:
செய்தக்க செய்யாமை யானும் கெடும்

பெண்கள், குழந்தைகள், வயதானவர்கள் ஒரு பக்கமும்; ஆண்கள், அவர்களின் நண்பர்கள், பெற்றோர்கள் இன்னொரு பக்கமாகவும் நிரம்பியிருந்த குடும்பநல நீதிமன்ற வளாகம் கூட்ட நெரிசலில் நிரம்பி வழிந்தது.

"O.P NO: 164/2015. பெட்டிஷனர் ஸ்ரீவினயா. ரெஸ்பான்டன்ட் சிபு."

பெஞ்ச் க்ளர்க் இந்த இரு பெயர்களை வாசித்ததும் அந்தக் கூட்டத்திலிருந்து நெருக்கியடித்துக்கொண்டு மூன்று பேர் நீதிபதி முன் வந்து நின்றனர்.

சாக்லட்டின் மீதியை இப்போதே இங்கேயே சாப்பிடலாமா? இல்லை வெளியே சென்றுதான் சாப்பிட வேண்டுமா? என்ற குழப்பத்தில் இருந்த ஒரு பெண் குழந்தையும், வழக்கறிஞர் உடைகளை கழற்றி இடது கையில் வைத்துக்கொண்டு, அந்தப் பெண் குழந்தையை தனது வலது கையில் பிடித்தபடி இருந்த ஒரு இளம்பெண்ணும், அவர்கள் இருவரையும் ஏறெடுத்தும் பார்க்காமல், தனக்கும் இவர்களுக்கும் எந்த சம்பந்தமும் இல்லாதது போல இறுகிய முகத்துடனும், நவ நாகரீக உடை என்று நினைத்துக்கொண்டோ என்னவோ பார்ப்பதற்கு நட்சத்திர ஹோட்டல் சிப்பந்தி போல் உடையணிந்திருந்த ஒருவனுமாக அந்த மூவரையும் பார்த்துவிட்டு மீண்டும் அவர்கள் சம்பந்தப்பட்ட வழக்கில் மூழ்கினார் நீதிபதி.

சிறிது நேரம் கழித்து நிமிர்ந்தவர் அவனைப் பார்த்து "என்ன முடிவு எடுத்துருக்க?" என்றார்.

"ஃபுல் அமௌன்ட் குடுத்து செட்டில் பண்ணிறேன் சார்?"

அவன் சொன்னதும் அதுவரை சாந்தமாக இருந்தவர், "ஃபுல் அமௌன்ட் இருக்கட்டும். மாசம் எவ்வளவு கொடுப்ப? அத மொதச் சொல்லு" என்றார் கடுகடுப்பாக.

"மாசம் மாசம் என்னாலக் குடுக்க முடியாது. மொத்தமா கொடுக்குறேன் சார்."

"எத்தனை வாய்தாதான் திருப்பித் திருப்பி அதையே சொல்லுவ? மொத்தமா கொடுக்குறதப் பத்தி இந்த ஸ்டேஜ்ல பேச முடியாது. உன் வொய்ஃப் உன்கூட சேந்து வாழ கேஸ் போட்டுருக்காங்க. நீ சேந்து வாழ முடியாதுன்னு இன்னொரு கேஸ் போட்டுருக்க. அப்புறம் எப்படி மொத்தமா குடுத்து செட்டில் பண்றத பத்திப் பேச முடியும்? இப்ப இந்த இன்ட்ரீம் அலிமனி பெட்டிஷனுக்கு பதில் சொல்லு."

"மாசம் 2000 ரூபா கொடுக்குறேன் சார்..."

"இது சரிப்பட்டு வராது அட்வகேட் சார். நீங்க உங்க க்ளைன்ட்ட சொல்லிப் புரிய வைங்க. போன வாய்தாவே நீங்க அந்த டிஎன்ஏ டெஸ்ட் பெட்டிஷன் சம்பந்தமா ஏதோ ஸ்டெப்ஸ் எடுக்கப் போறதா கடைசியா ஒரு சான்ஸ் கேட்டதுனாலத்தான் ஒரு அட்ஜர்ன்மென்ட் குடுத்தேன். அது என்ன பெட்டிஷன் சார்? கொஞ்சம்கூட மனிதாபிமானம் வேண்டாமா? உங்க க்ளைன்ட் என்ன கோர்ட்ட ப்ளே கிரவுண்ட்னு நினச்சிருக்காரா? நீங்களும் எவ்வளவு நாளா அந்த ஒரு பெட்டிஷன வச்சே கேஸை இழுக்குறீங்க? ஒரு முடிவுச் சொல்லுங்க. இல்ல டவுரி கேஸ்லயும், மெயின்டனன்ஸ் கேஸ்லயும் உங்க க்ளைன்ட் உள்ள போய்ருவாரு. மாசம் 12000 குடுக்க சொல்லுங்க. இட்ஸ் எ ஃபைனல் டிசிஷன். அந்த ரெண்டு கேஸையும் அவங்கள விட்ராவ் பண்ணச் சொல்றேன்.

ஓகேதானம்மா?"

வெளிறிப்போய் துடிதுடித்துக் கொண்டிருந்த காய்ந்த உதடுகளிலிருந்து "யஸ் யுவ் ஆனர்" என்ற பதில் வந்தது.

பதிலுக்கு அவன் "எனக்கு மாசம் வருமானமே அவ்வளவுதான் சார். என்னால எப்படி அவ்வளவு கொடுக்க முடியும்?" என்றான்.

“நீ கவர்ன்மெண்ட் பஸ் கண்டக்டர்தானய்யா. சின்ன வயசுலயே வேலைக்கு போய்ட்ட அப்படித்தான? மாசம் முப்பத்தையாயிரத்துக்கும் மேல கண்டிப்பா வரும். இவுங்க உன் பொண்டாட்டியும் புள்ளையும்தான? அவங்களுக்கு குடுக்குறது உன் கடமை இல்லையா? 14 வருசத்துக்கு மேல இருக்குற உன் சர்வீச வச்சுப் பாக்கும்போது இப்ப உனக்கு ப்ளூ கலர் யூனிஃபர்ம்தான?”

“இல்லைங்க சார். காக்கிதான்.”

“சும்மா பொய் சொல்லாதைய்யா” என்றவர் “இறந்துபோன ‘ஹவுஸ் வொய்ஃப்’க்கு மாசம் எவ்வளவு சாலரி நிர்ணயிக்கணும்னு சமீபத்துல ஒரு ஆக்சிடென்ட் கேஸ் அப்பீல்ல ஹைகோர்ட் ஒரு தீர்ப்பு சொல்லிருக்கு. அது என்னான்னு தெரியுமா?” என்றார்.

என்ன சம்பந்தமே இல்லாமல் பேசுகிறார் என்று நினைப்பதுபோல திருதிருவென முழிக்க ஆரம்பித்த அவனைப் பார்த்து “ஹவுஸ் வொய்ஃப்’னு சொல்றவங்க வெறுமனே வேல வெட்டி இல்லாதவங்க இல்ல. அவங்க 24 மணிநேரமும் இரவும் பகலும் குடும்பத்துக்காக உழைக்குறாங்க, பிள்ளைங்களை பாத்துக்குறாங்க, சமைக்கிறாங்க, துணி துவைக்குறாங்க... அவங்க மெடிக்கல் லீவ் எடுக்குறது கிடையாது, மன்த்லி, வீக்லி ஹாலிடே கிடையாது, எல்லாத்தையும் எழுப்பி விடுற அலாரமா இருக்காங்க, மகளா, மருமகளா, மனைவியா, அம்மாவா, மாமியாரா, பாட்டியா’ன்னு அவங்களோட கடமைகள் ஒரு ஆணைவிட ஆயிரம் மடங்கு பெருசு. அதுனால ஒரு ஹவுஸ் வொய்ஃப் அப்படிங்கிறவங்களுக்குக்கூட குறைஞ்சது மாசம் 7000 சம்பளம் நிர்ணயிக்கணும்னு அதுல சொல்லிருக்கு. உன்னப் பெத்த அம்மா, உன் பொண்டாட்டி, உன் பொண்ணு இப்படி இவங்க மூணு பேரையும் விட்டுட்டு எனக்கென்னனு இங்க வந்து நிக்குறியே, அவங்களுக்கு நீ மாசம் எவ்வளவு கொடுக்கணும் தெரியுமாய்யா?” என்றார்.

சொல்லிவிட்டு அவனைப் பார்த்து முறைத்தவர், அந்த முழியை சிறிதும் மாற்றாத அவனிடமிருந்து பார்வையைத் திருப்பி, தனது சத்தத்தினால் கொஞ்சம் பயந்து போனவளாக அவளது அம்மாவை இறுக்கிப் பிடித்து நின்றிருந்த குழந்தையைப் பார்த்து “ஹாய் டியர்? எப்படி இருக்கீங்க? இன்னைக்கும் உங்க பேர மறந்துட்டேனே! எங்க சொல்லுங்க பாப்போம்” என்று சிரித்தார்.

தான் வரும்போதெல்லாம் தன்னிடம் மிக அன்பாக நடந்துகொள்ளும் அவர், வழக்கமான இந்தக் கேள்வியைக் கேட்கும்போது இடுப்பளவு உயரமே இருந்த அவள் அம்மாவின் தொடையோடு சாய்ந்தும், அவளது வலது கையை இறுக்கமாக பற்றியும், உதட்டோரம் அரும்பிய ஒரு வெட்கச் சிரிப்போடு நிமிர்ந்து அம்மாவின் முகத்தைப் பார்த்தாள். தனக்கு பதிலாக அம்மா தன் பெயரைக் கூறியதும் மீண்டும் அவளைவிட்டு நான்கடி தள்ளி நின்ற தனது அப்பாவைப் பார்க்கத் தொடங்கினாள். வழக்கம்போல அவன் வேறெங்கோ பார்த்துக் கொண்டிருந்தான்.

"ஏன்பா இந்தக் குழந்தையப் பாத்துமா உனக்கு இரக்கம் வரல?"

"------------------"

"பதில் சொல்லுப்பா. இந்த குழந்தையப் பாத்துமா உனக்கு இரக்கம் வரல."

"அது என் குழந்தையே இல்ல சார்."

நிஷிதா

ப்ரிகேஜி படிக்கும்போதே அம்மாவும் அப்பாவும் பிரிந்துவிட்டதால் அப்பாவுடனான அவளது நினைவுகள் கொஞ்சம் மங்கலானதாகவும் இன்னும் கொஞ்சம் புகைப்பட ஆல்பத்திலுமே இருக்கிறது. இரண்டாம் வகுப்புப் படிக்கும் இவளுக்கு அம்மாவும் பாட்டியும் மட்டுமே உலகம்.

அம்மாவுக்கு சொந்தங்கள் ஏராளமென்றாலும் காதலித்துத் திருமணம் செய்து கொண்டதாலும், திருமணத்திற்கு முன்பே வயிற்றில் இவள் வந்துவிட்டதாலும் அம்மா, அப்பா, அண்ணன், தம்பிகள் எல்லோரும் அவளை ஒதுக்கி வைத்து விட்டார்கள் என்ற விஷயம் வீட்டில் நடந்த சண்டைகள் மூலம் இவளுக்கு அரைகுறையாகத் தெரியும். அவர்கள் யாரும் அம்மாவைப் பார்க்க வருவதோ, குறைந்தபட்சம் ஃபோனில் பேசுவதோகூட கிடையாது.

ஆனால் இவள் கதை கேட்கும் போதெல்லாம் அம்மா அவள் செல்லமாக வளர்ந்த கதையை மட்டுமே சொல்வதை வழக்கமாக வைத்திருந்தாள். கதை சொல்லும் நேரம் பெரும்பாலும் இரவாகவே இருப்பதால் கேட்டுக்கொண்டே உறங்கிப் போவாள். தூக்கம் வராத நேரத்தில், நடக்காது என்று

தெரிந்துமே கூட, தனது மழலை மொழியில் "தாத்தாவை, பாட்டியை, மாமாக்களை நாளைக்கே பாக்கப் போலாம்மா, என்னையும் அவங்க உன்னை மாதிரியே செல்லமாகத் தூக்கி வச்சு கொஞ்சுவாங்கள்ல" எனக் கேட்பாள்.

அந்தக் கேள்விக்கு எப்பொழுதும் அவளிடமிருந்து பதில் வராது. தான் அழுவதை இவள் பார்த்துவிடக் கூடாது என்பதற்காக நெஞ்சோரம் சாய்த்துக்கொண்டோ அல்லது சமயலறைக்கு ஓடிச்சென்றோ சத்தம் வெளிவராமல் அழுவாள். அம்மா எதற்கு அழுகிறாள் என்று தெரியாமல் ஏதோ நினைத்துக்கொண்டு கொஞ்ச நாளில் அந்தக் கேள்வியைக் கேட்பதை இவளாகவே நிறுத்தி விட்டாள். ஆனாலும் இவள் "கதை சொல்லும்மா" என்று கேட்கும்போதெல்லாம் தான் வளர்ந்த கதையைத் தவிர வேறு எந்தக் கதையையும் அவள் சொல்வதில்லை.

எப்போதும் பரபரப்பாக, தன்னுடன் முழு நேரத்தைச் செலவழிக்க முடியாத, சொல்லப்போனால் காலை பள்ளிக்கு செல்லும் முன்பும் இருட்டிய பின்பும் மட்டுமே பார்க்கமுடிகிற அம்மா என்பதால், அவள் என்ன கதை சொன்னாலும் கேட்டுக்கொள்வாள்.

ஞாயிற்றுக்கிழமை மட்டும்தான் அவளைப் பகல்பொழுதில் பார்க்க முடியும். அன்று முழுவதும் பீச்சிற்கோ, பார்க்கிற்கோ, ஐஸ்கிரீம் கடைக்கோ என எங்காவது வெளியே கூட்டிச்செல்லும்படி தொடக்கத்தில் கேட்டுக்கொண்டே இருந்தாள். சில நேரங்களில் "நீ என்னை பீச்சுக்கு கூட்டிட்டுப் போவேன்னு சொல்லி எவ்வளவு நாளாச்சு பாரு... ரெண்டு தடவை காலண்டரையே திருப்பி போட்டாச்சு. நீ இன்னும் என்னைக் கூட்டிட்டுப் போகல. என் ப்ரெண்ட்ஸ் எல்லோரும் போய்ட்டு வந்து எவ்வளவு கதை சொல்றாங்கத் தெரியுமா?" என்று அழுவாள்.

அவளோ வாரத்தில் இன்று ஒருநாள் மட்டும்தான் வீட்டில் ஓய்வாக இருப்பதாகவும் இன்றும் வெளியே சென்றால் வேலைக்குச் செல்லமுடியாத அளவிற்கு தன் உடல்நிலை மோசமாகிவிடும் என்றும் சொல்லி சமாதானப்படுத்துவாள்.

ஆரம்பத்தில் அப்பாவின் பைக் சத்தத்தை கேட்டாலே கதவை நோக்கித் தவழ்ந்து போவாள். பின் கொஞ்சம் வளர்ந்ததும் நடந்து போனாள். நாளடைவில் அந்தச் சத்தம் நின்றுபோனபோது, இனி அம்மாவும் பாட்டியும் மட்டும்தான் வீட்டில் இருப்பார்கள் என்று உணர்ந்தபோது அப்பாவுக்காக

கதவருகே போய் காத்து நிற்பதை மறந்துபோனாள். இப்படி தனக்குக் கிடைக்காத ஒவ்வொன்றையும் மறந்து போனதைப்போல கொஞ்சநாளில் இதையும் மறந்து போனாள்.

அதன்பின் அவளிடம் எந்தக் கேள்விகளும் இல்லை. எந்தக் கோரிக்கைகளும் இல்லை.

வாரம் ஒருநாள் பள்ளிக்கு விடுமுறை எடுத்துக்கொண்டு அம்மாவுடன் கோர்ட்டிற்கு செல்வது மட்டுமே இவளுக்கு வெளியில் ஊர் சுற்றச் செல்லும் இடமாகிவிட்டது. அதனால் அம்மா, அப்பா மேல் போட்டிருக்கும் கேஸ் தினமும் கோர்ட்டில் கூப்பிட வேண்டும் என்று நினைத்துக் கொள்வாள். இப்போது அம்மாவிடம் பீச்சிற்கோ, பார்க்கிற்கோ செல்லவேண்டும் என்று கேட்பதை நிறுத்திவிட்டு கோர்ட்டிற்கு இனி எப்போது செல்லவேண்டும் என்று கேட்டு அந்தத் தேதியை காலண்டரில் பென்சில் வைத்துக் குறித்துக்கொள்வாள். பள்ளிக்கு சென்றபின் தனது தோழிகளிடமும், கிளாஸ் மிஸ்களிடமும் இந்தத் தேதி அன்று பள்ளிக்கு வரமாட்டேன், கோர்ட்டிற்கு ஊர் சுத்தப் போகிறேன் என்று சொல்லி சந்தோசப்பட்டுக் கொள்வாள். அந்த நாளை எதிர்பார்த்தும் காத்திருப்பாள்.

அந்த நாள் வந்ததும் முந்திய தினத்திலிருந்தே ‘நான் நாளைக்கு கோர்ட்டுக்கு போகப் போறேன்’ என்று பக்கத்து வீட்டு ரேவதி ஆன்ட்டி முதற்கொண்டு அடுத்த தெருவில் இருக்கும் பத்து வீட்டிலும் ஏறி இறங்கி அதையே சொல்லி வருவாள். ஆரம்பத்தில் ஸ்கூல் மிஸ்களும், பக்கத்து வீட்டுக்காரர்களும் கேட்கும்போது அம்மாவுக்கும் பாட்டிக்கும் வருத்தமாகத் தோன்றினாலும், நாட்கள் செல்லச் செல்ல அது அவர்களுக்கும் பழகிவிட்டது. அடிக்கடி கோர்ட்டிற்கு செல்வதால் அங்கும் தனக்கு ஒரு நண்பனைப் பிடித்து வைத்திருந்தாள். அவனிடமும் “தான் இனி அந்தத் தேதியில் வருவேன்” என்று சொல்லிவிட்டு அவனது வாய்தா தேதியும் குறித்துக்கொண்டுதான் வருவாள்.

முதன்முதலாக கோர்ட்டை பார்க்க ஆரம்பித்ததிலிருந்து இப்போதுவரை இவளது சின்னக் கண்களுக்கு அதுவொரு விசித்திரமான இடமாகவே தோன்றியது. பெரியவர்களைக் கண்டித்து வளர்க்கும் இதுவும் ஒரு பெரிய பள்ளிக்கூடம் என்றும், தன்னை எப்போதும் பரிவுடன் பார்த்து ‘ஹாய் எப்படி இருக்கீங்க’ என்று கேட்கும் நீதிபதியை பெரிய சார் என்றும், பெரியபெரிய கருப்பு உடைகளை

போட்டுக்கொண்டும், அந்த வெளிச்சம் மிக்க பிரமாண்டமான அறையில் 'U' வடிவ மேஜையைச் சுற்றி அமர்ந்துகொண்டும், தங்களுக்குமுன் இருக்கும் பேப்பர் கட்டுகளை எடுத்துப் படித்துக்கொண்டும், கையில் வைத்துக்கொண்டும், ஏதேதோ எழுதிக் கொண்டும் இருக்கும் மனிதர்களை சின்ன சார்கள் என்றும் நினைத்துக்கொண்டாள். அம்மாவிடமும் அதை பெரிய பள்ளிக்கூடம்போல இருப்பதாகவே சொல்லிவந்தாள்.

ஒருநாள் கலங்கிய கண்களுடன் "அது பள்ளிக்கூடம் இல்லை கையில் பணம் இல்லாதவர்களை கொஞ்சம் கொஞ்சமாக சாகடிக்கும் நரகம்" என்று அம்மா சொல்லியதைக் கேட்டவள், "நரகம் என்றால் என்ன?" என்று புரியாமல் கேட்டாள். அதற்குக் கொஞ்சமும் சம்பந்தமில்லாமல் "நாளைக்கு ஸ்கூலுக்குப் போகணும். சீக்கிரம் போய்ப் படு" என்று அம்மா கூறியதைக் கேட்டபடி உறங்கிப்போன அவளது அன்றைய கனவில், பணமில்லாத அம்மாவை கோர்ட்டில் அப்பா பிடித்து வைத்துக்கொண்டிருப்பது போலவும், கைநிறைய ஒரு ரூபாய், இரண்டு ரூபாய் நாணயங்களை வைத்துக்கொண்டு அழுதபடி இவள் அம்மாவை விட்டு விடும்படி அப்பா போலவே இருந்த இன்னொரு வக்கீலிடம் கெஞ்சுவதுபோலவும் வந்த காட்சிகளினால் பயந்தவள், படுக்கையிலே சிறுநீர் கழித்து "அம்மா" என்ற சத்தத்துடன் மூச்சுமுட்ட அழுது எழுந்தாள்.

மறுநாள் காலை அம்மா கேட்கும்போது அந்தக் கனவு இவளுக்கு பாதி மறந்திருந்தது. ஆனால் எப்போதும் கனவில் வரும் அப்பா தன்னை ஏன் வெறுக்கிறார் என்றும், அம்மாவை மட்டும் விரும்புகிறார் என்றும் அவளுக்கு அந்தக் கனவிலே தோன்றியது மட்டும் விழித்தபின்பும் நினைவிலிருந்தது. ஆனால் அதைச் சொல்வதற்குமுன் "இன்னும் நீ சின்னக் குழந்தை கிடையாது. இனி பெட்ல ஒண்ணுக்குப் போய்ப் பாரு, உன்னையவே அந்தத் துணிய தொவைக்க வைக்குறேன்' என்று அம்மா சிரித்துக்கொண்டே சொன்னதில் அதையும் மறந்துபோனாள்.

கோர்ட்டுக்குச் செல்லும் போதுதான், தான் கேட்கும் சாக்லெட், ஜூஸ், சின்னச் சின்ன விளையாட்டுப் பொருட்கள் என எல்லாமே அம்மா வாங்கித்தருவாள் என்பதால் அந்தக் கனவிற்குப் பின்பும் கோர்ட் மேல் இவளுக்கு எந்தப் பயமோ, வெறுப்போ வரவில்லை.

அம்மா எப்படியோ அப்படியேத்தான் பாட்டியும். நாள் முழுவதும் பாட்டியுடனே இருப்பதால் இவளுக்கு பாட்டி இன்னொரு அம்மாபோல்தான் இருந்தாள். பாட்டி என்றால் அம்மாவைப் பெற்றவள் அல்ல. அப்பா வழி. அம்மாவுக்கு அப்பா செய்த கொடுமைகளைக் கண்டு மகனையே வெறுத்து இவர்களுடனே தங்கிக்கொண்டாள். எப்போதும் மகனைப் பற்றியே புலம்பிக் கொண்டிருப்பாள். சில விஷயங்கள் இவளுக்குப் புரியும். பல விஷயங்கள் புரியாது. கணவர் கவர்ன்மெண்ட் ஸ்கூலில் வேலை பார்த்ததால் அவர் இறந்த பின்னும் அவளுக்கு ஓய்வூதியம் வந்து கொண்டிருந்தது. மாதந்தோறும் அந்த பணத்தை எடுக்க இவளையும் அழைத்துப் போவாள். குறைந்த தொகைதான் என்றாலும் இவள் கேட்டதெல்லாம் அப்போது வாங்கித் தருவாள். மேலும் இவள் படிக்கும் தெரசா பிரைமரி பள்ளியிலே அவளும் குழந்தைகளைப் பராமரிக்கும் ஆயா வேலை பார்க்கிறாள். பாட்டியின் அந்த வேலை அம்மாவைப் பொறுத்தவரை அது ஒரு பெரிய நன்மையாகவும், மன அமைதியை கொடுக்கும் ஒன்றாகவும் இருந்தது என்று இவளுக்குத் தெரியும். ஆனால் இவளுக்கோ அதுவொரு தாங்க முடியாத வேதனையைக் கொடுப்பதாக இருந்தது.

தன் பள்ளியிலே பாட்டி வேலை பார்ப்பதால் மற்ற குழந்தைகளைத் திட்டுவது, அடிப்பதுபோல இவளை யாரும் திட்டுவதோ, அடிப்பதோ இல்லை என்பதாலும், அடிக்கடி பாட்டியையும் பார்த்துக்கொள்ளலாம் என்பதாலும் ஆரம்பத்தில் ஒரு சிறிய மகிழ்ச்சி இவளுக்கு இருந்தது. ஆனால் நாட்கள் செல்லச்செல்ல அதன் குரூரத்தன்மை வெளிவந்தபோது அதை எப்படி மற்றவர்களிடம் வெளிப்படுத்துவது என்பது இவளுக்கு சுத்தமாகத் தெரியவில்லை.

காலை 9.15 மணிக்கு தொடங்கும் வகுப்பிற்கு மற்ற மாணவர்கள் எல்லோரும் 9.30 மணிக்கு பிறகுதான் வரவே தொடங்குவார்கள். அது பிரைமரி பள்ளி என்பதால் அந்த வருகைகளின் படையெடுப்பு 10.00 மணி வரை நீடித்துக் கொண்டிருக்கும். ஆனால் பாட்டி ஆயா வேலைப் பார்ப்பதால் காலை 8.30 மணிக்கே பள்ளிக்குச் செல்லவேண்டும்.

அயர்ந்து உறங்கிக் கொண்டிருக்கும்போதோ, இல்லை முந்தியநாள் தனது டிராயிங் நோட்டைப் பிடுங்கிய தன்ஷியாவுக்கு எதிராக விதவிதமான பொம்மைகளையும், கை நிறைய வண்ண வண்ண பென்சில்களையும் அவளிடமே

காட்டிவிட்டு வகுப்பில் அவளருகில் வந்து உட்கார்வது போல கனவு கண்டிருக்கும்போதோ, பாட்டியோ அல்லது அம்மாவோ எழுப்பி விட்டு விடுவார்கள்.

சாயந்திரமா, இரவா, காலையா என்று எதையும் புரிந்து கொள்ள முடியாமல் எழுந்திருப்பாள். அதேப்போல இது கனவா, நிஜமா, இல்லை தூக்கமா என்ற சந்தேகம் எப்போதும் அவளுக்கு எழுந்தவுடன் இருக்கும்.

தன்ஷியாவை மறுபடியும் பார்க்க வேண்டும், சிரிப்பென்பதையே மறந்துபோன, எப்போதும் முகத்தை எல்லோரையும் வெறுப்பதுபோல வைத்துக் கொண்டிருக்கும் இங்கிலீஷ் மிஸ்ஸை சமாளிக்க வேண்டும் என்பது போன்ற ஒவ்வொரு நாளுக்கும் ஒவ்வொரு விதமான குழப்பமான மனநிலையோடு, கனவோடு எழுவாள்; நடப்பாள்.

அடுத்தடுத்து அம்மா அல்லது பாட்டி என்ன செய்வாள் என்று இவளுக்கு நன்றாகவே தெரியும். சக்கரத்தின்மேல் சுழன்று கொண்டிருக்கும் ஈரமான களிமண் குயவனின் கை நேர்த்திக்கு எவ்வாறெல்லாம் ஈடு கொடுக்குமோ அதேபோல பல் விளக்குவதிலிருந்து, பால் குடிப்பதுவரை அம்மா, பாட்டியின் கைகளில் இவள் வளைந்து நெளிந்து சுழன்று வருவாள். அம்மா சாப்பாடு ஊட்டினால், பாட்டி யூனிஃபார்ம் போட்டு விடுவாள். பாட்டி தலை சீவினால், அம்மா ஷூ, சாக்ஸ் போட்டு விடுவாள். இப்படி ஒருவர் மாற்றி ஒருவர் எல்லாம் செய்தாலும் வாரத்திற்கு இரண்டு நாள் ஐடி கார்ட் போட மறந்தும், ஸ்னாக்ஸ் பாக்ஸ் எடுக்காமலும் செல்வது வாடிக்கையான ஒன்று.

இப்படி கண்கள் சிவக்க சிவக்க ஏன் எழ வேண்டும்? தன்னைப்போலவே எல்லாப் பிள்ளைகளும் வெறுக்கும் பள்ளிக்கு ஏன் செல்லவேண்டும்? அம்மா ஏன் வக்கீல் வேலை பார்க்கிறாள்? சாயந்திரம் வந்தும் இரவு வரை ஏன் தையல் மிஷின் முன் உட்காருகிறாள்? வீட்டில் இருந்தால் என்ன? காசு ஏன் அவ்வளவு முக்கியம் என்று பாட்டி சொல்கிறாள்? ஸ்கூல் பீஸ் கட்டக்கூடிய நாள் தாண்டினாலும் அம்மா ஏன் தாமதம் செய்கிறாள்? வாடகை வீட்டிற்கும் சொந்த வீட்டிற்கும் என்ன வித்தியாசம்? செங்கல் மட்டும் வாங்கினால் போதாதா? ரேவதி ஆன்ட்டி போல அம்மா ஏன் இன்னொரு குட்டிப் பாப்பாவை தனியாக இருக்கும் தனக்கு துணையாக பெற்றுத் தரமாட்டேன் என்கிறாள்? அம்மா தன்னைப் பெற்றதுபோல தன்னால் ஏன் குட்டிப்பாப்பவை பெற்றுக் கொள்ள முடியவில்லை? அப்பா

ஏன் அம்மாமேல், தன்மேல் கோபமாக இருக்கிறார்? என பல கேள்விகள் பலநேரங்களில் இவளுக்குத் தோன்றும். அவர்களிடமே அதைக் கேட்கவும் செய்வாள்.

பரபரப்பான நேரங்களில் கேட்கப்படும் கேள்விகளுக்கு அதேபோல பரப்பரப்பாக இருக்கும் மனிதர்களிடமிருந்து பதில் வரப்போவது இல்லை அல்லவா? மிஞ்சிப்போனால் அம்மாவிடமிருந்து ஒரு சிரிப்பு வரும். அதுவும் இல்லையென்றால், “அப்படி எல்லாம் பேசக்கூடாது” என்று பாட்டியிடமிருந்து ஒரு கண்டிப்பு வரும்.

வயதுக்கு புரியாத இதுபோன்ற பல கேள்விகளோடு விழிப்பதும், பார்ப்பதும், பேசுவதும், கேட்பதும், உறங்குவதுமாக சென்று கொண்டிருந்த இவளுக்கு அவை அனைத்தும் எப்போதும் பதில்களற்ற கேள்விகள்தான் என்று மட்டும் புரிந்து வைத்திருந்தாள். ஆனாலும் அந்த வயதிற்கே உண்டான இயல்பினால் அம்மாவிற்கு கஷ்டத்தைக் கொடுக்காமல், புதுப்புது கேள்விகளை தனக்குத்தானே கேட்டுக் கொள்வதை மட்டும் இவள் நிறுத்தவில்லை. இப்படியான பல கேள்விகளோடுதான் அரை உறக்கத்தில் பாட்டியோடு பள்ளிக்கு நடந்து செல்வாள்.

முந்தியநாள் மாலை வீட்டுக்குச் செல்லும் உற்சாகத்தில் பிஞ்சுக் கால்கள் பல ஓடிக்கடந்த சுவடுகள் மறையாத மண்ணில், அதே மாலையில் தன் நண்பர்கள் அவரவர்கள் பங்கிற்கு ஆங்காங்கே விட்டெறிந்த கசங்கிய சாக்லேட் பேப்பர்களுக்கு மத்தியில் தான் எறிந்த பேப்பரையும் தேடிக்கொண்டு, அகல விரிந்த அந்த இரும்புக் கதவை பாட்டியோடு சேர்த்து தள்ளிக்கொண்டு, இன்னும் சுட்டெரியத் தொடங்காத சூரிய வெளிச்சத்தில் பள்ளியிலே முதல் குழந்தையாக நுழையும்போது, என்னவென்று வர்ணிக்க முடியாத ஒருவித இருள் நிரம்பிய சோகமும், இப்போதுகூட யாராவது பள்ளி விடுமுறை என்று சொல்லிவிட மாட்டார்களா? என்ற கடைசி நிமிட ஏக்கமும் பரிதவிப்பும் நிரம்பிய ஒரு பார்வையை பாட்டிமேல் செலுத்துவாள்.

அதைப் புரிந்துகொள்வாளோ என்னவோ! யாருமில்லாத அந்த வகுப்பறையைச் சுத்தம் செய்துவிட்டு இவளைத் தனியாக விட்டுச்செல்லும்போது கன்னத்தில் ஒரு அழுத்தமான முத்தத்தை தந்துவிட்டுச் செல்வாள் பாட்டி. கண்ணீர் தழும்பும் கண்களோடு பாட்டியைப் பார்த்துக்கொண்டே பெஞ்சில் படுத்து உறங்கிப்போவாள். அப்போது வரும் கனவுகளில்

ஆறுகளோ, குளங்களோ, சிறு ஓடைகளோத்தான் தோன்றுமே தவிர, பொம்மைகளோ, வண்ண வண்ண பென்சில்களோ வருவதில்லை. அரைமணிநேரம் கடந்தபின் வகுப்பிற்கு வரும் மிஸ் இவளை எழுப்பி விடுவாள்.

பின் ஒவ்வொருவராய் வகுப்பிற்குள் நுழைவதை வெப்பம் சூழ்ந்த கண்களோடு வேடிக்கை பார்த்துக் கொண்டே அமர்ந்திருப்பாள். ரோஹித் எப்போது வருவான், பபின் எப்படி வருவான், ரக்ஸனா என்ன பூ வைத்து வருவாள் என எல்லாமே இவளுக்குத் தெரியும். தான் நினைத்தபடியே ஒவ்வொருவரும் வருவதைப் பார்த்து தனக்குள்ளேயே பெருமைப்பட்டுக் கொள்வாள் அல்லது தன் அருகில் இருக்கும் தன்ஷியாவிடமோ, ஷிவானியிடமோ சின்ன சின்ன பெட் வைத்து ஜெயித்துக் கொள்வாள். பின்னர் உற்சாகம் தொற்றிக்கொள்ள காலை சங்கடங்கள் காற்றில் மறைந்து படித்து, பேசி, உண்டு, சிரித்து, எழுதி, வரைந்து சரியாக மாலை மூன்று மணிக்கு தொடங்கும் கடைசி அந்த வகுப்பில் மறந்துபோன துயர நொடிகள் நிழல் மேகமென இவள்மேல் ஊர்ந்து செல்ல ஆரம்பிக்கும் வரை மகிழ்ச்சியாக இருப்பாள்.

எல்லாக் குழந்தைகளும் எப்போது மணி மூன்று நாற்பத்தைந்து ஆகும், எப்போது மணி அடிப்பார்கள், வீட்டிற்கு செல்லலாம் என ஆவலுடன் காத்திருக்கும் அந்தச் சமயத்தில், இந்த வகுப்பு இப்படியே பல முடிவில்லாப் பாடங்களைக் கற்பிக்கும் வகுப்புகளாக நீளாதா? வீட்டிற்குப் போகும் உற்சாகத்தில் இவ்வளவு அவசர அவசரமாக எல்லோரும் தங்களது நோட்டுகளை, புத்தகங்களை திணிக்கும் அவர்களது பைகள் யாராலும் திறக்க முடியாத இரும்புப் பெட்டிகளாக மாறாதா? தான் ஒருமுறை டிவியில் பார்த்த பாடலில் ஒருவரைத்தவிர மற்ற அனைத்து மனிதர்களும், பொருட்களும் அப்படியே உறைந்துபோனதுபோல, எல்லோரும் இந்த வகுப்பில் உறைந்து போக மாட்டார்களா? என பலவாறாக யோசித்துக் கொண்டிருக்கும்போதே, கடைசி அந்த மணியும் அடிக்கப்படும். இவள் நினைத்ததுபோல நிரந்தரமாக அல்லாவிட்டாலும் ஒரு நிமிடமாவது எல்லோரும் இயந்திரத் தனமாக எழுந்து நின்று உறைந்து போகும்போது தாகூரின் வரிகள் ஒலித்துக் கொண்டிருக்கும்.

தன்ஷியாவும், ஷிவானியும் இவளைக் கடந்தும், தாண்டியும் லஞ்ச் பேக் எடுக்க ஓடுவார்கள். பபினும், ரோஹித்தும் அதற்குள் படிக்கட்டுகளைத் தாண்டிச் சென்று கொண்டிருப்பார்கள்.

இவளோ காலையில் எந்த இடத்தில் தனியாக இருந்தாளோ அதே இடத்தில் தன்னைச் சுற்றி எல்லோரும் நகர்ந்தும் ஓடியும் சுழன்றும் கொண்டிருக்க, நினைத்ததற்கு மாறாக இவள் மட்டும் உறைந்துபோய் அமர்ந்திருப்பாள். இவளுடைய லஞ்ச்பேக் மட்டும் ஒரு மூலையில் ஒதுங்கிப்போய் கிடக்கும். அதைப் பார்க்கும்போதெல்லாம் ஏன் ஒருநாளும்கூட எல்லோருக்கும் முன்னதாக தன்னுடைய கைகளில் தனது லஞ்ச்பேக் வந்தது இல்லை என்று நினைக்க ஆரம்பிப்பாள்.

கதவில்லாத வகுப்பின் நுழைவாயிலின் வழியாக ஒவ்வொருவரும் வெளியேறிச் செல்வதை தனது இரண்டாவது பெஞ்சில் அமர்ந்தபடி கழுத்தை மட்டும் திருப்பி பார்த்துக் கொண்டிருக்கும்போது, கடைசிக் குழந்தையும் வெளியேறிச் சென்றபின் காலைநேரம் போலவே சுடாத அந்த சூரியஒளி இப்போதும் இவள் கண்களைக் கூசச்செய்யும். பாட்டி நான்கரை மணிக்குத்தான் வருவாள் என்பதால் ஏதாவது ஒரு நோட்டை எடுத்து படம் வரைந்து கொண்டிருப்பாள். ஆரம்பத்தில் வகுப்பை விட்டு வெளியேறி பிள்ளைகள் சந்தோஷமாக வீட்டுக்கு செல்வதைப் பார்ப்பதை வழக்கமாக வைத்திருந்தவளுக்கு கொஞ்சநாளில் அதுவே இவளுக்கு பெரும் துயரை தரும் காட்சியாகிவிட்டது.

எல்லாக் குழந்தைகளும் வீட்டிற்குச் செல்லும் மகிழ்ச்சியில் இவளுக்கு கைகாட்டிவிட்டுச் செல்வதையும், படிகளிலிருந்து இறங்கி தங்களை நோக்கி ஓடிவரும் குழந்தைகளை அம்மாக்கள் வாரி அணைப்பதையும், அவர்களது தோளில் தொங்கும் பைகளை தங்கள் கைகளில் எடுத்துக்கொள்வதையும், குழந்தைகள் அப்பாக்களின் கன்னங்களில் முத்தமழை பொழிந்துவிட்டு அவர்களது இருசக்கர வாகனங்களில் கட்டிப்பிடித்துக்கொண்டு அமர்வதையும், தாத்தாக்களும், பாட்டிகளும் பேரன் பேத்திகளுக்கு கைகளில் மிட்டாய்களோடு ஆவலாக காத்திருப்பதையும், பதிலுக்கு அன்று வகுப்பில் நடந்த சுவாரசியமான கதைகளை அவர்களுக்கு இவர்கள் சொல்வதையும் பார்க்கும் துணிச்சலை இழந்த இவள் கொஞ்ச நாளிலே வகுப்பிற்குள்ளேயே முடங்கிப்போனாள்.

நாளடைவில் அந்த வகுப்பே இவளுக்கு நண்பனாக, தோழியாக மாறிப்போனது. மனதிற்குள்ளே அதனுடன் பேசினாள். எல்லாவற்றையும் பகிர்ந்தாள். சண்டையிட்டாள். சமாதானம் செய்தாள். உள்ளே நுழைந்தவுடன் ஹாய் சொல்வதும், வெளியே செல்லும்போது கையசைப்பதும் வழக்கமாகிப்போனது.

விரும்பினாளோ இல்லையோ அம்மா, பாட்டியுடன் அந்த வகுப்பறையும் இவள் சொந்தமானது. தன்னைப்போலவே பாட்டியையும் ஹாய் சொல்லச் சொல்வாள். ஒருமுறை அம்மாவை அழைத்து வந்து காண்பித்திருக்கிறாள். அவர்களும் இவள் சொல்வது போலவே வகுப்பறைக்கு கையசைப்பார்கள். தன் குழந்தைத்தனம் மீதான நெருக்கடிகளுக்கு தெரிந்தோ தெரியாமலோ இப்படி ஒரு தீர்வை கண்டதால் அவள் சிதையாமல் இருந்தாள்.

பாட்டி வரும்போது பள்ளியில் யாருமே இருக்க மாட்டார்கள். காலையில் எப்படி முதல் ஆளாக பள்ளிக்குள் நுழைவாளோ அதேபோல மாலையில் துணைக்கு யாருமில்லாத கடைசிக் குழந்தையாக வெளியேறுவாள். காலையில் எப்படி அப்போதுதான் எழுந்து நின்று பல் விளக்கிக் கொண்டிருக்கும் குழந்தைகளை யூனிஃபார்முடன் கடந்து செல்வாளோ, அப்படித்தான் மாலையில் எல்லாக் குழந்தைகளும் ஆடைகள் மாற்றிக்கொண்டு சாப்பிட்டுவிட்டு விளையாட ஆரம்பிக்கும்போது தெருவில் இறங்கி நடக்கத் தொடங்குவாள். தனது தோள் பையை சுமந்தபடி மெதுவாக நடக்கும் பாட்டியோடு, லஞ்ச் பேக்கை மட்டும் இரு கைகளிலும் மாற்றி மாற்றி வைத்துக்கொண்டு தனது வீட்டை நோக்கி மெதுவாக நடந்து செல்வாள். காலையிலும் மாலையிலும் வீட்டிலிருந்து பள்ளிக்கும், பள்ளியிலிருந்து வீட்டிற்கும் இரண்டு கிலோமீட்டர் நீளத்திற்கு நிதமும் நடக்கும் அந்தக் காட்சிகள் காலப்போக்கில் வக்கீல் மகள் என்பதை மாற்றி எல்லோருக்கும் இவள் ஆயாக்காரப் பேத்தியாகிவிட்டாள்.

பூட்டப்பட்டு கிடக்கும் வீட்டைப் பாட்டி திறப்பாள். காலை அவசரத்தில் எந்தெந்தப் பொருட்கள் எந்தெந்தக் கோலத்தில் எங்கெங்கு சிதறிக் கிடந்ததோ அது அனைத்தும் அங்கெங்கு அப்படியே கிடக்கும். பள்ளிவிட்டு வரும்போது என்றைக்காவது அம்மா வீட்டில் இருந்தபடி தன்னை வாரியணைத்து கொஞ்சி இருக்கிறாளா என்பதை- தினமும் யோசிப்பாள். எத்தனையோ முறை யோசித்தும் அப்படி ஒன்று ஞாபகத்திற்கே வராது. உடனே பாட்டியின் செல்போனை எடுத்து அம்மாவிற்கு அழைப்பாள்.

"எப்ப வருவ, இருட்டுறதுக்குள்ள வரணும், வரும்போது சாக்லெட் வாங்கிட்டு வரணும்" அப்புறம் ஸ்கூல்ல நடந்த சில கதைகள் இப்படியே அரைமணிநேரம் நீளும் அந்த உரையாடல் முடிவதற்குள் பாட்டி வீட்டையும் ஒதுக்கிவிட்டு இவளுக்கு

சாப்பாடும் கொடுத்து முடித்திருப்பாள். கொஞ்சநேரம் டிவி பார்ப்பதும், பாட்டி மொபைலில் கேம் விளையாடுவதும், ஹோம்வொர்க் செய்வதுமாக இருப்பவள் காலையிலிருந்து உண்டான அசதியால் அம்மா வருவதற்கு முன்பே உறங்கியும் போவாள்.

கடந்த இரண்டரை ஆண்டுகளாக நிஷிதாவின் ஒருநாள் வாழ்க்கை என்பது இப்படியே இருக்க அன்று ஒருநாள் மட்டும் அம்மாவே வந்து பள்ளியிலிருந்து இவளை அழைத்து வந்தாள். "இன்னும் இரண்டு நாட்கள் பள்ளிக்குச் செல்ல வேண்டாம், பிரின்சிபலிடம் விடுமுறை சொல்லிவிட்டேன்" என்ற அம்மாவைக் கட்டிபிடித்து முத்தங்கள் கொடுத்தாள்.

இரண்டு நாட்கள் எப்படிச் சென்றது என்றே தெரியவில்லை.

அன்று என்ன நடக்கப்போகிறது என எதுவும் தெரியாமல் கோர்ட்டிற்கு கிளம்பும் உற்சாகத்தில், என்றும் இல்லாத வகையில் இன்று பாட்டியும் தன்னுடன் கோர்ட்டிற்கு வரப்போகிறாள் என்ற தகவலினால் தலைகால் புரியாத சந்தோசத்தில் துள்ளிக் குதித்தப்படி இருந்தாள்.

எப்போதும் எழுப்ப எழுப்ப எழாமல் புரண்டு படுக்கும் இவள், அன்று யாரும் எழுப்பாமலேயே விழித்து காய்கறி வெட்டிக்கொண்டிருந்த பாட்டியின் மடியில் போய் படுத்துக் கொண்டு, எப்படி கோர்ட்டுக்குச் செல்ல வேண்டும், அது எப்படி இருக்கும், அங்கு யார் யார் இருப்பார்கள், அங்கு தனக்கு ஒரு நண்பன் இருக்கிறான் என்பது போன்ற கதைகளை முன்பின் கோர்ட்டுக்கு வராத பாட்டியிடம் சொல்லத் தொடங்கினாள்.

அம்மா எப்போதும்போல எதையோ யோசித்துக் கொண்டிருக்கிறாள் என்பதால் மட்டுமல்ல, இரண்டு நாட்களாகவே அவளின் நடவடிக்கையில் ஒரு வித்தியாசமான தோற்றத்தை உணர்ந்ததாலும், அவளின் சிரிப்புக்கூட தன்மீதான ஒருவித கோபத்தின் வெளிப்பாடாக இருக்குமோ என்று நினைத்ததாலும் அவளைத் தொந்தரவு செய்யாமல் பாட்டியுடனே இருந்து கொண்டாள்.

அதேநேரம் அந்த இரண்டு நாட்களாக அம்மா ஏன் தனக்கு அதிகமான முத்தத்தைத் தந்து கொண்டிருக்கிறாள் என்பதும் இவளுக்குப் புரியாத ஒன்றாக இருந்தது. மேலும் அம்மாவின் கண்கள் சிவந்துபோய், கன்னங்கள் வீங்கிப் போய் இருந்ததைப்

பார்த்த பாட்டி இவளின் காதுக்கு கேட்காத வகையில் அம்மாவிடம் ஏதோ கேட்டுக் கொண்டிருந்தாள்.

வீட்டை விட்டு காலை ஒன்பது மணிக்கே ஆட்டோவில் மூவரும் கிளம்பினர். ஹோட்டலுக்கு சென்று காலை உணவை உண்டனர். அன்றும் கேட்டதெல்லாம் வாங்கிக் கொடுத்தாள். ஆனால் எப்போதும் கோர்ட்டுக்கு போய் வந்த பின்னரே வாங்கித்தரும் அம்மா ஏன் காலையிலே தனக்கு எல்லாம் வாங்கித் தருகிறாள் என்பதை அவளிடமே கேட்டாள். தன்னால் வெளியே வரமுடியாத அளவிற்கு மதியத்திற்குமேல் வேலை இருப்பதாகவும், அதனால்தான் இப்போதே வாங்கித் தருவதாகவும், பாட்டியையும் உனக்குத் துணையாக அழைத்து வந்ததாகவும் சொன்னாள்.

இப்போது எந்த சந்தேகமும் அம்மா மீது இவளுக்கு இல்லை.

ஆட்டோ கோர்ட்டிக்குள் நுழைந்தது. அம்மாவின் சக வழக்கறிஞர் தோழிகள், நண்பர்கள் இவளைத் தூக்கிக் கொஞ்சினர். வழக்கமான கேள்விகள் கேட்டனர். இவளும் வெட்கத்துடன் பதில் சொன்னாள். அவர்கள் பங்கிற்கும் சாக்லெட் வாங்கிக் கொடுத்தனர். அதற்குள் மணி பத்து பதினைந்து ஆகிவிட்டது. இன்னும் கால் மணிநேரமே இருந்ததால் இவர்களைப் போலவே அனைவரும் பரபரப்பாக அவரவர் கோர்ட் ஹால்களை நோக்கி விரைந்தனர்.

பழமையான அந்த நீதிமன்ற கட்டிடத்தின் முதல் தளத்தின் மையத்தில்தான் குடும்பநல நீதிமன்றம் இருந்தது. இவர்கள் மூவரைப் போலவே, வேறு வழக்குகளுக்கு வந்த வாதி, பிரதிவாதிகளும், அவர்களின் வழக்கறிஞர்களும், குமஸ்தாக்களும், நீதிமன்றப் பணியாளர்களும், போலீஸ்காரர்களும் பழமையான அந்தக் கட்டிடத்தின் மரப்படிகளில் ஏறி இறங்கியபடி இருந்தனர். முதன் முதலாக பாட்டி அப்போதுதான் கோர்ட்டிற்கு வருகிறாள் என்பதால் இவளைப் போலவே அவளும் வேடிக்கை பார்த்துக் கொண்டே வந்தாள். அது இவளுக்கு இன்னும் உற்சாகமாக இருந்தது. எப்படிப் போக வேண்டும், அடுத்து என்ன வரும், அங்கு என்னவெல்லாம் நடக்கும் என அந்த நீதிமன்ற வளாகத்தின் ஒவ்வொரு இடங்களும் தனக்கு விரல் நுனியில் தெரியும் என்பதைக் காட்டும் வண்ணம் பாட்டியிடம் ஒவ்வொன்றாக விவரித்து வந்தாள்.

புதிது புதிதாக தோன்றும் வழக்குகளின் மூலம், சட்டப் பிரிவுகளின் மூலம் உயிர் நீண்டு வரும் நீதிமன்றங்களைப்போல அந்த நூற்றாண்டு கடந்த கட்டிடமும் இன்னும் புதுப் பொலிவுடனேயே இருந்து வருகிறது என்பது, விரிசல் விழாத பொடி பொடி செங்கற்களால் கட்டப்பட்ட அதன் உயரமான சுவர்களை, இரும்புச் சாளரங்களை, கைப்பிடிகளை, முழுவதும் மரங்களால் வேயப்பட்ட தரையை, உத்திரங்களை, தூண்களை, கதவுகளைப் பார்க்கும்போதே தெரிந்தது.

வக்கீல் உடையுடன் அம்மாவைப் பார்க்க வேண்டும் என்ற இவளது நெடுநாள் ஆசையை தீர்க்கும் வண்ணம் என்றுமில்லாமல் அன்று கோட் கவுனுடன் இவளுக்காக வந்திருந்தாள். நீதிமன்றப் பணிகள் தொடங்க இன்னும் ஐந்து நிமிடமே இருந்த நிலையில் இவளைப் போலவே அல்லது இவளைவிட வயது குறைந்த, கூடிய குழந்தைகளை கையிலும், இடுப்பிலும் வைத்துக்கொண்டு வெறும் 20 வயது முதல் 40 வயது வரையிலான பெண்கள் கூட்டம் கூட்டமாக வரத் தொடங்கினர்.

அதற்கு சரிசமமாக ஆண்கள் கூட்டமும் அவர்களுக்கு எதிர் திசையில் வந்து ஏற்கனவே குவிந்திருந்தது. குழந்தைகள் மட்டும் இல்லையென்றால் பார்ப்பதற்கு போர்க்களம் போலவே தோற்றமளித்த அந்தக் காட்சிகளில், இவளுக்கு எதிர்புறம் தனக்கு அப்பா என்று சொல்லப்பட்ட ஒருவன் நின்று கொண்டிருந்தான். முன்னரே சொன்னதுபோல அவனைப்பற்றிய நினைவுகள் மங்கலாகவே இருந்தது இவளுக்கு.

அப்பாக்களைக் கட்டியணைத்தபடி செல்லும் குழந்தைகளைப் பார்த்தாலோ, இல்லை குழந்தைகளை கொஞ்சிச் செல்லும் அப்பாக்களைப் பார்த்தாலோ என்னவென்று விவரிக்க முடியாத ஒரு உணர்வு தோன்றுமே தவிர, தன் வாழ்வில் அப்பா என்று ஒருவர் கண்டிப்பாக வேண்டும் என்று அவள் இதுவரை நினைத்ததுகூட கிடையாது. ஒருவேளை அப்படி அவளுக்கு நினைக்கத் தெரியாமல்கூட இருந்திருக்கலாம்.

ஆனால் ஒவ்வொரு வருட நினைவும் அடுத்தடுத்த வருடங்களில் பாதிக்கு மேல் மறந்துபோகும். தன் வயதின் காரணமாகவோ என்னவோ, தனிமை மட்டுமே பெரும்பங்கை எடுத்துக்கொள்ளும் வேதனைமிக்க வாழ்க்கையை தனக்கு பரிசளித்தவன் இவன்தான் என்று எந்தக் குற்றச்சாட்டும் இல்லாமல் அவனை வெறுமனே பார்த்துக் கொண்டிருந்தபோதுதான் அம்மாவின் பெயர் கோர்ட்டில்

கூப்பிட்டது இவள் காதில் தெளிவாக விழுந்தது. கூட்ட நெரிசலில் அம்மாவின் கைகளைப் பற்றிக்கொண்டு, தனது நண்பனிடம் கைகாட்டிவிட்டு உள்ளே சென்ற ஐந்து நிமிடத்தில்...

★★★

“அது என் குழந்தையே இல்ல சார்.”

திரும்பவும் சொன்ன அந்த வாக்கியத்தினால் கோபத்தின் உச்சிக்கே சென்ற நீதிபதி, அவர்கள் சம்பந்தபட்ட கேஸ் பேப்பர்களை சிவப்பு விரிப்புக்களால் அலங்கரிக்கப்பட்ட தனது அகலமான மேஜையின் மீது தூக்கி எறிந்ததுபோல வைத்துவிட்டு கண்களை மூடி அமைதியானார். அவரின் அந்த செய்கையானது மேலும் தான் கோபம் கொள்ளாமல் அமைதியாக இருக்க முயற்சிப்பதின் ஒரு வடிவமாகவே எல்லோருக்கும் தோன்றியது.

வெளியிலிருந்து உள்ளே நடந்து கொண்டிருப்பதைப் பார்த்துக்கொண்டிருந்த இவளின் பாட்டிக்கு ஏதோ நடக்கக்கூடாத ஒன்று நடந்து விட்டதாகத் தோன்றியதால் இன்னும் கொஞ்சம் முன்நகர்ந்து கோர்ட் ஹாலுக்குள்ளேயே வந்து ஒரு ஓரமாக நின்றுவிட்டாள்.

அவன் சொன்னது என்னவென்று தெளிவாகவே இவள் காதில் விழுந்தாலும், அதன் முழுமையான அர்த்தத்தை புரிந்துகொள்ள முடியாமல் இதுவரை அவன்மேல் பதிந்திருந்த தன் பார்வையை அம்மாவை நோக்கித் திருப்பினாள்.

அவளோ அதுவரை இவளின் தோளோடு அணைத்தபடி இருந்த வலது கையை விலக்கி தனது கோட் கவுன் தொங்கிக் கொண்டிருந்த இடது கையோடு சேர்த்து வைக்க ஆரம்பித்தாள்.

அம்மாவின் இந்த செய்கையால் பீதியுற்ற இவள், தன்னைவிட்டு விலகிச் செல்கிறாளோ என்ற அச்சத்தில் அவளின் வலது கையின் மணிக்கட்டை இறுக்கமாகப் பிடித்துக் கொண்டாள். அப்போது அம்மா பார்த்த பார்வையில் கண்ணீர் கலந்திருந்ததைக் கவனித்த இவளும் அழுவதுபோல முகத்தைச் சுழிக்க ஆரம்பித்தாள்.

அவனோ எந்தவித உணர்ச்சியுமின்றி அதே நீதிமன்றத்தில் கிடக்கும் சதையினால் செய்யபட்ட ஒரு நாற்காலிபோல, உத்திரத்தை தொட முடியாமல் முறிந்துபோன ஒரு தூண் போல, எலும்பினால் நேர் நிறுத்தப்பட்ட ஒரு கதவுபோல அசையாமல் நின்று கொண்டிருந்தான்.

“அட்வகேட் சார், இந்த வாய்தால 'பே ஸ்லிப்' ப்ரொடியூஸ் பண்ண சொன்னேன்ல, அதையாவது உங்க க்ளைன்ட் கொண்டு வந்துருக்காரா?”

கண்களை மூடியபடி அரைநிமிடம் அமைதியாகவே இருந்த நீதிபதி இந்தக் கேள்வியைக் கேட்டதும் திடுக்கிட்ட அவன் அதன் அர்த்தத்தை ஐந்தாறு நொடிகள் கடந்தபின்தான் புரிந்துகொண்டான். உடனே அதற்கும் இல்லை என்று தலையாட்டிவிட்டு மீண்டும் சிலைபோல் நிற்க தொடங்கினான்.

அவனின் அந்த நடவடிக்கைகளின் மேல் எரிச்சலுற்று முகத்தை திருப்பிய நீதிபதி “மேடம் என்ன பண்ணனும்னு நீங்க சொல்லுங்க.”

அவளுக்கு என்ன சொல்வதென்று தெரியவில்லை. அதற்குத் தயாராகவும் இல்லை. முக்கியமாக இன்று அவள் வழக்கு பேசுவதற்காக கோர்ட்டிற்கு வரவுமில்லை. இத்தனை “இல்லைகள்” இருந்தாலும் அவள் மனதில் அடைந்து கிடந்த எத்தனையோ விஷயங்களை, சம்பவங்களை, கவலைகளை இன்று இல்லாவிட்டால் என்றுமே பேச முடியாதோ என்று நினைத்தாளோ என்னவோ மகளை மீண்டும் இறுக அணைத்துவிட்டு பேசத் தொடங்கினாள்.

“நான் இன்னும் ஜூனியராத்தான் இருக்கேன். இவரு எங்கள விட்டுட்டுப் போனதுனாலதான் நான் பிராக்டிஸ் வந்தேன். ஒரு ஜூனியருக்கு மாசம் எவ்வளவு கிடைக்கும்னு உங்களுக்கே தெரியும். நான் என் செலவப் பாப்பேனா? இவளுக்கு ஸ்கூல் ஃபீஸ் கட்டுவேனா? வீட்டுக்கு மாசா மாசம் வாடகை கொடுப்பேனா? தினமும் பெட்ரோல் செலவே 100 ஆகுது. இதத்தள்ளி கேஸ், கேபிள், பால், சாப்பாடு, இபி பில், போன் பில். என்னால எப்படி சமாளிக்க முடியும்? சின்ன காய்ச்சல்னு ஹாஸ்பிடல் போனாக்கூட டாக்டர் ஃபீஸ், மெடிசின்னு குறைஞ்சது 500 ரூபா ஆகுது. போன மாசம் யூரினரி இன்ஃபெக்சனாகி இரண்டு வாரம் இவளை நான் ஹாஸ்பிட்டல்ல அட்மிட் பண்ணி வச்சுருந்தேன். எவ்வளவு செலவாயிருக்கும்னு உங்க கற்பனைக்கே விட்டுடறேன். இந்தா நிக்குறாங்களே இவரோட அம்மா, இவ படிக்குற ஸ்கூல்லயே ஆயா வேலை பாத்து அவங்க செலவ நடத்திக்கிறாங்க. அவங்க வாங்குற ஃபேமிலி பென்ஷன்லதான் இவரோட சொந்த செலவுக்கு அவங்களோட நகைகளை அடகு வச்சி வாங்கிட்டுப்போன நாலு லட்ச ரூபா கடனுக்கு வட்டி

மட்டுமே கட்டிட்டு வாராங்க. இப்ப வரை அந்த நகைக அடகுலத்தான் இருக்கு. அவங்க நினைச்சா இவருமேல என்னை மாதிரியே மெய்ன்டனன்ஸ் கேஸ் போட முடியாதா? இந்த விஷயம் எல்லாமே கோர்ட்டுக்கே தெரியுமே. அவ்வளவு டாக்குமென்ட்டையும் நான் ப்ரடியூஸ் பண்ணிருக்கேன். ஆனா அவங்க சைட்ல அந்த பே சர்டிபிகேட் கூட தாக்கல் பண்ணல. மெய்ன் கேஸ் 2015 வருசத்துல போட்டது. இடைல மீடியேசனுக்கு கேஸ் ரெஃபர் ஆகிப் போனதுல அங்க வந்து ஒரு ஹியரிங் கூட அவரு அப்பியர் ஆகல. அப்பியர் ஆக வந்த என்னையும் மீடியேசன் சென்டர் முன்னால வச்சே கன்னத்துல அரைஞ்சாரு. இது எல்லாமே நோட்ஸ் பேப்பர்ல, ரிபோர்ட்ல இருக்கு. ஆனா இந்த அஞ்சு வருசமும் கேஸ்ல எந்த ப்ராக்ரஸூம் இல்ல. சக்சஸ்புல்லி ஹி ட்ராகிங் ஆன் தி கேஸ். என்னோட தாலிச்செய்ன் முதக்கொண்டு என்கிட்ட இருந்து எல்லாத்தையும் பறிச்சிட்டு போய், இப்ப மாசம் மாசம் மெய்ன்டனன்ஸ் அமௌன்ட் கொடுக்க வேண்டி வந்துருமோன்னு ரெண்டு வருஷமா இந்த டிஎன்ஏ பெட்டிஷன போட்டு எங்கள எந்தளவு கஷ்டப்படுத்த முடியுமோ அந்தளவு பண்றாரு...”

பெரும்பாலும் எல்லா விவாகரத்து வழக்கிலும் கணவனுக்கு எதிராக கையில் குழந்தைகளோடு பெண்கள் இப்படிப் புலம்புவது வாடிக்கைதான் என்பதால் அப்போது அங்கு இருக்கும் வழக்கறிஞர்கள் பொதுவாக அதைக் கண்டு கொள்ளமாட்டார்கள். அவரவர்கள் அவரவர் வேலைகளைப் பார்த்துக்கொண்டும், பக்கத்தில் இருக்கும் சக வழக்கறிஞர்களுடன் பேசிக்கொண்டும் இருப்பார்கள்.

ஆனால் இப்போது அவள் தங்களது சக வழக்கறிஞர் என்பதாலும், இந்த வழக்கின் விபரங்கள் அனைத்தும் அவர்களுக்குத் தெரியும் என்பதாலும், சிலர் தலையை குனிந்த படியும், சிலர் “உச்” கொட்டியபடியும், அந்த வழக்கைப் பொறுத்து தங்களுக்குள் எதுவும் பரிமாறிக் கொள்ளாமல் அமைதியாகவும் இருந்தனர். ஆரம்பத்திலிருந்தே அவர்கள் அனைவரும் அவளுக்கு சாதகமாகத்தான் இருந்ததார்கள். வழக்கறிஞர் சங்கத்தின் எந்த உறுப்பினர்களும் இந்த வழக்கில் அவள் கணவனுக்காக ஆஜராகவில்லை. அவனே வெளியூரிலிருந்துதான் தனக்கான வக்கீலை அமர்த்தியிருந்தான். ஆனாலும் இப்போது தங்கள் சக வழக்கறிஞர் ஒருவருக்கே தங்களால் ஒன்றுமே செய்ய முடியவில்லையே என்ற ஒரு தர்ம சங்கடமான நிலையில் அவர்கள் இருந்தனர்.

அழக்கூடாது என்ற உறுதியில் இருந்த அவள் மகளை இறுக அணைத்திருந்த தனது வலது கையை மீண்டும் விலக்கி இடது கையோடு சேர்த்து வைத்துக்கொண்டாள்.

அம்மா இவ்வளவு நேரம் தன்மீது வைத்திருந்த கையில் எப்போதுமில்லாமல் ஒருவித நடுக்கமும் வியர்வைப் பிசுபிசுப்பும் இருப்பதை உணர்ந்த இவள் அம்மாவின் தொடையோடு ஒட்டிக்கொண்டு வலது முழங்கையைப் பற்றிக்கொண்டாள். அப்போதும் அம்மாவின் கை நடுங்கிக் கொண்டிருந்ததை உணர்ந்தாள்.

ஒரு நிமிடம் என்ன சொல்வதென்று தெரியாமல் திகைத்த நீதிபதி அவனின் வழக்கறிஞரைப் பார்த்து "அந்த டிஎன்ஏ டெஸ்ட் என்னாச்சு?" என்றார்.

அவனைப்போலவே சிலையாக அவனுக்கு பின்னால் நின்றிருந்த அவனது வழக்கறிஞர் இப்போது முன்னால் நகர்ந்து அவளுக்கும் அவனுக்கும் இடையில் வந்து நின்றபடி "நம்ம டிஸ்ரிக்ட் கவர்ன்மெண்ட் ஹாஸ்பிடல்ல அது பண்ண முடியாது யுவர் ஆனர். அதுனால மதுரை ரீஜினல் ஃபாரன்சிக்ல பண்ண முடியுமான்னு ரெஸ்பான்டன்ட் விசாரிச்சிருக்காரு. அங்க முடியாது, சென்னைலதான் பண்ண முடியும்னு சொன்னாங்கபோல. அதுனால சென்னை ஃபாரன்சிக்லயும் இவரு விசாரிச்சிருக்காரு. அங்கயும் முடியாதுன்னு சொல்லிட்டாங்க. அந்த பெசிலிடி ஹைதராபாத்ல மட்டும்தான் இருக்குன்னு சொல்லிருக்காங்க. அதுனாலத்தான் இவ்வளவு நாள் டிலே யுவர் ஆனர்" என்றார்.

அப்போது அதே நீதிமன்றத்தில் இருந்து இந்த வழக்கை கூர்மையாக கவனித்து வந்த நடுத்தர வயது வழக்கறிஞர் ஒருவர் சட்டென்று எழுந்து நின்றார். அவர் இப்படி திடுக்கென்று எழுந்து நின்றதும் பக்கத்தில் இருந்தவர்கள் அவர் வெளியேதான் செல்லப் போகிறாரோ என நினைத்து நகர்ந்து அவருக்கு வழி விட்டனர். ஆனால் அவரோ "விதவுட் இன்ட்ரப்சன், மே ஐ பிளீஸ் யுவரானர்" என்றார் சத்தமாக. இப்போது நீதிமன்றத்தில் இருந்த அனைவரின் பார்வையும் அவரின்மேல் திரும்பியது.

நிமிர்ந்து பார்த்த நீதிபதியும் ஏதோ நினைத்தவாறு தலையாட்டவே தொடர்ந்தார்.

"அந்த வசதி மதுரை சென்னை இரண்டு இடங்களிலுமே இருக்குதுன்னு நினைக்குறேன். உதாரணத்துக்கு இரண்டு பேருல

ஒருத்தர் மட்டும்தான் ‘எக்ஸ்’ என்பவரோட உண்மையான மகனாக இருக்கும் பட்சத்தில, இரண்டு பேருமே ‘எக்ஸ்’ என்பவருக்கு தான்மட்டுமே உண்மையான மகன்னு உரிமை கொண்டாடும் போது, அப்படி அவங்க இரண்டு பேருமே க்ளைம் பண்ற காலகட்டத்துல அந்த ‘எக்ஸ்’ உயிரோட இல்லைன்னா, அந்த ரெண்டு பேருல உண்மையான மகன் யாருன்னு கண்டுபிடிக்குற அந்த டிஎன்ஏ பெசிலிட்டிதான் தமிழ்நாட்டுல இல்லாம ஹைதராபாத்ல இருக்குதே தவிர, இந்த கேஸ் சம்மந்தமான டிஎன்ஏ தமிழ்நாட்லயே பண்ணலாம். ஏன்னா இந்த கேஸ்லதான் ரெஸ்பான்டன்ட் உயிரோட இருக்காரே? இத்தனைக்கும் அந்த ‘எக்ஸ்’க்கு மகன் யாருன்னு கண்டுபிடிக்குற வசதியும் தமிழ்நாட்ல இருக்கு. ஆனா தனியார் லேப்லதான் பண்ண முடியும். கவர்ன்மெண்ட்ல அந்த வசதி இல்லை. அப்படி டெஸ்ட் பண்ணா கோர்ட் அத ஏத்துக்கவும் செய்யாது, யாருக்கு சாதகமாக வந்தாலும் இன்னொருத்தங்க அத அப்ஜெக்ட் பண்ணவும் செய்வாங்க. அதான் சிக்கல். என்கிட்ட வந்த ஒரு சொத்து கேஸ்ல இந்தப் பிரச்சினை வந்ததால எனக்கு இந்த விஷயம் தெரியும். எனக்குத் தெரிஞ்சத இந்த கோர்ட்க்கு சொல்லணும்னு நினைச்சேன். ஒப்லஜ்டு யுவரானர்.”

எல்லாவற்றையும் உன்னிப்பாகக் கேட்டுவிட்டு அவருக்கு நன்றியும் சொல்லிவிட்டு, “கோர்ட்ட ஏமாத்தப் பாக்குறீங்க” என்று மட்டும் முணுமுணுத்தபடி முகத்தைச் சுழித்த நீதிபதி “இது சரிப்பட்டு வராது. அந்த பெட்டிஷன நான் க்ளோஸ் பண்றேன். மெரிட்ல பாத்துக்கலாம். ஒரு குழந்தைய வச்சுக்கிட்டு என்னெல்லாம் சார் பண்ணுவீங்க? இன்னைக்கே நான் அலிமனி பெட்டிஷனுக்கும் ஆர்டர்ஸ் போடுறேன். நீங்க வேணும்னா அப்பீல் போய்க்கோங்க” என்றபடி கேஸ் நோட்ஸ் பேப்பரை எடுத்து எழுத ஆரம்பித்தார்.

அவனுக்கோ எல்லா வாய்தாக்களிலும் தான் நினைப்பதே நடந்து வந்ததற்கு மாறாக, இன்று அவள் முன்னிலையில் அவமானப்பட்டு விட்டதாக உணர்ந்தான். தான் இப்போது என்ன செய்ய வேண்டும் என்பது அவனுக்கே தெரியாமல் குழம்பி நின்றான். அந்த குழப்பத்திலும், அவமானத்திலும், ஆத்திரத்திலும், வெளியே எப்போது அவளைப் பார்த்தாலும் உதிர்க்கும் வார்த்தைகளை அவன் வழக்கறிஞர் “இப்படியெல்லாம் கோர்ட்ல பேசக்கூடாது” எனத் தடுக்க தடுக்க அங்கேயே வைத்து திரும்பத் திரும்ப சொல்லத் தொடங்கினான்.

“இவ எவன் கூடயோ போய் வாங்கிட்டு வருவா, அதுக்கு நான் இன்சியல் கொடுக்கனுமா? இது என் குழந்தையே கிடையாது. இத மூஞ்சப் பாக்கவே அருவருப்பா இருக்கு. என் உடம்பெல்லாம் கூசுது...”

அவன் போட்ட சத்தத்தில் நீதிமன்றமே அமைதியாகி விட்டது. அவரவர் வழக்கிற்காக வந்தவர்கள், பெஞ்ச் க்ளர்க், வழக்கைப்பற்றி தெரியாத வழக்கறிஞர்கள் என அனைவரும் அவனையும் குழந்தையையும் மாறிமாறி பார்க்கத் தொடங்கினார்கள். அந்தப் பார்வையின் அர்த்தம் இவளுக்குத் தெரியாமலில்லை. ஆனால் அதுவரை அமைதியாக இருந்த சில வழக்கறிஞர்கள் மட்டும் தங்கள் சக வழக்கறிஞரை தங்கள் முன்னே அவமானப்படுத்துவதைக் கண்டு பொறுத்துக்கொள்ளாமல் “இங்க இதெல்லாம் பேசக்கூடாது வெளியே போடா” என்று சத்தம் போட்டனர்.

அதற்கும் அசராத அவன் இப்போது பரிதாபகரமாக முகத்தை வைத்துக்கொண்டு எல்லோரையும் தன் பக்கம் இழுக்கும் பொருட்டு “உங்களுக்கு இப்படி யாராவது துரோகம் செஞ்சா நீங்க சேந்து வாழ்வீங்களா?” என்று நியாயம் பேசத் தொடங்கினான்.

இதுபோன்றுதான் எப்போதுமே கோர்ட் நடக்குமா? இல்லை இன்று மட்டும்தான் இப்படி நடக்கிறதா? என எதுவும் புரிந்து கொள்ளாமல் அந்த சலசலப்பில் இருந்து பேத்தியையும் தனது மருமகளையும் விலக்கி இழுத்து வருவதற்காக அவர்களை நோக்கி சரஸ்வதியம்மாள் இரண்டு அடி எடுத்து வைத்தபோது...

சரஸ்வதியம்மாள்

கணவன் வாட்ச்மேனாக வேலை பார்த்த பள்ளியில் அவருக்குத் துணையாக இருந்ததைத் தவிர அவர் இறக்கும்வரை தனியாக வேலைக்கென்று சென்றது கிடையாது. பள்ளிக்கு பக்கத்திலே வீடு என்பதால் ஆசிரியர்களுக்கு காலையும் மாலையும் இவர்கள் வீட்டில்தான் டீ தயாராகும். அதன் மூலமாக ஒரு சிறிய வருமானமும் இவர்களுக்கு வந்தது. அந்த டீ’க்கென்று ஒரு தனிச்சுவையும் அதற்கென்று ஒரு ரசிகர் வட்டமும் இருந்ததால் எத்தனை ஹெட்மாஸ்டர்கள் மாறினாலும், இவர்களின் மேல் பொறாமை கொண்டவர்கள் எத்தனை மொட்டைக் கடிதம் போட்டாலும் கணவர் வேலையில் இருந்து ஓய்வு பெறும்

வரை கிட்டத்தட்ட 30 வருடமும் இவர்கள் டீ'தான் அந்தப் பள்ளியின் மேஜைகளை ஆக்கிரமித்திருந்தது. இப்படி இரவு பகலாக இருவரும் உழைத்தார்கள். ஒரே மகனான இவனையும் வளர்த்தார்கள்.

கல்லூரி வரை எப்படியோ வந்தவனுக்கு அதற்கு மேல் படிப்பு ஏறாது என்று தெரிந்த தன் கணவர் யார் காலையெல்லாமோ பிடித்து, எவ்வளவோ பணம் கொடுத்து அவனுக்கு கண்டக்டர் வேலை வாங்கி, பின் தனது உழைப்பில் கட்டிய வீட்டை இவன் பெயருக்கே எழுதிக் கொடுத்தபோதும் இவள் சந்தோசப்படவே செய்தாள். படிப்பு மட்டும்தான் அவனுக்கு வராதே தவிர மற்றபடி அவனுக்கு ஒரு கெட்ட பழக்க வழக்கமும் கிடையாது. மற்ற பிள்ளைகள்போல குடிப்பதோ, ஊர் சுற்றுவதோ, தெருவில் சண்டை போடுவதோ ஏன் அப்பாவிடமிருந்த சிகரெட் பிடிக்கும் பழக்கம்கூட அவனுக்கு கிடையாது என்பதில் இருவருக்கும் ஒரு பெருமை இருந்தது.

எனவே இவனே ஒருநாள் "தான் ஒரு பெண்ணை காதலிக்கிறேன், அவளையே திருமணம் செய்துகொள்ளப் போகிறேன்" எனக் கூறியபோதும், பின்னர் திருமணத்திற்கு முன்பே அவள் வயிற்றில் இவன் குழந்தை கருவாகியிருந்தத விபரம் தெரிய வந்தபோதும் 'இவனா இப்படி'யென்று ஆச்சர்யப்பட்டாளே தவிர அவன்மீது எந்தக் குறையையும் அவள் காணவில்லை.

ஓய்வு பெற்ற இரண்டே வருடத்தில் அவர் இறக்கும்போது இவனுக்கு வயது 24. அதற்கு இரண்டு வருடம் கழித்து இவனுக்குத் திருமணம் நடைபெற்றது. 52 வயதிற்கு மேல் ஒரு தனியார் பள்ளியில் ஆயா வேலை பார்க்க தன் மகனே காரணமாக இருப்பான் என்று தெரியாத இவள், அவனுக்குத் திருமணம் நடக்கும்போது கூட, அவன் தயவு இல்லாமலே தான் சாகும் வரையும் வாழ இறந்துபோன தனது கணவனின் பென்ஷன் தொகை மட்டுமே போதும் என்றே நினைத்து வந்தாள்.

கணவனையே சார்ந்திருந்து, தேவையென்றால் மட்டுமே வீட்டை விட்டு வெளியே சென்ற, நாட்டு நடப்புகள் என்னவென்று அறியாத, வசிக்கும் தெருவைத் தாண்டிப் பழக்கம் வைத்துக் கொள்ளாத, அப்படி பழகியவர்களிடம் உயிரைக் கொடுத்து அன்பு செலுத்திய ஒருத்தி, கடந்த 26 ஆண்டுகளாக மகனைப் பற்றி அறிந்து வைத்திருந்தது இது மட்டுமே.

மகனின் திருட்டுப் பழக்கத்தையும், கட்டுக்கடங்காமல் இருந்த அவனது பண ஆசையையும், எள்ளளவும் கூட யார்மீதும் அன்பில்லாத சுயநலத்தையும், மூர்க்க வெறிகொண்ட குணாதிசயத்தையும் புரிந்துகொள்ள அவனுக்குத் திருமணம் ஆகும் வரை இவள் காத்திருக்க வேண்டியிருந்தது.

பயணிகளிடம் டிக்கெட் கொடுப்பதில் முறைகேடு செய்தது போன்ற பல குற்றச்சாட்டுகளுக்கு துறைரீதியான உள்விசாரணை நடந்து, மூன்று வருடங்களுக்கு அவனுக்கு வரவேண்டிய இன்ரிமென்ட் தொகையை நிறுத்தி வைத்துள்ளார்கள் என்ற தகவலை திருமணம் முடிந்து ஒரே மாதத்தில் மருமகள் மூலமாக கேள்விப்பட்டபோது முதன்முதலாக மகனைப் பார்த்து அதிர்ச்சியுற்றாள்.

பேருந்தில் பயணச்சீட்டு சோதனைகள் செய்வதற்கு அதிகாரிகள் எப்போது வருவார்கள், எங்கே வருவார்கள் என்றும், தினமும் ஒரே ரூட் என்பதால் பயணிகளில் பெரும்பாலானோர் எங்கே ஏறுவார்கள், எங்கு இறங்குவார்கள் என்று நன்கு தெரிந்து வைத்துக்கொண்டு தொலைவில் செல்பவர்களுக்கு மட்டும் டிக்கெட் கொடுத்துவிட்டு, 10 கிலோமீட்டருக்குள் இறங்க வேண்டியவர்களிடம் டிக்கெட் கொடுக்காமல் பணம் மட்டும் வாங்கிக் கொண்டு, கேட்டால் எதையாவது சொல்லிச் சமாளித்து, படித்தவன் யார், படிக்காதவன் யார் என்று முகத்தைப் பார்த்தே கண்டுபிடித்து, படிக்காதவனிடம் 10.00 டிக்கெட் கொடுப்பதற்கு பதில் கிட்டத்தட்ட அதே வடிவத்துடன் இருக்கும் 1.00 ரூபாய் டிக்கெட்டை கொடுப்பது, நாலு கிலோமீட்டர் தூரத்தில் அடுத்தடுத்து வரும் நான்கு நிறுத்தத்திற்கும் ஒரே சார்ஜ் உள்ள டிக்கெட்டாக இருந்தால், முதல் நிறுத்தத்தில் இறங்குகிறவர்களிடம் செக் பண்ணியபின் தருவதாக சொல்லி அந்த டிக்கெட்டை வாங்கிவிட்டு, அதே டிக்கெட்டை அந்த நான்கு நிறுத்ததிற்குள் இறங்குகிற வேறுவேறு ஆட்களிடம் ரீ இஷ்யூ பண்ணுவது, பணமும் வாங்காமல், டிக்கெட்டும் கொடுக்காமல், ஆனால் அவர்கள் இறங்கும்போது அவர்களை சத்தமாக திட்டியும் மிரட்டியும் பணம் வாங்கிக்கொண்டு டிக்கெட் தராமல் அனுப்பி விடுவது, அப்படியே டிக்கெட் கேட்டாலும் ரிப்போர்ட் பேப்பரை டிக்கெட் போலக் கிழித்துக் கொடுப்பது, அதேபோல ஒரு ஊரிலிருந்து இன்னொரு ஊருக்கு ஒரு லெட்டரோ, பார்சலோ அனுப்பினால் ஒரு ஆளுக்கு போட வேண்டிய டிக்கெட் சார்ஜ் போடாமல், அதற்கான தொகையை மட்டும் வாங்கிக்கொள்வது,

அதுவே பெரிய பார்சலாகவோ, பைகளாகவோ இருந்தால் அதைப் பேருந்தில் இருக்கும் பயணிகளிடமே பிரித்துக் கொடுத்துவிட்டு இறங்கும் போது அவர்களிடமிருந்து வாங்கிக் கொள்வது என நீண்ட காலமாக பல திருட்டுத்தனமான வேலைகளை யாருக்கும் தெரியாமல் செய்து வந்த இவன், இவனைப்போலவே இந்த வேலைகளில் அற்றம்கண்ட புதிதாக வந்த டிரைவரிடம் ஒருநாள் மாட்டிக் கொண்டபோது, இதுபோன்ற திருட்டுத்தனங்களில் தனக்கும் பங்கு வேண்டும் என்று கேட்ட அவனை அடித்ததால் இந்த விவகாரங்கள் நிர்வாகத்தின் கவனத்திற்கு வந்து இவன் மீது நடவடிக்கை எடுக்கப்பட்டது.

மகனுடன் வேலைபார்க்கும் அவனது நண்பனிடம் விசாரித்தபோது தெரியவந்த மேற்கண்ட மகன் குறித்த இந்த விபரங்களை இவளால் நம்ப முடியவில்லை. அப்போதுதான் மறந்துபோன சில சம்பவங்கள் ஒவ்வொன்றாக இவள் நினைவுக்கு வர ஆரம்பித்தன. ஆனால் "அந்தச் சின்னச் சின்னத் திருட்டுகள் இன்றுவரை இப்படியும் நீண்டு கொண்டிருக்குமா?" என்று முதன்முதலாக மகனின் இன்னொரு பக்கத்தைப் பற்றி யோசிக்க ஆரம்பித்தாள்.

சிறுவயதில் எல்லாக் குழந்தைகளும் பக்கத்து தெருக்களில் மாங்காய்கள் திருடிக் கொண்டிருந்தால், இவன் மட்டும் டைல்ஸ், மார்பிள் கற்களை திருடி விற்பது, கடைகளில் கடலை மிட்டாய்கள், சூயிங்கங்கள் போட்டு வைத்திருக்கும் டப்பாக்களையே திருடி நண்பர்களிடம் விற்று காசு சேகரித்து கலர் கலராக கண்ணாடிகளும், தொப்பிகளும், பெல்டுகளும் வாங்கிக்கொண்டு, தன்னை எல்லோரிடமும் இருந்து வித்தியாசப்படுத்திக் காட்டிக்கொள்வது போன்ற பழக்கங்கள் அவனிடமிருந்தது. இது அவன் எட்டாம் வகுப்பு படிக்கும்போது உச்சத்தைத் தொடவே, அவனைப் பற்றிய நிறைய புகார்கள் இவர்களிடம் வந்த வண்ணம் இருந்தன.

இரவும் பகலும் இவர்களுக்கு இருந்துவந்த வேலை பரபரப்பில் சின்னச் சின்ன அடியுடன், கண்டிப்புடன் அவனை விட்டுவிட்டனர். அடுத்த இரண்டு வருடங்களுக்கு இவனைப் பற்றிய எந்தப் புகார்களும் யாரிடமிருந்தும் வரவில்லை என்பதால் மீண்டும் அவன்மேல் இவர்கள் பெரிய அளவில் கவனத்தைக் குவிக்கவில்லை.

பின்னர் அவன் படிக்கும் பள்ளியின் ஹெட் மாஸ்டரின் பையிலிருந்தே 200 ரூபாய் திருடி மாட்டிக்கொண்டபோது அப்பாவின் கெஞ்சலுக்காக மட்டுமே பத்தாம் வகுப்பு பொதுத்தேர்வு எழுத அனுமதிக்கப்பட்டான். உண்மையிலே திருந்திவிட்டான் என்று நினைத்திருந்த இவள் மகனைப் பற்றி அந்த சம்பவத்திற்கு பின்பு கேள்விப்படும் முதல் சம்பவம் இதுவாகும்.

ஆனால் அந்த பதினாறு வயதிற்கும் இந்த இருபத்தியாரு வயதிற்கும் இடையே கடந்த பத்து வருடங்களாக அவன் என்னவெல்லாம் செய்து வந்தான் என்று யூகிக்க அடுத்த பத்து மாதமே இவளுக்குப் போதுமானதாக இருந்தது.

எப்போதும் விலையுயர்ந்த ப்ராண்டட் சட்டைகளையும், பான்ட்களையும், ஷூக்களையும் மட்டுமே அணியும் அவன், கண்களில் எந்தப் பிரச்சினையும் இல்லாதபோது 10000க்கும் மேல் விலையுள்ள டைட்டன் ஃபேஷன் க்ளாஸ் இரண்டை வாங்கி ஒருநாள் விட்டு ஒருநாள் மாற்றி மாற்றிப் போட்டுக்கொண்டான். கேட்கும் நபர்களைப் பொறுத்து கிட்டப்பார்வை, தூரப்பார்வை, தலைவலி என்று ஏதாவது சொல்லிக்கொள்வான். எந்த தாய்க்குத்தான் மகன் அழகாக உடை உடுத்துவது பிடிக்காது? ஆனால் அவைகளின் விலைகளையும், இப்படிபட்ட குடும்பச் சூழ்நிலையில் ஏன் இவ்வாறு ஆடம்பரமாக தன்னைக் காட்டிக்கொள்கிறான் என்பதையும் அறிந்துகொள்ள இவளுக்கு நெடுநாள் ஆகவில்லை.

தான் ஒரு கண்டக்டர் என்று சொல்லிக்கொள்ளவும், அதற்கான யூனிஃபார்ம் அணிவதையும் அவமானமாகவே நினைத்து வந்துள்ளான் என்பதும், அதிகமாகப் பணம் சம்பாதிக்க வேண்டும்; ஆனால் பனிரெண்டாம் வகுப்பு மட்டுமே படித்து முடித்து வெறும் கண்டக்டராக இருக்கும் அவனுக்கு அதற்கான வழி தெரியாமல் முழித்தபோது வசதியான இவள் சிக்கினாள் என்பதும், ஆனால் அந்தத் திருமணத்தில் சம்மதமில்லாத அவள் பெற்றோர்கள் குழந்தை பிறந்தபின்னும்கூட பார்க்க வராமல் இவர்களை ஒரேயடியாக ஒதுக்கி வைத்ததினால், எப்படியும் குறைந்தது பத்து லட்சம் கையிலும், 100 பவுன் தங்கமும், ஒரு மட்டுப்பா வீடும் வரதட்சனையாக கிடைக்கும் என எதிர்பார்த்ததும், அந்தத் திட்டம் தோல்வியடைந்தபோது இவனால் தாங்கிக்கொள்ள முடியாமல் போகவே, மனைவியை திட்டியும், அடித்தும் துன்புறுத்துகிறான் என்பதும், பேத்தியின் முதல் வயது பிறந்தநாளன்று நள்ளிரவில் நடந்த சண்டையின்

உச்சத்தில் அதை அவனே ஒப்புக் கொண்டபோது தலை சுற்றியும் போனாள்.

இதையெல்லாம் குறித்து தன் மகன் ஏன் இப்படி இருக்கிறான்? ஏன் இதுபோன்ற குற்றச் செயல்களில் ஈடுபட்டு வருகிறான்? காதலித்து வந்தவளையே இந்தளவு கொடுமைப் படுத்த காரணம் என்ன? என்கிற கேள்விகளுக்கு, சின்ன வயதிலிருந்தே தன்னையொத்த வயதினருடன் பழகாமல், வேலைக்குச் செல்லும் அண்ணன்மார்களுடனும், வேலைக்குச் செல்லாமல் குளத்தங்கரையில் சீட்டு விளையாடிக் கொண்டிருக்கும் பெரியவர்களுடனும் என இப்படி ஏதாவதொரு வகையில் பணத்துடன் சம்பந்தப்பட்ட மனிதர்களுடன் மட்டுமே ஈடுபாடு கொண்ட அவனது குணாதிசியம்தான் என்று புரிந்துகொண்டாள். இந்த குணம்தான் வளர்ந்த பின்னும் உள்ளூர் அரசியல்வாதிகளுடனும், அவர்களது பிஏ'க்களுடனும், வியாபார முதலாளிகளிடமும், சிறிய, பெரிய பண்ணையார்களிடமும், மீட்டர் வட்டிக்கு கடன் கொடுப்பவர்களிடமும் அவனுக்குப் பழக்கத்தை ஏற்படுத்தியது. இப்படி தானும் அவர்களைப்போல ஒருநாள் மாற வேண்டும் என்ற ஆசையை திருமணத்தின் மூலம் கொஞ்சம் சாதிக்க பார்த்ததும், அது தோல்வியில் முடிந்ததும்தான் அதற்கான காரணம் என்று அவனது நண்பனிடமிருந்து பதில் வந்தது.

அப்போதும்கூட தன் மகன் "போகப் போகப் திருந்தி விடுவான்" என்று நம்பிக்கை இருப்பதாகக் சொல்லித்தான் அவனது நண்பனுடனான அந்த உரையாடலை முடித்தாள்.

ஆனால் நாட்கள் செல்லச்செல்ல அது பொய்யென்று நிரூபனமானபோது அடைந்த வேதனையைவிட, மிகமிக சாதாரண ஒரு குடும்ப வாழ்க்கை வாழ்ந்து, அந்த வாழ்க்கையில் தன்னைப் போலவே, தன் கணவனைப் போலவே தன் மகனும் இருப்பான் என்று நினைத்துக்கொண்டவளுக்கு, அவனின் அமைதியான அந்த சுபாவத்திற்கு பின்னால் மறைந்திருந்த பெற்றவர்களின், வசதியற்றவர்களின் மீதான அலட்சியத்தையும், அவனின் ஆடம்பரத்தையும், அதன் பின்னால் ஒளிந்திருக்கும் பணத் தேவையையும், குரூரமான அவனது முகமுடியையும்தான் அவளால் ஒருபோதும் புரிந்துகொள்ளவும், தாங்கிக்கொள்ளவும் முடியவில்லை என்பதுதான் இவளுக்கு அளவில்லாத மனவேதனையை அளித்தது.

ஆரம்பத்தில் "எங்கள் பிரச்சனையில் நீங்கள் தலையிட வேண்டாம்" என்று சொன்னான். அதன்பின் இரண்டு மாதம் கழித்து நடந்த ஒரு சண்டையில் நீங்கள் என்பது "நீ" என்று மாறியது. பின்பு ஒருநாள் "கிழட்டு மயிரு" என்றான். அதுவே அடுத்த வருடத்தில் "கிழட்டுக் கூதி"யானபோது, இவள் சாக மட்டும்தான் இல்லை.

இப்படி இரண்டு வருடங்களில் நடந்த ஒவ்வொரு நாள் சண்டையிலும் அம்மா என்ற இவளது மரியாதை குறைந்து வந்த காலகட்டத்தில் இவள் மட்டுமல்ல, மூவருமே எவ்வளவோ தாங்கி விட்டார்கள்.

அவன் வீட்டிற்குள் வந்தாலே 'என்ன காரணம் சொல்லி சண்டை போடப்போகிறான்' என்று பயந்து நடுங்கினார்கள். அதுவரை அம்மாவுடனும், பாட்டியுடனும் சிரித்து விளையாடிக் கொண்டிருக்கும் குழந்தையும்கூட இவனைக் கண்டதும் அமைதியாகிவிடும். அவன் வீட்டில் இருக்கும்போது மூவரின் இயல்பான நடவடிக்கைகள்கூட ஏதோ அசாதாரண செயல்களைச் செய்யும் பணியில் ஈடுபட்டிருப்பது போன்ற உணர்வை அவர்களுக்கு தந்துவிடும். அவன் வீட்டில் இல்லாதபோது அவ்வளவு அடிகளையும் அவமதிப்புகளையும் அழுகைகளையும் மறந்துவிட்டு அவனது செயல்கள் தங்களைப் பாதிக்காத வண்ணம் மூவரும் ஒருவருக்கொருவர் அன்பைப் பரிமாறிக்கொண்டனர். இப்படியாக நாளடைவில் அவர்களின் மனநிலைகள் இருவேறு உலகங்களில் வசிப்பதுபோல மாறிவிட்டது.

இவர்களின் அந்த உலகத்தில் அப்போதிருந்தே அவன் இல்லாமல் இருக்கத் தொடங்கினான்.

அவரைவிட 12 வயது வித்தியாசம் இருந்ததால் திருமணமான புதிதில் முதிர்ச்சியற்று தான் செய்யும் செயல்களினால் எவ்வளவு பெரிய சிக்கல்கள் ஏற்பட்டாலும், தன்னை நோக்கி ஒரு சுடுசொல் கூடச் சொல்லாத, வாழ்வின் முக்கியமான எல்லா சந்தர்ப்பங்களிலும் தனது கருத்தைக் கேட்டு, அதற்கான மரியாதை கொடுத்து, சாகும்வரை தன்னை அவரின் பாதியாக பாவித்து வந்த தனது கணவரின் நினைவுகள்தான் இந்தக் காலங்களில் அவளுக்குத் துணையாக இருந்தது.

வாழ்வின் எதிர்மறையான பக்கங்களை இதுவரை புரட்டாமல், அதைப்பற்றி துல்லியமாக எதுவும் புரிந்து கொள்ளாமல், தன் எஞ்சிய காலங்கள் எதைநோக்கிச் சென்று கொண்டிருக்கிறது என

மூன்று பெண்கள் | 207

கொஞ்சமும் யூகிக்கத் தெரியாமல் எப்போதும்போல அன்றைய இரவும் மனபாரத்தோடு அசந்து உறங்கிக்கொண்டிருந்தாள்.

அவனது வற்புறுத்தலின் பேரில் இரண்டாவது குழந்தையை அபார்ஷன் செய்து ஒரு வாரம்தான் ஆகியிருந்தது. தனது இரண்டு வயதில் நிஷிதா ப்ரீகேஜி சேர்ந்து நான்கு மாதம். திருமணமாகி சரியாக மூன்று வருடங்கள்கூட முடியவில்லை.

அந்த இரவில் என்ன நடந்தது என்று விசாரிக்க நேரமுமில்லை; ஏன் தோன்றவுமில்லை.

“அம்மாவை அடிக்காதீங்கப்பா. அம்மா செத்துரும்” என்று அழுகையும், கெஞ்சலும், அலறலும் கலந்து வந்த பேத்தியின் குரலை கேட்டுப் பதறித் துடித்து எழுந்து ஓடியவளின் கால்கள் அந்தக் காட்சியைப் பார்த்து சில நொடிகள் அப்படியே உறைந்து நடுங்கி நிலைகுலைந்து நின்றன.

ஹாலின் நடுவில் கிழிக்கப்பட்ட நைட்டியுடன் அரை நிர்வாணத்துடன் பேச்சு மூச்சற்றுக் கிடந்த மருமகளின் பக்கத்தில் அமர்ந்து தேம்பித் தேம்பி அழுதுகொண்டிருந்த பேத்தியின் கையிலும் கன்னத்திலும் ரத்தம் விரவியிருந்தது.

“அய்யோ” என்ற ஓலத்துடன் பேத்தியை தூக்கியவளுக்கு அந்த ரத்தம் பேத்தியுடையதல்ல என்று கொஞ்சநேரத்தில் உணர்ந்துகொண்டாள். இப்போது அந்த அதிர்ச்சி அப்படியே அசைவற்று கிடந்த மருமகளின் பக்கம் திரும்பியது. அவள் கண்கள் அந்தக் காட்சியைக் கண்டு நடுங்கியது. ஆனால் அந்த ரத்ததிற்கான அறிகுறி நிமிர்ந்தபடி கிடந்த மருமகளிடமும் இல்லை என்றாலும், இறந்துவிட்டாள் என்ற நினைப்போடுதான் அவள் அருகில் சென்று அவளது கழுத்தை உயர்த்தி தனது மடியில் வைத்தாள். அப்போது அவளிடமிருந்து ஒரு சிறு முணுமுணுப்பு வெளிப்பட்டது. கொஞ்சம் நிம்மதி வந்தவளாக ஆசுவாசப்பட்டு அவளைத் தூக்க முயற்சித்த போதுதான் அவளது பின்புறம் முழுவதும் ரத்தத்தால் நனைந்திருப்பதைக் கண்டும், இடது கை நடு விரல் ஒடிந்து பக்கவாட்டில் தொங்கிக் கொண்டிருப்பதைக் கண்டும் அரை மயக்கமுற்றாள்.

அதற்குள் அக்கம்பக்கத்தில் இருந்தவர்கள் நிஷிதாவின் சத்தத்தைக் கேட்டு வீட்டிற்குள் வந்திருந்தனர். வந்தவர்கள் நிலைமையைப் புரிந்துகொண்டு மூவருக்கும் தண்ணீர் கொடுத்தபடியும், அவளது உடலைப் போர்வை கொண்டு மூடியபடியும், ஆம்புலன்ஸ்க்கு ஃபோன் செய்தபடியும்

இருந்தனர். அப்போது சிலர் மூவரையும் அழைத்துக்கொண்டு அவர்கள் ஓய்வெடுப்பதற்காக வீட்டின் ஒரு அறைக்குள் செல்ல முயற்சித்தனர்.

அதுவரை எங்கிருந்தான், என்ன செய்து கொண்டிருந்தான் என்று எதுவும் அறியாத அவன் இவர்கள்முன் வந்துநின்று அந்த வார்த்தையை அப்போதுதான் சொன்னான்.

தன்னைச் சொல்கிறானா? தனது மருமகளைச் சொல்கிறானா? இல்லை அந்த வார்த்தை தனது பேத்தியையும் சேர்த்துத்தானா? எனக் குழம்பியவள் தனது கணவன் வாழ்ந்து வந்த, அவரது சொந்தச் சம்பாத்தியத்தில் கட்டிய அந்த வீட்டைவிட்டு இருவரையும் அழைத்துக்கொண்டு அந்த நள்ளிரவில் வெளியேறினாள்.

நான்கு வீடு தள்ளி வீட்டோடு சேர்த்து காய்கறி கடை வைத்து வியாபாரம் செய்துவரும் சுந்தரம் அண்ணாச்சி இவர்கள் மூவரையும் அவர் வீட்டுக்கு அழைத்துச் சென்றார். அன்று மட்டும் இல்லை இதோ கோர்ட்டில் நின்று கொண்டிருக்கிறாளே இப்போதுகூட அந்த வார்த்தை அவள் காதில் ஒலித்துக்கொண்டுதான் இருக்கிறது.

“வீட்டை விட்டு வெளியப் போங்கடித் தேவுடியாப் புண்டைகளா.”

★★★

இரண்டே இரண்டடிதான் எடுத்து வைத்தாள். மருமகள் பின்புறமாக திரும்பி மகளைத் தன் பக்கமாக தள்ளிவிட்டுக்கொண்டே ஏதோ ஒன்றைத் தனது கோட்டிற்குள் இருந்து உருவக் கஷ்டப்பட்டுக் கொண்டிருப்பது சரஸ்வதியம்மாளுக்குத் தெரிந்தது.

‘என்றும் இல்லாமல் தன்னை ஏன் இன்று கோர்ட்டிற்கு அழைக்க வேண்டும்? இரண்டு மூன்று நாட்களாகவே சரியாக சாப்பிடாமல், வேலைக்கும் போகாமல் மகளுடன் ஏன் முழு நேரத்தையும் செலவளிக்க வேண்டும்? திடீரென்று தன் கையில் ஐம்பதினாயிரத்தை திணித்து ஒரு வழக்கில் ஃபீஸாக கிடைத்த பணம் என்று ஏன் தரவேண்டும? எப்போதும் வாய்தா தேதி வந்தாலே புலம்பியபடியே கோர்ட்டிற்கு கிளம்பும் அவள் இன்று ஏன் இறுகிப்போய் அவ்வளவு போலியாகச் சிரித்துக் கொண்டிருந்தாள்?’

இரண்டு நாட்களாக தன்னை குழப்பியடித்துக் கொண்டிருந்த இந்தக் கேள்விகளுக்கான விடைகள் மின்னலென தன் மூளையில் தோன்றியதை உணர்ந்தபோது பேத்தி இன்னும் பயந்துபோய் மருமகளின் வலதுகாலோடு அட்டைபோல ஒட்டியிருந்ததைப் பார்த்தாள்.

இப்போது எழுந்து நின்ற வழக்கறிஞர்கள் அவனை கோர்ட் ஹாலை விட்டு வெளியேற்றுவதற்காக ஆவேசத்துடன் எழுந்து வந்தனர். கொஞ்சநேரத்தில் நீதிபதிக்கு என்ன செய்வதென்றே தெரியவில்லை. இந்த நேரத்தில் அவன் வழக்கறிஞர்களிடம் சிக்கினால் நிச்சயமாக ஏதாவது நடக்கக்கூடாதது நடக்கும் என்று உணர்ந்தவர் எல்லோரையும் அமைதிப்படுத்த முயற்சித்தார்.

அவர் நினைப்பதிலும் தவறில்லை.

இதே கோர்ட்டில் அவர் பொறுப்பு எடுப்பதற்கு முன்பாக இருந்த நீதிபதி முன்னிலையிலே க்ளைன்ட் ஒருவர் தனது எதிர்தரப்பு வழக்கறிஞரை போட்டோ எடுத்து மிரட்டியதோடு, தட்டிக்கேட்ட அவரை அடிப்பதுபோல கை ஓங்கியபோது, ஓங்கிய அவனின் கை இறங்கும்போது ஒடிந்துதான் இறங்கியது. ஹைகோர்ட் வரை சென்ற அந்தச் சம்பவத்தின் விசாரணை இன்னும் நிலுவையில்தான் இருக்கிறது. இது வழக்கறிஞர்களுக்கும் நன்றாகவே தெரியும். ஆனால் அவர்களில் யாரும் சமாதானம் ஆவதுபோலத் தெரியவில்லை.

நூறாண்டுகளுக்கும் மேலான பழமையான அந்த நீதிமன்ற அறையோ மிகப் பிரமாண்டமானது. பிரிட்டிஷ் ஆட்சி காலத்தில் மட்டுமல்ல, புதிதாக ஐந்து ஆண்டுகளுக்கு முன்னர் ஒருங்கிணைந்த நீதிமன்ற கட்டிடம் கட்டும்வரை இதுதான் மாவட்ட தலைமை அமர்வு நீதிமன்றமாக இருந்தது. புதிய கட்டிடம் வந்த பின்புதான் தலைமை நீதிமன்றம் அங்கு சென்று விட்டது. தரைத்தளத்தில் சிறிய அறையில், கூட்ட நெரிசலுக்கு மத்தியில், நாளுக்குநாள் பன்மடங்கு பெருகிவந்த விவாகரத்து மற்றும் அது தொடர்பான வழக்குகள் நடந்து வந்த குடும்பநல நீதிமன்றமோ இங்கு வந்துவிட்டது.

இந்த அறையில் மின்விசிறிகள் மட்டும் 40. இருக்கைகள் நூறுக்கும் அதிகமானது. இதில் க்ளைன்ட்கள், அஃபிஷியல் விட்னசஸ், போலீஸ், டாக்டர்கள் உட்காருவதற்கு போடப் பட்டிருக்கும் மரப்பெஞ்சுகளின் கணக்கோ தனி. சட்டப் புத்தகங்கள் வைத்திருக்கும் உயரமானதும் அகலமானதுமான கண்ணாடிக் கதவுகள் கொண்ட மரப் பீரோக்கள் மட்டும்

பத்துக்கும் மேல் இருக்கும். இந்த நீதிமன்ற அறைக்கு வருவதற்கு மட்டும் ஆறு வழிகள் உண்டு. அந்த ஆறு வழியிலும் போடப்பட்டிருக்கும் இரும்புபோல இறுகிப்போய் தோற்றமளிக்கும் மரக் கதவுகளின் உயரம் மட்டும் 15 அடிக்கும் மேல். அந்தக் காலத்தில் போடப்பட்ட படிகள்கூட இன்னும் பழுதாகவில்லை. அத்தனையும் தேக்கு மரத்தாலானவை.

இப்போதும் நீதிபதி இருக்கும் அந்த இருக்கையானதும்கூட சித்திர வேலைப்பாடுகள் நிறைந்ததும், பொன்னிறத்திலான கைப்பிடிகள் கொண்டதும், அவரது உச்சந்தலையிலிருந்து ஒரு அடி உயரம் கொண்டதும், ஒரே நேரத்தில் தலா 100 கிலோ எடை கொண்ட இருவர் விஸ்தாரமாக அமர்வதற்கேற்ற அகலம் கொண்டதுமாகும். அப்படி நீதிபதி அமர்ந்திருக்கும் இடத்திற்கும், வழக்கறிஞர்கள் அமர்ந்திருக்கும் இடத்திற்கும் இடையில் இன்னொரு சிறிய கோர்ட்டே நடத்தலாம். மைக் வருவதற்கு முன்பு சத்தமாக பேச முடியாத வயதில் மூத்த வழக்கறிஞர்கள் டயசிற்கு அருகில் வந்துதான் வழக்கு பேசுவார்கள்.

ஆனால் இவ்வளவு பிரமாண்டத்திற்கு மத்தியிலும் நீதிமன்றத்திற்கே உரிய ஒரு அமைதியினால் சத்தமாக ஒருவர் அந்த அறையின் ஏதாவதொரு மூலையில் பேசினால்கூட மறு மூலையில் ஒடுங்கிப் போய் நின்றிருப்பவருக்கும்கூட அந்த ஓசை சென்று சேரும்.

அப்படியொரு சத்தத்தில்தான் அவன் தகாத பல வார்த்தைகளை துணைக்கழைத்துக் கொண்டு பேசியபடி இருந்தான்.

இப்போது அந்த அறையின் கடைசி அற்றத்தில் இருந்த இளம் மற்றும் நடுத்தர வயது வழக்கறிஞர்கள்தான் தங்களது சக வழக்கறிஞருக்காக சண்டைக்குத் தயாராகிக் கொண்டிருந்தனர்.

நொடிநேரத்தில் நிலைமையை உணர்ந்து கொண்ட நீதிபதி தனது பருமனான உடலை கஷ்டப்பட்டு இருக்கையிலிருந்து எழுப்பி, கொஞ்சம் சிரமப்பட்டாலே எத்தனை என்று எண்ணிவிட முடிகின்ற கணக்கில் இருக்கும் நரைத்துப் போன தலைமுடிகளை இரண்டு மோதிரங்கள் அணிந்த தனது இடது கையின் நான்கு விரல்களால் சொறிந்தபடியே எழுந்து நின்று எல்லோரையும் அமைதிப் படுத்தினார்.

நீதிபதியே எழுந்ததைப் பார்த்துப் பதறிப்போன நீதிமன்ற ஊழியர்கள் அனைவரும் அவரவர்கள் பங்கிற்கு ஏதேதோ

செய்துகொண்டிருந்தனர். அப்போதும் கூச்சல் அடங்கவில்லை. இப்போது அவருக்குக் கத்துவதைத் தவிர வேறு வழியில்லை. ஆரம்பத்தில் மைக்கில் மெதுவான குரலில்தான் ஆரம்பித்தார். பின்னர் இது வேலைக்கு ஆகாது என்று புரிந்தவரைப்போல தன்னிடம் இருக்கும் மொத்த சக்தியையும் ஒன்றுதிரட்டி பதினைந்து வருடத்திற்குமுன் காது கேட்காத தனது அப்பாவிடம் பேசியது போல மைக்கில் சத்தமாகப் பேசத்தொடங்கினார்.

"இங்க நடந்ததை கோர்ட் பாத்துக்கிட்டுதான் இருக்கு. அவருமேல உங்களுக்கு குற்றச்சாட்டு இருந்தா, ரிட்டனா எழுதிக் கொடுங்க. நடவடிக்கை எடுக்குறேன். த கோர்ட் வில் ஆல்சோ டேக் கன்டம்ப்ட் ப்ரசீடிங்ஸ் எகைன்ஸ்ட் ஹிம். டியர் லேனர்ட் கவுன்சில்ஸ், ப்ளீஸ் லிசன் டு மீ... கொஞ்சம் அமைதியா இருங்க."

சிலர் நீதிபதியின் பேச்சைக் கேட்டு அமைதியாயினர். சிலரோ அவனை நெருங்கி வந்துகொண்டிருந்தனர். அவர்களில் சரஸ்வதியம்மாளும் இருந்தாள்.

ஏதோ விபரீதமாக நடக்க நேர்ந்த சம்பவம் ஒன்று இப்போது நின்றுவிடப் போவதாக நீதிபதியைப் போலவே நினைக்க ஆரம்பித்து பெருமூச்சு விட்டபடி அவர்களை நெருங்கிக் கொண்டிருந்தவளின் கண்களில் இப்போது பளபளப்பாக ஒன்று மின்னியது.

அது கத்திதான் என்பதை உணர்ந்துகொள்ள அவளுக்கு சிரமமேதுமில்லை. "இவ்வளவு நீளமான கத்தியை எப்படி இவ்வளவுநேரம் மறைத்து வைத்துக்கொண்டு, மகளையும் பிடித்துக் கொண்டு, நீதிபதியிடமும் பேசிக்கொண்டு அமைதியாக நின்றிருந்தாள்" என்று யோசிக்க அவளுக்கு நேரமில்லை. ஆனால் அந்தக் கத்தி யாரைப் பலி வாங்கப் போகிறது என்பதில்தான் அவளுக்கு பயமும், குழப்பமும், அதிர்ச்சியும் மேலோங்கி இருந்தது. ஆரம்பத்திலிருந்தே பேத்தியை தன்னை நோக்கி அவள் தள்ளிக் கொண்டிருந்ததால் அவளது சந்தேகம் முழுவதும் அவள் தற்கொலை செய்துகொள்ளப் போகிறாளோ என்ற பதட்டத்தில்தான் இருந்தது. அதுவரை மெதுவாக நடந்து கொண்டிருந்தவள் இப்போது ஓட்டமும் வேகமான நடையுமாக அவளை நோக்கி விரைந்தாள்.

இவள் பார்த்து முடித்த அடுத்த நொடியில், வழக்கிற்காக வந்து காத்துக் கொண்டிருந்த சிலரும் பின்புறமாக அவள் எடுத்து

வைத்திருந்த கத்தியைப் பார்த்தனர். அவர்கள் இப்போது "கத்தி... கத்தி..." என்று சத்தம் போடத் தொடங்கினர்.

அனைவரின் கவனமும் அவனின் மேல், வழக்கறிஞர்கள் மேல் இருக்கும்போது எதற்கு இந்தம்மா இப்படி ஓடுகிறாள்? எதற்கு அவர்கள் கத்துகிறார்கள் என்று நீதிபதி உட்பட மற்ற அனைவரும் அவளைப் பார்க்கும் முன், கேட்டு உணரும் முன், உணர்ந்து சுதாரிக்கும் முன், தன்னிடம் அப்பிக் கொண்டிருக்கும் மகளை தனது இடது கையால் பின்புறமாக இழுத்துக் கீழே விழாத வண்ணம் கொஞ்சமாகத் தள்ளிவிட்டுக்கொண்டு, இப்போது தன்னிடமிருந்து ஐந்து அடியே தள்ளி நிற்கும் அவனை நோக்கி தனது முழு கவனத்தையும் செலுத்தி, அவன் என்ன நடக்கிறது என்று யோசிக்கும்முன் அவனருகில் போய் நின்றவள் பின்புறமாக தனது கோட்டிற்குள் மறைத்தும் மறைக்காதபடியும் கையில் வைத்திருந்த, ஒருபுறம் கூர்முனையான ரம்பப் பற்களும், இன்னொருபுறம் ஒரு வாழை மரத்தை ஒரே வெட்டில் இரண்டு துண்டாக்கும் பதம்கொண்ட ஒன்றரை இன்ச் அகலமும், கைப்பிடியை விட்டுப் பார்த்தாலும் அவளது உள்ளங்கை அளவு நீளமும் கொண்ட கொஞ்சம் துருப்பிடித்தாற் போன்று தோன்றிய அந்தக் கத்தியின் முக்கால் பங்கை அவனது வயிற்றின் இடது கீழ் ஓரத்தில் இறக்கிய வேகத்தில் வெளியேற்றி அதே வேகத்தில் அதற்குப் பக்கத்திலே மீண்டும் சொறுகப் போனவளை அருகில் நின்ற ஒரு வழக்கறிஞர் கொஞ்சம் தாமதித்து பிடித்ததால், ரத்தம் கொப்புளித்து வெளியேறிப்போவதை தடுக்கப் போனவனின் இடது கையில் முத்தம் கொடுப்பதுபோல மெதுவாக உரசித், தடவி, இறங்கி அவனது ஒரே ஒரு பச்சை நரம்பை மட்டும் கொஞ்சமாகத் துண்டித்து வழுக்கி நழுவிப்போனதில், அவனது ரத்தம் அவளைச் சுற்றி நின்ற வழக்கறிஞர்கள், சரஸ்வதியம்மாள், பெஞ்ச் கிளர்க் என அனைவரின் மீதும், மேஜையில் அடுக்கி வைக்கப்பட்டிருந்த பச்சைத் தாள்கள் நிரம்பிய கேஸ் கட்டுகள், நீதிபதியின் முன் விரிக்கப்பட்டிருந்த வெள்ளை விரிப்புகள், சாட்சிக் கூண்டின் கைப்பிடிகள் என அனைத்தின்மீதும் ஓய்ந்து முடித்த ஒரு பெரும்புயலின் கடைசி பத்து இருபது மழைத்துளிகளென இதமாகத் பட்டுத் தெறித்து விழுந்து சிதறிய அந்த இரத்தத்துளிகள்... ஏற்ற இறக்கமும், யானைகளின் தந்தங்கள்போல கூம்பு வடிவத்திலான கொண்டைகள் கொண்டதுமான அந்த நீதிமன்றக் கட்டிடத்தின் வெளிப்புறத் தோற்றத்தை அச்சு அசலாக வரைந்து வைத்ததுபோலவே அவ்வளவு அழகான செவ்வண்ணத்தில் இருந்தது.

ஸ்ரீ வினயா

பதினாறு வயதில் அவளுக்கு கல்லூரியில் முதலாம் ஆண்டு படிக்கும் மாணவன் ஒருவனோடு முதல் காதல் ஏற்பட்டபோது வீட்டில் அது கடுமையாக அடக்கி ஒடுக்கப்பட்டது. அம்மாவின் சகோதரிகளால் மிக மோசமாக கேலிக்குள்ளாக்கப்பட்டது. ஆகமொத்தம் நடந்தது என்னவோ இருவரும் ஆள் இல்லா ஒரு பேருந்து நிறுத்தத்தில் அமர்ந்து சிரித்து பேசிக்கொண்டிருந்ததை அந்த வழியாகப் போன அப்பாவின் நண்பர் ஒருவர் பார்த்திருக்கிறார்; அதை வெறுமனே எந்த உள்நோக்கமும் இல்லாமல் ஒரு தகவலென அவரிடம் சொல்லியிருக்கிறார். அவ்வளவுதான். குடும்ப மானம் காற்றோடு கலந்து கடல்தாண்டி பறந்து போனதென வீடே அலறித்துடித்தது.

அன்றிலிருந்து அவள் எடுத்து வைக்கும் ஒவ்வொரு அடியிலும், அவளின் ஒவ்வொரு அசைவிலும், பேசும் ஒவ்வொரு வார்த்தையிலும் அவளது குடும்ப உறுப்பினர்கள் ஒவ்வொருவரின் ஒட்டுமொத்த கௌரவமும் அடங்கியிருப்பதாக அவளுக்குப் போதிக்கப்பட்டது. எப்போதும் யாராவது ஒருவர் அவளைக் கண்காணித்துக் கொண்டே இருந்தனர். பதினாறு வயதேயான குழந்தைத்தன்மை இன்னும் மாறாத ஒரு இளம்பெண்ணின் மீதான அந்தக் குற்றச்சாட்டுகள், கட்டுப்பாடுகள் பின்னாட்களில் அவளது மன உறுதியை மிகவும் பாதித்தது. நீண்ட நாட்கள் அகலாமல் அப்படியே இருந்துவந்த அந்த பாதிப்பு அவளை விட்டு அகல ஒரு காதலும், ஒரு திருமணமும், அதன் பின்பு ஒரு கொலைக்கான திட்டமிடலும் அவளுக்குத் தேவையாகயிருந்தது.

இப்படிச் சிறு வயதிலிருந்தே எல்லோரின் கட்டுப்பாட்டுக்குள் வளர்ந்த இவளும், அதே வயதுகளில் கட்டற்ற சுதந்திரத்தை அனுபவித்து வந்த அவனும் இவள் சட்டக்கல்லூரிக்கு செல்லும் பேருந்தில் தினமும் பார்த்துப் பேசிப் பழகியபோது ஒருவரை ஒருவர் இயல்பாகவே ஈர்க்கத் தொடங்கினர். ஆனால் காதலில் ஒருவரை ஒருவர் ஈர்க்க காரணமான கட்டுப்பாடுகள் பல கொண்ட அவள் பின்னணியும், இவனது கட்டற்ற சுதந்திரமும், திருமணமான பின்பு அவர்களது வாழ்கையில் இருவருக்கும் இடையில் குறைந்தபட்ச புரிதல்கள்கூட இல்லாத மன வேற்றுமைகளை மட்டுமே தோற்றுவித்தது.

வாழ்கையில் ஒவ்வொன்றையும் அடைய சிரமத்தை சந்தித்துவந்த அவன், எந்தவித சிரமமும் இல்லாமல்

கைக்கெட்டும் தூரத்திலே எல்லாமும் கிடைக்கும் அவளைப் பார்த்து பொங்கி வந்த பெருமூச்சையும், பொறாமையையும், வஞ்சகத்தனமான திட்டத்தையும் காதலாக மாற்றினான். இது எதையும் தெரியாத, அதுவரை ஒரு மேலோட்டமான, பாசாங்குத்தனமான அன்பையே தனது குடும்பத்திலிருந்து சந்தித்து வந்த அவள் அதை வரவேற்றதில் அதிசயம் என்ன இருந்துவிடப் போகிறது?

எல்லாவற்றையும் விட்டு அவனே போதும் என நினைத்த அவளுக்கும், எல்லாம் கிடைக்க அவளே திறவுகோல் என நினைத்த அவனுக்கும் இடையில் மலையளவு வேறுபாடு இருந்தபோதிலும் இளமையின் வேகத்தில் யார்தான் அதைப் புரிந்துகொள்ளவும் முடியும்?

இந்தக் காதல் வீட்டுக்குத் தெரிந்தபோது முன்புபோல யாரும் அதை அவ்வளவு முக்கியமான விவகாரம்போல கையாளவில்லை. முதல்முறை நடந்ததுபோல கேலிபேச்சும், அடக்கி வைத்தலுமே போதுமெனக் கருதி "இவன் எத்தனையாவது ஆள்?", "மொத்தம் எத்தனை பேர்?" என்று அவளைச் சீண்டிக்கொண்டே இருந்தனர். தங்கள் காதலுக்கு எதிராக வீட்டில் நிலவும் சூழ்நிலைகளை விளக்கியபோது அவன் முகம் தோல்வியில் துவண்டதன் அர்த்தத்தை அப்போது அவள் புரிந்துகொள்ளவில்லை.

மூன்று வருட சட்டக்கல்லூரிப் படிப்பும், பேருந்துப் பயணமும் முடிந்து நேரில்கூட பார்க்க முடியாமல் வெறும் மொபைலில் மட்டுமே கடந்து வந்த அந்த மூன்று மாதங்களின் முடிவில் மதிப்பெண் சான்றிதழ் வாங்க கல்லூரிக்கு வந்தவளை அவன் தன் நண்பனின் வீட்டிற்கு அழைத்துச் சென்ற அந்தநாள்... அவர்களுக்கிடையேயான அனைத்தையும் தலைகீழாக மாற்றியது.

சரியாக இரண்டு மாதங்கள் முடிந்தபோது அவள் வீடே தீப்பற்றி எரிந்தது. முதல் முறையாக நடு இரவில் வீட்டை விட்டுத் துரத்தப்பட்டாள். காதலில் அவள் வென்றும் அவன் தோற்றும் போனான். இருந்தும் லட்சங்கள் செலவு செய்து அவள் வீட்டாரைக் கவர்வதற்காக ஊர் மெச்சும்படி திருமணம் செய்தான். அதில் எந்தப் பலனும் இல்லாதபோது அவளுடன் சண்டைகள் போட்டு அவர்கள் மகள் தன் வீட்டில் நிம்மதியாக இல்லை என்று தெரியப்படுத்தினான்.

ம்கூம்...எந்த பலனும் இல்லை. பின் நிஷிதா பிறந்தாள். கொஞ்சம் நம்பிக்கை வந்தவனாக தகவல் சொல்லிப் பார்த்தான். குறைந்தபட்சம் போனில்கூட யாரும் தொடர்பு கொள்ளவில்லை. என்னவெல்லமோ செய்து பார்த்தான். இருந்தும் ஒரு சின்ன அசைவுகூட அங்கு இல்லை.

வருடம் ஒன்றானது. குழந்தைக்கு முதல் பிறந்தநாள் வந்தது. எல்லோரையும் அழைத்து மண்டபத்தில் வைத்து விழா எடுக்கலாம் என்று தன் ஆசையைத் தெரிவித்தாள். அன்று இரவுதான் அவனது உண்மையான குரூரமான முகம் அவளுக்குத் தெரியவந்தது. அதுவரை நடந்த சண்டைகள் காலப்போக்கில் குறைந்துவிடும் என்று நம்பி வந்த அவளுக்கு அன்றைய இரவானது இருளை அள்ளி அவள் மேல் பூசியது. அதன்பின் அடுத்து வந்த ஒரு வருடமும் அவள் வாழ்கையின் பகல்நேரம்கூட அதுமாதிரியான இரவாகவே நீடித்தது.

குறும்புத்தனமாகவும், கலகலப்பாகவும், வாயாடியாகவும் இருந்துவந்த அவள் முற்றிலும் வேறொருத்தியாக மாறிப்போனாள்.

மகிழ்ச்சியற்ற குடும்பச்சூழலில் இருந்து, சண்டை சச்சரவுகள் நிரம்பிய ஒரு இடத்திற்கே தன்னை இந்தக் காதல் கொண்டு வந்து சேர்த்துள்ளது என்பதை உணர்ந்தபோது கடைசி வரை தன்னால் அன்பு சூழ்ந்த மனிதர்கள் மத்தியில் வாழ முடியாதா? என்ற ஏக்கம் அவளை மிகுந்த சோர்வுக்குள்ளாக்கியது. திருமணம் நடந்தபோது முழுவதும் பரவசம் நிறைந்து காணப்பட்ட அந்தக் கண்களின் இப்போதைய ஆகக் குறைந்த கனவே அவன் தன் தந்தையைப் போலவாவது தன்னிடம் பேசாமல், தன்னை ஒரு சக ஜீவனாகக் கூட அங்கீகரிக்காமல், அன்பாக ஒரு வார்த்தைக்கூட பேசாமல், ஆசையாக ஒரு இடத்திற்குகூட அழைத்துச் செல்லாமல் இருந்தாலே போதுமானதாக இருந்தது.

ஆனால் இப்போது அவனோ அவள் நினைத்த அவனில்லையே...!

அடிகளைத் தாங்கும் உறுதியை, காயங்களை ஆற்றும் வலிமையை, வசவுகளை மறக்கும் பெருந்தன்மையை, தன்னை ஒரு விலைமாதுவைவிட மோசமாக நடத்தும் அவனின் இழிகுணத்தை, மிருகச் செயலை மறுபேச்சு பேசாமல் அப்படியே ஏற்றுக்கொள்ளும் பக்குவத்தை அவனுடன் வாழ்ந்த அந்த இரண்டு வருடங்கள் அவளுக்குக் கற்றுத் தந்திருந்தது.

தன்னுடன் இருந்த அனைவரையும் விட்டுவிட்டு இவன் மட்டுமே போதுமென வந்த தனக்கு என்ன நடந்தாலும் இவனுடன் மட்டும்தான் வாழ வேண்டும் என்ற முடிவில் மட்டும் அவளுக்கு எந்த மாற்றமும் இல்லை.

அந்த உறுதி எதனால் வந்தது என்றுகூட அவளுக்குத் தெரியாது. அவர்கள் கண்முன் நன்றாக வாழ்ந்து காண்பிக்க வேண்டும் என்றோ, அவர்களாகவே தன்னை அழைக்கும் வரை அங்கு செல்லக்கூடாது என்றோ, இல்லை வீட்டை விட்டு ஓடி வந்த குற்றவுணர்ச்சியோ என எதுவுமே அவளுக்கு இல்லை. யார் இல்லாவிட்டாலும் தனக்கென ஒரு மகள் இருக்கிறாள். அவளுக்காக தன் உயிரைக் கொடுத்து கடைசிவரை அவளுக்காகவே வாழ வேண்டும். இந்த ஒரே எண்ணம் மட்டும்தான் இருந்ததே தவிர அவள் மனதில் வேறொன்றும் இல்லை.

அதனால்தான் கொஞ்சமும் அன்பில்லாத அவனும், நட்சத்திரங்களும் சந்திரனும் மறைந்துபோய் கொஞ்சமும் வெளிச்சமில்லாத வானமும் கருத்தடர்ந்து இருண்டுபோய் கிடந்த அன்றைய இரவில், யாருக்குமே தெரியாது என்று அவன் நினைத்து வந்த ராஜம் ஸ்டோர் முதலாளியின் மகளுடனான அவனது தொடர்பைப் பற்றி, அவளைத் திருமணம் செய்ய அவன் எடுத்திருக்கும் முடிவைப் பற்றி அவள் அழுதுகொண்டே கேட்டதற்கு, இதுதான் சமயம் என நினைத்துக்கொண்டு வெறிபிடித்தவன் போல தனது கருக்கலைந்து போன ஒருவார வயிற்றில் மட்டும் எத்தனை என்று எண்ணிக்கைகள் தவறவிட்ட அவன் எட்டி உதைத்த அத்தனை மிதிகளையும் தாங்கிக்கொண்டு, பிசுபிசுவென உதிரம் தொடைகளுக்கிடையே நிரம்பி வழிந்து சென்றபோதிலும் கொஞ்சமும் சத்தம் போடாமல், ஏன் ஒரு சின்ன முணுமுணுப்புக் கூட இல்லாமல், அவனது சத்தத்தைக் கேட்டு பயந்துபோய் தூக்கத்திலிருந்து திடுக்கிட்டு எழுந்த தனது மகளை உடைந்து தொங்கிய நடு விரலின் வலியைப் பொறுத்துக்கொண்டு தூக்கிக் கட்டியணைத்தபடி, வலியினால் நடுநடுங்கிக் கொண்டிருந்த வலது கையினால், அதே வலது தோள்பட்டையிலிருந்து இடுப்பு வரை கிழிந்துத் தொங்கிக்கொண்டிருந்த நைட்டியை சரிசெய்தபடி, அடிபட்டு சிவந்து கந்திபோய் இருந்த இடது விலா எலும்பு தரையில் அழுத்தி உரச அவள் மயங்கிச் சரிந்தாள்.

அப்போதும்கூட தான் செத்துவிட்டால்கூடப் பரவாயில்லை என்றுதான் நினைத்தாளே தவிர, அவனைவிட்டு அந்த வீட்டை விட்டு வெளியேற வேண்டும் என்று துளியும் நினைக்கவில்லை.

நினைவு திரும்பி தள்ளாடியபடி எழுந்து நிற்கும்போது அந்த வார்த்தையைக் கேட்டு சரஸ்வதியம்மாள் தன்னை வீட்டைவிட்டு இழுத்துச் செல்லும் போதுக்கூட அவள் கால்கள் அவனை நோக்கித்தான் சென்றது. வெளிக்கதவை படாரென அவன் இழுத்து சாத்திய சத்தத்தில் நிஷிதா மீண்டுமொருமுறை அதிர்ச்சியடைந்து வீறிட்டு அழுதபோது அவளை சமாதானப்படுத்துவதற்காகத்தான் தனது மாமியாரின் பின் சென்றாளே தவிர நிரந்தரமாக அல்ல.

மறுநாள் இவர்களின் துணிமணிகள், பாத்திரங்கள் மட்டுமில்லாமல் மகளின் விளையாட்டுப் பொருட்கள் முதற்கொண்டு பூட்டிய கதவிற்கு வெளியே தெரு ஓரமாகக் கிடந்தன.

மீண்டும் அந்த வீட்டிற்குச் செல்வதில்லையென சரஸ்வதியம்மாள் தீர்க்கமாக முடிவெடுத்தாள்.

மறுநாளே கணவனோடு தான் முன்பு குடியிருந்த, அவர் வேலை பார்த்த பள்ளிக்கூடம் இருந்துவந்த பழைய தெருவிற்குச் சென்றாள். இந்த உலகில் அங்கு இருந்த மனிதர்கள் அளவிற்கு வேறு எங்கும் பழக்கம் கொண்டவர்கள் அவளுக்கு இல்லை. மூன்றே நாட்களில் அங்கேயே குறைந்த வாடகையில் ஒரு வீடு பார்த்தாள். மகன் அடகு வைத்ததைத் தவிர மீதி இருந்த நகைகளை விற்றாள். வீட்டிற்கு முன்பணம் கொடுத்தாள். தெரு ஓரமாக கிடந்த ஒரு பொருட்களைக்கூட அவள் தொடவில்லை. யாரையும் தொடவும் அனுமதிக்கவில்லை. வீட்டிற்கு தேவையான அனைத்துப் பொருட்களையும் கொஞ்சம் கொஞ்சமாக வாங்கினாள். அந்தத்தெரு மனிதர்களும் அவர்களுக்கு உதவினர். தான் பிராக்டிஸ் செய்யப் போகிறேன் என்று இவள் சொன்னபோது அதே பழைய பழக்கவழக்கங்களை வைத்து சிவிலில் பெயர்பெற்ற ஒரு நல்ல சீனியர் அலுவலகத்தில் சேர்த்து விட்டதோடு, எவ்வளவு சொல்லியும் கேட்காமல் ஒரு தனியார் பள்ளியில் தனக்கென ஒரு ஆயா வேலையும் வாங்கினாள். அங்கேயே பேத்தியை குறைந்த கட்டணத்தில் ப்ரீகேஜி சேர்த்தாள்.

எங்கே வீட்டிற்கு வந்தால் துரத்திவிட்டவர்கள் மறுபடியும் வந்து விடுவார்களோ என நினைத்து ராஜம் ஸ்டோர் முதலாளியின்

பண்ணை வீட்டில் தங்கியிருந்து அவர்கள் வீடு மாறிச் சென்ற தகவலைத் தெரிந்துகொண்டு ஒரு வாரம் கழித்து வீட்டுக்குத் திரும்பியவனை அவன் தூக்கி எறிந்த பொருட்கள் மட்டும்தான் வரவேற்றன.

அதுவரை யாரிடமும் அதிர்ந்துகூட பேசாத, வெளி உலகம் என்றால் என்னவென்றுகூட தெரியாமல் இருந்த சரஸ்வதியம்மாளின் வைராக்கியமான இந்த மாற்றங்களுக்கு இவள் முழுவதும் கட்டுப்பட்டாள். வயதான காலத்தில் அவளின் இந்த இக்கட்டான நிலைக்கும், தன்னைச்சுற்றி என்ன நடக்கிறது என அரைகுறையாக புரிந்துகொண்டு இன்னும் உலகில் முதல் அடியைக்கூட சரியாக எடுத்து வைக்காத தன் மகளின் மோசமான நிலைக்கும் தான் ஒரு முக்கியமான காரணமாகிவிட்டோமே என்ற ஒரே எண்ணம்தான் இந்த நாட்களில் இவளை வாட்டி வதைத்தது. அதேபோல நாளுக்கு நாள் அதிகரித்து வந்த மகளின் தனிமையோ இன்னும் இவளை சிறுகச்சிறுகச் கொல்லத் தொடங்கியது.

பக்கத்து வீட்டுக்காரர்களும், ஸ்கூல் மிஸ்களும் இவளிடம் கேட்கும் விவாகரத்து குறித்த கேள்விகளை மகள் தன்னிடம் கேட்கும்போது, அவள் கேட்கும் ஒவ்வொரு கேள்விகளுக்கும் பதில் சொல்ல முடியாமல் திணறினாள். அந்தக் கேள்விகள் தன்னையே ரணமாக பாதிக்கும்போது, அவளுக்கு எப்படி இருக்கும் என்று யோசிக்கவே அஞ்சினாள். அந்தக் கேள்விகளை விட்டு தன்னையும், அவளையும் எவ்வளவு தூரம் கொண்டு செல்ல முடியுமோ அவ்வளவு தூரம் கொண்டு செல்ல விரும்பினாள்.

ஆனால் தன்னைச்சுற்றியுள்ள எந்தப்பக்கமும் எடுத்து வைக்கும் வெறும் இரண்டு அடியே ஏதோ பல்லாயிரக்கணக்கான மைல்கள் பயணித்து வந்ததுபோல அவளுக்கு அயற்சியை ஏற்படுத்தியது. தன் வாழ்வில் தூரம் என்ற ஒன்றே கிடையாது என்று அவளுக்கு அப்போதுதான் உணர்ந்தது.

வாரம் ஆறு நாட்களும் இருவரும் பணம் சம்பாதிப்பதற்காக ஓடுகின்ற ஓட்டத்தில் அவளின் குழந்தை காலங்கள் எந்தவித கொண்டாட்டங்களும் இல்லாமல் செல்லரித்து கடக்கின்றன என்று நன்றாகவே இவள் உணர்ந்திருந்தாள்.

மகள் கேட்கும் சின்னச் சின்னக் கோரிக்கைகள்கூட தன்னால் ஈவு இரக்கமில்லாமல் நிராகரிக்கப்படுகின்றன என்று கொஞ்ச நாளில் புரிந்துகொண்டாள். தன்னை எதிர்பார்த்து

மூன்று பெண்கள் | 219

எதிர்பார்த்து ஏமாந்துபோய் பழகியும் தூங்கியும்போன, அமைதி தவழும் மகளின் முகத்தைப் பார்த்தபடி நெற்றியை வருடிக் கொடுப்பதையும், கன்னங்களில் ஆசைதீர முத்த மழை பொழிவதையும், தனக்கான முத்தங்கள்தான் அவை என்றுகூடத் தெரியாமல் தன்னிச்சையாக உறக்கத்தில் புரண்டு படுக்கும் அவளைக் கட்டிப்பிடிக்கும்போது தானும் அழுது கொண்டே அவளை கட்டிப்பிடிப்பதைத்தவிர கடன்களும், நெருக்கடிகளும், மன உளைச்சல்களும் நாளுக்கு நாள் அதிகரித்து வந்த வாழ்க்கையில் வேறொன்றையும் இவள் நிஷிதாவிற்கு கொடுத்ததில்லை.

இந்தக் காலங்களில் பெண்களுக்கு வரும் எல்லா பாலியல் ரீதியான தொல்லைகளும் இவளுக்கும் வந்தன. அதிலும் கணவனில்லாப் பெண்ணாக இருந்த இவளுக்கு கூடுதலாக வந்தன. தெருவில், பேருந்து நிறுத்தத்தில், வக்கீல் தொழிலில் என எங்கு திரும்பினாலும் இரட்டை அர்த்த வாக்கியங்களும், கழுத்துக்கு கீழ் செல்லும் பார்வைகளும், நேரடியான, மறைமுகமான உடலுறவுக் கோரிக்கைகளும் என ஆரம்பத்தில் துவண்டு போனாள். உடம்பில் அவன் ஏற்படுத்திய காயங்கள் எல்லாம் அவளுக்குத் தூசியாகத் தோன்றின.

அந்த நேரங்களிலெல்லாம் இவளின் சீனியரும், தோழிகளும், நண்பர்களும், சரஸ்வதியம்மாளும்தான் அவளுக்குத் துணையாக இருந்தனர். அது அவளுக்கு மிகுந்த ஆறுதலாக இருந்தது. ஆனால் அதில் அவர்கள் கூறும் இன்னொரு திருமணம் என்ற கோரிக்கையை மட்டும் எப்போதும் நிராகரித்து வந்தாள்.

இப்படி எத்தனையோ இரவுகள் தூங்காமல் கழிந்தன. அத்தனை பகல்களும் நரகமாகத் தெரிந்தன. மழை, வெயில், குளிர் என மாற்றங்கள் வெளியே நிகழ்ந்ததே தவிர அவளுக்குள் ஒன்றும் மாறவில்லை. அவனுடன் மட்டும்தான் சேர்ந்து வாழ்வேன் என்று உறுதியாக இருந்தாள். அவளுக்காக சேர்ந்து வாழ வழக்கு போட்டாள். சரஸ்வதியம்மாளின், அவளின் சீனியரின் வற்புறுத்தலுக்காக மெய்ன்டனன்ஸ் பெட்டிஷன் ஃபைல் செய்தாள். டௌரி ஹராஸ்மண்ட் கம்ப்ளைண்ட் கொடுத்து அவன் ஜெயிலுக்கும் போனான். அவனை ஜெயிலுக்கு அனுப்ப வேண்டும் என்பதில் இவளுக்கு உடன்பாடு இல்லாவிட்டாலும் அவன் பயந்தாவது தன்னுடன் சேர்ந்து வாழ்வான் என நினைத்தாள்.

அப்போதுதான் அவனின் இன்னொரு முகம் அவளுக்கு பிடிபட ஆரம்பித்தது.

அந்த வழக்கிற்கு உள்ளூரில் எந்த வழக்கறிஞரும் ஆஜராக மாட்டார்கள் என்று தெரிந்த பின்னர், வெளியூரிலிருந்து வழக்கை இழுத்தடிப்பதற்கென்றே பெயர் பெற்ற ஒரு வழக்கறிஞரை தனக்காக அமர்த்தியிருந்தான். சேர்ந்து வாழ ஒரு மனைவி தாக்கல் செய்த வழக்கில் ஒரு கணவன் என்னனென்ன மனு போட முடியுமோ அத்தனையும் அவன் தாக்கல் செய்ததோடு அதைத்தாண்டியும், திருமணமான மாதத்தையும், ஒன்பது மாதக் குழந்தையாக மகள் பிறந்த மாதத்தையும் கணக்கிட்டு காண்பித்து ஒரு மனுவைக் கொண்டு வந்தான்.

அந்த மனுவின் நகல் இவள் கைகளுக்கு வந்தபோது ஆயிரம் மைல்கள் கடந்து வந்த கனரக வாகனம் ஒன்றின் என்ஜின்போல உடம்பெங்கும் அனல் பற்றிப் பரவியது.

தன்னை மனநலம் பாதிக்கப்பட்டவள், என்ன செய்கிறோம் என்று தனக்குத் தெரியாது என்று என்னென்னவோ குற்றச்சாட்டுகள் அதில் இருந்தன. அது எதுவும் அவளுக்கு கொஞ்சம்கூட பெரிதாகத் தோன்றவில்லை. ஆனால் திருமணத்திற்கு முன்பே தனக்கு வேறு ஒருவனுடன் தொடர்பு இருந்தது என்றும், அவனுக்குப் பிறந்த குழந்தைதான் நிஷிதா எனவும், அதை மறைத்துத் தன்னைத் திருமணம் செய்துகொண்டதாகவும், தன்னுடன் எப்போதும் உடலுறவில் அவள் ஈடுபாடு காட்டியதே கிடையாது எனவும், அதனால் முறையாக டிஎன்ஏ டெஸ்ட் எடுக்கவேண்டும் என்றும் அதில் கூறப்பட்டு இருந்ததை படித்தபோது முதலில் தற்கொலை செய்துகொள்ளத்தான் முடிவெடுத்தாள்.

ஆனால் அவள் விரும்பி வந்ததா இவ்வளவு காலம் நடந்து வந்தது?

அண்ணன், தம்பிகளுக்கே முன்னுரிமை கொடுத்துவந்த வீட்டில் நடுவில் பிறந்த அவள் நினைத்ததா அங்கு நடந்தது?

தனது ஏழு வயதில் அந்த வீட்டிலேயே தனக்குப் பிடித்த அம்மாவை பெற்ற பாட்டி படுத்தப் படுக்கையாகி மறுவாரமே இறந்தபோது, தான் பாட்டியாகும் வரை அவள் வாழ வேண்டும் என்று ஒரு நாள் முழுவதும் கடவுளிடம் வேண்டினாளே அதுவா அன்று நடந்தது?

ஐந்து முடித்து ஆறாம் வகுப்பு பள்ளி மாறும்போது தன் நண்பர்கள் எல்லோரும் சேரும் பள்ளியிலேயே தன்னையும் சேர்க்கச் சொல்லி அந்தக் கோடைக்காலம் முழுவதும் அழுதுத்

மூன்று பெண்கள் | 221

தீர்த்தாளே அந்தக் கண்ணீரின் அர்த்தமும், வலியும், மதிப்பும் அவர்களுக்குக் கண்டிப்பாகப் புரியும் என நினைத்தாளே அதுவா அன்று நடந்தது?

பணத்தைத் தவிர எதுவுமே இல்லாத தன் வாழ்கையில் தன்னை அப்படி சிரிக்க வைத்து பேசிக்கொண்டிருந்த ஒருவனோடு அமரும் சுதந்திரம்கூட பறிக்கப்பட்ட அந்தப் பதினாறு வயதில் அவள் நினைத்ததா நடந்தது?

தான் நினைத்தது எதுவுமே நடக்காத ஒரு ஆத்திரத்தில் இதிலாவது தான் ஜெயிக்க வேண்டும் என்று முடிவெடுத்து வீட்டை விட்டு வெளியேறி, ஒரு குழந்தையையும் பெற்றெடுத்து, அவனின் உண்மை முகம் தெரிந்து, அடிபட்டு, ரத்தம் சிந்தி, விரல் ஒடிந்து, ஆடை மட்டுமே மறைக்கும் அத்தனைக் காயங்களையும் முதுகிலும், மார்பிலும், வயிற்றிலும், தொடையிலும் தாங்கியபடி, நடுத்தெருவிற்கு வந்து, ஏதோ ஒரு வீட்டில் நான்கு நாள் தங்கி, அவர்கள் தந்த உணவை உண்டு, அந்த உணவிற்காக அவர்களை கையெடுத்துக் கும்பிட்டு, கேட்டது கிடைக்காமல் அழும் மகளைப்போல அழுவதற்கான சுதந்திரம்கூட இல்லாமல், தனியாக ஒரு இடத்திலும் இருக்க விடாத, “படுக்க வா” என்று கேட்பதற்கு பதிலாக பர்சை திறந்து பணம் எடுத்து “செலவிற்கு வைத்துக்கொள்” என்று கையில் திணிக்கும் ஆண்களைச் சந்தித்து, எக்காரணம் கொண்டும் மகளை மட்டும் கோர்ட் படிக்கட்டுகளில் கால் வைக்க விடக்கூடாது என்ற தனது பிடிவாதம் தகர்ந்து, பணத்திற்காக மனு போட்டு அவளையும் நீதிபதிமுன் பிச்சை எடுப்பதுபோல நிறுத்தி, இதோ இன்று ‘நான் உன் அப்பன் இல்லை, நீ எனக்கு பிறக்கவில்லை’ என்று நிரூபிக்க, பிடித்திருக்கும் சின்ன துண்டு சாக்பீஸ்கூட பெரிதாகத் தோன்றும் அந்தப் பிஞ்சு விரல்களைத் தாங்கும் கையைக் கீறி இரத்தம் எடுத்து பரிசோதனை நடத்த அவன் போட்டிருக்கும் அந்த டிஎன்ஏ மனுவை கையில் பிடித்தபடி தற்கொலை செய்துகொள்ள அழுதும் அரற்றியும் யோசித்தாளே அது மட்டும் என்ன நினைத்ததுபோல நடந்துவிடவா போகிறது?

என்னதான் தன்னை அடித்தாலும் துன்புறுத்தினாலும் ஒருநாள் தன்னிடம் வருவான் என்ற நம்பிக்கையில்தான் சேர்ந்து வாழ மனு போட்டிருந்தாள். இந்த ஐந்து வருட காலத்தில் அந்த நம்பிக்கை சுக்குநூறாகிப் போனது. மகளுக்காகவே தன் எல்லாப் பிரச்சனைகளையும் தாங்கிக்கொண்டு, அவளின் எதிர்காலத்தை மட்டுமே நினைத்து இதுவரை அவனை நோக்கி வந்தவளுக்கு,

இது தன் மகளே இல்லையென்று அவன் சொன்னபின் இன்னும் தான் இதே பாதையில் செல்லக்கூடாது என்று முடிவெடுத்தாள். இப்போது அவளுக்கு எல்லாமே விளங்கியது.

தன் வழக்கின் உண்மைத்தன்மை தெரிந்த இந்த நீதிபதியும் இன்னும் ஒருமாதத்தில் மாறிவிடுவார். ட்ரான்ஸ்பருக்குத்தான் அவர் முயற்சி செய்து கொண்டிருக்கிறார் என்று எல்லோருக்கும் தெரியும். அவனும் அதை நினைத்துதான் வழக்கை இவரிடம் நடத்தக் கூடாது என்று இழுத்தடித்து வருகிறான். இனி வரும் நீதிபதி எப்படி இருப்பார் என்றும் தெரியாது

அப்படியே இந்த மனு தள்ளுபடியானாலும் அவன் உயர்நீதிமன்றம் செல்வான். அங்கேயும் தோல்வியென்றால் அவன் உச்சநீதிமன்றமும் செல்வான் என்று அவளுக்கு தெளிவாகவே தெரியும். தன் மகளை அந்தவொரு நிலையில் விட்டுச்செல்ல அவள் தயாராக இல்லை.

இந்த ஒருவாரக் காலத்தில் முதன்முறையாக தற்கொலையிலிருந்து ஒரு கொலையை நோக்கி அவள் யோசிக்கத் தொடங்கினாள், பேசிக்கொண்டாள், கேள்வி கேட்டாள், தனக்குத் தானே பதிலும் சொல்லிக் கொண்டாள். அவள் சிந்தனை முழுவதும் இப்படித்தான் இருந்தது.

'யாரிடமாவது விசாரித்து கூலிப்படையிடம் கொடுக்கலாம் தான்; ஆனால் அதற்கு பணம்? அப்படியே கொடுத்தாலும் அவர்கள் மாட்டினால் எப்படியும் நானும் மாட்டிக் கொள்வேன் அல்லவா? அதை நானே செய்தால்? எப்படியென்றாலும் மூன்று மாதத்தில் பெயில் கிடைத்துவிடும். மீண்டும் சிறைக்கு செல்வதற்குமுன் கொஞ்சம் பணம் சம்பாதித்து விடலாம்தானே?

ஆனால் சிறைத்தண்டனை? எப்படியும் பத்து ஆண்டுகளில் வெளியே வந்துவிடலாம். பதினைந்து ஆண்டுகளானால்? அவளுக்கு வயது ஆறுதானே?

அதற்கிடையில் அத்தை இறந்துபோனால்? தன் நெருங்கியத் தோழியின் மகள் படிக்கும் ஹாஸ்டலிலே அவளைப் படிக்க வைக்கலாம்.

தன் மகனையே கொல்வதால் அத்தை அவளைக் கவனிக்காவிட்டால்? ப்ச்... நானே அவளைக் கைவிட்டாலும் அவர்கள் அவளை... அத்தையின் உயிரல்லவா அவள்?

என்மீது கோபப்படுவாளா? பட்டாலும் தப்பிலையே...

பேசாமல் யாருக்கும் தெரியாமல் அவனைப் பின்தொடர்ந்து சென்று கொன்றால்? அப்படி தப்பிக்க வழி உண்டா? ம்கூம்...

எப்படியானாலும் நான்தான் கொலை செய்தேன் என்று கண்டுபிடித்து விடுவார்கள். அதிலும் அவன் திடகாத்திரம் ஆனவன். தான் அவனை கொலை செய்ய போகிறேன் என்று தெரிந்தாலே என்னை அவன் கொன்று விடவும் தயங்கமாட்டான். அதன்பின் நிஷிதாவின் நிலை? சரஸ்வதியம்மாளுக்கு நானே சிரமமாகி விடுவேனே!

ஆனால் அவனுக்கு பாடம் கற்பித்தே தீரவேண்டும். அந்தக் கொலையின் மூலம் அவனுக்கு மட்டுமல்ல என் அப்பா, அம்மா, அதே நீதிமன்ற வளாகத்தில் தன்னைச் சீண்டியவர்களுக்கு என எல்லோருக்கும்...

இனி யாரும் யாரையும் ஏமாற்றக் கொஞ்சமாவது யோசிக்க வேண்டும்...

ம்...

நீதிமன்றத்திற்கு வர பயப்பட வேண்டும்.

ஆம்... அதற்கு சரியான இடம்...'

அந்தக் கொலையை தான்தான் செய்ய வேண்டுமா? அதை எல்லோரின் முன்னிலையிலேதான் செய்ய வேண்டுமா? என்று முடிவெடுக்கத்தான் அவள் யோசித்தாளே தவிர, அதை எப்படி செய்ய வேண்டும்? அதற்கு என்னவெல்லாம் தேவை என கொஞ்சமும் தயங்கவில்லை. தீர்க்கமாக முடிவெடுத்தாள். கத்தி வாங்க தனது அலுவலகத்தின் அருகிலிருந்த கடையே அவளுக்குப் போதுமானதாக இருந்தது.

இதை அனைத்தையும் அவள் முடிவெடுத்தபோது ஒரு சொட்டு கண்ணீர்கூட அவள் சிந்தவில்லை.

இன்னும் இரண்டு நாட்களே இருந்தது. சீனியரிடம் தன்னுடைய சம்பளத்தில் கழித்துக்கொள்ளும்படி முன்பணமாக ஐம்பதினாயிரம் கேட்டாள். இதற்கு முன்னும் இப்படி பணம் வாங்கியிருக்கிறாள் என்பதால் எந்த சந்தேகமும் இல்லாமல் அவர் கொடுத்தார். இரண்டு நாட்கள் விடுப்பும் சொல்லிவிட்டு என்றும் இல்லாமல் சீக்கிரமாகவே வீட்டிற்கு சென்றாள்.

அன்று நிஷிதாவை பள்ளியிலிருந்து கூப்பிட அவள்தான் சென்றாள். காலையிலே சொல்லியிருந்தத்தால் அன்று

முழுவதும் மகிழ்ச்சியாக இருந்த அவள் பெல் அடித்ததும் எல்லா பிள்ளைகளையும் முந்திக்கொண்டு, எல்லோருக்கும் கைகாட்டிய படி ஓடிவந்து இவளைக் கட்டிப்பிடித்தாள். சரஸ்வதியம்மாள் சிரித்துக்கொண்டாள். அன்று வகுப்பில் நடந்த பல கதைகளைப் பேசிக் கொண்டு வந்தாள். இதுநாள் வரை எல்லாக் குழந்தைகளையும் போல என்னென்ன செய்ய வேண்டுமென யோசித்தாளோ அது அனைத்தையும் செய்தவள், நீ தினமும் இப்படி வர வேண்டும் என்று அன்புக் கட்டளைப் போட்டாள். பின்னர் அது நடக்காத காரியம் என்று உணர்ந்து அவளே சத்தம்போட்டுச் சிரித்துக்கொண்டாள்.

அந்த இரண்டு நாட்களும் மூவரும் மகிழ்ச்சியாக இருந்தனர். மகள் கேட்டதெல்லாம் ஒன்றுகூட விடாமல் வாங்கிக் கொடுத்தாள். ஊர் சுற்றினார்கள். சினிமா சென்றனர். முக்கியமாக பீச்சுக்கு அழைத்துச் சென்றாள். ‘இந்த மகிழ்ச்சி இப்படியே நீடிக்கக்கூடாதா?’ என்று நினைத்தாள்.

அப்படி நினைத்தபோது அவன்மீது தாக்கல் செய்திருந்த எல்லா வழக்குகளையும் திரும்பப்பெற்று அவனை அப்படியே விட்டு விடலாமா என்றுகூட யோசித்தாள். ஆனால் பெரிய பெண்ணாக தன் மகள் வளரும்போது இதோ இந்த சமூகம் அவளை அப்பன் பெயர் தெரியாதவள் என்று சொல்லக் கொஞ்சமும் யோசிக்காது என்றும் அவளுக்குத் தெரியும். இப்போது இந்த வழக்குகளை திரும்பப் பெற்றால் அதற்கு தானே வழி வகுத்தது போல ஆகிவிடும் என்றும் நினைத்தாள். ஒருவேளை இந்த வழக்குகள் இப்படியே நடக்கும்வரை நடக்கட்டும், அப்படியே விட்டுவிடலாம் என்றுகூட அவளுக்குத் தோன்றியது. ஆனால் அவனோ கடைசிவரை தங்களை வாழவும் விடமாட்டான், சாகவும் விட மாட்டான் அல்லவா?

இறுதியாக “அவள் யாருக்கு பிறந்தாள்?” என்று ஆணித்தரமாக நிரூபிக்க இந்தக் கொலையின் மூலம் மட்டுமே முடியும், வேறு வழிகள் எதுவும் இல்லை என்ற பழைய முடிவுக்கே முன்னிலும் உறுதியாக வந்து சேர்ந்தாள்.

★★★

தாமதமாகவே அன்றைய பொழுது விடிந்தது. பேப்பரினுள் சுற்றி வைக்கப்பட்டிருந்த கத்தியை ஹேண்ட் பேக்கினுள் வைத்திருந்தாள். ஆட்டோ கோர்ட்டிற்குள் நுழைந்தது. வழக்கறிஞர் சங்கத்திற்குள் சென்று உடை மாற்றியபோது பேப்பரிலிருந்து கத்தியை எடுத்து கோட்டின் உள்பாக்கெட்டில்

மூன்று பெண்கள் | 225

வைத்துக் கொண்டாள். எல்லோரும் நிஷிதாவை கொஞ்சிக் கொண்டிருந்தனர். எப்படியும் தன் நண்பர்கள் அவளைக் கைவிட மாட்டார்கள் என்று நினைத்துக்கொண்டாள். அவள் கோட் அணிந்ததும் நிஷிதா ஓடிவந்து அவளைத் தொட்டுப் பார்த்தாள். அது அவளின் நீண்ட நாள் ஆசை. அவளின் கை கத்தி இருக்கும் பக்கத்தில் செல்லாமல் பார்த்துக்கொண்டாள்.

மணி 10:15. எந்த உணர்ச்சியுமின்றி மெதுவாக நடந்து கோர்ட் படிக்கட்டுகளில் ஏறினாள். கோர்ட் வாசலில் கூட்டம் மொய்த்துக் கொண்டிருந்தது. சிலர் கோர்ட் அருகில் இருக்கும் தூண்களில் சாய்ந்தபடியும், இடுப்பளவு உயரமான கைபிடிச் சுவர்களிலும், ஜன்னல் கம்பிகள் மேலும் அமர்ந்துகொண்டு தங்களது வழக்கறிஞர்களுக்காக காத்திருந்தனர்.

வழக்கறிஞர்களோ கோர்ட்டில் எப்படி பேச வேண்டும், எதிர்த்தரப்பு வக்கீல்களின் கேள்விகளுக்கு எப்படி பதில் சொல்ல வேண்டும் என்று தங்களது க்ளைன்ட்களுக்கு சொல்லிக் கொடுத்துக்கொண்டு, அவர்கள் தரும் ஃபீஸ்களை வாங்கிக் கோட் பாக்கெட்களில் திணித்துக் கொண்டுமிருந்தனர். வக்கீல் குமாஸ்தாக்களோ அன்றைக்கு விசாரணைக்கு, வாதத்திற்கு இருக்கும் கேஸ் கட்டுகளை ஒவ்வொரு கோர்ட்டிலும் போட்டபடி பறந்து கொண்டிருந்தனர்.

இவ்வாறு கருப்பும் வெள்ளையுமாக உடையணிந்து நீதிமன்ற அறைகளை நோக்கி படையெடுத்துக் கொண்டிருந்த மனிதர்களும், நெற்றிகளைச் சுருக்கியபடி, கைகளைக் கட்டிக்கொண்டோ, நகங்களை கடித்துக்கொண்டோ, தலைகளை மட்டும் ஆட்டிக் கொண்டு அவர்கள் சொல்லுவதை அப்படியே ஆமோதித்துக் கொண்டிருக்கும் வண்ண வண்ண உடையணிந்த மனிதர்களும் நிரம்பி வழிந்த அந்தக் காட்சிகளைப் பார்ப்பதற்கு ஏதோ ஒரு நாடகத்திற்கான ஒத்திகைப்போல இருந்தது.

அந்த நாடகத்தில் தனக்கான இடம் எதுவென்று தெரிந்த இவளும், தங்களது நிலை எதுவென்று அறியாத பாட்டியும் பேத்தியும் அந்தப் பரபரப்பான உலகிற்குள் நுழைந்தும் வெளியேறியும் தங்களது நீதிமன்ற அறையை நோக்கி வந்து சேர்ந்தனர்.

எதிரில் அவன் நின்று கொண்டிருந்தான்.

புதிதாகக் கற்றுக்கொண்ட எந்த ஒன்றையும் அவசர அவசரமாக செய்து பார்க்கும் ஆர்வமிக்கச் சிறுவனைப்போல, அவனை

இப்போதே குத்திக் கொன்று விடலாமா என்று நினைத்து அதற்கான முயற்சியில் இறங்கும்போது "சைலன்ஸ்" என்ற சத்தம் கேட்டது.

எப்படியும் முதல் பத்து வழக்கிற்குள் தன் வழக்கு அழைக்கப்பட்டுவிடும் என்று அவளுக்குத் தெரியும். அதேபோல அழைத்தார்கள்.

"*O.P NO: 164/2015*. பெட்டிஷனர் ஸ்ரீ வினயா. ரெஸ்பான்டன்ட் சிபு."

"அது என் குழந்தையே இல்ல சார்... அது என் குழந்தையே இல்ல சார்."

இரண்டு மூன்று முறை திரும்பத் திரும்ப இதையே சொல்லிக்கொண்டு, அதனால் குரூரமான ஒருவித மகிழ்ச்சியடைந்துகொண்டு, வெற்றிக்களிப்பு மிதந்து வந்த தன் கண்களைத் தன்னை நோக்கித் திருப்பும்போதெல்லாம், கத்தியை கோட் பாக்கெட்டிலிருந்தும், எடுத்த கத்தியை கோட்டின் உள்ளே சாதாரணமாக வைத்தும், பின் வைத்த கத்தியை எடுத்து இடது கையில் பிடித்துக் கொண்டு அதை கோட், கவுன் மூலம் ஒருவழியாக மறைத்தும் வைத்தாள்.

கத்தியை எடுக்க முயற்சி செய்யும்போது, "எங்கே அம்மா தன்னை விட்டு போகப்போகிறாளோ" என்ற அச்சத்தில் அவளை விடாமல் அப்பிப் பிடித்துக்கொண்டு தொடையோடு இறுக ஒட்டியபடி சாய்ந்து நிற்கும் மகளைப் பார்க்க பார்க்க அவளுக்கு அழுகை பீறிட்டு வந்தது. ஆனால் எக்காரணத்தைக் கொண்டும் அழ மட்டும் கூடாது என்று ஒவ்வொரு முறையும் அழுகையை அடக்கி வைத்தாள்.

ஜட்ஜ் "டிஎன்ஏ பெட்டிஷனை க்ளோஸ் பண்றேன். மெய்ன்டனன்ஸ் பெட்டிஷன்ல ஆர்டர் போடப் போறேன்" என்று சொன்னதும் அவளுக்கு ஒரு சிறு நம்பிக்கை வந்தது. காலையில் எதை நினைத்து வீட்டை விட்டு வெளியேறினாளோ அது நடக்காது என்றே கிட்டத்தட்ட நினைத்துவிட்டாள்.

ஆனால் அந்த நம்பிக்கை உடையக் கொஞ்சநேரம்கூட ஆகவில்லை.

"இவ எவன் கூடயோ போய் வாங்கிட்டு வருவா, அதுக்கு நான் இன்சியல் கொடுக்கணுமா? இது மூஞ்சப் பாக்கவே அருவருப்பா இருக்கு. என் உடம்பெல்லாம் கூசுது.

உங்களுக்கு இப்படி யாராவது துரோகம் செஞ்சா நீங்க சேந்து வாழ்வீங்களா."

அடக்கி வைத்த அந்த அழுகைகளா? இல்லை அவனது அழுகிப்போன வார்த்தைகளா? எது இப்போது அவளுக்கு நெஞ்சடைக்க வைத்தது என்று தெரியவில்லை.

சரஸ்வதியம்மாளை நோக்கி தனது வலது கையினால் மகளை இரண்டடி பின்னோக்கித் தள்ளி விட்டபோதே, அவனை நோக்கி நான்கடி முன்னகர்ந்து இடதுகையில் தொங்கிக் கொண்டிருந்த கோட்'டையும், கவுனையும் கீழே நழுவ விட்டபடி, அதிலிருந்த கத்தியை வலது கைக்கு மாற்றி, தன்னைப் பார்க்காமல் அவனை நோக்கி வந்து கொண்டிருந்த சில வழக்கறிஞர்களைப் பார்த்தபடியே நின்றுகொண்டிருந்தவன், "கத்தி" என்ற சத்தத்தைக் கேட்டு திரும்ப முயற்சித்த அந்த ஒரு வினாடியில்...

●●●

7-மார்ச்-2018: நிழல்தன்னை அடிவிட்டு நீங்காது

2020 பிப்ரவரி மாதத்தின் இறுதி வேலைநாள். காலை நேரம். நீதிமன்ற நடவடிக்கைகள் ஆரம்பிப்பதற்கு ஒன்றரை மணிநேரம் இருந்தது. வாகனங்களின் தொடர் வரத்துக்களால் நகரின் மையப் பகுதியான நீதிமன்றச்சாலை தனது சோம்பலை எப்போதோ விரட்டியடித்திருந்தது. அந்தப் பரபரப்பும், வேகமும் தன்னை இன்னும் தொற்றிக் கொள்ளவில்லை என்பதை அறிவிக்கும் விதமாக வெறிச்சோடிக் கிடந்தது மாவட்ட ஒருங்கிணைந்த நீதிமன்ற வளாகம்.

“ஒன்பது கோளும் ஒன்றாய் காண பிள்ளையார்பட்டி வரவேண்டும்” பாடலின் ஒலி கோர்ட் கேன்டீனிலிருந்து மிதந்து சென்று அருகிலிருந்த வழக்கறிஞர் சங்கக் கட்டிடத்தில் நுழைந்து எங்கெங்கோ எதிரொலித்துக் கொண்டிருந்தது.

இன்னொருபுறம் வேலைகளை முடித்து விட்டு மாநகராட்சி வாகனத்திற்காக காத்திருந்தனர் துப்புரவுத் தொழிலாளர்கள்.

நீலநிறப் புடைவைகளிலிருந்த பெண்கள் ஒருபக்கமும், காக்கிச் சட்டையும், டவுசரும் அணிந்திருந்த ஆண்கள் ஒருபக்கமுமாக பப்ளிக் பிராசிக்யூடர் அலுவலக படிக்கட்டுகளில் எதிரெதிரே அமர்ந்துகொண்டு, குவித்து வைத்திருந்த குப்பைகளில் வெத்தலை பாக்குகளை மென்று துப்பியபடி அன்றைய காலை சமாச்சாரங்களைப் பற்றி சத்தமாகப் பேசிக்கொண்டிருந்தனர். அலட்சியமான அவர்களின் உடல் அசைவுகளை தூரத்தில் நின்று

பார்க்கும் எவரொருவருக்கும் அவர்களுக்குள் ஏதோ சண்டை நடப்பது போலவே தோன்றும்.

அப்படியொரு தூரத்தில் அமர்ந்திருந்த அவர்களின் கூட்டாளிகளில் சிலர் "பிறந்ததிலிருந்து இதுவரை பேசியதெல்லாம் போதும்" என்று முடிவெடுத்ததுபோல சென்ரல் ரெக்கார்ட் செக்சன் முன்பு அவ்வளவு வெறுமையாக அமர்ந்துகொண்டு வாசலையே பார்த்தபடி இருந்தனர். அவர்களின் வலதுகை பெருவிரலுக்கும், ஆள்காட்டி விரலுக்கும் இடையில் மூச்சுமுட்ட மாட்டிக்கொண்டும், காய்ந்த உதடுகளில் ஒட்டிக்கொண்டும் அவ்வப்போது ஊசலாடிய படியும் உயிர்பிழைத்தும் கொண்டிருந்தன பீடி, சிகரெட்டுகள். குறிப்பிட்ட இடைவெளிகளில் அவர்கள் முன்பும் குப்பைகள் குவித்து வைக்கப்பட்டிருந்தது.

இடதுதோளில் பைகளையும், தரையை நோக்கி தங்களது சுவாரசியமற்ற முகங்களையும் தொங்கவிட்டபடி நீதிமன்றப் பணியாளர்கள் ஒவ்வொருவராக வர ஆரம்பித்தனர். அவர்களை கொஞ்சமும் கவனத்தில் கொள்ளாமல் அரைமணிநேரம் கடந்தபின்னும் வராத ஓட்டுனரை அனைவரும் சேர்ந்து சபித்துக் கொண்டிருந்தபோது, ஆட்டோ ஒன்று கோர்ட்டினுள் வலது பக்கமாக நுழைந்து ஒரு ஓரமாக நின்றது.

கேன்டீன் டீ மாஸ்டரை தவிர்த்து அந்த ஆட்டோவை வேறுயாரும் கவனித்ததுபோல தெரியவில்லை. இரண்டு நிமிடங்கள் கடந்தும் அமைதியைத் தவிர அந்த ஆட்டோவைச் சுற்றி ஒன்றுமில்லை என்றதும் ஒரு வீம்பு அவருக்குள் எழுந்தது. டீ போட்டுக்கொடுக்க ஆளில்லாமல், காலையிலிருந்து ஒரே காட்சியை, ஒரே பொருட்களை, அதே முதலாளியை நெடுநேரமாக பார்த்த சலிப்பிலிருந்த அவர், தனது கண்களை ஆட்டோவை விட்டு அகற்றவில்லை. இப்போது ஆட்டோவில் மட்டுமில்லை; அவர் பார்வையிலும்கூட சின்னதொரு அசைவுமில்லை.

"எவ்வளவு நேரமானாலும் சரி இப்படித்தான் பார்ப்பேன்" என்று உலகை நோக்கி சவால் விடும்படி இருந்தது அவரது அந்த உறுதி.

கேன்டீனுக்கும் ஆட்டோவிற்கும் இடையில் நிற்கும் அரச மரத்தினுள் அரைகுறையாக நுழைந்து கொண்டிருந்தது சூரியஒளி. நிழலும், வெளிச்சமுமாக பரவிய அதன் அலைகள் பூமியைத் தொட முடியாமல் தனது தோல்வியை

ஒப்புக்கொண்டபடி நகர்ந்தபோது, இளம் பச்சையும், வெள்ளை நிறமும் மின்னிக் கொண்டிருந்த காட்டன் புடவையிலிருந்த ரேணுகா தனது இடதுகாலை ஆட்டோவிற்கு வெளியில் நீட்டியபடி இறங்கத்தொடங்கினாள்.

சேலை முட்டியைத் தொட்டு ஏறி இறங்கிய வேகத்தில், அவள் இடதுகாலில் விழுந்து, பாற்கடல்போல் வெண்மையாக இருந்த அவளது இடுப்பைக் கடந்து, தன்னையேக் கூச்சம் கொள்ளச் செய்யும் ஒளிபொருந்திய முகத்தில் தரிசனம் கண்டு ஒருவழியாக அன்றைய தனது வெற்றியை ருசி பார்த்தது வெயில்.

“அங்கு கற்பகம் என்னும் கடவுளின் மெய்யில் உறையும் அவரைத் தொழ வேண்டும். சூரியன் முதலாய் ஒன்பது கிரகமும்...”

பாடலும் ரேணுகாவும் காற்றில் கைவீசி நடக்கத் தொடங்கினார்கள்.

அடுத்த நொடியிலிருந்து ஆண்களுக்கு மட்டுமே ஆர்வமூட்டும் வகையிலான அவளைப் பற்றிய குறிப்புகளானது பரபரப்பான வழக்கு ஒன்றின் இறுதித் தீர்ப்பைப்போல வேகமாகப் பரவத் தொடங்கியது.

“பசுமஞ்சள் நிறத்தில், நடிகைகள் தோற்றுவிடும் அழகில் திருநங்கை ஒருத்தி சீஃப் ஜுடிசியல் மஜிஸ்ட்ரேட் கோர்ட்டிற்கு வந்திருப்பதாகவும், சிவில், கிரிமினல் என மொத்தம் இருபதுக்கும் மேல் கோர்ட் ஹால்கள் நிரம்பிய அந்த வளாகத்தில் அவரவர் வழக்கிற்காக வந்திருக்கும் ஒட்டுமொத்த ஆண்களும் வயது வித்யாசமில்லாமல் அவளை நோக்கிப் படையெடுத்துக் கொண்டிருப்பதாகவும், அவ்வாறு வருபவர்களின் தொந்தரவுகள் பொறுக்காமல், 10.30-க்கு தொடங்கும் கோர்ட்டில் இப்போதே உள்ளே சென்று யாருக்கும் தெரியாதபடி ஒரு ஓரமாக அவள் அமர்ந்திருப்பதாகவும், ஆனாலும்கூட நகராத அந்தக்கூட்டம் சிறுசிறு கும்பல்களாக பிரிந்து நின்றுகொண்டு, ஒரு தரப்பு ‘ஜட்ஜே கூட இரண்டோ அல்லது மூன்றோ முறை அவளை எட்டிப் பார்த்தார்’ என்றும், இன்னொரு தரப்பு, ‘இல்லவே இல்லை, அடுத்த மாதம் ரிடையர் ஆகப்போகும் அவர் ஒருவேளை பார்த்திருந்தால், அவளழகில் மயங்கி கீழேவிழும் சத்தம் நம் காதுகளில் கண்டிப்பாக விழுந்திருக்கும்’ என்றும், இந்த இரண்டிலும் சேராத பிரபல ரவுடி ‘கந்தன் என்ற காக்கா கந்தன்’ கொலை வழக்கில் தொடர்புடைய 11 பேர் அடங்கிய பெல்மான்ட்

சூசை வகையறாக்களோ, ‘இப்படியொரு அழகியைத் தனியாக தவிக்கவிட்டு, ஆபீஸில் பழைய கேஸ் கட்டுகளுடன் புரண்டு கொண்டிருக்கும் இதயமே இல்லாத அவளது வக்கீலுக்கு ஹார்ட் அட்டாக்கே வராது’ என்றும் சத்தம்போட்டு சிரித்தபடி அந்த இடத்தையே கலவரமயமாக்கிக் கொண்டிருக்கிறார்கள்”

இந்தத் தகவலானது வக்கீல்கள் சங்கம், சென்ரல் ரெக்கார்ட் செக்சன், குமஸ்தாக்கள் சங்கம், கோர்ட் கேன்டீன், ஜெராக்ஸ் கடைகள், அருகிலிருக்கும் வருமானவரித்துறை அலுவலகக் கட்டிடங்கள் எல்லாவற்றையும் வரிசையாகக் கடந்து, கணேஷ்நகர் போலீஸ் ஸ்டேஷனில் ரைட்டர் டேபிளில் வெறுமனே அமர்ந்திருக்கும் இதே வழக்கில் சம்பந்தப்பட்ட உதவி ஆய்வாளர் ராம்ராஜ் காதுக்குச் சென்று சேர்வதற்கும், அவன் தன்னுடைய கால்களில் ஒன்றை இழந்ததற்கும் மறுநாள், அதாவது சுமார் பதினேழு மாதங்களுக்குமுன் ஒருநாள் மதியம்...

★★★

“சூரமங்கலம், புதுக்குடியிருப்பை சார்ந்தவர் உதவி ஆய்வாளர் ராம்ராஜ். இவருடைய நண்பர்கள் மதன், ராஜேஷ் மற்றும் ரேணுகா. இதில் ரேணுகா என்பவர் திருநங்கை ஆவார். இவர்கள் மூவருடன் நேற்று இரவு சுமார் 12 மணியளவில் தோப்புச் சாலை வழியாக அவரது பண்ணை வீட்டிற்கு ராம்ராஜ் சென்று கொண்டிருந்தார். அப்போது ஓடைப்பாலத்திற்கு அருகில் வந்தபோது எதிரே வந்த டெம்போ ஒன்று அவரது காரை நோக்கி இடிப்பதுபோல வந்ததால் விபத்து ஏற்படாமல் தவிர்ப்பதற்காக ராம்ராஜ் அவரது காரை வலது பக்கமாக திருப்பியதில் கட்டுப் பாட்டை இழந்த அந்தக் கார் அருகில் இருந்த 50 அடி ஆழ ஓடைக்குள் பாய்ந்து விபத்தில் சிக்கியது.

இந்த விபத்தில் காரை ஓட்டிவந்த ராம்ராஜின் இடது முழங்கால்வரை துண்டானது. முன் சீட்டில் அமர்ந்திருந்த ராஜேஷ் என்பவர் விபத்தினால் காரை விட்டு வெளியே தூக்கி எறியப்பட்டதில் ஓடை அருகே இருந்த பாறை மீது விழுந்து படுகாயமுற்றார். ரேணுகாவிற்கு வலது முழங்கை முறிவும், மதன் என்பவருக்கு தொடைப்பகுதியில் சதை கிழிவும் வேறு சில சாதாரண காயங்களும் ஏற்பட்டது. சத்தம் கேட்டு வந்த அக்கம் பக்கத்திலுள்ளவர்கள் கொடுத்த தகவலின் அடிப்படையில் விரைந்து வந்த தீயணைப்புத் துறையினர் மற்றும் இன்ஸ்பெக்டர் தலைமையிலான போலீசார் ஓடையினருகிலே படுகாயங்களுடன் கிடந்த மதனையும்,

காரினுள்ளேயே அகப்பட்டுக் கிடந்த மூவரையும் மீட்டெடுத்து மாவட்ட அரசு மருத்துவக் கல்லூரி மருத்துவமனையில் சேர்த்தனர்.

இதற்கிடையே துண்டான நிலையில் காரினுள் சிக்கிக் கிடந்த ராம்ராஜின் கால் மீட்கப்பட்டு, தனியாக மருத்துவமனைக்கு கொண்டு வரப்பட்டது. துண்டான காலைப் பொருத்தும் முயற்சியும், விபத்து நடக்க காரணமான ஆற்றிலிருந்து மணல் கடத்தி வந்த டெம்போ குறித்த விசாரணையும் தொடர்ந்து நடந்து வருகிறது."

★★★

பத்திரிகையில் வந்த இந்தச் செய்தியை கடந்த ஒரு வாரத்தில் மட்டும் கதிர் எத்தனை முறை படித்திருப்பான் என்று அவனுக்கே தெரியாது. அதன் ஒவ்வொரு வார்த்தைகளும் அவனுக்கு மனப்பாடம். இப்போதும் கத்தரிக்கப்பட்ட அந்தத் தாள் அவன் முன்தான் இருந்தது. இந்தமுறை அவன் அதைப் படிக்கவில்லை. வெறுமனே எடுத்து இடது கையில் வைத்துக்கொண்டான். பதிலாக தன் வலது கையிலிருந்த இதே விபத்து குறித்த முதல் தகவல் அறிக்கையின் நகலைப் படித்து அந்தச் செய்தியோடு மனதுக்குள் ஒப்பிட்டுப் பார்த்தான்.

சிறிதுநேரம் கழித்து அவனிடமிருந்து வெளிப்பட்ட நீண்ட பெருமூச்சு ஒன்று அவனது திருப்தியைக் காட்டியது. இரண்டு பேப்பர்களையும் எடுத்துக்கொண்டு பாத்ரூமிற்குள் நுழைந்து பல துண்டுகளாக அவைகளைக் கிழித்தெறிந்து தண்ணீர் ஊற்றிவிட்டு வெளியே வந்தான்.

கடந்த நான்கு மாதத்தில் முதல்முறையாக ராம்ராஜுக்காக அல்லாமல் தன் சொந்த வேலைக்காக சனிக்கிழமை அன்று மாலைவேளையில் வீட்டைவிட்டு வெளியேறினான்.

இப்போது எந்தக் குரல்களும் அவனுக்குத் துணையாக வரவில்லை. அவனை எச்சரிக்கவில்லை. அவனிடம் ஆலோசனைகள் சொல்லவில்லை. முக்கியமாக யாரையும் பின்தொடர நிர்பந்திக்கவில்லை. அவன் அவனுக்கான பாதையில் சென்றுகொண்டிருந்தான். அந்தப் பாதையில் அவன் விரும்பிய எதிர்காலம் மட்டும் தெரிந்தது. நட்சத்திரங்கள் மட்டுமே அவனுடன் வந்தன. அவன் முன்னோக்கி வைக்கும் ஒவ்வொரு அடியிலும் அவனது கடந்த காலங்கள் அவனைவிட்டு வேறெங்கோ தொலைவில் சென்று மறைந்து

கொண்டிருந்தது. 'இந்த நொடி, தன் கண்முன் தோன்றும் இந்தக் காட்சி, இந்த மனிதர்கள், அவர்களின் சிரிப்புகள்... இது மட்டுமே தனக்குப் போதும்; இதுவே எனது உலகம். இங்கு ராம்ராஜ் போன்றவர்கள் வேண்டவே வேண்டாம்' என்று நினைத்துக்கொண்டு அந்தப் பாதையில் நடந்து சென்றான்.

இந்தப் பாதையும், இந்த நாளும், இந்த மனநிலையும் அவ்வளவு எளிதாக ஒன்றும் கதிருக்கு கிடைத்துவிடவில்லை. அதற்காக ஒரு கொலை செய்ய அவன் திட்டமிட வேண்டியிருந்தது.

ஆம்... ஆரம்பத்தில் ஒரு கொலைக்குத்தான் கதிர் திட்டமிட்டான். அதற்காகத்தான் அவனை பின்தொடரவும் செய்தான்.

அவன் வீட்டைக் கண்டுபிடித்த நான்காவது நாளில் தன்னைப்போல அவனுக்கும் ஒரு குடும்பம் இருப்பதைப் பார்த்தான்.

ஸ்டேஷனுக்குக் கிளம்பும்போதும் வீட்டிற்குத் திரும்பும் போதும் அவனை வழியனுப்பவும், அவனுக்காக காத்திருக்கவும் மனைவியும், மகளும் இருந்தனர். வயதான அவனது பெற்றோர்கள் இருந்தனர். அவன் இல்லாத அந்தக் குடும்பத்தை நினைத்துப் பார்த்தான். தான் குறிவைப்பது இவனையா? இல்லை இவர்களையா? என்ற கேள்வி கதிருக்குள் எழுந்தது. அந்தக்கணமே தனது முடிவை மாற்றிக்கொண்டான். பின்னர் நிதானமாக யோசித்துப் பார்த்ததில் இருபக்கமும் இழப்புகளை ஏற்படுத்தும் ஒரு கொலையைவிட, ஏதாவதொரு வகையில் அவனைத் தொடர்ந்து காயப்படுத்திக் கொண்டேயிருப்பதுதான் கொலையை விட அதிக வலியைத் தரக்கூடியது என்ற முடிவுக்கு வந்தான். பின்னொரு நாளில் அதற்கான எல்லாத் திட்டங்களையும் வகுத்தபோது அதுவும் அவன் நினைத்ததுபோல நடக்கவில்லை.

ஆனால் அன்றைய இரவில், பத்திரிக்கையில் அந்தச் செய்தி வருவதற்கு முந்தைய நாளில் நடந்த அனைத்துமே தான் நினைத்ததைவிட கச்சிதமாக நடந்து முடிந்ததில் கதிர் முழுவதுமாக திருப்தியடைந்தான்.

ஆம்... ஒரே ஒரு தேங்காய் கீழே விழுந்ததினால்தான் எல்லாமே தலைகீழாக மாறியது.

முதல் முயற்சியிலே அவனது ஒரு கால் துண்டானது. தனக்குத் தெரியாமல் பண்ணை வீட்டில் திருநங்கையுடன் கூத்தடிக்கும்

பழக்கம் கொண்டவன் என தவறாக நினைத்து அவனது மனைவி அவனை விட்டுப் பிரிந்துபோனாள்; இழப்பீடு பெறுவதற்காக அந்தச் சம்பவம் வெறும் விபத்து வழக்காக மாற்றப்பட்டது. முக்கியமாக அந்த தேங்காய்க் குலைகள் குறித்து விசாரணை எதுவும் செய்யாமல் டெம்போ உரிமையாளர், ஓட்டுனர் மீது காவல்துறையினர் முதல் தகவல் அறிக்கை பதிவு செய்தார்கள்.

இப்படி எதிர்பார்க்காததெல்லாம் நடக்கும் என கதிர் கொஞ்சமும் நினைத்துப் பார்க்கவில்லை. இதுவே அவனுக்குப் போதும் என்ற நிம்மதி கதிருக்கு ஏற்பட்டது. அவனைக் கொஞ்சம் கொஞ்சமாக காயப்படுத்தி அதன் மூலமாகவே அவனுக்குத் தீவிர மனச்சிதைவை, விரக்தியை, உடல் ஊனங்களை ஏற்படுத்த வேண்டும் என்று யோசித்து வைத்திருந்த பல திட்டங்களை அப்போதே கைவிட்டான்.

மற்ற இருவருக்கும் காயங்கள் ஏற்பட்டதில் வருத்தம் இருந்தாலும் அதை தவிர்க்க முடியாத ஒன்று என்று ஆரம்பத்தில் இருந்தே புரிந்து வைத்திருந்ததால், அவர்களுக்காக ஒரு பெருமூச்சு மட்டும் விட்டுக்கொண்டான். மூன்றாவது ஆளாக ரேணுகா அந்த விபத்தில் மாட்டிக்கொண்டதும், ராம்ராஜின் மனைவிக்கும், மகளுக்கும் ஏற்பட்ட மன உளைச்சல்களும் மட்டும்தான் கதிருக்கு குற்ற உணர்ச்சியை ஏற்படுத்தியது.

அவர்கள் ரேணுகாவை வழியிலே இறக்கி விட்டுவிடுவார்கள் என்றுதான் நினைத்திருந்தான். முந்தைய நாள் சண்டையை சமாதானப்படுத்த மதன்தான் அவளைக் கட்டாயப்படுத்தி ராம்ராஜ் பண்ணை வீட்டிற்கு அழைத்திருக்க வேண்டும். எனவே இது தன் தவறல்ல என்று தன்னைத்தானே சமாதானப்படுத்திக் கொண்டான். ராம்ராஜின் மனைவியைப் பொறுத்தவரையில் மதன் சிகிச்சை முடிந்து வந்து உண்மையைச் சொல்லும்போது மீண்டும் அவனுடன் சேர்ந்துவிடுவாள் என்றும் தன்னை ஆசுவாசப்படுத்திக் கொண்டான்.

முடிவாக அவனுக்கு இடது காலுக்கு பதில் வலது கால் துண்டாகியிருந்தால் இன்னும் பொருத்தமாக இருந்திருக்கும் என்ற குறையும், அவன் குடித்துவிட்டு கார் ஓட்டியதை மறைத்து அந்தச் சம்பவத்தை விபத்து வழக்காகப் பதிவு செய்ததால் அவனுக்கு நீதிமன்றத்தில் இழப்பீடு கிடைக்கும் என்ற ஆதங்கமும் மட்டும்தான் கதிருக்கு மிஞ்சியது.

எப்படியோ தான் கடந்த நான்கு மாத காலமாக அனுபவித்து வந்த மனரீதியான சித்ரவதை ஒரு முடிவுக்கு வந்ததிலும்,

யாருக்கும் சந்தேகம் வரக்கூடாது என்பதற்காக மட்டும் கொஞ்சநாள் அந்த பார் பக்கம் சென்றுவிட்டு இனி அந்தப்பக்கம் போவதையே அடியோடு நிறுத்திவிடலாம் என்ற நிம்மதியும் கதிருக்கு ஏற்பட்ட அன்றிலிருந்து ஏழு நாட்களுக்குமுன் ஒரு இரவுநேரம்.

★★★

முன்னாள் எம்.எல்.ஏ தங்கமுருகன் கைவசத்திலிருந்து சென்று பல வருடங்களானாலும் அவர் பெயரிலே எல்லோராலும் அறியப்படும் பாரிலிருந்து ஆல்டோ 800 ஒன்று இரவு சுமார் பத்து மணிக்கு வெளியேறியது. வெளியேறிய அரைமணிநேரத்தில் திருவனந்தபுரம் நெடுஞ்சாலையில் உள்ள பிரபல மூன்று நட்சத்திர உணவகம் ஒன்றின்முன் நின்றது. அரைமணிநேரம் அந்தக் காரையே பின்தொடர்ந்து வந்த ஹோண்டா ஆக்டிவா, ஏற்கனவே ஆர்டர் கொடுத்திருந்த உணவை வாங்க காரிலிருந்து இறங்கிய மதனை கண்டுகொள்ளாமல் அதே சாலையில் அதே வேகத்தில் கடந்து சென்றது. இரண்டு கிலோமீட்டர் சென்றபின் பிரதான சாலையிலிருந்து விலகி இடதுபுறமாக ஒரு லாரி மட்டுமே செல்லக்கூடிய குறுகலான ஒரு பாதைக்குள் அது திரும்பியது.

இருபுறமும் மரங்களும் செடிகொடிகளும் ஓடைகளும் நிறைந்து காணப்பட்ட ரம்யமான அதேநேரம் இருள்சூழ்ந்த அந்த செம்மண் சாலைக்குள் நுழைந்தவுடன், அதுவரை கதிருடன் பேசிக்கொண்டிருந்த குரல் ஒரு நிமிடம் அமைதியானது. பேசி வந்த விவகாரத்திலிருந்து சட்டென்று விலகிச்சென்ற அது இனி இந்த நிமிடம் முதல் கதிர் என்னென்ன செய்ய வேண்டும் என்று வழிகாட்டத் தொடங்கியது.

ஹெல்மட்டை கழற்றியபடி பைக்கிலிருந்து இறங்கிய கதிர் சுற்றிலும் நோட்டம் விட்டான்.

எப்போதும் அந்தச் செம்மண் சாலையை ஒட்டி ஓடும் கால்வாயின் அருகில் அமர்ந்து குடிப்பவர்கள் இடத்தைக் காலி செய்திருந்தார்கள். எதிரெதிரே இருக்கும் இரண்டு பெட்டிக் கடைகளும் பூட்டியிருந்தது. பூட்டிய வீட்டின்முன் சுருண்டு கிடந்தப் பூனையொன்று இவன் காலடி ஓசையைக்கேட்டு ஈனஸ்வரத்தில் முனங்கியது. அதன் அருகிலே படுத்துக்கிடந்த நாயோ அதைக்கூட செய்யாமல் வெறுமனே இவனை ஏறெடுத்து பார்த்ததோடு சரி. எழுந்து பக்கத்து வீட்டை நோக்கி சலிப்புடன் நடக்கத் தொடங்கியது. வானம்போல கருத்திருந்த

முகத்தில் இளம் பச்சையும் வெளிர் மஞ்சளும் கலந்து பளிச்சென ஒளி வீசிய அதன் கண்கள் மட்டும்தான் பார்ப்பதற்கு அச்சமூட்டுவதாக இருந்தது.

கால்வாயில் சலசலத்து ஓடும் தண்ணீரின் சத்தமும், தூரத்திலிருந்த இரண்டு வீடுகளில் அணைக்கப்படாமல் இருந்த விளக்குகளின் வெளிச்சமும் மட்டும்தான் அந்தச் சாலையை உயிர்ப்பித்துக் கொண்டிருந்தது.

மீண்டும் பைக்கின் அருகில் வந்து ஹெல்மட்டை சீட்டின் அடியில் வைத்துப் பூட்டி, மெதுவாக உருட்டிச் சென்று சாலையிலிருந்து மூன்று அடி பள்ளத்திலிருந்த இரட்டை தென்னை மரங்களுக்கு பின் மறைத்து வைத்தான். பின்னர் மீண்டுமொருமுறை சுற்றிலும் பார்த்தவன் சரசரவென மேலேறி வெளிச்சம் வந்த திசையை நோக்கி வேகமாக நடக்கத் தொடங்கியபோது, அவன் கையில் கத்திக்கும் அரிவாளுக்கும் இடைப்பட்ட நீளத்திலிருக்கும் வாள் போன்ற ஒரு சாதனம் அந்த கும்மிருட்டில் பளீரென மின்னியது.

காலடி ஓசையைத் தவிர்ப்பதற்காக "செருப்பை கையில் எடுத்துக்கொள்ளலாமா?" என ஒரு கேள்வி அவன் மனதில் தோன்றியவுடன் அந்தச் சாலையில் அவனுக்கு துணையாய் வர ஆரம்பித்தது அந்தக் குரல். "குடித்துவிட்டு வீசும் கண்ணாடி பாட்டில்கள் எங்கும் கிடக்கும் இடம் இது. சாலையின் ஓரம் முள் செடிகள் இருக்கிறது. இல்லை கல் ஒன்று தட்டினாலே போதும். சிதறும் ரத்தத்துளிகளே என்னைக் காட்டிக் கொடுத்துவிடும். பாதத் தடம் வேறு பதியலாம். வேண்டாம். இப்போது நான் செய்ய வேண்டியது இது மட்டும்தான்: மெதுவாக நடப்பது. ஒவ்வொரு இருபது அடிக்கும் ஒருமுறை அசையாமல் நின்று சுற்றிலும் கவனமாக பார்ப்பது, கூர்மையாக கேட்பது. போதும்..."

உடனே நின்று சுற்றிலும் பார்த்தான், கேட்டான். பின்னர் மீண்டும் நடக்கத் தொடங்கினான்.

"பத்து அடி எடுத்து வைக்கும் முன்னரே ஏன் இப்படி நின்று நின்று வருகிறேன்? இது அனைத்துமே ஏற்கனவே முடிவெடுத்து வைத்ததுதானே? பின் ஏன் இப்படியெல்லாம் யோசிக்கிறேன்? ஒருவேளை அதிகமாக பயப்படுகிறேனோ? எல்லாமே திட்டங்களாக இருக்கும்வரை ஒரு தைரியம் இருந்தது. அதைச் செயல்படுத்த முயற்சிக்கும்போது அச்சப்படுகிறேன், சரிதானே?"

நெடுஞ்சாலையில் சென்று கொண்டிருந்த வாகனம் ஒன்றின் ஹாரன் சத்தத்தை காற்று கொண்டுவந்து கதிரிடம் மெதுவாகச் சேர்த்தது. கதிரின் காதுகளுக்கு அது எட்டியபோது அந்தக் காற்றின் ஓசையைவிட மெல்லியதாக மாறியிருந்தது.

"பயமா? எனக்கா?" என்றவன் முதுகைத் தடவினான். குறுக்கே நீளமான ஒரு கோட்டின் தடம் தட்டுப்பட்டதுபோல உணர்ந்தான். இரண்டு கைகளையும் ஒரு கைக் குழந்தையை தூக்குவதுபோல வைத்து உள்ளங்கைகளை பார்த்தான். கொஞ்சநேரம் அமைதியாக நின்றவன், எதையும் யோசிக்க இது நேரமில்லை என்பதுபோல வேகமாக எட்டு வைத்தான். பத்து நிமிடங்கள் தொடர்ந்து நடந்தான். தான் வரவேண்டிய இடம் இதுதான் என்பதுபோல அதுவரை கையில் மறைத்து வைத்திருந்ததை எடுத்து இடுப்பில் சொருகிக்கொண்டான்.

இப்போது இடதுபுற ஐந்தடி பள்ளத்திலிருந்து மேல்நோக்கி சாலையின் மேலாக பார்ப்பதற்கு ஆர்ச் போன்ற தோற்றத்துடன் பக்கவாட்டில் நீளமாக வளைந்தும், உயரமாக வளர்ந்தும் நின்ற வருடத்திற்கு கணிசமான காய்களையாவது தரக்கூடிய அந்தத் தென்னை மரத்தின்முன் நின்றான். எந்தத் திசையிலும் எந்த அசைவும் இல்லை. தென்னை ஓலைகள்கூட அசையாமல் தலை கவிழ்ந்து கிடந்தன.

"நடக்க ஆரம்பித்ததிலிருந்து பூமி சுழல்வதே நின்றுவிட்டதா? நானே எதிர்பார்க்காத இவ்வளவு அமைதி ஏன்? இந்த ஒரு மாதத்தில் மட்டும் மூன்றுமுறை இதேநேரத்தில் இங்கு நான் இருந்துள்ளேன். இதுபோன்று ஒரு அமைதியை இதற்குமுன் பார்த்ததில்லை. ஒருவேளை என் திட்டத்தை அனைவரும் அறிந்துவிட்டார்களோ என்னவோ? என்னைக் கையும் களவுமாக பிடிக்க ஆங்காங்கே சத்தமெழுப்பாமல் ஒளிந்து நிற்கிறார்களோ? இதுவரை நான் செய்ததையெல்லாம் பார்த்து சிரிப்பை அடக்க முடியாமல் வாயைப் பொத்தியபடி நிற்கும் அவர்கள் பொறுமையை பாராட்டத்தான் வேண்டும்". இப்படி ஏதேதோ யோசித்தபடி, பான்ட்டின் இடது பாக்கெட்டிலிருந்து கையுறைகளை எடுத்து அணிந்துகொண்டவன், "இல்லை கடைசியாக கடவுளுக்கே என்மீது இரக்கம் வந்துவிட்டதா?" என்று உதட்டைச் சுழித்துக்கொண்டான்.

தலைமுறை வயதுடைய அந்தத் தென்னையின்மீது ஏறத் தொடங்கியபோது அவனது பெருமூச்சின் சத்தம் காற்றோடு

கலந்து தேய்ந்தது. "பயமா? எனக்கா?" என்ற கேள்வியை நினைத்துச் சிரித்துக்கொண்டு கவனமாக ஏறினான்.

சிரமமில்லாமல் உச்சியை அடைந்தாலும் இதயம் படபடத்துக் கொண்டிருந்தது. பொறுமையாக மூச்சு வாங்கினான். தென்னை மரத்தின் எந்தப் பாகத்திலும் தன் உடலின் எந்தப்பாகமும் ரத்தம் வருமளவிற்கு தோலைக் கிழிக்காமல் தனது ஒவ்வொரு அசைவையும் வைத்துக்கொண்டான். இருந்தாலும் சின்னச் சின்ன உராய்வுகள் ஏற்படுவதை அவனால் தடுக்க முடியவில்லை. கையுறைகளுக்குள் இருந்த உள்ளங்கைகள் வியர்த்து வெப்பமடையத் தொடங்கியது. வசதியாக இரண்டு தென்னை ஓலைகளுக்கிடையில் சாய்ந்து நின்றபடி அவைகளைக் கழற்றி அதே பாக்கெட்டுகளுக்குள் வைத்தான். வியர்த்திருந்த உள்ளங்கைகளை சட்டையில் தேய்த்துக்கொண்டான். பலமாக வீசிய காற்று கைகளுக்கு இதமாக இருந்தது. மரத்தோடு சேர்ந்து அவனும் அசைந்தபோது ஊஞ்சலில் ஆடியதுபோல இருந்தது.

எதையும் ரசிக்கும் மனநிலையில் அவன் இல்லை. மீண்டும் அவைகளை அணிந்துகொண்டவன் ஐந்து பெரிய காய்கள் இருக்கக்கூடிய காய்ந்துபோன ஒரு குலையை தானாக கீழே விழுந்தால் எப்படி இருக்குமோ அதேபோல மெதுமெதுவாக கீழ்நோக்கி பிடுங்கி இழுக்கத் தொடங்கியபோது, நிறுத்திய அதே இடத்திலிருந்து பேச ஆரம்பித்தது அந்தக் குரல்.

"எனக்கு பயம் இருக்கிறதா, இல்லையா என்று இந்த நாளுக்காக நான் எடுத்து வைத்த ஒவ்வொரு அடியும் சொல்லும். இந்தச் சாலையின் ஒவ்வொரு அங்குலத்தையும் நான் அறிவேன். எங்கு ஓடினால் எப்படித் தப்பிக்க முடியும் என்று எனக்குத் தெரியும். தூரத்தில் ஒருவர் வந்தால்கூட அந்த ஓசையை இந்த நள்ளிரவில் என்னால் தெளிவாகக் கேட்க முடியும். இந்தச் சாலையை அடைய, இதைவிட்டு வெளியேற மொத்தம் எத்தனை பாதைகள் சுற்றிலும் உள்ளன என்று ராம்ராஜுக்குக்கூடத் தெரியாது. ஆனால் நான் கவலைப்படுவது என் பாதுகாப்பை பற்றி அல்ல. நான் செய்யப்போகும் காரியத்தால் நாளைக்கு இந்தநேரத்தில் நான் வெளியுலகில் இருப்பேனா என்றுகூட எனக்குத் தெரியாது."

தேங்காய் குலைகள் கையோடு வர பத்துநிமிடம் ஆனது. கொண்டு வந்த கத்தியை கடைசிவரை எடுக்கவேயில்லை. பின்னர் பிடுங்கிய குலையை எடை பொறுக்கமுடியாமல் ஓலை மட்டைகள் மேல் வைத்து தாங்கிப்பிடித்துக் கொண்டான்.

இப்போது அந்த இரண்டு வீடுகளிலும் விளக்குகள் அணைக்கப்பட்டிருந்தன. தேங்காய் குலையை தாங்கியபடி தென்னை ஓலைகளையும் இறுகப் பற்றியிருந்த அவனது கைகள் இப்போது கொஞ்சம் கொஞ்சமாக வலிக்க ஆரம்பித்தன. மாற்றிமாற்றிப் பிடித்துக்கொண்டான். மேலும் கீழுமாக ஒட்டினாற்போல இருந்த இரண்டு மட்டைகளின்மேல் சுவரின்மீது உட்கார்வதுபோல தொங்கப் போட்டிருந்ததால் கால்கள் மட்டும் வலிக்கவில்லை.

அந்த நேரத்தில், அந்த இடத்தில், அதுபோன்றதொரு தோரணையில் அவனை யாராவது பார்த்தால் ஏதோ அந்த மரத்தின் உச்சியில்தான் அவன் காலங்காலமாக வசித்து வருகிறான் என்றோ, இல்லை இதுதான் அவனது இரவுநேர வாசிப்பிடம் என்றோ எண்ணும்படி இருந்தது அந்தக் காட்சி.

சின்னச் சின்ன பூச்சிகளின் சத்தமும், நெடுஞ்சாலையில் வடக்கு பக்கமாகச் சென்று கொண்டிருக்கும் வண்டிகளின் ஹார்ன் ஒலிகளும், மேற்கு பழையமலை அடிவாரத்திலிருந்து சிற்றாறைத் தாண்டி வீசிக்கொண்டிருக்கும் காற்றின் ஊளையும்தான் அமைதியான அந்தச் சாலையைச் சுற்றியிருந்த இரவிற்கு, அவனது இருப்பிற்கு, அந்தக் குரலிற்கு சாட்சியாக இருந்துகொண்டிருந்தது.

“எனக்கு என் குடும்பம் முக்கியம். இதை முடிவெடுத்தபோது என்னை அவன் கண்டுபிடித்துவிடக்கூடாது என்பதிலும், என் வீட்டில் உள்ளவர்களுக்கு என் நடவடிக்கைகளின் மீது சந்தேகம் வரக்கூடாது என்பதிலும், அவனைக் கொலை செய்தாலும்கூட என்னை எவரும் கண்டுபிடிக்க முடியாதபடி அதை நான் செய்யவேண்டும் என்று விருப்பப்படுவதற்கும் அதுமட்டும்தான் காரணம். தவிர என்னைப்பற்றிய கவலை எனக்குத் துளியும் இல்லை. இந்தக் காரணங்கள்தான் என்னைக் கூர்மையாக செயல்பட வைக்கிறது. ஒரு கொலைக்கான திட்டத்தை கைவிட்டு வெறும் காயங்களுடன் அவனை வாழ வைக்கலாம் என்று முடிவெடுத்தபோதே, அதற்கான முயற்சியிலும்கூட ஒரு கொலைக்கான சாத்தியமுள்ளது என்பதையும் நான் நன்கு அறிவேன். அப்படி ஒன்று நிகழுமேயானால்...? அவன் எவ்வளவு குடிப்பான் என்று அனிஷ் சொல்லி நான் கேட்டுள்ளேன். அவனது அந்தக் குடியும், எனது இந்தச் செயலும் சேர்ந்து அவனுக்கு இன்று கடைசி நாளாகிவிட்டால்...?”

சரியாக பதினைந்து நிமிடம் கழித்து தூரத்திலொரு இரட்டை வெளிச்சம் தெரிந்தது. காலைநேரக் கதிரவன்போல கொஞ்சம் கொஞ்சமாக உதித்து, தலைகாட்டி, முகத்தை மேலெழுப்பி பரவிய அதன் ஒளிக்கீற்றுகள் விரித்து வைத்த பாய்போல, ஒரே நேர்கோட்டில் நெடுஞ்சாண்கிடையாக விழுந்துகிடந்த அந்த சாலைக்குள் நுழைந்தபோது இவன் முகத்தில் பளீரென அடித்துச் சிதறியது. சட்டென்று சுதாரித்தவன் அந்த வெளிச்சத்திலிருந்து தன்னை மறைத்துக்கொள்ள தான் அமர்ந்திருக்கும் திசைக்கு எதிர்பக்கமாகச் செல்ல எழும்போது தேங்காய்களில் ஒன்று எதிர்பாராத விதமாக மட்டைகளில் சிக்கி பிய்ந்து கீழே தொப்பென்று விழுந்து உருண்டோடியது.

எத்தனையோ முறை மனதுக்குள் ஒத்திகைப் பார்த்தவன், அந்த இடத்தைப் பற்றி எல்லாம் தெரிந்து வைத்திருந்தவன், இரவுநேரத்தில் உயரமாக இருந்தாலும்கூட ஏற்றமும் இறக்கமுமான அந்தச் சாலையின் குறுக்கே தலை சாய்த்தபடி கிடக்கும் மரத்தின்மீதும், அதன்மேல் இருக்கும் தன்மீதும் தூரத்திலிருந்து வரும்போது காரின் வெளிச்சம் விழும் என்று கணிக்க மறந்துவிட்டான். கூடுதலாக ஒரு தேங்காயும் கீழே விழுந்து சத்தமெழுப்பியது.

இரவுநேர குளம்போல அதுவரை எந்தச் சலனமும் இல்லாமல் அமைதியாகக் கிடந்த இரவில், குண்டு விழுந்ததுபோல அதிர்வொன்றை ஏற்படுத்திய கீழே விழுந்த அந்தத் தேங்காயின் சத்தம் எவருக்காவது கேட்டிருக்குமா என்ற சந்தேகத்தில் சட்டென்று திரும்பிச் சுற்றிலும் பார்த்தான். பின்னர் கிழக்கே பார்த்தான். நிற்காமல் வந்துகொண்டிருந்த காரைப் பார்த்து நிம்மதி அடைந்தவனாக இப்போது அதற்கு எதிர்பக்கமாக போய் அமரப்போனவனின் முகத்தில் மேற்கிலிருந்து முன்னிலும் பிரகாசமானதொரு வெளிச்சம் பலமாகத் தாக்கியது. இப்போது அவன் முற்றிலும் நிலைகுலைந்து தடுமாற ஆரம்பித்தான்.

"ஒன்றுமில்லை, ஒன்றுமில்லை" என்று குரல் அவனை சாந்தப்படுத்தத் தொடங்கியது. "பொறுமையாகச் செயல்படு... கடைசி நேரப் பதற்றம்தான் எல்லாவற்றையும் தலைகீழாக்கிவிடும், இந்த வாய்ப்பை தவறவிட்டால் இதேபோல இன்னொன்று அமைவது கடினம்... இதுவரை ஒன்றும் மோசமாகிவிடவில்லை. நீ நினைத்ததுபோலத்தான் எல்லாம் நடந்து கொண்டிருக்கிறது."

“எல்லாம் நான் நினைத்தது போலவா நடக்கிறது?” என்று எரிச்சல் வந்தவனாக அதைச் சபித்தான்.

மருத்துவமனைப் படிக்கட்டுகளில் ஏறி இறங்கி சோர்ந்துபோன ஒரு நள்ளிரவில்தான் முதன்முதலாக இந்தக்குரல் அவனுக்குக் கேட்கத் தொடங்கியது. ஒரு கொலைக்கான முடிவு அப்போதிருந்துதான் தொடங்கியது. அந்த நாட்களிலும் இப்படித்தான் தடுமாறிக் கொண்டிருந்தான். ஆனால் அன்றிலிருந்து இந்த நொடிவரை அவனை ஒருபோதும் அது கைவிட்டதில்லை. அந்தக் குரல்தான் அவனை நீதிமன்றம் சென்று நேரத்தை வீணடிக்க வேண்டாம் என்றது. சட்டத்தின் பிரிவுகளை, சாட்சிகளின் வாக்குமூலங்களை, இருதரப்பு வழக்கறிஞர்களின் வாத நுணுக்கங்களை அலசி ஆராய்ந்து தீர்ப்பு வரும்வரை அவன் வெளியே நிம்மதியாக அலைவதை அனுமதிக்கக்கூடாது என்றது. “கேள்விக்குறியாகிவிட்ட வாழ்க்கையை கையில் வைத்துக் கொண்டு இன்னும் நீ எதற்காக காத்திருக்கிறாய்?” என்று கோபப்பட்டது. இந்தக் கேள்விகள் காதில் ஒலிக்கும் போதெல்லாம் அதைக்கண்டு பயந்து, நடுங்கி கவனமாகத் தவிர்த்து வந்தான். ஒருநாள் அந்தக் கேள்விகளை அதனிடம் அவன் திருப்பிக் கேட்டபோதுதான் இரண்டு குரல்களிலிருந்து ஒரே மாதிரியான கேள்விகள் ஒரேநேரத்தில் ஒலிக்கத் தொடங்கின. கேள்விகளுக்கு கேள்விகள் மட்டுமே பதில்களாக வந்து விழுந்தன. அந்தக் குரல் வேறு யாருடையதுமல்ல, நூறு சதவீதம் தன்னுடையதுதான் என்று அப்போது உணர்ந்து கொண்டான். அந்த இரண்டு குரல்களும், இரண்டு கேள்விகளும், வெறும் கேள்விகள் நிரம்பிய அவனது கடந்த காலத்தைப் புறக்கணித்தது. அது அவனுக்கு ஒரு மாபெரும் உறுதியை அளித்தது. பின்னர் நாளை என்ற ஒன்று இருப்பதாக அவைகள் ஒருபோதும் அவனிடம் போலி நம்பிக்கைகளை ஊட்டவில்லை. அது அவனுக்கு இன்னும் கொஞ்சம் புரிதலை ஏற்படுத்தியது. எண்ணி ஐந்தாவது நாளில் “இன்று என்பதும்கூட உண்மையான அர்த்தத்தில் உன்னுடைய அர்த்தத்தில் இந்த நொடி மட்டுமே” என்றது. அதுவே அவனுக்கும் தேவைபட்டது... தேவைப்படுகிறது.

கூர்ந்து பார்த்தவன் கண்களுக்கு வருவது என்ன வாகனமென்று சரியாகத் தெரியவில்லை. எதுவுமே நடக்காமல் போய்விடுமோ என்று தொடர்ச்சியாக பதட்டமடைந்தபடி இருந்த அவனின் இதயம் முன்னிலும் அதிகமாக படபடவென அடிக்கத் தொடங்கியது. இப்போது கிழக்காகவுமில்லாமல், மேற்குப்

பக்கமாகவும் நகராமல் காருக்கு தனது வலதுபுற இடுப்பையும், அந்த வண்டிக்கு இடதுபுறத்தையும் காட்டியபடி இரண்டு தென்னை ஓலைகளை மிதித்து, இன்னும் ஓரடி மேலே சென்று தன்னை நன்றாக மறைத்துக்கொண்டான். பின்னர் அரைகுறையாக காய்ந்த பாளை மட்டையின் இடையே சொருகி வைத்திருந்த அந்தக் கொத்துத் தேங்காய்களை வலது கையில் எடுத்துக்கொண்டு குறுத்தோலை ஒன்றை இடது கையால் அணைத்துக்கொண்டு, அவைகள் எந்தவித இடஞ்சலுமில்லாமல் கீழே விழும் வண்ணம் வலது கைக்கு நேராக ஒரு சராசரியான இடைவெளியை உருவாக்கினான்.

இரண்டு பக்கமிருந்தும் இரண்டு வாகனமும் தன்னை ஒரே நேரத்தில் நெருங்கியபடி இருக்கிறது என்பது அவனுக்குத் தெளிவாகத் தெரிந்தது. இனி என்ன நடந்தாலும் அதற்கு தான் தயார் என்பதுபோல அந்தக் குளிரிலும் வழிந்தோடும் வியர்வையை துடைக்காமல், எந்த இடத்தில் அந்தத் தேங்காய் கொத்துக்களை பிடுங்கினானோ அதே இடத்திற்கு நேராக தனது வலதுகையை வைத்துக்கொண்டு காரை எதிர்பார்த்து இடது காலை ஒரு ஓலை மட்டையிலும், வலது காலை அதிக அழுத்தம் கொடுக்காமல் மட்டைகள் சூழ்ந்த ஓலைக்களுக்கு இடையிலும் மிதித்தபடி ஒட்டப் பந்தயத்தில் கலந்து கொண்டவன்போல குனிந்து நின்று கொண்டிருந்தான்.

இந்த நொடி வரை எல்லாம் சரியாகத்தான் போய்க் கொண்டிருக்கிறது என்று தனக்குத்தானே அவன் சொல்லிக் கொண்டாலும், அனைத்தும் அவன் நினைத்ததற்கு மாறாக நடப்பது போலவே அவனுக்குத் தோன்றியது.

இப்படி நடப்பது கதிருக்கு ஒன்றும் புதிதல்ல.

ராம்ராஜ் பண்ணை வீட்டிற்குச் செல்லும் வழியில்தான் அவனைக் கொலை செய்வதற்கான ஏற்ற இடத்தைக் கண்டுபிடிக்க முடியும் என்று கதிருக்கு முதல்நாளே தோன்றியது. பின்னாட்களில் இடம் குறித்த முடிவைத் தவிர மற்ற அனைத்துமே மெல்லமெல்ல மாறத் தொடங்கியது. பெரும்பாலும் இரவில் எடுக்கும் முடிவுகள் பகலைக் கண்டவுடன் பதுங்கிக்கொள்ளும். கதிருக்கு அது தலைகீழாக நடந்தது. சொல்லப்போனால் அன்று எந்தச் சூழலும் கதிருக்கு சாதகமாக இருக்கவில்லை. நல்ல மழை. கதிரின் வீட்டின்முன் தண்ணீர் ஆறாக ஓடியது. ஆனாலும் இன்றா? நாளையா? என்ற குழப்பமேதும் அவனுக்கு இருக்கவில்லை. “பின்தொடர்ந்து

செல்பவனை மழையைப்போல வேறொன்றும் அப்படிக் காப்பாற்றி விடாது" என்றது குரல்.

அன்று அவனால் ராம்ராஜின் வீட்டைக்கூட கண்டுபிடிக்க முடியவில்லை. அடுத்தநாளும் தோல்வியிலேயே முடிந்தது. மூன்றாவது நாள் ராம்ராஜ் எங்கிருக்கிறான் என்பதுகூட கதிருக்குத் தெரியவில்லை. "மூன்று வருடமானாலும் நடப்பது நடக்கட்டும்" என்றது குரல். அவன் வீட்டை விட்டு வெளியேறிய அன்றிலிருந்து இந்தக் குரல்தான் அவன் துணை. அதுதான் அவன் வழிகாட்டி. அதுதான் அவன் குரல். அதுதான் அவன். இந்த ஒருவருட காலமும் அவனின் சிந்தனைகள், நினைவுகள், வலிக்ள் அவனது கட்டுப்பாட்டைவிட்டு வெளியேறிச் செல்லும் சந்தர்ப்பங்களில் எல்லாம் இந்தக் குரல்தான் அவனை ஒருநிலைப்படுத்தியது. அவன் எங்கு இருக்கிறான் என்ன செய்கிறான் என்று சுயநினைவை இழக்கும் பல சூழ்நிலைகளிலிருந்து அவனைக் காப்பாற்றியது.

கொஞ்சதூரத்தில் வரும்போதே அது டெம்போ என்று தெரிந்துவிட்டது. இப்போது இரண்டும் தன்னை ஒரே நேரத்தில் நெருங்குவதற்கு பதிலாக அந்த டெம்போ முதலில் தன்னைக் கடந்துவிட வேண்டும் என்று விரும்பினான். ஆனால் டெம்போ ரொம்ப மெதுவாகவும், ஆல்டோ வழக்கத்தை விட வேகமாகவும் வந்து கொண்டிருந்தது. கிட்டத்தட்ட 20 மீட்டர் உயரத்தில் இருக்கும் இவன் கண்களுக்கு எல்லாம் தெளிவாகத் தெரிந்தது.

பெரிய ஓடை குறுக்கே செல்வதால் குறுகலான மண்பாதை இந்த இடத்தில் மட்டும்தான் சிமெண்ட் தரையுடன் அகலமாக இருந்தது. எனவே இரண்டு வாகனங்களும் இந்த இடத்தில் ஒன்றையொன்றை கடந்து சென்றாலும்கூட வேகத்தைக் குறைத்து நின்று ஒன்று மற்றொன்றுக்கு வழிவிட வேண்டிய தேவையில்லை. அப்படி வேகமாகச் செல்லும்போது கையில் வைத்திருக்கும் தேங்காய் குலையை காரின் மீது போட்டால் கட்டுப்பாட்டை இழந்து ஒரு விபத்து கண்டிப்பாக நடக்கும். இதுதான் அவன் திட்டம்.

இந்த இடத்தை அவன் தேர்வு செய்ததற்கு காரணமும் இதுதான். நடப்பதோ நேர்மாறாக இருக்கிறது. 'எதிரே டெம்போ வரும்போது ஆல்டோவின் வேகம் குறைக்கப்பட்டால் தேங்காய் குலை விழுந்தவுடன் ஆல்டோ நிற்க வாய்ப்பிருக்கிறது. டெம்போவும் நிற்கக்கூடும். இரண்டிலிருந்தும் இறங்குபவர்கள்

மரத்தைப் பார்த்தால்? என்னால் அவ்வளவு வேகமாக இறங்கி ஓட முடியுமா? அப்படியே ஓடினாலும் அவர்கள் நிச்சயம் பார்க்கத்தானே செய்வார்கள்?'

"ஸ்டேஷன் முன்னரே நேருக்கு நேர் நின்று அவனை குத்திக் கொல்லத் திட்டம் போட்டவன்தானே நீ. இப்போது மட்டும் ஏன் குழம்புகிறாய்? என்ன நடந்தாலும் ஏற்கனவே நீ யோசித்து வைத்த ஒன்றுதான் நடக்கப்போகிறதே தவிர, புதிதாக எதுவும் நடக்கப் போவதில்லை. அப்படியே அவன் இந்த இடத்தில் உன்னைப் பார்த்துவிட்டால், அவர்கள் உன்னைப் பிடித்துவிட்டால், முதலில் திட்டமிட்டதுபோல அவனை மட்டும் நெருங்கு. உன் இடுப்பில்தான் ஒன்று இருக்கிறதே? அதைப் பாத்திரமாகப் பார்த்துக்கொள். வேறு வழியில்லை."

காரை மட்டுமே எதிர்பார்த்திருந்த அவனுக்கு இப்போது ஒரு டெம்போ வருகிறது. அதுவும் மெதுவாக வருகிறது. இரு பக்கமும் ஒளிரும் வெளிச்சங்கள் முகத்தை மறைக்கிறது. அதிலிருந்து தப்ப வசமில்லாத ஒரு இடத்தில் தன்னை குனிந்து நிற்க வைத்திருக்கிறது. ஒரு தேங்காய் கீழே விழுந்து தேவையில்லாத பதற்றத்தை உருவாக்கியது. ஒருவேளை கண்ணாடியில் விழாவிட்டாலும் காரின் மேற்பகுதியை பலமாக தாக்கி விபத்தை ஏற்படுத்த வேண்டும் என்பதற்காகத்தான் பெரிய ஐந்து தேங்காய்கள் இருக்கும் குலையை தேர்வு செய்து வைத்திருந்தான். இப்போது ஐந்து இருந்த இடத்தில் நான்குதான் இருக்கிறது. தனக்கு இருந்த சாதகமான சூழல் ஒவ்வொன்றாக அவனின் பக்கம் சாய்ந்தபோது கண்ணாடியை சரியாக குறி வைப்பது மட்டுமே மீதமிருக்கும் தனக்கான ஒரே வாய்ப்பு என்று உணர்ந்தான். இப்படி எல்லாக் குழப்பங்களும் சேர்ந்து கடைசி ஒருசில விநாடிகள் அவனை அலைக்கழிக்க, காரோ அவனை நெருங்கிக் கொண்டிருந்தது. அதிசயமாக டெம்போவும் நெருங்கியது. ஆனால் சுமார் 60 கிலோமீட்டர் வேகத்தில் முதலில் வந்தது என்னவோ ஆல்டோதான்.

டெம்போ கிட்டதட்ட 10 மீட்டர் தூரத்தில் வர எந்தத் தடுமாற்றமும் இல்லாமல் மிகச் சரியாக ஆல்டோவின் முன்கண்ணாடி மீது கையில் வைத்திருந்த தேங்காய்க் குலையை போட்டான்.

மேற்குப்பக்கம் இறக்கமாக அமைந்துள்ள அந்தச் சாலையில் உருண்டோடி வலது ஓரத்தில் கிடந்த தேங்காய் மீது ஏறி இறங்கிய டெம்போ சிறிது தடுமாற்றத்துடன்

இடது பக்கமாகத் திரும்பியபோதுதான் ஆல்டோவின் மீது தேங்காய்க் குலை விழுந்தது. சில்லுசில்லாக கண்ணாடிகளை உடைத்து நொறுக்கி விட்டு கார் ஓட்டிக் கொண்டிருந்த ராம்ராஜின் நெஞ்சில் தேங்காய் குலை விழுந்தது. எதிர்பாராத நேரத்தில் எதிர்பாராத சம்பவம் ஒன்று நடந்த அதிர்ச்சியில், முற்றிலும் கட்டுபாட்டை இழந்த அவன் என்ன செய்வதென்று தெரியாமல் அதேநேரம் தன்னை நோக்கி வந்துகொண்டிருந்த டெம்போவில் மோதாமலிருக்க வலது பக்கமாக வேகமாக ஒடித்தான். சுமார் 50 அடி பள்ளத்தில் ஓடிக்கொண்டிருந்த சிற்றாரிலிருந்து பிரிந்து வரும் பெரியதொரு ஓடையில், செங்கல் சிமெண்டினால் கட்டப்பட்ட சிறியதொரு தடுப்பை கொஞ்சமாக உடைத்துக்கொண்டு தலைகீழாக கார் பாய்ந்தது.

ஆற்றிலிருந்து மணல் கடத்தி வந்த டெம்போ டிரைவரும், கிளீனரும் எஞ்சினை அணைக்காமல் கீழிறங்கி ஓடைக்கு அருகில் சென்று பார்த்தனர். எதற்கு வீண் வம்பு என்று நினைத்தார்களோ என்னவோ உடனே வண்டியில் ஏறி கிளம்பி விட்டனர். இப்போது அந்த இரண்டு வீடுகளிலும் விளக்குகளின் வெளிச்சம் தெரிந்தது.

அடுத்தநொடியில் சரசரவென பின்னோக்கி இறங்கியவன், மரத்தின் அடிபகுதிக்கு வருவதற்குமுன்பே பாதியிலே திரும்பி நின்று பக்கவாட்டில் குதித்து தடுமாறிக் கீழே விழுந்தான். எழுந்தவன் தன் ஒட்டுமொத்த பலத்தையும் திரட்டி ஏற்கனவே முடிவு செய்ததுபோல, நடந்துவந்த வழியே செல்லாமல் சுற்றுப்பாதை வழியாக அந்த ரெட்டைத் தென்னைமரங்களை நோக்கி செம்மண் பாதையில் ஓடினான். இடையில் எந்த இடைஞ்சலும் இல்லை. எங்கே அடிபட்டது, செடிகொடிகள் எங்கே கிழித்து வைத்தது என எதுவும் யோசிக்க நேரமின்றி சுற்றும் முற்றும் காதுகளையும், கண்களையும் கூர்தீட்டியபடி ஒரு கிலோமீட்டரை நான்கு நிமிடத்திற்குள்ளாக கடந்தவன், சாவியை எடுத்து, சீட்டை திறந்து, ஹெல்மெட்டை மாட்டிக்கொண்டு, வண்டியை ஸ்டார்ட் செய்து நெடுஞ்சாலையை நோக்கிப் பறப்பதற்கு நான்கு மணிநேரத்திற்கு முன்பு...

★★★

மகளிர் காவல் நிலையம், மாநகராட்சிக் கட்டிடம், இரண்டு அதிநவீன மருத்துவமனைகள், ஒரு அரசாங்க நடுநிலைப் பள்ளி இவைகளுக்கு நடுவில் பார்ப்பதற்கு கைவிடப்பட்டு

பல ஆண்டுகளான திரையரங்கம்போலக் காட்சியளித்துக் கொண்டிருந்தது அந்தக் கட்டிடம்.

நகரின் மையப் பகுதியில் இருந்த அந்த கட்டிடத்தின் மூன்று பக்கமும் ஒரே மாதிரியான மூன்று குறுகிய சந்துகள் சென்றது. மூன்று வெவ்வேறு தெருக்களை அடையும் அதன் எந்தவொரு சந்தில் நுழைந்தாலும் அந்தக் கட்டிடத்தை அடையலாம். அப்படி நுழையும் ஒருவர் குடித்திருக்காத பட்சத்தில் முகத்தை சுழித்தும், மூக்கைப் பொத்திக் கொள்ளாமலும் அந்தச் சந்துகளைக் கடக்க முடியாது.

எப்பொழுதும் பெருகி ஓடும் சாக்கடைகளும், குடித்துவிட்டு அதன் அருகிலே விழுந்து கிடக்கும் அரை நிர்வாண மனிதர்களும், தங்களைக் கடக்கும் ஒவ்வொருவரிடமும் அன்று தன் வாழ்வில் நடந்த ஏதாவதொரு துயரமான சம்பவத்தைக்கூறி பத்து ரூபாய்க்காக ஆவலோடு கை நீட்டி நிற்கும் சாராய நெடி வீசும் வயதானவர்களும், ஏதேதோ காரணங்களுக்காக குடிக்க வந்து அதை மறந்தோ, இல்லை ஞாபகம் வைத்தோ சம்பந்தப்பட்டவர்களிடம் நேரிலோ, ஃபோனிலோ சண்டையிடும் இளைஞர்களும், கைகுழந்தையுடன் பிச்சையெடுக்கும் அழுக்கடைந்த ஐம்பதை தாண்டிய சில பெண்களும் நிரம்பிய அந்த இடம் உலகில் வேறு என்னவாகத்தான் இருந்துவிட முடியும்?

டிக்கெட் கவுண்டர் போல குறுகலாக இருந்த மேற்குபக்க சந்திற்குள் நுழைந்து அந்த இடத்தை அடைந்தான் கதிர்.

இப்பொழுதெல்லாம் அவன் மூக்கைப் பொத்திக் கொள்வதில்லை. கண்களை தாழ்த்திக் கொள்வதில்லை. முகத்தைச் சுழிப்பதில்லை. கதைகள் கேட்டு ஏமாந்து பணம் கொடுப்பதுமில்லை.

ஆனால் ஒவ்வொரு பெண்களின் இடுப்புகளில் இருந்தபடி தன்னைச் சுற்றிலும் இருக்கும் அனைத்தையும் அவ்வளவு இறுக்கமாக, வைத்த கண் வாங்காமல், முகத்தில் எந்தவிதச் சலனமுமின்றி பார்க்கும், வாடிப்போன ஒவ்வொரு பிஞ்சுக் குழந்தைகளின் முகங்களும் அவனை ஏதோ செய்தது. அவர்களை மட்டும் எளிதாக அவனால் கடந்து செல்ல முடியவில்லை.

கூட்டம் குறைந்த இரவுநேர பேருந்து நிலையத்தை, ஊரின் கழிவுகள் வெளியேறும் கொசுக்கள் உலவும் பகுதியை, கருவேல மரங்கள் சூழ்ந்த இரயில்வே பாலங்களைச்

சொத்தாகக்கொண்ட மனிதர்கள் நிறைந்த அவர்களின் சூழல்தான் எந்த உணர்ச்சியுமற்ற அந்தப் பார்வைக்கு காரணம் என்று கொஞ்சநாள் நினைத்து வந்தான்.

எப்போதும் ஒரே ஒரு பீர் மட்டுமே அதுவும் வேண்டா வெறுப்பாகக் குடிக்கும் அவன் ஒருநாள் இன்னொரு பீர் கூடுதலாக குடித்தபோது, பிறந்த நொடி முதல் வாசனை பொருட்களே தொட்டிருக்க முடியாத அவர்களின் முகத்தில் தோன்றும் அந்த வெறுமைக்குக் காரணம், வண்ண வண்ண விலையுர்ந்த ஆடைகளும், நகைகளும் ஆக்கிரமிக்க சொகுசுக் கார்களில் பறக்கும் மனிதர்கள்தான் என்று முடிவுக்கு வந்தான். இதுபோன்ற முடிவுகள் அவனின் பழிவாங்கும் எண்ணத்தை இன்னும் அதிகரித்தது.

இரு கைகள் மட்டுமே நுழையும் துளைகள் கொண்ட இரும்புக் கம்பிகளுக்குப் பின்னால் நின்றபடி, கொடுக்கும் பணத்திற்கு ஏற்ப கண்ணாடி பாட்டில்களை பரபரப்பாக வழங்கிக் கொண்டிருந்த இருவரில் ஒருவரிடம் ஒரு பீர் மட்டும் வாங்கிக்கொண்டு, சுவரின் நீள அகலங்களைக் தவிர்த்துப் பார்த்தால் நாடு முழுவதும் ஒரே மாதிரியாக இருக்கும் மனித இரைச்சல்கள் மிகுந்த இடத்திற்குள் எட்டுமணியளவில் நுழைந்தான்.

ஒவ்வொரு நாளும் ஒவ்வொரு இடத்தில் அமரும் வழக்கம் கொண்ட அவன் இன்று எங்கு அமரலாம் என்று நோட்டம் விட்டான். கிட்டத்தட்ட எல்லா இடங்களிலும் அமர்ந்து விட்டோமோ என்றவொரு சலிப்பு ஏற்பட, ஏதோ நினைத்தவனாக வலது மூலையில் கடைசியாக போடப்பட்டிருந்த இரண்டு ஆள் மட்டுமே அமரக்கூடிய இரும்பு டேபிளை நோக்கிச் சென்றான். ஏற்கனவே அதில் யாரோ ஒருவர் குடித்துவிட்டு சென்றிருக்கிறார் என்பதற்கு அடையாளமாக ஈர நயப்புடன் ஆப்பிள் படம் அச்சிட்ட ஒரு பேப்பர் கப்பும், காலியான ஆரஞ்ச் வோட்கா குவாட்டர் பாட்டிலும், கசங்கிய இரண்டு தண்ணீர் பாக்கெட்டுகளும், சில கடலைகளும் சிதறிக் கிடந்தன.

அந்த டேபிளைக் கவனிப்பவன் இவன் அமர்ந்ததைப் பார்த்ததும் அருகில் வந்து “வா சார்” என்று வணக்கம் வைத்துக்கொண்டே பேப்பர் கப், வோட்கா பாட்டிலை கையில் எடுத்தான். ஒரு தண்ணீர் பாக்கெட்டில் மீதமிருந்த தண்ணீரை சுற்றிலும் பீச்சியடித்து கையில் கொண்டுவந்திருந்த அழுக்குத் துணியை

வைத்து அங்கும் இங்கும் நாலு இழு இழுத்தான். டேபிளில் சிதறிக் கிடந்த கடலைகள் மீண்டும் நாலாபுறமும் சிதற அதில் இரண்டு கதிரின் மடியில் வந்து விழுந்தன.

ஒருவித இறுக்கமாக, சிரமத்துடன் அமர்ந்திருந்த கதிர் அதைக் கண்டும் காணாததுபோல அமைதியாக இருந்தான். ஏதோ ஒரு அவசரத்தில் இருந்த அவனும் அதைப் பார்க்கவில்லை. சுத்தப் படுத்தியதற்கு எந்த அறிகுறியுமில்லாமல் வழக்கம்போல பிசுப்பிசுப்பாக துருபிடித்துக் காட்சியளித்த அதன்மீது பீர் பாட்டிலை வைத்த கதிர் ஒரு டம்ளரும் மசால் பயிறும் ஆர்டர் கொடுத்தான். கூடவே கொஞ்சம் பேப்பரும் கேட்டான்.

“சாருக்கு ஒரு மசால் பயிறு” என அங்கிருந்தபடியே கூவியவன், அந்த டேபிள் போலவே அவ்வளவு அழுக்காக இருந்த ஒப்பனரை வைத்து பீர் பாட்டிலை திறந்து, சரித்து வைத்து நுரை பொங்காமல் லாவகமாக டம்ளரில் ஊற்றினான். பின்னர் மசால் பயிரோடு பேப்பரையும் எடுத்து வந்தான். எல்லோரையும்போல கடைசியாக அல்லாமல் எப்போதும்போல அப்போதே மேல்சட்டைப் பையிலிருந்து 100 ரூபாய் எடுத்துக் கொடுத்து அவனது கணக்கை முடித்தான் கதிர். கப்பும், பயிறும் சேர்த்து அறுபது ரூபாய் வரும் கணக்கில் தனக்கு 40 ரூபாய் டிப்ஸ் தந்த கதிரைப் பார்த்து மீண்டும் ஒரு வணக்கம் வைத்து சிரித்துச் சென்றான்.

அவன் சென்றதுதான் தாமதம். வெள்ளையாக இருப்பதைத்தவிர வேறெதுவும் பளிச்செனத் தெரியாத அந்த டேபிளில் பளபளப்பாக இருந்த ஒரு சாதனத்தை கதிர் யாரும் பார்க்காதபடி எடுத்து வைத்தான். தார்ச்சாலையின் வெள்ளைக் கோடுகளென காட்சியளித்த அதை அவன் கொண்டுவந்த செய்தித்தாளில் மடித்து முதுகிற்கு பின்னால் எழுந்து நின்று நொடிநேரத்தில் சொருகி வைத்தான்.

நடந்தது இதுதான். மெல்லிய ஒரு உறை போட்ட நீளமும் அகலமுமான ஒரு வாள் போன்ற ஒரு கத்தியை வாங்கியவன், இதேபோல ஒரு பேப்பரில் சுற்றி வைக்காமல் வெறுமனே வயிற்றுக்கு நேர்கீழாக சொருகி வைத்து விட்டு இங்கு வந்துவிட்டான். உள்ளே நுழையும்போதே நழுவிய அந்த உறை பான்ட் ஓட்டையின் வழியாக கீழே விழத் தயாராகிவிட்டது. சமாளித்தபடி இங்கு வந்து அமர்ந்தவனின் அடி வயிற்றுப் பகுதியில் உறை இல்லாத கத்தியும், மேல் வயிற்றுப் பகுதியில் அதன் கைப்பிடியும் அழுத்த ஆரம்பித்துவிட்டது. அது எவ்வளவு

பதமுள்ளக் கத்தி என்று கதிருக்கும் தெரியும். எனவேதான் அதன் ஆபத்தை உணர்ந்தவன் மேல் விழுந்த கடலைகளைக்கூட எடுத்துப் போடாமல் ஆடாமல் அசையாமல் அப்படியே இருந்தான்.

இந்தத் திட்டம் போட்டதிலிருந்து கதிருக்கு அடிக்கடி நெஞ்சடைப்பது போல ஒரு உணர்வு தோன்றும். அப்போதெல்லாம் ஒரு பெருமூச்சு விட்டுக் கொள்வான். இப்போதும் அப்படி ஒன்றை விட்டுக் கொண்டான். 'இங்கு வருவது இன்று கடைசி நாளாக இருக்கக்கூடாதா?' என்று மனதிற்குள் நினைத்தபடி டம்ளரில் இருந்ததில் கொஞ்சம் குடித்தான். தான் நினைத்த அனைத்தும் அப்படியே நடந்துவிட்டால் இன்றுதான் கடைசிநாளாக இருக்கும் என நினைத்துக்கொண்டு தன்னைத்தானே தேற்றிக்கொண்டான்.

தன்னுடைய 33 வயதுவரை மிஞ்சிப்போனால் பத்து தடவைக்குமேல் கதிர் குடித்திருக்க மாட்டான். தனது வெளிநாட்டு நண்பர்களின் வற்புறுத்தலின் பேரில், ஏதாவதொரு முக்கியமான பார்ட்டியில் அதுவும் கடந்த மூன்று வருடங்களில் மட்டும்தான். ரொம்பவும் குறைவாக மட்டுமே குடிக்கும் பழக்கம் கொண்ட கதிர் கடந்த நான்கு மாதமாக வாரம் இரண்டு மூன்று முறையாவது குடித்து வந்தான். இந்த நாட்களில் இன்னும் அந்தப் போதைக்கு தான் அடிமையாக மாறாமல் இருப்பது மட்டும்தான் அவனுக்கு ஆறுதலாக இருந்தது. அவன் குடிக்க வந்த நோக்கமும் இதுவல்லவே.

பாரில் மாட்டியிருந்த கடிகாரத்தையும், தனக்கு முன் இருந்த பாட்டிலையும் பார்த்தான். கால் மணிநேரமும் பாதி பீரும் கரைந்திருந்தது.

இன்று வாட்ச் மட்டுமல்ல, மொபைல், மோதிரம், பேனா, பர்ஸ், அலுவலகச் சாவி எனத் தேவையில்லாத எதையும் அவன் எடுத்தோ அணிந்தோ வரவில்லை. ஏதாவது ஒரு பொருள் சம்பவ இடத்தில் தவறினால்கூட தன்னை எளிதாக கண்டுபிடித்து விடுவார்கள் என்று அவனுக்குத் தெரியும். அதனால்தான் மாலை நேரங்களில் சாதாரணமாக வெளியே கிளம்பினால் அணியும் சிலிப்பரைக்கூட அணியாமல் கட்டுச் செருப்பை அணிந்திருந்தான். பைக் மட்டும்தான் அவனுக்குக் கொஞ்சம் பயத்தை ஏற்படுத்தியது. ஒருவேளை பைக் பதிவு எண்ணை எவராவது பார்த்து விடுவார்களோ, சம்பவம் முடிந்தவுடன் தன்னால் வண்டியை எடுக்க முடியாமல்

ஆகிவிடுமோ என்றொரு பயம்தான் அவனை முழுவதும் ஆட்கொண்டிருந்தது. பைக் மாட்டினால் எல்லாம் முடிந்துவிடும் என்பது அவனுக்குத் தெரியும். ஆனால் பைக் இல்லாமல் இந்தத் திட்டம் சுத்தமாக நடக்காது என்பதும் அவனுக்குத் தெரியும். எனவே எல்லாவகையிலும் அதில் அவன் கூடுதல் கவனம் செலுத்தினான். இரவு நேரத்தில் போலீஸ்காரர்களிடம் எந்தவகையிலும் சிக்கக்கூடாது என்பதற்காக சம்பவ இடத்திற்கு போகும்போதும், அங்கிருந்து தப்பிக்கும் போதும், சில மாற்று வழிகளையும் கண்டுபிடித்து வைத்திருந்தான். அப்படியே சிக்கினாலும் தப்பிப்பதற்காக, ஆபத்தாக இருந்தபோதிலும் பைக் பேப்பர்களையும், சிரமமாக இருந்த போதிலும் ஹெல்மெட்டையும் எடுத்து வந்திருந்தான்.

இதை எதையும் அறியாத, கதிர் என்பவன் யார் என்பதைக்கூட மறந்த ராம்ராஜ் தனது இரு நண்பர்களுடன் பின்வாசல் வழியாக அப்போது உள்ளே நுழைந்து அவர்களுக்கான தனி அறையை நோக்கிச் சென்றான். அப்போது அந்த பாரில் வேலைப் பார்ப்பவர்களில் ஒருசிலர் அவனுக்கு வணக்கம் வைத்தனர். இன்னும் சிலர் அவன் அருகில் ஓடி வந்து தங்களது விசுவாசத்தைக் காட்டும் பொருட்டு குனிந்து வளைந்து அவர்கள் அமரும் இடம் வரையிலும் சென்று அவர்களுக்கு ஏதாவது தேவையா என விசாரித்துவிட்டுத் திரும்பினர். இது அனைத்தும் ஒருவித இரகசிய நடவடிக்கையாக நடந்துமுடிந்தது.

அதற்குள் பேருந்து நின்றவுடன் பயணிகளை நோக்கி ஓடிவரும் உணவுப் பொருட்கள் விற்பவர்களைப் போல, தண்ணீர் பாட்டில், தனி கண்ணாடிக் குவளைகளோடு பார் ஓனர் அவர்கள் பின்னாடியே ஓடினான். கதிர் அமர்ந்திருந்த இடத்திலிருந்து பார்க்கும்போது இது அனைத்தும் ஓரளவு தெரிந்தது. இது வழக்கமாக நடைபெறும் காட்சிகள்தான் என்பதால் கதிர் முகத்தைத் திருப்பிக் கொண்டான்.

இந்த பரபரப்பான காட்சிகளுக்கு காரணம் அவன் சப் இன்ஸ்பெக்டர் என்பது மட்டுமல்ல; உண்மையில் பார் ஓனரும் அவன்தான். இந்த உண்மை தெரிந்த ஒரு சிலர்களில் கதிரும் ஒருவன்.

சப் இன்ஸ்பெக்டர்களும், இன்ஸ்பெக்டர்களும் ஊருக்குள் ஹோட்டல்களும், டிராவல்ஸ்களும், வட்டித் தொழிலும் செய்து வரும்போது ராம்ராஜ் இவைகளைவிட வளம் கொழிக்கும் தொழிலைக் கண்டறிந்ததில் பிழையல்லவே.

அந்த வாரத்துக்கான லாபமானது பல நேரங்களில் எல்லாம் முடிந்து அங்கிருந்து கிளம்பும்போது இருளில் மறைத்தோ, சிலநேரங்களில் காருக்குள்ளோ, பகல்நேரம் என்றால் அவனுக்குச் சொந்தமான ஒரு கட்டிடத்தில் இயங்கும் பார்பர் ஷாப்பில் வைத்தோ ரகசியமாக கைமாற்றப்படும்.

கொஞ்சநேரத்தில் அந்த டேபிளின்மேல் எல்லாமே வந்து சேர்ந்தது. இன்னும் இரண்டு மணிநேரம் அந்த டேபிளைச் சுற்றி என்ன நடக்கும் என்பதைப் பற்றி மட்டுமல்ல, இவனைப் பின்தொடர்ந்து வந்ததில் இந்தநேரத்தில் யார் யார் பாரில் இருப்பார்கள், அவர்கள் எப்படிப்பட்டவர்கள், அவர்களுக்கு என்ன பிரச்சனை என்ற விபரங்கள்கூட கதிருக்கு துல்லியமாகத் தெரியும்.

தவறாமல் சனி அல்லது ஞாயிறு மாலைகளில் நடக்கும் இந்தக் காட்சிகள் கடந்த நான்கு மாதங்களில் ஒரு புது உலகை, புதிய மனிதர்களை, அவர்களின் கனவுகளை, நிராசைகளை, ஒன்றுமில்லாத சூனிய நிமிடங்களை கதிரின் கண்கள்முன் சலிக்காமல் அரங்கேற்றியபடியே இருந்தது. கதிரும் அதற்கு தன்னை முழுவதும் ஒப்புக்கொடுத்து விட்டு, தன் மனதிற்குள் கனன்று கொண்டிருக்கும் பழிவாங்கும் வெறியைச் செயல்படுத்தும் சரியான சந்தர்ப்பத்தை எதிர்பார்த்து பொறுமையுடன் காத்திருந்தான். இன்னும் சரியாக சொல்வதென்றால் அந்தக் காட்சிகளும், மனிதர்களும்தான் அவனுக்கு அந்தப் பொறுமையை வழங்கின.

நீள்வாக்கில் விரிந்து கிடந்த தகர கொட்டகை சூழ்ந்த இந்த ஷெட்டில் மொத்தம் ஒன்பது வரிசைகள். வரிசை ஒன்றில் பதினைந்து டேபிள்கள். ஒரு டேபிளில் நான்கு முதல் ஆறு பேர் வரை அமரலாம். காதுகளை பொத்திக்கொண்டு அங்கு எழும் சத்தங்களை, கூச்சல்களை, சிரிப்பொலிகளை தவிர்த்து, பின்னால் ஒரு மூலையில் தூரமாக நின்றுகொண்டு சிமெண்டால் அமைக்கப்பட்டிருந்த இந்த டேபிள்களில் அமர்ந்து மனிதர்கள் குடித்துக் கொண்டிருக்கும் அந்தக் காட்சியை நீங்கள் பார்த்தால் பிரமாண்டமான ஒரு தேர்வு அறையில் அமர்ந்து மாணவர்கள் பரிட்சை எழுதுவதுபோல ஒரு தோற்றம் ஏற்படும்.

பின்னால் ஒரு ஓரமாக, அவர்களைப்போல அல்லாமல் துருப்பிடித்த ஒரு இரும்பு டேபிளில் அமர்ந்துகொண்டு அப்படி ஒரு காட்சியைத்தான் கதிர் பார்த்துக்கொண்டிருந்தான்.

மணி ஒன்பது தாண்டியிருந்தது. கதிரின் கண்கள் சுழன்றன.

வழக்கமாக குடிப்பவர்கள் அனைவரும் வந்துவிட்டதாகவே கதிருக்குத் தோன்றியது. அவர்கள் ஒவ்வொருவரும் கதிருடன் சேர்ந்தோ இல்லை பக்கத்து டேபிளில் அமர்ந்தோ ஏதோ ஒரு சந்தர்ப்பத்தில் குடித்திருந்தார்கள். புதிதாக யாராவது பாருக்கு வந்தால் அவர்கள் கண்களிலிருந்து தப்பிக்க முடியாது. கதிரும் தப்பவில்லை.

ஆரம்பத்தில் கதிர் இங்கே வந்தபோது, அவர்கள் ஒவ்வொருவரும் ஒரு நாள் கணக்கு வைத்து ஒரு கட்டிங்கோ, ஒரு குவாட்டரோ இல்லை ஐம்பதோ நூறோ அவனிடமிருந்து வாங்கியிருக்கிறார்கள். பதிலுக்கு கைமாறாக தங்கள் சொந்தக் கதையை அவனுக்கு பண்டமாற்றினார்கள். விருப்பமில்லாமல் கேட்டாலும் சில கதைகள் கதிரைப் பாதிக்கும். சில கதைகளுக்கு “ம்” கொட்டுவான். அவமானமும், அசிங்கமும், துரோகமும், அருவெறுப்பும், துயரமும் நிறைந்து பொங்கும் அந்தக் கதைகளை எத்தனை பேரிடம் இதேபோல அவர்கள் சொல்லியிருப்பார்கள் என்று நினைக்கும்போது அவனுக்கு ஆச்சரியமாக இருந்தது. அவர்கள் சொல்லும் ஒவ்வொரு கதையும் தன்னைப்போல் உள்ளவர்கள் சாகும்வரை தங்களுக்குள்ளே மறைத்து வைக்கும் தன்மை கொண்டவை என்று அவனுக்குத் தெரியும். போதும் போதும் என்று சொன்னாலும், அவர்கள் எதிர்பார்க்கும் பணத்தைக் கொடுத்தாலும் அவர்கள் அந்தக் கதைகளை முழுவதுமாக அவனிடம் சொல்லி முடிக்கும்வரை நிறுத்த மாட்டார்கள். அவர்களின் அந்தச் செயல் சிக்னலில் பேனாக்களும், புத்தகங்களும் விற்கும் கண்தெரியா மனிதர்களிடம் பொருளுக்கு மிஞ்சிய பணத்தைக் கொடுக்கும்போது வலுக்கட்டாயமாக நம் கைகளில் மீதியைத் திணிக்கும் அந்த உறுதியை ஒத்திருந்தது.

அந்தக் கதைகளை முன்பின் தெரியாத ஒருவனிடம் எந்தவித தயக்கமும் இல்லாமல் சொல்லி அழும் அல்லது சிரிக்கும் இவர்களைப் பார்க்கும்போது தானும் ஒரு கதையின் காரணமாகத்தானே இங்கு வந்திருக்கிறோம் என்று கதிருக்குத் தோன்றும். ஆனால் அந்தக் கதையை அவன் அவர்களிடம் சொல்லவுமில்லை; அவர்களும் அவன் கதையை கேட்கவுமில்லை.

கதிரின் கண்கள் இரண்டாவது முறையாக சுழன்றன.

மூன்றாவது வரிசையில் பதினோராவது டேபிளின் அருகில் நின்றபடி புதிதாக வந்த இரண்டு இளைஞர்களிடம் சிரிக்கச்

சிரிக்க பேசிக்கொண்டிருந்தான் தெய்வு. ஆம் அவன் பெயரை அப்படித்தான் கதிரிடம் சொன்னான். அவன் சிரிக்கச் சிரிக்க பேசினாலே தன் கதையைத்தான் சொல்லிக் கொண்டிருக்கிறான் அல்லது அவன் கதையை ஆரம்பிக்கப் போகிறான் என்று அர்த்தம். பணமோ கட்டிங்கோ கிடைக்காத தோல்வியில் தன் கதையை அவர்களிடம் திரும்பத் திரும்ப ஒப்பித்துக் கொண்டிருந்தான்போல. இளைஞர்களின் முகங்களில் ஒருவித சலிப்பும் எரிச்சலும் மேலோங்கியிருந்தது. தெய்வை பார்க்கும்போதே கதிரின் கண்கள் ராம்ராஜின் பினாமியான பார் மேனேஜரின் இடம் நோக்கித் திரும்பியது. அவன் இன்னும் உள்ளிருந்து வரவில்லை. இருக்கை காலியாக கிடந்தது. ஆம் தெய்வின் இந்த நிலைக்கு அவன்தானே காரணம்.

கதிருக்கு அப்போது இந்த பார் பழக்கமே கிடையாது. குடிக்கும் பழக்கம் இல்லாவிட்டாலும் நண்பர்களுடன் வேறு சில பார்களுக்கு சென்றிருக்கிறான். ஆனால் இந்த இடம் புதிது. கதிரின் வீட்டிலிருந்து பனிரெண்டு கிலோமீட்டருக்கு அப்பால் இருந்தது இந்த பார். கிட்டத்தட்ட பக்கத்து ஊர் என்றுகூட சொல்லமுடியாத தூரம். நெருக்கமான நண்பர்கள், உறவினர்கள் என அனைவரின் கண்களிலிருந்து தப்பிப்பதற்கு ஏதுவான தூரம் இது என்பதால் ஒருவகையில் கதிருக்கு இந்த பார் மிகவும் வசதியாகவும் இருந்தது. அதேநேரத்தில் எப்போதும் தனியாக இங்கே வந்தால் யாருக்காவது சந்தேகம் ஏற்படுமோ எனப் பயந்தவன், தனக்கு நெருக்கமில்லாத அதே நேரத்தில் தன்னைப் போலவே முடிந்த மட்டும் யாருக்கும் தெரியாமல் குடிக்கும் பழக்கம் கொண்டவர்களை கண்டுபிடித்து தன் நோக்கமும் அவர்களுக்குத் தெரியாத வண்ணம் இங்கே அழைத்து வருவான்.

தொடக்கத்தில் அப்படி யாரும் இல்லாமல் தனியாக வந்தபோது கதிருக்கு அறிமுகமானவன்தான் தெய்வு. அன்றும் இதேபோல ஒரு ஓரத்தில் ஆனால் கண்களில் ஒரு மிரட்சியில், எடுத்த முடிவை செயல்படுத்த முடியுமா என்ற சந்தேகத்தில், பயத்தில், குழம்பிய மனநிலையில் அமர்ந்திருந்த கதிரின் முன்வந்து அமர்ந்து வணக்கம் வைத்தான் தெய்வு. பாரில் வேலை பார்ப்பவர்கள் ஒவ்வொருவரிடமும் திட்டும், மிதியும் வாங்கும்போதே அவனைப் பார்த்து விட்டான். ஆனால் அப்படியே வந்து தன் எதிரில் அமர்வான் என கதிர் கொஞ்சமும் நினைக்கவில்லை.

வணக்கம் வைத்த கையோடு கதிரின் பதில் வணக்கத்தைக் கூட எதிர்பார்க்காமல் ஏதோ நெடுநாள் பழகியவன்போல

பாக்கெட்டிலிருந்து ஐம்பது ரூபாய் நோட்டை எடுத்து காண்பித்தபடி பேசத்தொடங்கினான்.

“நல்ல முதலாளி. அப்பப்ப அம்பது ரூவா தந்துருவாரு. சிலநாள் தரமாட்டாரு. பாவம் அவருக்கும் கஷ்டம் இருக்கும்ல. என்னோட இருவது வயசிலிருந்தே இங்கதான் வேலை பாத்தேன். இந்தா இப்ப இங்க வேலை பாக்குறானுகல்ல இதுல பாதிபேரு அப்ப கிடையாது. நான் வேலைக்கு சேந்து ரெண்டு வருஷம் கழிச்சுதான் இவனே வேலைக்கு சேந்தான். என்கிட்டதான் தொழில் கத்துகிட்டான். ஆனா என்னை மாதிரி அவன் நல்ல வேலைக்காரன்லாம் கிடையாதுண்ணே...”

அவனைவிட 20 வயதாவது குறைவாக இருக்கும் தன்னை அண்ணன் என சொல்லும் இவன் யார், யாரை முதலாளி எனச் சொல்கிறான், யார் ரெண்டு வருஷம் கழிச்சு வேலைக்கு சேர்ந்தார்கள் என எதுவும் தெரியாமல் கதிர் அவனுடைய ஒன்றிரெண்டாக உடைந்து நொறுங்கிப்போய் காணப்பட்ட கறைபடிந்த பற்களையும், தீயில் கருகியதுபோல சுருண்டும், கருத்தும் முகத்துடன் அப்பிப் போயிருந்த மீசையையும், தாடியையும், வெண் சாம்பலென அவ்வளவு மென்மையாக தலையின் மேல்புறம் கொட்டிக்கிடந்த முடியையும் பார்த்தபடி இருந்தான்.

பேசிக்கொண்டே இருந்தவன் திடீரென அவனைவிட மூன்று மடங்கு பெரிதாக இருந்த, எங்கும் கிழியாத, எந்தப் பொருட்களும் இல்லாத இரண்டு பாக்கெட்களுடனும் இருந்த அழுக்குச் சட்டையின் எல்லா பட்டன்களையும் கழற்றி சண்டைக்கு வந்தவன் போல கதிரின்முன் திறந்து காட்டினான்.

கொஞ்சமும் எதிர்பார்க்காத அவனின் செய்கையினால் அதிர்ச்சியடைந்த கதிர் என்ன செய்வதென்று தெரியாமல் முழிப்பதைப் பார்த்து சுற்றிலுமிருந்த தெய்வை அறிந்தவர்கள் சிரித்தனர். ஐம்பது ரூபாய் நோட்டை நீட்டிய கதிரை சிறிதும் கண்டுகொள்ளாமல் “இதுனாலதாம்ணே என் வேலையே போச்சு” என்று வயிற்றைச் சுற்றி வட்டம் போட்டு காண்பித்தான்.

சின்னஞ்சிறிய வேகத்ததடைகளென மடிப்புகள் நிறைந்த வயிற்றின் மேற்பரப்பில் பெரிதுபெரிதாக சுருண்டும் வளைந்தும் காணப்பட்ட புண்கள் சிலவற்றிலிருந்து சீழ்கள் வடிந்த தடம் இருந்தது. பார்ப்பதற்கு படர்தாமரைபோல இருந்த அந்தப் புண்கள் நெஞ்சுப்பகுதியிலும் பரவியிருந்தது.

பணம் வேண்டாம் என்றால் வேறு எதற்கு தன்னை இப்படி அருவருப்பிற்கு உள்ளாக்குகிறான் என்று கதிருக்கு புரியவில்லை. எனவே கோபத்துடனும், எரிச்சலுடனும் தலையை வேறு பக்கம் திருப்பிக்கொண்டான். அப்படியாவது அவன் போய்விடுவான் என்று நினைத்தான். ஆனால் கதிரின் அலட்சியம் அவனை எந்தவிதத்திலும் பாதிக்கவில்லை. கதிர் கவனிக்காதபோதும் அவன் பேசிக்கொண்டேயிருந்தான். தினமும் இப்படி பார்க்கிற அனைவரிடமும் தன் கதையை முழுமையாகச் சொன்னால்தான் உயிர் வாழ முடியும் என்று ஏதோவொரு முனிவரிடம் சாபம் வாங்கி வந்தவனாக இருந்தது அவனின் கதை சொல்லும் அந்த ஆர்வம். ஆனால் தனது மனநோயால், தனது கையாலாகாத நிலைமையால் தனக்கு துரோகம் செய்த ஒருவனிடமே பிச்சை எடுக்கும் ஒருவன் எப்படி இருப்பான் என்பதற்கு அடையாளமாக தெய்வு தன்முன் இருக்கிறான் என்று அன்று கதிருக்கு தெரியாது.

கதிரின் கவனம் முழுவதும் அன்று ராம்ராஜ் பக்கமே இருந்தது. நடந்த கூத்தில் தன்னை அவன் கண்டுகொள்வானோ என்ற பயம் இருந்தது. ஆனால் அவன் இவன் பக்கமே திரும்பவில்லை. அப்போதுதான் தெய்வு அந்தக் கேள்வியைக் கேட்டு கதிரை அதிர்ச்சிக்குள்ளாக்கினான்.

"என்னண்ணே அங்கேயே பாத்துட்டு இருக்க. அவனுக என் ப்ரெண்ட்ஸ்தான் தெரியுமா? நானும் அங்க உக்காந்தெல்லாம் ஒரு காலத்துல குடிச்சிருக்கேன். இப்ப போனாலும் நமக்கு தனி மரியாதைதான். சப் இன்ஸ்பெக்டர்கூட நம்மாளுதான். நான்தான் ஒதுங்கி இருக்கேன். எல்லாம் நம்ம விதிண்ணே. கடவுள் பாத்துக்குவான். இங்க மட்டுமில்ல நம்ம வர்ஷா ஹோட்டல் பார் இருக்குல்ல அங்கேயே குடிச்சிருக்கேன். ஒரு ஸ்மால் 5000 ரூவா."

பதிலை எதிர்பார்க்காமல் அவனாகவே தொடர்ந்து பேசிவிட்டுச் செல்வது கதிருக்கு ஆசுவாசத்தை ஏற்படுத்தியது. சந்தேகம் வரக்கூடாது என்பதற்காக பார்வையைத் திருப்பிய கதிர் கொஞ்சநேரத்தில் தன்னை வியர்க்க வைத்துவிட்ட அவனைக் கொஞ்சம் கவனிக்கவும் ஆரம்பித்தான்.

தான் பேசிய இந்த விஷயம்தான் கதிரை சந்தோசமடைய வைத்து அவனை தன் பக்கம் திரும்ப வைத்திருக்கிறது என்று உற்சாகமடைந்தவன்போல ரகசியம் சொல்பவனாக குரலை தாழ்த்தி "அவன் சரியான பிச்சைக்காரண்ணே, அவன்

இந்த பார் முதலாளியெல்லாம் இல்ல. நான் நினைச்சிருந்தா முதலாளி ஆயிருப்பேன். எல்லாத்துக்கு பின்னாடியும் சப் இன்ஸ்பெக்டர்தான் இருக்காரு. நல்ல மனுஷன்.”

அவனின் பேச்சு கதிருக்கு குழப்பத்தை ஏற்படுத்தியதே தவிர ஒன்றுகூட புரியவில்லை. அவனைப் பொறுத்தவரையில் முதலாளி நல்லவனா கெட்டவனா, சப் இன்ஸ்பெக்டர் நல்லவனா கெட்டவனா என அவனுக்கே தெரியவில்லை. ஒன்றிலிருந்து இன்னொன்றிற்கு சம்பந்தமே இல்லாமல் எதையுமே கோர்வையாகச் சொல்லத் தெரியாமல் பேசிக்கொண்டிருந்தான்.

அவன் மனநிலை பாதிக்கபட்டவனோ என்று நினைக்கும் போது அதுவரை அண்ணன் என்று அழைத்துக் கொண்டிருந்தவன் கதிரைப் பார்த்து “தா சார்” என்று கைநீட்டினான். கதிர் ஐம்பது ரூபாயை நீட்டி பெருமூச்சு விட்டான். வாங்கியவன் முகத்தை இறுக்கமாக வைத்துக்கொண்டு விறுவிறுவென்று யாரிடமும் பேசாமல் எல்லோரின் கிண்டல்களையும் கடந்து சென்றவன் கையில் “ரிச்மேன்” ரம்மும் ஒரு தண்ணீர் பாக்கெட்டுடனும் மீண்டும் கதிரின் முன்வந்து நின்றான். அப்படி நின்றுகொண்டே பாட்டிலை திறந்து ராவாக பாதி குவாட்டரை குடித்தான். பின் தண்ணீர் பாக்கெட்டை கடித்து துப்பி அதிலும் பாதியை குடித்தான். இப்படிக் குடிப்பவர்களைப் பற்றி கதிர் கேள்விப்பட்டிருக்கிறானே தவிர நேரில் பார்த்ததில்லை. அப்படிப் பார்த்தபோது அவன் அதை வெறுக்கவுமில்லாமல், விரும்பவுமில்லாமல் தலையில் கைவைத்தபடி வெறுமனே பார்த்துக் கொண்டிருந்தான்.

குடித்து முடித்தவன் இப்போது மீண்டும் கதிரின் எதிரில் அமர்ந்தான்.

அமைதியாக, மௌனமாக, வயிற்றிற்குள் சென்ற மது மூளையை நோக்கிச் செல்வதை ரசித்தவனாக குனிந்துகொண்டு எதுவும் பேசாமலிருந்தான். இப்போது தெய்வு வேறொரு மனிதனாக மாறிவிட்டது போல கதிருக்கு தோன்றியபோது மீண்டும் அவனின் குரல் தெளிவாக ஒலிக்கத் தொடங்கியது.

“நான் படிக்கல சார். பொண்ண படிக்க வைக்க நினைச்சேன். பொண்டாட்டி தம்பிகூட ஓடிப்போய் நாளாச்சு. அம்பிகா நல்லவ. நான்தான் தப்பு. உடம்பெல்லாம் வியாதின்னா? தம்பியும் நல்லவந்தான். பொண்ணு பிகாம் ஏதோ சேரணும்னு

சொல்லிருந்தா. காசு இல்ல. பொண்ண கூட்டிட்டு வந்து இவன்ட்டதான் பணம் கேட்டேன்..."

தெய்வின் கை பார் முதலாளி இருக்கையை நோக்கி நீண்டது.

வெள்ளை வேட்டிச் சட்டையுடன் பார்ப்பதற்கு அரசியல்வாதிபோல இருந்த அவன் அப்போதுதான் அந்த இருக்கைக்கு வந்திருந்தான். அமர்ந்த சிறிதுநேரத்தில் தனது இருக்கையிலிருந்து எழுந்து ராம்ராஜ் இருக்கும் தனியறைக்கு ஏதோ பொருட்களை எடுத்துப் போவதற்கு தயாராக இருந்தான்.

"கைல ரெண்டாயிரம் தந்து வீட்டுக்கு அடுத்தநாள் வரச் சொன்னான். அன்னைக்கும் ரெண்டாயிரம் தந்து அவசரமான வேலை ஒண்ணு இருக்குன்னு கடைக்கு போன்னான். என் பொண்ணு அவன் வீட்ல இருந்துச்சு. சாய்ந்தரம் வீட்டுக்கு போகும்போது அவ எதுவுமே என்கிட்ட சொல்லல. நல்லா குடிச்சு சந்தோசமா இருந்தேன். ரெண்டு மாசத்துல அவளும் எவன் கூடவோ ஓடிப் போயிட்டா. இதேமாதிரிதான் அப்பவும் இவனுக சிரிச்சானுக..."

சிரித்துக்கொண்டே மீதியிருந்ததையும் அதேபோல குடித்து விட்டு சட்டையிலே வாயைத் துடைத்தான். கதிரிடம் எதுவும் சொல்லாமல் திரும்பி நடந்தவன், கொஞ்சதூரம் சென்றுவிட்டு அங்கேயே நின்று உரக்கக் கைதட்டினான். இப்போது எல்லோரும் அவனைப் பார்த்தார்கள். தனக்குள்ளே ஏதோ புலம்பிவிட்டு சிறிதும் தடுமாறாமல் நாலுபேரை அடித்து மிதித்துவிட்டு சினிமாவில் கதாநாயகன் செல்வதைப்போல சட்டையை முன்புறமாக மடித்தும், காலரைத் தூக்கி விட்டுக் கொண்டும் பாரை விட்டு வெளியேறிச் சென்றான்.

அன்று கதிருக்கு பாதிதான் புரிந்தது. அடுத்துவந்த நாட்களில் ஒவ்வொன்றாக புரிந்துகொண்டான். இடைவெளியில்லாமல் வாழ்வில் தொடர்ச்சியாக நடந்த ஒவ்வொரு சம்பவங்களும் அவனைப் படிப்படியாக குடிக்கு அடிமைப்படுத்தி மனநலம் பாதிப்படையச் செய்துவிட்டது என்று அருகில் இருந்தவர்கள் சொன்னார்கள். மனைவியை தம்பியிடம் பறிகொடுத்தவன், குடிக்காக மகளை முதலாளிக்குக் கூட்டிக் கொடுத்தவன் போன்ற வசைச் சொற்களை நாளடைவில் அவனே உண்மையென நம்பிவிட்டான். தன்னை ஏமாற்றியவர்களை, துரோகம் இழைத்தவர்களை அவனே நல்லவர்கள் என்றும் நினைத்துக் கொண்டான். தம்பியிடம், மனைவியிடம், முதலாளியிடம் மீண்டும் மீண்டும் சென்று காசு கேட்கும்போது, அவர்கள்

இவனை நோக்கிப் பேசும் வசைச்சொற்களின் மூலம், அடித்து விரட்டுவதின் மூலம் தன் பாவங்கள் குறையும் என்று அவனாகவே நினைத்துக் கொன்டான். நாட்கள் செல்லச் செல்ல அதுவும் போதாது என்று முடிவுக்கு வந்தவன், தான் சந்திக்கும் அனைவரிடமும் தன் கதையைச் சொல்லி தன் இயலாமையை போக்கிக் கொள்கிறான். பாவங்களைக் கழுவிக் கொள்கிறான்.

எரிச்சலான அன்றைய சூழ்நிலையில் “எல்லாத்துக்குப் பின்னாடியும் சப் இன்ஸ்பெக்டர்தான் இருக்காரு” என்று அவன் சொன்ன விஷயத்தை கதிர் யோசிக்கவே இல்லை. அதை மீண்டும் கதிருக்கு ஞாபகப்படுத்தியவன் அனிஷ். வழக்கம்போல இன்றும் அவன் எட்டாம் நம்பர் வரிசையைத்தான் பார்த்துக் கொண்டிருந்தான். பெரும்பாலும் எட்டாம் நம்பர் வரிசை அவன் கட்டுப்பாட்டில்தான் இருக்கும். தினமும் ஒவ்வொருவருக்கும் வரிசைகள் மாறினாலும் இவனுக்கு மட்டும் ஒரு சலுகை உண்டு. அது பார் முதலாளி மகனின் மனங்கவர்ந்த விசுவாசி என்பதால் வந்தது. அந்தச் சலுகை ஒன்றும் அவனுக்கு அவ்வளவு எளிதாக வந்து விடவில்லை.

மூன்று வருடங்களுக்கு முன்பு திருவனந்தபுரம் கோவளம் கடற்கரையை ஒட்டியுள்ள மூன்று நட்சத்திர ஹோட்டலில் விருந்து ஒன்று நடந்தது. பார் முதலாளியின் மகன் வைத்த விருந்து. காரணமே இல்லாமல் நடந்த அந்த விருந்தில் எல்லாம் இருந்தது. அதே ஹோட்டலில் இன்னொரு விருந்தும் நடந்து கொண்டிருந்தது. அதில் உள்ளூர் சைபர் க்ரைம் இன்ஸ்பெக்டர் மகளும் உண்டு. போதையின் உச்சத்தில் அங்கு சென்ற இவன் நான்கு நாட்கள் கழித்துதான் கேரள எல்லையைத் தாண்டினான். அப்படி அவன் வெளிவருவதற்குக் காரணம் அனிஷ்.

இவன் அங்கு எடுபுடி வேலைகளுக்காக சென்றிருந்தான். லக்கேஜ்கள் தூக்குவது, பாட்டில்கள் வாங்குவது, ஊற்றிக் கொடுப்பது, உணவுகள் ஆர்டர் செய்வது, எல்லோரும் ஜாலியாக இருப்பதை ஃபோனில் வீடியோ எடுப்பது என எல்லா வேலைகளுடனும் இன்னொன்றையும் செய்திருந்தான். பக்கத்தில் நடந்த பார்ட்டியையும் சேர்த்து வீடியோ எடுத்திருந்தான். அந்த வீடியோதான் எல்லோரையும் காப்பாற்றியது. முக்கியமாக இன்ஸ்பெக்டரின் மகளுக்கு முத்தம் கொடுத்த அவனை. அந்த வீடியோவில் இன்ஸ்பெக்டரின் மகளும் குடித்திருந்தது தெளிவாகத் தெரிந்தது. அன்றிலிருந்து பார் முதலாளி மகன் வெளிநாடு செல்வதுவரை அவனின் வலது கையாக இருந்தான்

அனிஷ். எல்லாச் சலுகைகளும் கிடைத்தன. கடைசியாக அதில் மிஞ்சியிருப்பது இந்த எட்டாவது வரிசை மட்டும்தான்.

அவன் வெளிநாடு சென்றதும் படிப்படியாக பாரில் இவன் செல்வாக்கு குறைய ஆரம்பித்தது. கிட்டத்தட்ட மேனேஜர் போலவே தனது நடவடிக்கைகளை மாற்றிக்கொண்டு பாரில் வேலை செய்தவர்களை அடக்கி ஒடுக்கி வந்தவனை இப்போது எல்லோரும் சேர்ந்து பழி வாங்க ஆரம்பித்தனர். மாதத்தில் ஒன்றிரண்டு நாட்கள் எட்டாம் நம்பர் வரிசை இவன் கைவிட்டு போகும்போது கிட்டத்தட்ட பைத்தியம் பிடித்ததுபோலவே மாறிவிடுவான்.

அப்படி மாறிப்போய் மூன்றாவது வரிசையை பார்த்துக் கொண்டிருந்த ஒருநாளில்தான் கதிர் அவனைச் சந்தித்தான். எப்போதும் புலம்பியபடியும், எவ்வளவு டிப்ஸ் கொடுத்தாலும் சலித்தபடியும் வேலை செய்யும் அவன் அன்று மாலையில் யாரிடமும் டிப்ஸ் வாங்கவில்லை. ஈடாக பலமாகப் புலம்பிக் கொண்டிருந்தான். இத்தனைக்கும் கதிரிடம் நேரடியாக எதுவுமே சொல்லவில்லை.

ஆறு பேர் இருந்த பக்கத்து டேபிளின் கணக்கை இவன் டேபிளில் வைத்துத்தான் எழுதிக்கொண்டிருந்தான்.

கிங் லூயிஸ் ஆஃப் பாட்டிலின் அட்டையை கிழித்தபடியே "ஒருநாள் சீட்டுக்குக் காசு குடுக்கலைன்னா தலையா போயிரும்?"

"ஆறு கப் 42, நாலு தண்ணி 160, சோடா நாலு, சிகரெட், ரெண்டு பாக்கெட், முட்டை சில்லி ரெண்டு, வெள்ளரி ரெண்டு, கொய்யா ஒண்ணு, கட்டக்கால் ஒண்ணு..."

ஆறு கப்'பில் தொடங்கி கட்டக்காலில் முடிப்பதற்கு இடையில் சாராய நெடி வீச அவன் புலம்பியது இதுதான்.

"நான் இல்லைன்னா இந்த நிலைக்கு வந்துருப்பானா? சீட்டுக்குக் காசு கேட்டா தரமாட்ற... ம்... காலைலயிருந்து காக்கா ஒட்டிட்டு இருந்தேன். இப்ப இவனுக தர காசு எனக்கெதுக்கு. நான் என்ன உன்ன மாதிரி முதலாளி வேஷம் போட்டு, கூட்டிக்கொடுத்து சம்பாதிக்குற ஆளா? நான் என் சொந்த கையால கர்ணம் அடிக்குறவன். உன் பவுசெல்லாம் கொஞ்சநாள்தான். உன் வாய்ல நல்லா தூக்கிக் கொடுப்பான் பாரு அந்த சப் இன்ஸ்பெக்டரு. ஆடி மாசம் வந்தாலே இப்படித்தான். பாத்துக்குறேன்..."

அப்போதும் அவன் சொன்னதைக் கதிர் கண்டு கொள்ளவில்லை. அவன் சொன்ன சப் இன்ஸ்பெக்டர் ராம்ராஜ்தான் என்றுகூட அவனுக்குத் தோன்றவில்லை. கதிர் அந்த பாருக்கு வருவது அன்று நான்காவது முறைதான் என்பதால் அவன் பார்வை முழுவதும் ராம்ராஜ் திசையை நோக்கித்தான் இருந்தது. அப்போதுதான் ராம்ராஜ் மட்டும் முதலில் வெளியே வந்தான். வந்தவன் நேராக பின்வாசலில் நின்ற அவன் வந்த காரை நோக்கிச் சென்றான். அவன் கிளம்புகிறானோ என்ற அவசரத்தில் கதிரும் கொஞ்சம் இடைவெளி விட்டு அவன் பின்னாடியே சென்றான். தனக்கு வலது ஓரத்தில் நின்று அனிஷ் சிறுநீர் கழித்துக் கொண்டிருக்கிறான் என்று கவனிக்காத கதிர் அந்த நேரத்தில்தான் அந்தக் காட்சியைப் பார்த்தான். பார் முதலாளி என்று சொல்லப்படுபவன் கையிலிருந்து பேப்பரில் சுற்றிய ஒரு கட்டு ராம்ராஜ் கைக்கு மாறியது. காரினுள் இருந்தபடியே அதை வாங்கியவன் இடுப்பில் சொருகி வைத்துவிட்டு மீண்டும் வந்த வழியாகவே பாரினுள் சென்றான்.

என்ன நடந்தது என்று தெரியாமல் கதிர் முழித்துக் கொண்டிருக்கும்போது பாதியில் நிறுத்திய பேச்சை தொடர்வதுபோல "நான்தான் அப்பவே சொன்னேன்ல சார். இவன் டம்மி பீசு. வெறும் எடுபுடி. ப்ரோக்கர். இந்த பார் மட்டுமில்ல, சப்பு நடத்துற எல்லா காரியங்களுக்கும் பின்னாடியும் இவன்தான் இருக்கான்..."

அவனையே பார்த்துக்கொண்டிருந்த கதிரிடம் "அந்த பேப்பர்ல எவ்வளவு இருக்கு தெரியுமா? ரெண்டு ரெண்டாயிரம் ரூவா நோட்டுக் கட்டு. பாரு, வட்டி பிசினஸோட இந்த வார கலக்சன். எல்லாம் எனக்குத் தெரியும். திருட்டுப் பயக. ஆமா சார் நீ இங்க என்ன பண்ற...?"

கடைசி கேள்வி கதிரின் இதயத்தை படபடவென அடிக்க வைத்தது. வியர்த்துக் கொட்ட வைத்தது. அவன் கூறிய விஷயங்கள் தனக்கு சம்பந்தமில்லாதவை என்பதுபோல முகத்தை வைத்துக்கொண்டு கதிர் அந்த இடத்தைவிட்டு நகர்ந்தான். அந்தக் கேள்விக்கு இன்னும் தான் பதில் சொல்லவில்லை என்று நினைத்து திரும்பிப் பார்த்தபோது அவன் இல்லை. மீண்டும் அதே இடத்தில் வந்து அமர்ந்தவன் கையில் இன்னொரு பீர் இருந்தது. கடைசியாக வந்து கணக்கு முடிக்கும்போதும் அவனும் பேசிக்கொள்ளவில்லை. இவனும் எப்போதும்போல அமைதியாக இருந்தான்.

யாருக்கும் தெரியாத இரகசியங்கள், யாருக்குமே தெரியாது என்று நினைக்கும் இரகசியங்கள் சர்வ சாதாரணமாக பாரில் உலவின. அப்படி ஒரு சிலருக்கே தெரிந்த அந்த இரகசியம் இப்போது கதிருக்கும் தெரிந்தது.

தான் தொட நினைக்கும் ஒருவன் தான் நினைத்ததைவிட பலமானவனாக இருக்கிறான் என்று அன்று கிடைத்த தகவல் கதிரை கூடுதல் எச்சரிக்கை உணர்விற்குத் தள்ளின. "தான் செய்ய விரும்பும் செயலின் விளைவுகள் தன்னை மட்டும் பாதிக்கும் வரை பிரச்சனை இல்லை; தன் குடும்பத்தை சிக்கலுக்குள்ளாக்குமோ?" என்று யோசிக்கத் தொடங்கினான்.

கிட்டத்தட்ட அரைமணிநேரம் அதைப்பற்றியே சிந்தித்தவன் அணுவணுவாக அவனை சித்ரவதை செய்ய ஏற்கனவே வைத்திருந்த பல சின்னச் சின்ன திட்டங்களை கைவிட்டுவிட்டு பெரிதாக ஒன்றுடன் முடிக்க திட்டமிட்டான். ஆனாலும் இரண்டிற்கும் இடையில் அவன் மனம் ஊசலாடியது. அன்று அந்த இரவில் இதே பாரில் இருந்த கதிர் வேறு, இப்போது இருப்பவன் வேறு. அதன்பின் தனது எல்லா நடவடிக்கைகளையும் மாற்றிக்கொண்டான். இனி தனியாக இங்கு வருவது தன்னைச் சந்தேகம்படும்படி செய்துவிடும் என்று உணர்ந்தவன் எப்போதும் யாராவது ஒருவருடன் வரும் வழக்கத்தை ஏற்படுத்திக் கொண்டான். அன்று தனியாக வந்தவன் அதன்பின் இன்றுதான் தன் திட்டத்தை செயல்படுத்துவதற்காக தனியாக வந்திருக்கிறான்.

தனியாக இப்படி அமர்ந்திருக்கும் சமயங்களில் ஏதேதோ தோன்ற ஆரம்பித்த அவன் குரல் அவனுக்குள்ளே பேசத் தொடங்கி விடும். "இந்த இடம், இங்கிருக்கும் மனிதர்கள், அவர்கள் ஏன் இங்கு இருக்கிறார்கள்? நான் ஏன் இங்கு இருக்கிறேன்? என் கண்முன் விரியும் இந்த காட்சிகள் எல்லாம் எனக்கு என்ன சொல்ல வருகின்றன...?" என கேள்விகள் மட்டுமே அவன்முன் நிற்கும்.

இடதுபுற சுவரில் மாட்டப்பட்டிருந்த கடிகாரத்தைப் பார்த்தான். மணி சரியாக ஒன்பது முப்பதை நெருங்கிக் கொண்டிருந்தது. காற்று கூட நுழைய அச்சப்படும் கூச்சல்களும், இரைச்சல்களும் மிகுந்த இந்த கூடாரத்தில் தன் பங்கிற்கு நொடிமுள்ளினால் சத்தம் எழுப்பும் மஞ்சள் பூத்த அந்தக் கடிகாரத்தைப் பார்த்தபடி மீண்டும் அந்தக் கேள்விகளுக்குள்ளே மூழ்கினான்.

அந்தக் கேள்விகள் உருவாக்கிய கலவையான எண்ணங்கள் அவனுக்கு எந்தப் புரிதலையும் கொடுக்கவில்லை. அதேநேரத்தில் பெரிதாக ஒன்றும் குழப்பத்தையும் ஏற்படுத்தவில்லை. தனக்குத் தானே ஏதேதோ நினைத்துக்கொண்டான். நினைத்துக் கொண்டான் என்று சொல்வதைவிட பேசிக்கொண்டான் என்று சொல்வது இன்னும் சரியாக இருக்கும். "இன்றுதான் தன் வாழ்வின் கடைசி நாளோ? இத்தனைநாள் காத்திருந்தது இதற்குத்தானோ? இந்த உலகிலேயே நான் மட்டும்தான் இப்படி எனக்கு சிறிதும் சம்பந்தமில்லாத இடத்தில் மாதக்கணக்கில் வந்து உட்கார்ந்திருக்கிறேனா? என்னை இந்த இடத்தில் கொண்டு வந்து சேர்த்தது எது?" இறுதியாக எல்லோரும் நினைப்பதுபோல, "தனக்கு மட்டும் ஏன் இவை அனைத்தும் நடக்கிறது?" என்ற கேள்விக்கு அவன் வந்தான்.

நீண்டு சென்ற அந்தக் கேள்விகள் முடிவுறா கேள்விகளை நோக்கியும், அதற்கான பதில்கள் மீண்டும் மீள முடியா அந்த நாட்களை நோக்கியும் அவனை இழுத்துச் சென்றன. "உலகிலுள்ள ஒவ்வொருவரும் யாரோ ஒருவரை எப்போதும் பின்தொடர்ந்து சென்று கொண்டிருக்கிறார்கள் இல்லையா?" என்றக் கேள்வியிலிருந்து அது தொடங்கியது.

தனக்கு துரோகம் செய்தவர்களை, ஆறாக் காயங்களை உண்டாக்கியவர்களை, கதறி அழுதபோதும் மன்னிக்காதவர்களை, உண்மையோ பொய்யோ ஒருவரை ஒருவர் எப்போதும் பின்தொடர்ந்துதான் சென்று கொண்டிருக்கிறார்கள் இல்லையா? தன்னை, தன்மகளின் வாழ்வை பாதாளத்தை நோக்கித் தள்ளியவர்களைக் கொலை செய்ய நினைத்த தெய்வு அவர்களைப் பின்தொடர்ந்திருக்கிறான். அதனாலேயே மனநிலை பாதிக்கப்பட்டு அந்தத் துரோகத்திற்கு காரணம் தானேதான் என்று அவனாகவே நினைத்துக்கொண்டு அதே மனிதர்களை, இன்னும் சொல்லப் போனால் சம்பந்தமே இல்லாத இன்னும் கூடுதலான மனிதர்களை தன் பாவங்களை ஆற்றும் மருந்தாக எண்ணி பின்தொடர்கிறான்.

அனிஷ் மட்டும் என்ன விதிவிலக்கா? தனக்கு வாழ்வளித்த முதலாளி மகனை, பின்னர் தான் வாழ்ந்து கெட்ட வாழ்க்கையை, அதற்கு காரணமானவர்களை இருட்டென்றும் பார்க்காமல் தொடர்ந்து அவர்கள் பின்னால் சென்று கொண்டிருக்கிறான். தெய்வின் மகளை சீரழித்ததற்காக, அவளிடமே 'உன் அப்பன்தான் உன்னை இங்கே விட்டுவிட்டுச்

சென்றிருக்கிறான்' என்று பொய் சொன்னதற்காக தன்னை அவன் கொன்றுவிடுவான் என்று பயந்த இதே மிருகம் தெய்வு செல்லும் இடமெல்லாம் ஆள் வைத்து பின் தொடரத்தானே செய்தான்?

நான் மட்டும் ஏன் இங்கிருக்கிறேன்? அவனுக்காகத்தானே?

முதல் நாள் கொட்டும் மழையிலும் ஒருநாளின் பாதி பொழுதை ஸ்டேஷன்முன் கழித்திருப்பேன். இரண்டாம் நாள் நகரின் ஒவ்வொரு ஜங்ஷனுக்கும் மூன்றுமுறை சென்றேன். ஒரே ஒரு இடத்தை தவிர. மறுநாள் அங்கும் சென்றேன். ஆம்... இப்போதெல்லாம் நான் மரத்துப்போய் விட்டேன். அங்கு காத்திருந்த ஒவ்வொரு நொடியும் நீளமான அந்த லத்தி என் முதுகில் ஒரே இடத்தில் இம்மியும் பிசகாமல் பளீர் பளீரென இரட்டைக் கோடுகளைப் போட்டுக் கொண்டிருந்தது. ஆம். நான் மரத்துப்போய் விட்டேன். உங்களிடம் சொல்வதற்கு என்ன? அடி வாங்கிய முதல்நாளில்கூட எனக்கு வலிக்கவில்லை. உங்களுக்கு விழுந்த அடியை நீங்கள் உணரும்முன் உங்கள் நான்கு வயது மகளுக்கு...

அன்றும் என்னால் அவனைக் கண்டுபிடிக்க முடியவில்லை.

நேற்றும் இன்றும் ஒரே மாதிரியான நாட்கள் இல்லை அல்லவா? நான்காம் நாள் அவனே என்னைத் தேடி வந்தான். ஸ்டேஷன் பக்கத்திலுள்ள டீ கடையை நான் தாண்டும்முன் என்னை கடந்து சென்றான். ஷட்டர் இழுத்து சாத்தப்பட்ட கடைமுன் நின்றுகொண்டு வயதான தம்பதிகள் அழுது கொண்டிருந்தார்கள். இவன் அவர்களிடம் சென்று ஏதோ கூறினான். பின்னர் அந்த வயதான மனிதரை மட்டும் ஸ்டேஷனுக்குள் அழைத்துச் சென்றான், இருபது நிமிடம் கழித்து வெளறிப்போய் இறுகிய முகத்துடன் அவர் மட்டும் வெளியே வந்தார். மனைவியைத் தூரத்திலிருந்து பார்த்தவர் கண்களைத் துடைத்தபடி டீக்கடைக்குள் நுழைந்தார். ஒரு டீ மட்டும் வாங்கிக்கொண்டு மனைவியின் அருகில் சென்று அமர்ந்தார். தோளில் சாய்ந்து அவரது மனைவி அழ அவள் கைகளில் டீ டம்ளரைத் திணித்தார். அவர் கண்களிலிருந்தும் கண்ணீர் வழிந்தோடியது. துடைக்க வேண்டிய ஒன்றாக அதை அவர் கருதியதுபோலத் தெரியவில்லை. இப்போது ஸ்டேஷனிலிருந்து வெளியே வந்த ராம்ராஜ் காரில் உட்கார்ந்தபடி அவர்களைத் திரும்பிக்கூடப் பார்க்காமல் சென்றான். அன்று அவன் கவனிக்காதது அவர்களை மட்டுமல்ல, என்னையும்தான். இன்றுவரையிலும் அவனுக்கு அந்த திறன் கைவரவில்லை.

இதில் நான், தெய்வு, அனிஷ் எல்லோருமே தங்களுக்குத் தீங்கிழைத்தவர்களை ஆரம்பத்தில் கொலை செய்யத்தான் நினைக்கிறோம். முடியாதபோது, சாத்தியமில்லாதபோது ஒருவருக்கொருவர் பேசிக்கொள்ளாமலே ஒரு ஒப்பந்தம் போட்டுக் கொள்கிறோம். அந்த ஒப்பந்தத்தின் சரத்துக்கள் இப்படித்தான் இருக்கிறது:

உயிரா? கைகளா? கால்களா? இல்லை கண்கள் மட்டுமா? அதுவும் இல்லையென்றால் வெறும் பின்தொடர்தல் மட்டுமா? ஒருவனைக் கொலை செய்யமுடியாத கையாலாகத்தனம் எங்கள் அனைவரிடமே இருக்கிறது. ஆனால் முடியுமோ? முடியாதோ? நாங்கள் அவர்களை பின்தொடர்வதை இறுதிவரை விடப் போவதில்லை. அது சரியா? தவறா? என்றெல்லாம் எங்களுக்குத் தெரிய வேண்டிய தேவையில்லையே...!

ஆனால் எங்களைப் போலவே உலகிலுள்ள ஒவ்வொருவரும் யாரோ ஒருவரை எப்போதும் பின்தொடரத்தான் செய்கிறார்கள் இல்லையா? கொஞ்சநேரத்திற்கு முன்னால் நடந்த சம்பவத்தை பாருங்கள்...

குடித்ததற்குப் பணம் கொடுக்காமல் ஓடும் ஒருவனைத் துரத்தி... குடிக்கக் காசில்லாத ஒருவன் காசிருக்கும் ஒருவனை நோக்கி... இது எப்போதும் இங்கு நடப்பவைதான். ஒருவன் செலவழிக்க, மிச்சமிருக்கும் அத்தனை பேரும் அந்த ஒருவனை பின்தொடர்ந்து... இதோ என் பக்கத்தில் உட்கார்ந்துதான் குடித்து கொண்டிருக்கிறார்கள்.

இங்கிருந்து கொஞ்சம் வெளியே போய்ப் பாருங்கள். கழுத்து நிறைய கவரிங் சங்கிலிகளோடு அலையும் ‘டாஸ்மாக் பைத்தியக்காரி’ என்று மட்டுமே அனைவராலும் அறியப்பட்ட அவளை ஏன் இத்தனை மிருகங்கள் பின்தொடர வேண்டும். பணம் தருவதாக ஆசைகாட்டி அவள் அழுக்குப் பாவாடையை உயர்த்த வைத்து அவளது பிறப்புறுப்பில் மண்ணை அள்ளி போட்ட பின்னரும், கையோடு வராத கோவத்திலோ இல்லை அவளுக்கு வலி என்ற ஒரு உணர்வோ, கண்ணீர் என்ற ஒன்றோ நிச்சயமாக இருக்காது என்கிற முடிவில் அவர்கள் அவள் முலையை திருகிப் பிசைந்தாலும், அவள் ஏன் இன்னும் மனிதர்கள்மேல் நம்பிக்கை வைத்து அவர்களை பின்தொடர்ந்தபடியே இருக்க வேண்டும்? அவர்களை நோக்கி நீட்டப்பட்ட கைகளை இன்னும் ஏன் சுருக்கிக் கொள்ளாமல் இருக்க வேண்டும்? இல்லை வெட்டப்படாமல்

இருக்க வேண்டும்? கவனித்தால் அவர்களும் அவளும் இல்லாத ஒரு எல்லைக் கோட்டை நோக்கி ஒருவரை ஒருவர் பின்தொடர்ந்துதான் சென்று கொண்டிருக்கிறார்கள் இல்லையா?

இன்னும் கொஞ்சநேரம்தான் இருக்கிறது. இன்னொரு காட்சியையும் இங்கே பார்க்கலாம்.

ரேணுகா வருவாள். அவள் வந்ததும் அதுவரை ராம்ராஜுடன் இருக்கும் மதன் வெளியே வருவான். அதுவும் ஒரு பின்தொடர்தல்தான். அவன் அதை காதல் என்கிறான். ம்... உண்மையிலே அவளை அவன் ஒருமாதிரி காதலிக்கத்தான் செய்கிறான். அது ரேணுகாவிற்கு மட்டுமல்ல, இங்குள்ள அனைவருக்குமே வித்யாசமானதாகப்படுகிறது. அவர்கள் பின்பற்றும் வாழ்க்கைக்கும், இவன் பின்பற்ற நினைக்கும் வாழ்க்கைக்கும் மலையளவு வேறுபாடு இருக்கிறது. இந்த ஒரு மாதத்திற்குள்தான் இது அத்தனையும் அவர்களுக்குள் நடக்கிறது. அவன்முன் அவளை ரசிக்கமுடியாத, தொட்டுப் பேசி கொஞ்ச முடியாத எரிச்சலில் இருக்கும் அனைவரும் படிப்படியாக அவன் மாறிவிடுவான் என்றே நம்புகிறார்கள். ஆனால் நாளாக ஆக அவளை வெறித்தனமாக அவன் ரசிப்பதைப் பார்க்கும்போது மனதிற்குள் எழும் கோபங்களை அடக்கி அவன்முன் போலியாக நடித்துச் சிரிக்கிறார்கள். அவளுக்காகவே போன வாரம் சீரியல் அலங்காரம் எல்லாம் செய்து இதே பாரில் மைக் பிடித்து கவிதை வாசித்தான். அப்போதும் போலியான ஏதோ ஒன்றைப் பின்பற்றி எல்லோரும் கைதட்டத்தானே செய்தார்கள்! யாரிடம் எப்படி நடந்துகொள்ளவேண்டும். அவர்களிடம் எதைப் பின்பற்ற வேண்டும் என்று அவர்களுக்கு நன்றாகவே தெரியும்

நகருக்குள் நடக்கும் முக்கியமான திருட்டு, கடத்தல், கட்டப்பஞ்சாயத்து என அத்தனை விவகாரங்களிலும் ராம்ராஜ் ஸ்டேஷனுக்கு வருமானம் ஈட்டித் தரும் ராஜேஷின் நண்பன் அவன். மதனை அப்படித்தான் ராம்ராஜுக்கும் தெரியவந்தது. மதன், ராஜேஷைப் போல, ராம்ராஜைப் போல வாரத்திற்கு ஒருமுறையோ மிஞ்சிப்போனால் இரண்டு முறையோ குடிப்பவனல்ல. தினமும் மாலை இங்குதான் இருப்பான். அது குடிப்பதற்காகவா இல்லை ரேணுகாவிற்காகவா என யாருக்கும் தெரியாது. இங்கு ரேணுகா இருக்கும் ஒவ்வொரு நொடியும் அவன் பார்வை அவளைப் பின்தொடர்ந்துதான் செல்லும்.

ஆனால் அவள் யாரை பின்தொடர்வதும் அவனுக்குப் பிடிப்பதில்லை. ஒவ்வொருவரிடமும் போய் கைதட்டி காசு

கேட்பது பிடிக்கவில்லை. எவனோ ஒருவன் தலையில் கைவைத்து ஆசீர்வாதம் செய்வது பிடிக்கவில்லை. அவர்கள் கொடுக்கும் ஐந்திற்கும், பத்திற்கும், சில நேரங்களில் பேசும் இரட்டை அர்த்தப் பேச்சுக்களுக்கும், பல நேரங்களில் செய்யும் நேரடி சீண்டல்களுக்கும் சிரித்தபடி நழுவிக்கொள்ளும் அவள் பொறுமையைப் பிடிக்கவில்லை. இப்படி அவள் பின்பற்றும் அல்லது பின்தொடரும் எதையுமே அவனுக்குப் பிடிப்பதில்லை.

ஆனால் அவளைப் பிடித்திருக்கிறது. அவள் அணியும் உடைகள் பிடித்திருக்கிறது. எப்போதும் கட்டிவரும் அந்த நூல் சேலை, அந்த சேலையும், நளினமான அவள் துள்ளல் நடையும் ஒன்றுசேர்ந்து எடுத்துக்காட்டும் அவள் உடல் வனப்பை, முதுகில் ஆரம்பித்து வலது கை தோள்பட்டை வரையிலும் வரைந்து வைத்திருந்த பச்சைநிற டாட்டூவை, அதை கொஞ்சமாக மட்டும் மறைத்துக் காட்டும் அந்த குட்டை ஜாக்கெட்டை, அதிலும் அதன் பின்னால் தொங்கும் பட்டு குஞ்சத்தை, பௌர்ணமியன்று எழும்பும் அலையென நெற்றியிலிருந்து உயர்ந்து செல்லும் கூந்தலை, அதைத் தடுக்கும் முத்துக்கள் நிறைந்த அந்த வளையத்தை, இடது மூக்கில் மாட்டப்பட்ட பிறைவடிவ நிலாவென காட்சியளிக்கும் மூக்குத்தியை, அவள் பரப்பும் வாசத்தை, ஒவ்வொரு நகத்திலும் ஒவ்வொரு வண்ணத்தில் அடித்திருக்கும் நெய்ல் பாலிஷின் நேர்த்தியை, தலை நிறைத்து மணம் வீசும் பிச்சிப் பூக்களை, முத்துக்கள் குலுங்கும் கொலுசுகளை... இப்படி அவளுடைய எல்லாமே அவனுக்குப் பிடித்திருக்கிறது.

அதேநேரம் அவனைப்போலவே அவளைப் பின்தொடர்ந்து சென்று இவை அனைத்தையுமே ரசிக்கும் மற்றவர்களைப் பிடிப்பதில்லை. அந்த நேரங்களில் அவள் பின்பற்றும் வெட்கங்கள் அவனுக்குச் சுத்தமாகப் பிடிக்கவில்லை. ஆனாலும் அவளை அவன் பின்தொடர்கிறான். அவன் மட்டுமல்ல அவளும்தான் அவனை சில விவகாரங்களில் பின்பற்றுகிறாள். ஒருநாள் போதையில் திருமணமானவர்கள் வைக்கும் மேல் நெற்றி குங்குமத்தை அவன் அவளுக்கு வைத்துவிட்டான். அன்றிலிருந்து அவளும் அதை வைக்கத் தொடங்கி விட்டாள். அவன் இருக்கும்போது ரேணுகாவை சீண்டாமல் மௌனத்தை, ஆசையை அடக்கி வைத்தலை, தங்கள் உண்மை முகத்திற்கு ஒரு முகமூடி அணிவதை எல்லோரும் இங்கு பின்தொடர்கிறார்கள். அது அவளுக்கும் பிடித்திருக்கிறது.

ஆனால் சிலநேரங்களில் அந்த கட்டுப்பாடுகள் எல்லையை மீறும்போது அவளால் தாங்கிக்கொள்ள முடிவதில்லை.

நேற்று அப்படித்தானே நடந்தது. இன்று நான் இருக்கும் வரிசையின் முதல் டேபிளில் உட்கார்ந்து தனியாக குடித்துக் கொண்டிருக்கிறாரே அவர் நேற்று என் பக்கத்து டேபிளில்தான் இருந்தார். மற்றவர்களைப் போலல்லாமல் எப்போதும் தன்னை ஒரு ராப்பாடி என்று எல்லோரிடமும் அறிமுகப்படுத்திக் கொள்வார். அதை ஏன் அவர் அடிக்கடி சொல்லிக்கொள்கிறார் என்று வியப்பாக இருக்கும். தங்கள் அன்றாட அடையாளங்களை, வேஷத்தை மறைத்து இங்குவந்து வேறொருவர்போல தங்களைக் கட்டிக்கொள்ளும் பலரின் மத்தியில் அவர் அப்படித்தான் சொல்லிக்கொண்டார். சிலர் அவரிடம் குறி கேட்பார்கள். சிலர் அவரிடம் பரிகாரம் கேட்பார்கள். எல்லாவற்றுக்கும் தன் கையில் வைத்திருக்கும் பெட்டியிலிருந்தோ, துணி மூட்டையிலிருந்தோ திருநீறோ இல்லை மண்டை ஓட்டின் சாம்பல் என்று அவரே சொல்லிக்கொள்ளும் ஒரு பொடியையோ எடுத்து ஏதேதோ வாய்க்குள்ளே முனங்கி நெற்றியில் பூசி விடுவார். பதிலுக்கு பணமோ, கட்டிங்கோ கொடுத்தால் வாங்கிக்கொள்வார். கொடுக்காவிட்டாலும் அதைப்பற்றி அலட்டிக் கொள்ளமாட்டார்.

அவர் குடிக்கும் முறையும் அவர் வைத்திருக்கும் பொருட்களைப் போலவே வித்யாசமாகத்தான் இருக்கும். ஒரு ஆஃபை வெறும் மூன்று மடக்கில் குடித்து விடுவார். அப்படி குடிக்கும்போது டம்ளரில் உதடு படாமல் அன்னாந்துதான் குடிப்பார். கேட்டால் 'சாதனம்' நேரடியாக தொண்டைக்குள் இறங்கும்போதுதான் அதன் காந்தல் மிகுந்த சுவையை, போதையை முழுவதுமாக உணர முடியும் என்பார். இதைத் தனக்கு தனது அப்பாவே சொல்லித்தந்ததாக கூறிக் கண்ணடித்து காண்பிப்பார்.

அவரைப்போல என் அப்பாவிடமிருந்தும் நான் பின்பற்றுவதற்கு ஏதாவது இருக்கிறதா என இப்போது யோசித்துப் பார்க்கிறேன். தெளிவாகவே தெரிகிறது. ஒன்றுமே இல்லை. அவர் நேரடியாகவோ மறைமுகமாகவோ எனக்கு எதையும் கற்றுத் தரவில்லை. அப்படியென்றால் என் அப்பாவின் வயது இருக்கும் இவரிடமிருந்தாவது நான் கற்றுக்கொள்ள ஏதாவது இருக்கிறதா? அதையும் யோசித்துப் பார்க்கிறேன். இருக்கத்தான் செய்கிறது.

நேற்று நடந்தவைகளே அதற்கு சாட்சி.

கொஞ்சம் அதிகமாகவே நேற்று அவர் குடித்திருந்தார். ராம்ராஜ் இல்லாததால் மதன் இன்றுபோல உள்ளே இருக்கவில்லை. என் டேபிளிருந்து நான்கு வரிசை தள்ளி பார் சமையல் அறைக்கு பக்கத்தில் உட்கார்ந்து வேறு சில நண்பர்களுடன் சேர்ந்து குடித்துக் கொண்டிருந்தான். இதோ இப்போது வந்து அனைவரிடமும் காசு கேட்டுக் கொண்டிருக்கிறாளே ரேணுகா, அதேபோல நேற்றும் ஒவ்வொரு டேபிளாக வந்து கொண்டிருந்தாள். பின்னர் அவர் டேபிளின் முன்னும் வந்து நின்றாள். நீட்டிய அவள் கையைப் பிடித்து போதையில் அவரும் குறி சொல்லத் தொடங்கி விட்டார்.

“நெய்யீன்னு ஒண்ணு இருந்தா பொய்யீன்னு ஒண்ணு இருக்கும் தாயீ. சாமீன்னு ஒண்ணு இருந்தா பேயீன்னு ஒண்ணு இருக்கும். நீ எங்கியோ இருக்க வேண்டியவ. நான் தாய்லாந்து, சிங்கப்பூர் எல்லாம் போய் எத்தனீயோ கை, முகம் பாத்துருக்கேன். எவ்வளவோ பூஜை பண்ணிருக்கேன். அது சுடுகாடா இருந்தாலும் சரீ, சொகுசு வீடா இருந்தாலும் சரீ, மனுஷப் பொறப்பு நீ நெனைக்குறது மாதிரி இல்லத் தாயீ. இந்தா இப்ப குடிச்சிட்டு ரூமுக்கு போறேன். ஆமா தாயீ என் வீடு தேனிப் பக்கம். இங்க ரூம் எடுத்துதான் தங்கிருக்கேன். அடுத்தமாசம்தான் இனி ஊருக்கு. என் புள்ளைய நான் இந்தத் தொழிலுக்கு இழுக்கல. அவன காலேஜ் படிக்க வைக்குறேன். பொண்டாட்டி புள்ளைகதான் முக்கியம். இப்ப ஃபோனப் போட்டுட்டு ஒறங்குறேன். காலைல எந்துரிப்பேன்னு யார் கண்டா? ஆனா உன் ஆயுசு கெட்டி. ஆயுசு மட்டுமில்ல உன் எதிர்காலமும் பிரகாசமா இருக்கு தாயீ. நீ இருக்க வேண்டிய இடம் இது கிடையாது. போயீரு. எங்கையாவது போயீரு. இவனுகள நம்பாத. உன்னைய சூந்து பாத்துட்டு துப்பிருவானுக.”

அவ்வளவுதான் சொன்னார்.

மதனிடம் தனது விசுவாசத்தைக் காட்டி அன்றைய கணக்கிற்கு குடிக்கத் திட்டம் போட்ட ஒருவன் ஓடிப் போய் அவனிடம் விஷயத்தை சொல்லிவிட்டான். பேசிமுடித்துவிட்டு ரேணுகாவிற்கு பூச துணிப்பைக்குள் கையை விட்டு திருநீறை எடுத்துக் கொண்டிருந்தார். ஓட்டமும் நடையுமாக வந்த மதன் அவரின் தலைமுடியைப் பிடித்துத் தூக்கி இழுத்து கீழே தள்ளினான்.

அவர் தடுமாறி கீழே விழுந்த வேகத்தில் பை நிறைய இருந்த திருநீர் காற்றில் ஒரு வட்டமடிப்பதுபோல அவரைச்சுற்றிலும் பரவிச் சிதறியது. என் மேலும் என்னைச் சுற்றி இருந்தவர்கள் மேலும் அதன் துகள்கள் அப்பியது. ரேணுகாவின் தலை முகமெங்கும் கொட்டிய அந்தச் சாம்பல் பொடிகள் அவளை எல்லோரின் முன்னிலையிலும் கூனிக் குறுக வைத்தது. அவள் அழுதுகொண்டே சென்றுவிட்டாள். மதனிடம் தகவல் சொன்னவன் அதையும் அவனிடம் சொன்னான். மதனோ அப்போதும் கீழே விழுந்தவரை மிதிப்பதை நிறுத்தவில்லை. அவரோ பதிலுக்கு சிறு முனகல் கூட எழுப்பாமல் ஒரு மிதிக்கும் இன்னொரு மிதிக்குமான இடைவெளியில் மதனையே வெறித்துப் பார்த்துக் கொண்டிருந்தார்.

அந்தப் பார்வையானது செய்யாத தப்பிற்கு அடி வாங்கும் குழந்தை ஒன்றின் கண்ணீரை அடக்கும் வைராக்கியத்தை ஒத்திருந்தது. கொஞ்சநேரத்தில் என்னைச் சுற்றி என்ன நடந்தது என எனக்குத் தெரியவில்லை. இதோ இப்போது யோசித்துக் கொண்டிருக்கிறேனே... இதே போலத்தான் நேற்றும்... என்னென்னவோ கற்பனையில் ஆழ்ந்து கொண்டிருந்தேன்.

நான் சுதாரிக்கும்போது உடன் வந்த தோழி ஒருத்தியை நோக்கி ரேணுகாவும், அவளைநோக்கி மதனும், அவனுக்கும் பின்னால் கொடுத்தத் தகவலுக்கு சன்மானம் பெற காலையிலிருந்தே இதே பாரை சுற்றிச்சுற்றி வந்த அவனும் ஓடிக்கொண்டிருந்தனர். இது எதையும் கண்டுகொள்ளாமல் அவர் தனது அப்பாவை பின்பற்றி மீதமிருந்த முக்கால் குவாட்டரை அன்னாந்து குடித்து வெறுமனே தனது மண் ஒட்டிய வேட்டியால் வாயைத் துடைத்துவிட்டு யாரையோ பின்தொடர்ந்து செல்வது போல வேகமாக வெளியேறிச் சென்றுவிட்டார்.

அவர் அடி வாங்கும்போதும், வெளியேறிச் செல்லும்போதும் அவரின் பார்வை ஏன் அப்படி இருக்க வேண்டும்? இதையும் அவர் தனது அப்பாவிடம் இருந்து கற்றுக்கொண்டிருப்பாரோ? இன்னும் அவர் அவரது அப்பாவிடமிருந்து என்னவெல்லாம் பின்பற்றுகிறார் என்று இப்போது அவரிடம் சென்று கேட்க வேண்டும் போல்தான் இருக்கிறது. அந்தப் பார்வையின் ஆழத்தைத்தான் நான் அவரிடமிருந்து பின்பற்ற விரும்புகிறேன்.

'நீ என்னைக் கொன்றாலும் சரி; ஆனால் உன் மிதி ஒவ்வொன்றிற்கும் என் பார்வையின் ஏளனத்தையே உனக்கு நான் பரிசாகத் தருவேன். நீ மிதித்த அதே இடத்தில் மறுநாளும்

வந்து அமர்ந்து உன் அழுக்குக் கால் தடம் என் ஆடையில் படிய அதே உறுதியுடன் காத்திருப்பேன்.'

இதோ எனக்கு பதிலாக அவரிடம் சென்று அவள் ஏதோ கேட்டுக் கொண்டிருக்கிறாள். நேற்று நடந்த சம்பவதினால் ரேணுகா இன்று வரமாட்டாள் என்றே நினைத்தேன். வந்ததோடு மட்டுமில்லாமல் அவரிடமே சென்று மன்னிப்பும் கேட்டுக் கொண்டிருக்கிறாள். மதனும் வந்து அவளிடம் ஏதோ பேசுகிறான். அவள் அவனுக்கு முகம் கொடுக்க மறுக்கிறாள். இப்போது மதன் அவரின் கையைப் பிடித்து அவரிடம் மன்னிப்பு கேட்கிறான் என்றே நினைக்கிறேன். எல்லோரும் அவர்களையே வேடிக்கைப் பார்க்கிறார்கள். இப்போது அவள் அரைமனதாக மதனிடம் பேசிவிட்டு அடுத்தடுத்த டேபிளை நோக்கிச் செல்கிறாள். கொஞ்சம் திருப்தி வந்தவனாக மதன் மீண்டும் உள்ளே செல்கிறான்.

இப்போது இதை நான் இப்படித்தான் நினைக்கிறேன்: இந்த இடத்தில், இந்த உலகில், நன்மைக்கோ தீமைக்கோ ஒவ்வொருவரும் யாரோ ஒருவரை அல்லது ஏதோ ஒன்றை எப்போதும் பின்தொடர்ந்துதான் சென்று கொண்டிருக்கிறார்கள்.

மீண்டும் கேட்கிறேன். இப்படி எல்லோரும் ஒரே நேர்கோட்டில் பயணித்துக் கொண்டிருக்கும்போது நான் மட்டும் அதிலிருந்து விதிவிலக்காக இருக்கிறேனா என்ன? இந்த என் கண்காணிக்கும் இந்தப் பழக்கம், இந்தக் கோபம், பழிவாங்கும் வெறி, இப்போதெல்லாம் அடிக்கடி தோன்றும் சூனியமான ஒரு உணர்வு இப்படி ஏதாவது நான் என் அப்பாவிடமிருந்து பின்பற்றுகிறேனா? ஒன்றுமே இல்லை.

அப்படியென்றால் நான் யார்?

நான் வாழ்வில் கேட்ட கேள்விகளிலே மிக எளிதான கேள்வி இதுதான். இதோ இப்போது இங்கு குடித்துக்கொண்டு இருக்கிறேனே... இதுவா என் உலகம்? நிச்சயமாக அல்ல. இதுவரை யாரிடமும் சுடுசொல்கூட பேசியதில்லை. வெறுமனே தனது மண் ஒட்டிய வேட்டியால் வாயைத் துடைத்துவிட்டு உதறிவிட்டு சென்றாரே... நானும் அவரைப்போலத்தான் எப்போதும் இருந்து வந்திருக்கிறேன். சிறுவயதில் படிக்கும்போது சண்டைகளில் ஈடுபட்டிருக்கிறேன்.

ஆனால் அந்தச் சண்டைகளில் ஒருபோதும் நான் வெற்றியடைந்தது கிடையாது. வீக்கங்களுடனும்,

காயங்களுடனும் சிலநேரங்களில் ரத்தக் கசிதல்களுடனும் எப்போதும் நானே தோற்று வந்துள்ளேன். அப்படி தோற்றபோதும் அந்தத் தோல்விகளைக் குறித்து எனக்கு எந்த வருத்தமும் இல்லை. மறுநாளே எனக்கு காயங்கள் ஏற்படுத்தியவனைப் பார்த்து சிரிப்பதில் எந்த தயக்கமும் எனக்கிருப்பதில்லை. என் மனதில் எந்த வெறுப்பும் ஒரு இரவைத் தாண்டுவதில்லை. தூங்கி எழுந்ததும் நான் பார்க்கும் உலகம் நிச்சயமாக நேற்றின் தொடர்ச்சியாக இருப்பதில்லை. என் இயல்பே, ஒருவருக்கொருவர் அன்பை மட்டுமே மாறிமாறி கொடுப்பது மட்டும்தான்.

என் இயல்பே தனி. என் உலகமே தனி. அதில் நான் எனது அம்மா, என் மனைவி, என் ஒரே மகள்... ஆம் என் மகள்... அவளே என் உலகம். என் நண்பர்களுக்கு, என்னுடன் வேலை பார்ப்பவர்களுக்கு, என் வீட்டைச் சுற்றி உள்ளவர்களுக்கு அமைந்ததுபோல எனக்கென்று வாய்த்த உலகம் அது. நான் ஒரு சாதாரண மனிதன். டிப்ளமோ படித்து முடித்து உள்ளூரில் பிழைக்க வக்கற்று வெளிநாட்டில் வேலைபார்த்து இரண்டு வருடத்திற்கு ஒருமுறை இரண்டு மாத விடுமுறையில் ஊருக்கு வந்து பொண்டாட்டி பிள்ளைகளுடன் எப்படி நாட்கள் ஓடியது என்று தெரியாமல் மறுபடியும் இரண்டுவருடம் பாலைவனப் பிரதேசம் நோக்கி செல்லும் சாதாரண மனிதன் நான்.

என் மகள் கருவான செய்தி வரும்போது நான் என் மனைவியைப் பிரிந்து இரண்டு வாரம் ஆகியிருந்தது, என் மகள் பிறக்கும்போது நான் அவள் அருகில் இல்லை. ‘அப்பா’ என அவள் அழைக்க ஆரம்பிக்கும்போது நான் கூப்பிடும் தூரத்தில் இல்லை. அவள் நடை பழகும்போது என் சுண்டுவிரல் ஒருபோதும் அந்தப் பிஞ்சுக் கைகளுக்குள் இருந்ததில்லை. முதல்நாள் அவள் பள்ளிக்கு போகும் வீடியோ எனக்கு மறுநாள்தான் வந்து சேர்ந்தது. கைபிடித்து ‘அ’ எழுதக்கூட நான் அவளுக்கு கற்றுத் தந்ததில்லை. என்னைப் போலவே அவள் அப்பாவிடமிருந்தும் அவளுக்குக் கற்றுக்கொள்ள, பின்தொடர எப்போதுமே ஒன்றுமே இருந்ததில்லை. நான் ஒரு சாதாரண மனிதன்தானே... என்னிடம் கற்றுக்கொள்ள அப்படி என்ன இருந்துவிடப்போகிறது?

சிறுவயதிலிருந்தே எல்லாவித காயங்களுடனும், துயரங்களுடனும் பரிட்சயமென்பதால் எனக்கு நீங்கள் எவ்வளவு வலிமிக்க பரிசோதனை வைத்தாலும் தாங்கிக் கொள்வேன். அதில் மட்டும் நான் இன்றுவரை தோற்றது கிடையாது.

ஆனால் இந்த என் திறமையை, என் தனித்தன்மையை என் மகளுக்கு கையளிக்கவோ, அதை அவள் பின்பற்றவோ நான் எப்படி விரும்புவேன்? அவள் நினைவில் நிற்கா என் முகம், அவள் முத்தமிடாத என் கன்னங்கள், அவள் உறங்கா என் கைகள், ஒரு தாலாட்டுக்கூட பாடிக் கேட்காத என் குரல் இவை எல்லாவற்றையும் போலவே இந்த என் தனித்தன்மையையும் நான் அவளிடமிருந்து எவ்வளவு தொலைவில் கொண்டு சென்று வைத்திருக்க முடியுமோ அவ்வளவு தொலைவிற்கு இழுத்துச் செல்லவே விரும்புகிறேன்.

ஆனால் நீங்கள் என்ன செய்தீர்கள்? அதை அன்று எனக்குத் தந்தீர்கள். எப்போதும்போல பொறுத்துக்கொண்டேன். அதை என்னோடு நீங்கள் நிறுத்தியிருக்க வேண்டும். என்னோடு விட்டீர்களா? என் மகளுக்கு ஏன் நானே தாங்கிக் கொள்ளமுடியாத ஒன்றை அதே கணத்தில் அன்று கொடுத்தீர்கள்!

அதிகாரத் தோரணைமிக்க உன் கை அசைப்பிற்கு நான் நிற்காதது என் முதல் தவறு. கை என்று சொல்வதைவிட என்னைப்போன்ற அற்பப் புழுக்கள் அஞ்சி நடுங்கும் உன் லத்திக் கம்பிற்கு என்று சொன்னால் இன்னும் சரியாக இருக்கும். ஆடைகளை வைத்து, தோல் நிறங்களை கண்டு, வண்டியின் மதிப்பைக்கொண்டு நீ வரைந்து வைத்திருக்கும் பணக்கார பிம்பத்திற்குள் நான் வரவில்லை என்பது என் இரண்டாவது தவறு. கொஞ்சம் உழைத்து வாழ்பவனல்லவா நான். அப்படித்தானே இருக்கமுடியும். ஆனால் கரடுமுரடான அந்தத் தோற்றம் வெளியே மட்டும்தான் என்பதை நீங்கள் அறிந்திருக்க வாய்ப்பில்லை. மூன்றாவது தவறு ஒருவேளை நான் நீங்கள் தேடும் திருடனாகவோ, இரண்டு நாளுக்கு முன் நடந்த கொலையைச் செய்த கொலைகாரனாகவோ, இல்லை இந்த நாட்டிற்கே அச்சுறுத்தலாக இருக்கும் ஒரு தீவிரவாதியாகவோ கூட இருந்திருக்கலாம் என்ற உங்கள் ஐயம்.

ஆகவே நடந்த எதற்கும் நீ பொறுப்பு கிடையாது. நீ குழைந்து குழைந்து பேசி வழியனுப்பி வைக்கும் மனிதர்களில் ஒருவனாக இருக்கத் தகுதியற்ற வாழ்க்கை வாழ்ந்து வரும் நான்தான் எல்லாவற்றிற்கும் காரணம்.

இதைக்கூட எதையும் நானாக யோசித்துச் சொல்லவில்லை. ஐசியுவில் என் மகளை அனுமதித்து விட்டு கைகளில் படிந்த அவள் ரத்தத்தை பார்த்து விக்கித்துப்போய் நின்றிருக்கும்போது,

நீ தூதனுப்பி விட்டாயே உன்னைப்போலவே உடையணிந்த இன்னொரு அதிகார லத்தியை, அந்த அதிகாரம்தான் என்முன் வந்து அப்படிச் சொன்னது. அப்போதே அவர்களையும் குத்தி உன்னையும் வெட்டிச் சாய்த்திருக்க வேண்டும். நான்தான் ஏற்கனவே சொன்னேன் அல்லவா, நான் ஒரு கோழை. எல்லாவற்றிற்கும் பயப்படுபவன். கெஞ்சுவதைத் தவிர வேறு எந்த எதிர்வினைகளையும் அறியாதவன் நான். அதனால்தான் நீ செய்த மனிதத் தன்மையற்ற செயலைப் பார்த்து சுற்றி நின்றவர்கள் உன்னை அடிக்க வரும்போது, அவர்கள் உன்னைக் கைது செய்யச் சொல்லி சாலை மறியல் செய்வதற்கு முன், அவர்களை நீ அடித்து துரத்துவதற்கு முன்பாக... ரத்தத்தில் நனைந்து பேச்சு மூச்சற்று கிடந்த என் குழந்தையை கையில் எடுத்துக் கொண்டு நான் என்ன சொன்னேன் என்று உனக்கு நியாபகம் இருக்கிறதா?

"ஏன் சார் இப்படிப் பண்ணீங்க?"

இப்படி உன்னிடம் மரியாதையாக கெஞ்சியதற்கு பதிலாக அங்கேயே உன்னை ஏன் நான் கொல்லவில்லை? சுற்றிலும் கடைகள் நிறைந்துள்ள பரபரப்பான அந்தச் சாலையில் உன்னை குத்துவதற்கு ஒரு கத்திகூடவா கிடைக்காமல் போய்விடும்? கத்தியை விடு. உரமேறிய என் கைகளைப் பார். இது போதாதா உன் அற்ப அதிகாரத்திற்கு...?

இப்போது வருந்துகிறேன். இனிமேலும் ஒருவன் உன்னைப் போல உருவாகக்கூடாது என்பதற்காக உன்னை நான் அப்போதே கொன்றிருக்க வேண்டும். அந்த நொடியே கொன்றிருக்க வேண்டும். ஆனால் நான்தான் கோழையல்லவா? அந்த நொடி என்ன நினைத்தேன்? தேவையில்லாமல் அவளை ஐஸ்கிரீம் கடைக்கு கூட்டி வந்துவிட்டோமோ... "கொஞ்சநேரம் அப்பாவும் மகளும் வீட்டிலேயே இருக்க மாட்டீங்களா?" என்ற மனைவியின் பேச்சைக் கேட்டிருக்கலாமோ.. இதெல்லாம் கனவாக இருக்காதா? என் பிள்ளைய நானே கூட்டிவந்து இப்படி பண்ணிட்டேனே...

வெறும் இரண்டு மாதமே விடுமுறையிருக்கும் என் வாழ்வில் என் குழந்தையுடன் அதிக நேரம் செலவழிக்க நினைத்தது என் தவறுதானே சார்?

அதுவுமில்லாமல் நான் வெறும் கோழைதானே சார்? தெய்வைப் போல புலம்பிக் கொண்டே இருந்தேன். ஆஸ்பத்திரியை நோக்கி போய்க் கொண்டிருந்த நேரம் முழுவதும்

புலம்பியபடியே இருந்தேன். பைக்கின் பெட்ரோல் டாங்கில் பின் மண்டையிலிருந்து கொட்டும் ரத்தத்தோடு என் மகளை கிடத்திக் கொண்டு அழுகையும், இயலாமையும், நடுக்கமும், பரிதவிப்பும் உடம்பெங்கும் வெப்பம் போல பரவ ஆஸ்பத்திரி போய்ச் சேரும் வரை புலம்பிக் கொண்டேதான் இருந்தேன்.

நீயும் என்னை அப்படித்தானே நினைத்திருப்பாய்? உன் கண்களில் அது தெளிவாகத் தெரிந்ததை பார்த்தேன். நீ அனுப்பிய மிருகத்தின் கண்களிலும் அதைத்தான் பார்த்தேன். உங்கள் கண்களில் சிறு குற்றவுணர்ச்சியைக்கூட நான் பார்க்கவில்லை. சின்னச் சின்னத் தவறு செய்யும் போதுதானே அது தேவைப்படும் இல்லையா? தெரிந்தே பெரிய ஒன்றைச் செய்யும்போது அந்தக் குற்ற உணர்ச்சி யாருக்குத்தான் வரும்? தெய்வைப் போல என்னை நானே நொந்துகொண்டு, நடந்த எல்லாவற்றுக்கும் நானேதான் காரணம் என்று குற்றவுணர்ச்சி மேலிட பைத்தியமாகி, உன்னிடமே வந்து ஒருநாள் பிச்சை எடுப்பேன் என்றுதானே நினைத்தாய்...?

இதோ நான் இப்போது இங்கு இருக்கிறேன். நோய் கண்டவன் காணும் கனவைப்போல ஒன்றுமே புரியாத, சோர்வைத் தரும், திடுக்கிடத்தக்க ஒரு காட்சியை இதே இரவில் உன் கண்முன் நிகழ்த்த இதோ இங்கு நான் இருக்கிறேன். உன் பார்வைபடும் தூரத்தில்தான் இருக்கிறேன். இந்த எல்லா நாட்களும் உன் பார்வைக்கெட்டும் தொலைவை நான் ஒருபோதும் தாண்டியதில்லை. உன் பண்ணை வீட்டின் அருகில்தான் ஆரம்பத்தில் நான் கண்விழித்தேன். அப்பொழுதெல்லாம் உன் ஸ்டேஷனை நாளொன்றுக்கு எத்தனைமுறை கடப்பேன் என்று எனக்குத் தெரியாது. இருந்தும் உன் கண்களால் ஏன் என்னை அடையாளம் காண முடியவில்லை?

இப்போதும் கேட்கிறேன் உண்மையிலே நான் யார்?

இன்னும் கொஞ்சநேரத்தில் நீ வெளிவருவாய். அப்போதும் நீ என்னை அடையாளம் கண்டுகொள்ளப்போவதில்லை. எழுந்து விட்டாய் என்றே நினைக்கிறேன். இதோ இப்போது நானும் உன்னை பின்தொடரத்தான் போகிறேன். இங்கு நான் இருப்பதற்கு காரணமே நீயல்லவா?

நீ ஆரம்பித்து வைத்ததை உன்னிடம்தானே முடித்து வைக்க முடியும். இவ்வளவு வேகமாக சுழலும் கடிகார முட்கள்கூட இன்று எனக்கு சாதகமாகத்தான் இருக்கிறது. நிச்சயமாக இந்த நாளை உன்னால் வெற்றிகரமாக கடக்க முடியாது.

காரை நோக்கி யாருக்கும் தெரியாமல் செல்கிறாய் அல்லவா...? நல்லது... என் கண்களை அவ்வளவு சாதரணமாக எண்ணிவிட்டாய்போல... நீ இங்கு வருவதும் போவதும் யாருக்கும் தெரியாது என்று நினைக்கிறாய் அல்லவா? அதுவும் நல்லதுதான். இல்லாவிட்டால் இன்னும் நான்கு மாதங்களை உன்னை வேறொரு இடத்தில் பின்தொடர வேண்டி வந்துவிடுமே...? நீங்கள் ஒன்றாக குடிக்க வந்தால் காரில்தான் வருவீர்கள் அல்லவா? வண்டியை நீதான் ஓட்டுவாய் இல்லையா...? அப்படியே ஓட்டிக்கொண்டு என்னிடம் வந்து சேர். அப்போது சொல்கிறேன் உண்மையிலே நான் யார் என...!

இப்போது இதைமட்டும்தான் என்னால் சொல்ல முடியும். இனி உனக்கு என்ன நடந்தாலும் அதற்கு நான் மட்டுமே பொறுப்பு..."

அன்று தங்கமுருகன் பாரிலிருந்து ஒரு ஆல்டோ மிதமான வேகத்தில் இரவு 10.15 மணிக்கு வெளியேறுவதற்கு ஆறு மாதங்களுக்கு முன் ஒருநாள் மாலை...

★★★

"மேத்ஸ்-க்கு தமிழ்ல என்னப்பா அர்த்தம்?"

"கணக்கு'ம்மா."

"அப்ப ஜி.கே'ல."

ஐஸ்கிரீம் கடையில் நிலவிவந்த அமைதியை சீர்குலைக்கும் விதத்தில் கதிர் சத்தமாகச் சிரித்துவிட்டான். சுற்றிலுமிருந்தவர்கள் ஒருகணம் அவர்களை வினோதமாகப் பார்த்துவிட்டு மீண்டும் அவரவர்கள் ஐஸ்கிரீமை நோக்கித் திரும்பினர். மகளைத் தூக்கி கன்னத்தில் அழுத்தமாக ஒரு முத்தம் கொடுத்துவிட்டு கடையை விட்டு வெளியே வந்தான்.

"இல்லம்மா ஜி.கே ஒரு மொழி கிடையாது. அதாவது அது ஒரு லாங்வேஜ் இல்ல. அது ஒரு சப்ஜக்ட். ஜெனரல் நாலெட்ஜ். அதாவது சயின்ஸ், சோசியல் சயின்ஸ் மாதிரி."

"சயின்ஸ், சோசியல் சயின்ஸ்'னா என்னப்பா?"

"அம்மா தாயி ஆள விடுடி. எதுவானாலும் வீட்டுக்கு போனதுக்கப்புறம் உங்க அம்மாவையே கேளு. நான் பாவம்."

"ஏதோ வெளிநாட்டுக்குப் போய் கஷ்டப்படுறேன்... கஷ்டப்படுறேன்னு சொல்றீங்களே உள்நாட்டுல நாங்க படுற கஷ்டத்த யார்ட்டப் போயி சொல்ல? போனமுறை

நீங்க வந்தப்ப அவ அப்பதான் பேச ஆரம்பிச்சா. அதனால தப்பிச்சீங்க. இந்த தடவை வகையா மாட்டிக்கிட்டீங்க. ரெண்டு மாசம் அவ உங்க பொறுப்பு. எனக்கு இந்த ரெண்டு மாசமும் விடுதலை" என்று தனது மனைவி சொன்னதை நினைத்துச் சிரித்துக் கொண்டான்.

கதிர் வெளிநாட்டில் இருந்து வந்து இரண்டு நாட்கள் ஆகியிருந்தன. இந்த இரண்டு நாட்களும் மகளுடனே நேரத்தைச் செலவழித்து வந்தான். எல்.கே.ஜி படிக்கும் அவள் கேட்கும் கேள்விகளால் கதிர் கொஞ்சம் திக்குமுக்காடித்தான் போனான்.

"அலை ஏம்ப்பா வந்துட்டே இருக்கு?"

"கம் வெளிய வந்தா ஒட்டுது, டப்பாக்குள்ள இருந்தா மட்டும் எப்படிப்பா ஒட்டாம இருக்குது?"

"மிஸ் என்கிட்ட 'கிரான்ட் ஃபதார்'னா யாருன்னு கேட்டாங்க. தெரியாதுன்னு சொன்னதுக்கு என்னை திட்டிட்டே தாத்தான்னு சொல்லிக் கொடுத்தாங்க. அவங்களுக்குத்தான் தெரியுதுல்லப்பா... அப்புறம் ஏன் என்கிட்ட கேட்டு என்னைத் திட்றாங்க?"

"ஆய் போற இடத்துல கரெக்ட்டா கோடு போட்டு வச்சது யாருப்பா?"

"உனக்கு ஏம்ப்பா நெஞ்சுல பால் வர மாட்டேங்குது? அம்மாக்கு மட்டும் வருது?"

இந்தக் கேள்விகளையெல்லாம் நினைத்து மெலிதாகச் சிரித்துக்கொண்டும், மகளின் தலையை வருடிக்கொடுத்துக் கொண்டும் "ஐஸ்கிரீம் சாப்ட்டத அம்மாட்ட சொல்லக்கூடாது. ஐஸ்கிரீம் சாப்ட்டா காய்ச்சல், சளி, வரும்னு தெரியாதா? வந்தா நீங்கதான் கூட்டிட்டு போகணும்னு என்னத்தான் திட்டுவா. அதனால வாயே திறக்க கூடாது. அப்பவோட ஃப்ரண்ட்ட பாத்தோம். நேரா வீட்டுக்குத்தான் வரோம்னு சொல்லணும். சரியா?" என்றான்.

தலையாட்டிய மகளின் கன்னத்தைக் கிள்ளிக் கொஞ்சிவிட்டு "வீட்டுக்குப் போனதும் கொஞ்சம் வெந்நீர் குடிச்சிக்கோ" என்று சொல்லிக்கொண்டே மகளை தூக்கி பைக்கின் முன் உட்கார வைத்துக் கிளம்பினான்.

நெரிசல்மிக்க அந்தச் சாலையில் ஒரு காரின் பின் கதிர் சென்று கொண்டிருந்தான்.

“அப்பா”

“சொல்லும்மா.”

“நாமளும் கார் வச்சுருந்தா இப்படி வெயில்ல போக வேண்டாமில்லப்பா? மழை பேஞ்சாக்கூட வெளிய வரலாம். ஊர் சுத்தலாமில்லப்பா?”

“வாங்கிறலாம் சரியா.”

“சும்மா சொல்லாதப்பா. இன்னைக்கே வாங்குவோம்.”

கதிர் சிரித்துக்கொண்டான்.

“சிரிக்காதப்பா. வா இன்னைக்கே வாங்கப் போவோம்.”

“இன்னைக்கே எப்படிம்மா? அப்பாட்ட அவ்வளவு காசு இல்லல்ல. கொஞ்சநாள் கழிச்சு வாங்குவோம். ஓகேவா?”

“எவ்வளவுப்பா வேணும்?”

“நிறைய வேணும்.”

“அதான் எவ்வளவுப்பா?”

“லட்சத்துக்கும் மேல.”

“அப்ப கார் வேணாம். ஆட்டோ வாங்குவோம். அதுலயும் நாம நனைய மாட்டோம்ல. நீ, நான், அம்மா, பாட்டி எல்லாரும் அதுலயே எங்க வேணும்னாலும் போலாம். ஓகேவா.”

கதிருக்கு சிரிப்பை அடக்க முடியவில்லை. “ஆட்டோல்லாம் ஆட்டோக்காரங்க மட்டும்தாம்மா ஓட்டுவாங்க. நம்மல்லாம் எப்படிம்மா ஓட்ட முடியும்?” என்றான்.

“ஏன் நம்ம எதுத்த வீட்டு மணி அங்கிள் ஆட்டோதான ஓட்டுறாரு. அவரு, கவிதா ஆன்ட்டி, ரஷ்மிதா அக்கா எல்லாரும் ஆட்டோலதான போறாங்க. ரஷ்மிதா அக்கா ஸ்கூலுக்கு ஆட்டோலதான் போறாங்க. அதே மாதிரி நீயும் ஆட்டோ வாங்கி என்ன ஸ்கூல்ல விடுப்பா. வேற ஊருக்கெல்லாம் நீ வேலைக்குப் போக வேண்டாம் சரியா?.. ஓக்கேனு சொல்லுப்பா.”

“இல்லம்மா, அப்பாக்கு எப்படி வெளி ஊர்ல வேலையோ அதேமாதிரி, மணி அங்கிளுக்கு ஆட்டோ ஓட்டுறதுதான் வேலை. ஒவ்வொருத்தருக்கும் ஒவ்வொரு வேலை. உனக்கு ஸ்கூல்ல பாடம் எடுக்குறாங்கல்ல அவங்களுக்கு மிஸ் வேலை.

நாம ஐஸ்கிரீம் குடிச்சம்ல அவங்களுக்கு ஐஸ்கிரீம் விக்குற வேல. அதனால அப்பாவால ஆட்டோ வாங்க முடியாது. அடுத்த தடவை நான் வருவேன்ல அப்ப கார் வாங்கலாம். அப்புறம் நாம ஃபுல்லா கார்லயே...”

கதிரின் முதுகில் பளாரென ஒரு கம்பு சாட்டையின் சத்தத்துடன் விளாசிவிட்டு ஓய்ந்தது. மகளிடம் கொஞ்சம் குனிந்தபடி பேசிவந்த கதிர் அடிபட்ட அடுத்த நொடியில் தனது முதுகை திடீரென தன்னிச்சையாக நிமிர்த்தியதில் பைக் சாலையில் அங்குமிங்குமாக நிலைதடுமாறியது. பைக் கீழே விழுந்தால் மகளும் விழுந்து விடுவாள் என்ற பதட்டமும், என்ன நடந்தது என்ற குழப்பமும், தீப்பிடித்ததுபோல எரிந்துகொண்டிருந்த தாங்க முடியாத வலியும் ஒருசேர சுழன்றடித்த அந்த ஒருசில வினாடிகளை அவன் சமாளிப்பதற்குள்,

“கை காமிச்சா நிறுத்த மாட்டியாடா, தேவுடியாப் பயலே” என்றபடி ஒரு கால் கதிரின் பைக்கில் வெறிகொண்டு எட்டி உதைத்தது.

தன் நான்கு வயதில் பல வார்த்தைகளைப்போல, அதற்கும் அர்த்தம் என்னவென்று தெரியாமல்.. “தேவுடியாப் பயலே” என்ற வார்த்தையை கேட்டபடி, அப்பாவிடம் அந்த வார்த்தைக்கான அர்த்தத்தைக் கேட்க நேரமின்றி, கதிர் கீழே விழுவதற்குமுன், அவன் கண்முன்னே, அம்மா அழகாக சீவிவிட்ட பிஞ்சு முடிகள் காற்றில் பறக்க, பின்னந்தலை தார்ச் சாலையில் பலமாக மோதியபடி...

●●●

சோபியா: மறத்தலைவிடக் கொடியது வேறில்லை

“ராஜூ சார் நீங்க அப்பாவோட முக்கியமான ஜூனியர்ஸ்ல ஒருத்தர். அவரோட நீங்க இருந்த காலத்துல அவர் நடத்திய முக்கியமான, அதேநேரம் உங்களால மறக்க முடியாத ஒரு வழக்கு பத்தி கொஞ்சம் இங்க பேசினா இந்தக் கருத்தரங்கம் அவருக்கு நாம செலுத்துற சிறந்த அஞ்சலியா இருக்கும். அதுவுமில்லாம இங்க என்னைப்போல நிறைய ஜூனியர்ஸூம் இருக்குறோம். எங்களுக்கும் அது யூஸ்ஃபுல்லா இருக்கும்.”

வழக்கறிஞர்கள் சங்கத்தில் நடந்து கொண்டிருந்த சீனியர் அட்வகேட் முத்துக்குட்டிப் பிள்ளையின் முதலாமாண்டு நினைவேந்தல் கருத்தரங்கத்தை ஒருங்கிணைத்த அவரது மகள் அட்வகேட் வித்யா இறுதியில் அந்தக் கோரிக்கையை வைத்தபோது, ஏற்கனவே சிறியதொரு அஞ்சலி உரையை முடித்திருந்த ராஜூ அமைதி கலந்த அரைப் புன்னகையுடன் எழுந்து வந்தார்.

சட்டக் கல்லூரி மாணவர்களும், இளம் வழக்கறிஞர்களுமாக வெறும் 300 பேரை மட்டுமே கணக்கில் கொண்டு திட்டமிடப்பட்ட கருத்தரங்கம், எதிர்பாராத கூடுதல் வழக்கறிஞர்களின் வருகையால் நிரம்பி வழிந்து கொண்டிருந்தது.

அதைக் கொஞ்சமும் எதிர்பார்க்காத வித்யா அவர்களுக்கான இருக்கைகள், தண்ணீர் பாட்டில்கள், டீ, பிஸ்கட் போன்றவற்றை ஏற்பாடு செய்வதில் அங்கும் இங்கும் அலைந்து கொண்டிருந்தாள்.

எப்படியாவது இந்த கருத்தரங்க நிகழ்வை மிகச்சிறப்பாக நடத்தி முடித்திட வேண்டும் என்ற எண்ணத்தில்,

மாலை நான்கு மணியிலிருந்து ஒரு நிமிடம்கூட உட்கார நேரம் கிடைக்காமல் பரபரப்பாகவும், பதட்டமாகவும் ஏற்பாடுகளை கவனித்து வந்தவள், மேடை நிகழ்வுகளை கவனிக்கத் தவறி விட்டாள்.

அதுவரை பேசிய அனைவருமே ஒன்று முத்துக்குட்டிப் பிள்ளையின் சட்ட அறிவைப் பற்றி பேசினார்கள்; அல்லது வெறுமனே அவருடன் தாங்கள் பழகிய நாட்களைப் பற்றிப் பேசினார்கள். ஆனால் ஒருவரும் கருத்தரங்க தலைப்பை தொடுவதாக இல்லை. இதை அவளை அழைத்துச் சொன்னது ஸ்டீபன்தான்.

இப்போது அவள் கருத்தரங்கின் போக்கைப் பார்த்து கூடுதலாக பதட்டமடைந்தாள்.

தனக்கு எப்போது என்ன குழப்பம் என்றாலும் வித்யாவின் நினைவிற்கு வருவது இருவரின் பெயர்கள்தான். ஒருவர் ராஜு. இன்னொருவர் ஸ்டீபன். இப்போது இருவருமே மேடையில் இருந்தார்கள். ஸ்டீபன்தான் தலைமை தாங்கி நடத்திக் கொண்டிருந்தார். அவரை மறுபடியும் பேச வைக்க முடியாது. சிறப்பு பேச்சாளராக வர சம்மதித்திருந்த மூத்த வழக்கறிஞர் ஒருவருக்கு திடீரென்று உடல்நிலை சரியில்லாமல் வராமல்போக, வேறு சிறந்த பேச்சாளர்களும் இல்லாமல் கருத்தரங்கம் இறுதிக் கட்டத்தைவேறு நெருங்கிக் கொண்டிருந்தது. மேடையில் பேசிக்கொண்டிருந்தவர் பேசி முடிக்க இன்னும் கால் மணிநேரமே இருந்தது.

இருவரிடமும் ஆலோசனை கேட்க முடியாமல் திணறிக்கொண்டிருந்த வித்யாவின் மூளைக்குள் ராஜு என்ற பெயர் திடீரென வந்து விழுந்தது. அவள் ராஜுவைப் பார்த்தாள்.

★ ★ ★

ராஜுவிற்கும் வித்யாவிற்கும் ஏறக்குறைய ஒரே வயதுதான். மிக நெருங்கிய நண்பர்கள். நாற்பதுகளின் தொடக்கத்தில் இருந்தார்கள். ராஜுவின் வளர்ச்சியை அருகிலிருந்தே பார்த்தவள். சட்டம் படித்து முடித்திருந்தாலும் வீட்டில் ஒரே பிள்ளையாக இருந்ததால், அப்பா முத்துக்குட்டிப்பிள்ளை சேர்த்து வைத்திருந்தச் சொத்துக்களை கவனிப்பதற்கே அவளுக்கு நேரமில்லாமல் இருந்தது. அதனால் வித்யாவால் தொடர்ந்து பிராக்டிஸ் செய்ய முடியவில்லை. அதற்கு அவர் படுக்கையில் விழவேண்டியிருந்தது.

“இனிமேலும் தன்னால் வழக்குகளை நடத்த முடியும் என்ற நம்பிக்கை இல்லை” என்று அவர் சொன்னபோது, அப்பாவின் வழக்குகளை நடத்த வித்யா நம்பியது ராஜுவைத்தான். தொழில்ரீதியான எல்லா சந்தேகங்களையும் அப்பாவிடமும், ராஜுவிடம்தான் கேட்டு வந்தாள்.

தொழிலைக் கற்றுத் தேர்ந்து கால்பதித்து நின்றபோது தன் வாழ்வில் ஐந்து வருடங்கள் எங்கோ பறந்து சென்றதுபோல அவளுக்குத் தோன்றியது. எல்லாமே வேகவேகமாக நடந்து முடிந்த அந்த நாட்களின் இறுதியில்தான் முத்துக்குட்டிப்பிள்ளை இறந்திருந்தார். நம்பமுடியாத ஏதோவொன்று நிகழ்ந்தது போலத்தான் அவரின் இறப்பு வித்யாவிற்கு இருந்தது. அவரின் முதலாமாண்டு நினைவஞ்சலியை ஒரு பெரிய நிகழ்வாக, இளம் வழக்கறிஞர்களுக்கு பயன்படும்படியான செமினாராக எடுக்க வேண்டும் என்ற யோசனையை அப்போது அவளிடம் சொன்னது ராஜுதான்.

இப்போது அவள் கண்முன் வந்து நிற்பதும் அதே ராஜுதான்.

சாதாரணக் குடும்பத்தில் பிறந்து வளர்ந்த ராஜு இன்று எட்டியிருக்கும் உயரம் அவளுக்கு பிரமிப்பை ஏற்படுத்தியபோது, அவள் எண்ணங்கள் ராஜுவைச் சந்தித்த முதல் நாளுக்குத் திரும்பியது.

இன்று எப்படியோ அன்றும் அதே தோற்றத்தில்தான் வந்து நின்றார்.

கிளீன் ஷேவ். டக் இன். பிளாக் ஷூ. ஒயிட் ஜீன்ஸ். ஒயிட் ஷர்ட். ராஜுவிற்கு அப்பாவை யார் சிபாரிசு செய்தார்கள் என்று வித்யாவிற்கு தெரியாது.

மீசையுமில்லாமல் உண்மையிலேயே சுண்டிவிட்டால் தோலின் கீழ் ரத்தம் ஓடுவது தெரிகின்ற நிறத்தில் ஜூனியராக சேரவந்த ராஜுவை பார்த்தபோது முத்துகுட்டி கேட்ட முதல் கேள்வி “ஐயரா?” என்பதுதான்.

வித்யாவிற்கு திருமணம் நடந்து முடிந்திருந்த நேரம் அது. முன்வாசலில் கணவரோடு நின்று ஏதோ பேசிக்கொண்டிருந்தாள். இந்தக் கேள்வி அவர்கள் காதில் விழுந்ததும், கணவனும் மனைவியுமாக திரும்பிப் பார்த்தபோது “இல்லை” என்று ராஜு தலையாட்டிக் கொண்டிருந்தார்.

“இங்க ஏற்கனவே நிறைய ஜூனியர்ஸ் இருக்காங்காளேப்பா, ம்... எதுக்கும் ஒரு ரெண்டுநாள் கழிச்சு வந்து என் குமாஸ்தாவப்

பாரு" என்று அவர் சொன்னபோது ராஜுவின் முகத்தில் இருந்த புன்னகை கொஞ்சமும் மாறவில்லை.

'இரண்டு நாள் இல்லை இரண்டு வருடங்கள் கழித்து வா' என்று அப்பா சொல்லியிருந்தாலும்கூட ராஜுவின் அந்தச் சிரிப்பில் எந்தவித ஏற்ற இறக்கமும் இருந்திருக்காது என்று வித்யாவிற்கு தோன்றியது.

இப்போது வித்யா அப்பாவை நினைத்துக்கொண்டாள். அவரால் அந்த "இல்லை" என்பதை நம்ப முடியவில்லை. பட்டியல் சாதியினரை தனது ஜூனியராக சேர்த்துக்கொள்ளாத அவர், தனது குமாஸ்தா மூலம் சிறியதொரு புலன் விசாரணையை மேற்கொண்ட விஷயமும், அந்த விசாரணையின் முடிவில் அவர் என்ன சொன்னார் என்றும் வித்யாவிற்கும் தெரியும்.

"பாக்வர்ட்'லயாவது பொறந்து தொலைச்சானே" என்று அவர் நிம்மதி பெருமூச்சுவிட்டுத்தான் ராஜுவை சேர்த்துக் கொண்டார். அவர் சேர்த்துக் கொண்டதற்கு இன்னொரு காரணம் ராஜுவின் அந்த பர்ஃபெக்ட் தோற்றம். "இவ்வளவு நேர்த்தியான தோற்றமும், திறமையும் கொண்ட ஒருவன் எப்படி தன் பிள்ளைமார் சாதியிலோ இல்லை பிராமணனாகவோ பிறக்காமல் போய் விட்டான்" என்ற குழப்பமும் ஆதங்கமும் புலம்பலும் அவருக்கு கடைசிவரை இருந்தது. இதையெல்லாம் பின்னாட்களில் ராஜுவிடமே சொல்லி வித்யா சிரித்திருக்கிறாள்.

இதைப்பற்றியெல்லாம் யோசித்து நேரத்தை வீணாக்கும் மனிதரல்ல ராஜு என்று வித்யாவிற்கு தெரியும். யாரிடம் ஜூனியராக சேர்ந்தால் தொழில் கற்றுக்கொள்ள முடியும் என்ற தேர்வில்தான் தீவிரமாக இருந்தாரேயொழிய, தன்னைப்பற்றி யார் என்ன நினைக்கிறார்கள் என்பதில் எந்தவித அக்கறையும் அவருக்கு இல்லை. அந்த உறுதியினாலும், ஆர்வத்தினாலும்தான் அவரால் சிறுவயதிலே வழக்கறிஞர் தொழிலில் பெயர்வாங்க முடிந்திருந்தது.

அதேபோல எந்த வழக்கிலும், எந்த விவகாரத்திலும் தனது தந்தையின் மாதிரியை கொஞ்சமும் பின்பற்றுபவர் அல்ல அவர் என்றும் அவளுக்குத் தெரியும்.

சரியென்று தோன்றினால் நீதிபதிகளிடம்கூட தைரியமாக சண்டை போடுவார். முக்கியமான சாட்சிகளை குறுக்கு விசாரணை செய்ய வேண்டியிருந்தால் முத்துக்குட்டிபோல நிறைய கேள்விகள் கேட்க மாட்டார். மொத்தமே இருபது

கேள்விகளுக்குள் முடித்துவிடுவார். ஆனால் ஒவ்வொரு கேள்விக்கும் இடையில் சாட்சியை அமைதியாக பார்த்துக்கொண்டோ, இல்லை கண்களை மூடிக்கொண்டோ நிற்பார். அந்த இடைவெளியும், அமைதியும் கூண்டில் நிற்பவரை கொஞ்சம் குழப்பமடைய, பொறுமையிழக்க, பதட்டமடைய வைக்கும். அதைப் பயன்படுத்திக்கொண்டு தனக்குத் தேவையானதைக் கேட்டு வாங்கிக் கொள்வார்.

ஒருமுறை ராஜுவை பிடிக்காத நீதிபதி அவர் இப்படி நிற்கும் சந்தர்ப்பத்தைப் பயன்படுத்திக்கொண்டு "மிஸ்டர் ராஜு கேள்வி மறந்துருச்சுன்னா பரவாயில்லை. நான்கூட ஒரு அட்ஜர்ன்மென்ட் குடுக்குறேன். படிச்சிட்டு வாங்க" என்று ராஜுவை நக்கலடித்து சிரித்துவிட்டு, மற்றவர்களையும் சிரிக்க வைக்க முயற்சி எடுத்துக் கொண்டிருந்தார். வித்யாவும் அன்று அதே கோர்ட்டில்தான் இருந்தாள். இன்று ஏதோவொன்று நடக்கப்போகிறது என்று மட்டும் அவள் நினைத்துக்கொண்டாள்.

ராஜு கொஞ்சமும் யோசிக்கவில்லை. கையில் வைத்திருந்த கேஸ் கட்டை எவ்வளவு மெதுவாக வைக்க முடியுமோ அவ்வளவு மெதுவாக டேபிளில் வைத்தார். நீதிபதி மனம் கோணக்கூடாது என்பதற்காக கூண்டில் நின்று சத்தமில்லாமல் சிரித்துக் கொண்டிருந்த இன்ஸ்பெக்டரை ஒரு பார்வை பார்த்தார். அது மாதிரியான சமயங்களில் ராஜு வேறொரு ஆளாக மாறித்தான் போவார். இன்ஸ்பெக்டர் திருதிருவென முழிக்க ஆரம்பிக்கும் போதே, அவரைப் பார்த்து சத்தமாக "இது கோர்ட்டா? இல்ல உங்க வீடா?" என்றார். பின் அமைதியாக அவர் அருகில் சென்றவர் எல்லோருக்கும் காதில் விழும் வண்ணம் "ஒரு குற்ற விசாரணையை எப்படி மேற்கொள்ள வேண்டும் என்ற அடிப்படை துறைசார்ந்த அறிவுகூட இல்லாத நீங்கள் இந்த வழக்கை நேர்மையாக விசாரணை செய்வதாக, மன்னிக்கவும் செய்ததாக நீங்கள் கூறுவது கேலிக்கூத்தானது என்கிறேன்?" என்றார். இந்த கேள்வி தனக்கு இல்லையென்று இன்ஸ்பெக்டருக்கும் தெரியும்; இடையில் "செய்வதாக" என்ற வார்த்தை தவறுதலாக ஏன் பயன்படுத்தப்பட்டது என்று நீதிபதிக்கும் தெரியும். அவ்வளவுதான். மீண்டும் அமைதியாக இன்ஸ்பெக்டரைப் பார்த்துக்கொண்டு நின்று விட்டார்.

கோர்ட் கேம்பஸுக்கு அடிக்கடி ஏதாவதொரு ஹாட் நியூஸ் கொடுத்து விடும் ராஜுவின் இதுபோன்ற சில சம்பவங்களை நினைத்து அவள் சிரிக்கத் தொடங்கவும், மேடையில் பேசிக் கொண்டிருந்தவர் பேசி முடிக்கவும் சரியாக இருந்தது.

அவர் பேசி முடிப்பதற்காகவே மேடையின் கீழ் காத்திருந்தவள், உடனே மேடையேறி ராஜுவின் சம்மதத்தைக்கூட எதிர்பார்க்காமல் மைக்கின்முன் நின்று அவரைப் பேச அழைத்தாள். ராஜுவும் இந்தத் தருணத்திற்காகத்தான் காத்திருந்தவர்போல உடனே எழுந்து வந்தார்.

★★★

“ஒண்ணு இல்ல, மறக்க முடியாத ரெண்டு முக்கியமான கேஸ் இருக்கு. பொதுவா சொல்லணும்னா ஒவ்வொரு வழக்குமே முக்கியமான வழக்குதான். ஏன் அப்படி சொல்றேன்னா... நான் ஜூனியரா சேரும்போதே சீனியருக்கு வயசு 65. அப்ப அவர் ரொம்ப முக்கியமான வழக்கை மட்டும்தான் எடுத்துட்டு வந்தார். இன்னொன்னு காசு குடுக்குற க்ளைன்ட்ஸ் கேஸஸ். அவங்கள மட்டும்தான் அவரோட சேம்பருக்கு உள்ளேயும் விடுவார். எவ்வளவு பீஸ் கொடுத்தாலும் பேலன்ஸை அடுத்த வாய்தாவுக்கு கொண்டு வாங்கன்னு சிரிக்காமல் சொல்லி விடுவார். உள்ள போறவங்க வெளிய வரும்போது பார்த்தா, ஜெயில்ல இருந்து ரிலீஸ் ஆகுற அன்னைக்கே இன்னொரு கேஸ்ல உள்ள புடிச்சு போடுவாங்களே அந்த மாதிரி ஒரு ரியாக்சன்.”

கொஞ்சமாக எழுந்த சிரிப்புச் சத்தங்களுக்கு நடுவில் ராஜு பேசிக்கொண்டிருந்தார். இப்போது வித்யாவும் ஒரு ஓரமாக அமர்ந்தபடி ராஜுவின் பேச்சை கேட்கத் தொடங்கிருந்தாள்.

“சீனியரோட நான் இருந்தது 5 வருஷம். அப்ப எங்க ஆபிஸ்ல ரொம்ப இன்ட்ரெஸ்டிங்கான அதே நேரம் கொஞ்சம் சிக்கலான விவாகரத்து கேஸ் ஒண்ணு இருந்துச்சு. அந்த காலகட்டமும் அப்படி. இப்ப மாதிரி ஆயிரக்கணக்கான விவாகரத்து வழக்குகள் எல்லாம் அப்ப கிடையாது. அதேமாதிரி எல்லா வழக்குகளையும்விட விவாகரத்து வழக்குகள் அப்ப நீதிமன்றங்களை முழுசா ஆக்கிரமிக்கவும் இல்லை. ஆலோசனை கொடுக்குற தொலைகாட்சி நிகழ்ச்சிகளோ, மொபைல் ஆப்களோ இல்லை. அவ்வளவு ஏன் பெருநகரங்கள் போல இங்கேயும் தனியா ஃபேமிலி கோர்ட் ஒண்ணு வரும்னுகூட அப்ப யாரும் நினைச்சதும் கிடையாது. அது மாதிரியான ஒரு நாட்கள்லதான் அந்த வழக்கு நடந்துச்சு. அந்த வழக்கோட குறுக்கு விசாரணையைப் பத்தித்தான் இப்ப நான் உங்களுக்கு சொல்லப்போறேன். கோர்ட் ப்ரசீஜர் தெரியாத

லா ஸ்டூடண்ட்ஸும் இங்க இருக்கீங்க. சத்தியமா உங்களுக்கு போரடிக்கத்தான் செய்யும். கொஞ்சம் பொறுத்துக்கோங்க.”

அந்த நேரத்தில் “இன்னொரு கேஸ் பத்தி சொல்ல மறந்துட்டப்பா” என்றார் மேடையிலிருந்த ஸ்டீபன்.

“ஓ... சாரி... சாரி... ஆமா ரெண்டு கேஸ்ல...” என்று அந்த வழக்கையும் பற்றிச் சொல்லத் தொடங்கினார்.

“எல்லோரும் டபுள் மர்டர் கேஸ் நிறைய படிச்சிருப்பீங்க இல்லையா? இது ட்ரிப்ள் மர்டர் கேஸ். என்னோட ஜூனியர் ஸ்டேஜ்ல மறக்க முடியாத ஒரு வழக்கு. இப்பவும் இதுமாதிரியான கொலைகள் நடக்குது. ஆனா தொடர்ந்து நாலு நாள்கூட நாம அதப்பத்தி பேசுறது இல்ல, அப்படித்தான? ஆனா, அந்தநேரத்துல அப்படிக் கிடையாது. மீடியாவோட வளர்ச்சி இல்ல. முழுநேர செய்திச் சானல்கள் கிடையாது. பேஸ்புக், வாட்ஸ்அப் இல்ல. எதுனாலும் பேப்பர்தான். கொஞ்சமா டிவி நியூஸ். அதுனால சாதாரணமா ஒரு கொலை நடந்தாலே கொஞ்சநாளைக்கு யாரும் மறக்க மாட்டாங்க. இந்தக் கொலைகள் நடந்தப்ப ஒரு மாசம்... யாரு எங்கப்பாத்தாலும், இந்தக் கொலைகளப் பத்தி மட்டும்தான் பேசிக்கிட்டாங்க. அந்தக் வழக்கையும் சீனியர்தான் நடத்தினார். ஆனா இந்த வழக்கப் பத்தி கடைசியா சொல்றேன். இப்ப அந்த டிவர்ஸ் கேஸ் பத்தி சொல்றேன். ஆனா ஒரு கண்டிஷன். ரெண்டு கேஸ்லயும் என்ன தீர்ப்பு வந்துச்சுன்னு நான் உங்க யாருக்கும் சொல்ல மாட்டேன். நீங்களும் என்கிட்ட அத வற்புறுத்தக்கூடாது. சரியா?” என்றார்.

கூட்டம் “சரி” என்று தலையசைத்தது.

“அன்னைக்கு அந்த டிவர்ஸ் கேஸோட குறுக்கு விசாரணை நடந்துட்டு இருந்துச்சு. அந்த வழக்கு சம்பந்தமா இன்னும் கொஞ்சம் டாக்குமென்ட்ஸ ஆஃபிஸ்ல போய் எடுத்துட்டு நான் கோர்ட்க்குள்ள நுழையும் போதுதான் சீனியர் அந்தக் கேள்வியைக் கேட்டார்.

‘ஏம்மா திருமணம் முடிஞ்சு நீங்க சேர்ந்து வாழ்ந்த அந்த மூணு மாசத்தில உன் கணவரோடு நீ உடலுறவில் ஈடுபடும்போதெல்லாம் ஆபாச வீடியோக்களை கம்யூட்டரில் போட்டு வச்சிக்கிட்டு, அதில் வரும் ஆண்களப்போல எதிர்மனுதாரரை இரண்டு, மூன்று மணிநேரங்கள் உடலுறவில் ஈடுபடுமாறும், ஹாலிவுட் நடிகர்களின் முகமூடிகளை

அணிந்துகொள்ளவும், இன்னும் சில இயற்கைக்கு மாறான செயல்களை அப்போது செய்ய வற்புறுத்தியதோடு மட்டுமில்லாம, அதை எதிர்மனுதாரர் செய்ய மறுக்கும்போது ஆண்மையில்லாதவன் போன்ற தரக்குறைவான வார்த்தைகளை அவரைநோக்கி பயன்படுத்துவதை நீ வழக்கமாக வச்சிருந்த? சரிதானம்மா...?'

இந்தக் கேள்வியை கேட்டப்ப கோர்ட் ஹால்ல அப்படியொரு அமைதி. ஃபேன் சுத்துற சத்தம் மட்டும்தான் கேட்டுச்சு. இப்ப இந்தக் கூட்டம் எப்படி இருக்குதோ அதேமாதிரிதான் இருந்துச்சு. ஆனா உங்களைப்போல இவ்வளவு தொழில்முறையாக அந்தக் கேள்வியை எதிர்கொள்கிற சூழ்நிலை அங்க இல்லை. இங்க கொஞ்ச பேர் சீனியரை பாத்துருப்பீங்க. கண்ணாலதான் பாக்குறாரா, இல்லை எப்பவுமே அவர் மூக்குமேலே தொங்கிட்ருக்குற அந்தக் கண்ணாடியாலதான் பாக்குறாரான்னு சாட்சிக் கூண்டுல நிக்கிறவங்க கொஞ்சமும் கண்டுபிடிக்க முடியாது. அப்படியொரு அரைகுறை பார்வையை வீசி கேள்வி கேட்குறதுதான் சீனியரோட பாணின்னு உங்க எல்லாருக்கும் தெரியும். ஆனா அன்னைக்கு அந்தக் கண்ணாடியை கழட்டி கையில வச்சுட்டு, அந்தப் பொண்ணைப் பார்த்து இந்தக் கேள்வியை கேட்டார்."

பெரும்பாலும் வீட்டில் மட்டுமே அப்பாவை பார்த்து பழக்கப்பட்ட வித்யாவிற்கு, கோர்ட்டில் அப்பா எப்படி இருப்பார் என்று ராஜு சொன்னதைக் கேட்டு அவள் வெகுவாக ரசித்தாள். அதைத் தனக்காகவே அவர் சொன்னார் என்றும் நினைத்துக்கொண்டாள்.

"எனக்கு அந்தநாள், அந்தக் காட்சி அப்படியே கண்முன்னால இருக்கு. புதுசா பிராக்டிஸ் வந்துருந்த ரெண்டு லேடி ஜூனியர்ஸ் அந்த கோர்ட்ல இருக்குறதா வேண்டாமான்னு கூச்சத்தில நெளிய ஆரம்பிச்சாங்க. இதமாதிரி வழக்குகளை பார்த்ததால என்னவோ சிலர் முகத்தில மட்டும் எந்த மாற்றமும் இல்ல. என்ன பதில் சொல்லப் போறாங்குற ஆவல்ல கூண்டுல நிக்குற அந்தப் பொண்ணையே அவங்க பார்த்துட்டு இருந்தாங்க. மத்தபடி கொஞ்சம் அட்வகேட்ஸ் வழக்கம்போல அந்தக் கேள்வி சம்பந்தமான கற்பனைக் கதைகளைப் பரிமாறிட்டு அவுங்களுக்குள்ளே சத்தம் இல்லாம சிரிச்சிட்டு இருந்தாங்க. ஆனா எல்லாரோட கண்ணும் அந்தப் பொண்ணப் பாத்துதான் இருந்துச்சு.

பெஞ்ச் கிளர்க் கேஸ் டைரி எழுதுறதை நிறுத்தியிருந்தார். கோர்ட் அசிஸ்டண்ட் வாய்தா டேட் மாறுன கேஸ் கட்டுகளை கட்டுறத அப்படியே நிறுத்திட்டு காதுகள சாட்சிக் கூண்டு பக்கம் வச்சிட்டு இருந்தார். இப்பப்போல கம்ப்யூட்டர்ஸ் எல்லாம் அப்ப கிடையாது. டைப் மிஷின்ஸ்தான். மனுசங்க குரலுக்கு ஈக்வலா கோர்ட்ல கேக்கும் ஒரே குரல் அதோடது மட்டும்தான். எந்த வார்த்தையையும் இது அழகு அது அசிங்கம்னு அந்த மிஷினுக்கு எப்படி வேறுபடுத்தி பார்க்கத்தெரியாதோ, அதுபோலத்தான் டைப்பிஸ்ட்டுகளுக்கும். அப்ப அந்தக் கோர்ட்ல தாணம்மாள்னு ஒரு டைப்பிஸ்ட் இருந்தாங்க. அவங்களும் எப்போதும்போல நீதிபதியை பார்த்து இருக்கும் முகத்தை கொஞ்சமும் அசைக்கல. அவங்களுக்கும் அப்படித்தான். வார்த்தைகள்னா வெறும் வார்த்தைகள்தான். அது கேள்வி கேக்குறவங்களோடது, கூண்டுல நிக்குறவங்களோடதுன்னு பிரிச்சு பார்க்கத் தெரியாது. எல்லாம் அவங்களுக்கு ஒண்ணுதான். காதுல கேட்ட அடுத்தநொடி விரல்கள்ல இருந்து வார்த்தைகள் வந்து விழும். அவங்கள பொறுத்தவர அவங்களுக்கும் அந்த வார்த்தைகளுக்கும் இடையிலான உறவு அவ்வளவுதான். பொதுவா நீங்கள்லாம் எந்தளவு டைப்பிஸ்ட்டுகள கவனிச்சிருப்பீங்களோ என்னவோ எனக்குத் தெரியாது. நான் தாணம்மாள் அவுங்கள அந்தநேரத்துல பாத்துட்டே இருப்பேன். அவங்க சிந்திக்குறதே அந்த விரல்களோட வழிதானோன்னு எனக்குத் தோணும்.''

“ஆமா.. ஆமா..'' என்ற சில குரல்களுக்கிடையில் வித்யாவும் கலந்து கொண்டாள்.

“வேறவேற கேஸ்களுக்காக கோர்ட்டுக்கு வந்தவங்க அந்தப் பொண்ணு சொல்லப்போற பதிலை எப்படியாவது கேட்டுடனும்னு ஆர்வமிகுதில அவுங்கவுங்கப் பிரச்சனைகளை, துயரங்களை மறந்து, சரிவரத்தெரியாம கருவறைக்குள்ள இருக்குற அம்மனை எட்டிப் பாக்குறதுபோல, கால் பத்துவிரல்கள்ல நின்னுட்டு, பக்கத்துல நிக்குறவங்களயும் இடிச்சுக்கிட்டு அந்தப் பொண்ணயே வச்ச கண்ணு வாங்காம பாத்துட்டு இருந்தாங்க.

இன்னொரு பக்கம் அவளோட ஹஸ்பண்ட் அவளுக்கு வலதுகை பக்கமா சுவர்ல சாஞ்சு நின்னுட்டு இருந்தான். அருவருப்பா, நக்கலா, பரிதாபமா, கோபமா இப்படி சகலவிதமான பார்வைகளோட ஒருமணி நேரமா அவள எப்படி அந்தக் கூட்டம் பார்த்துச்சோ, அதேமாதிரிதான் அவனையும்

பாத்துட்டு இருந்துச்சு. அவன் இத எதப்பத்தியும் கொஞ்சமும் கவலப்படாம, அப்பப்ப எங்க குமாஸ்தாட்ட இன்னும் சில பாய்ன்ட்களை, சம்பவங்களைச் சொல்லி, அதையும் சீனியர கேட்கச் சொல்லி முனுமுனுத்துட்டு இருந்தான். இந்த வழக்கு நடந்த அத்தனை வருசத்துலயும் அவனோட அம்மா அப்பா ஒருநாள்கூட கோர்ட்டுக்கு வந்தது கெடையாது.

அதேமாதிரி உள்ள என்ன நடக்கும்னு தெரிஞ்சதாலோ என்னவோ அவளோட அப்பாவும் கோர்ட் ஹாலுக்கு வெளியே இருக்குற இடுப்புயர சுவர்மேல சாஞ்சு உக்காந்துக்கிட்டு இருந்தாரு. அவருக்கு கொஞ்சம் வீசிங் இருந்துச்சுன்னு நினைக்கிறேன். எப்பவும் இழுத்து மூச்சுவிட்டுக்கிட்டே இருப்பாரு. அவருக்கு வயசு ஒண்ணும் அந்தளவுக்கு கூடுதலா இல்லாட்டாலும் பார்க்க எப்பவுமே தெம்பில்லாத மனுசனப்போலவே இருப்பாரு...

விவாகரத்து வழக்குன்னு இல்லை. பொதுவா கோர்ட்டுக்குள்ள நுழையுற சிலபேரு வரும்போது இருக்கும் அதே மன, உடல் தைரியத்தோட கடைசிவரை இருக்க மாட்டாங்க. ஆரம்பத்துல அசாத்திய வேகமா இருப்பாங்க. போகப்போக அப்படியே வழக்கோட பல்வேறு கட்டங்கள்ல அவங்களுக்கு ஏற்படுற மன அழுத்தத்தில ஒரு வெறுமை சூழ்ந்துரும். பார்க்க ரொம்ப வசதியானவரா இருந்த அந்தப் பொண்ணோட அப்பாவுக்கும் அதான் நடந்துச்சு. வந்த புதுசுல அந்த சுவர்ல உக்காரக்கூட மாட்டாரு. ரொம்ப கெத்தா இருப்பாரு. நாலு வருசத்துக்கும் மேல நடந்த அந்த கேஸ்னால ஒரு கட்டத்துல ரொம்ப சோர்ந்துட்டாரு. அவரு சோர்ந்துபோன அடுத்த வருசம்தான் இந்த விசாரணை நடந்துட்டு இருந்துச்சு. காலைல 10 மணிக்கே அப்பாவும் மகளும் கோர்ட்டுக்கு வந்துடுவாங்க. அவங்களைப் பார்க்கும் போதே அந்த வழக்கு விசாரணைக்கு இருக்குதுன்னு வக்கீல்களுக்குத் தெரிஞ்சிரும். அந்த சமயத்துல எல்லாம் அப்பாவும் மகளும் பேசிக்கிறதே அபூர்வம்தான். வழக்கு விசாரணை முடிஞ்சதும் டிரைவர் காரை எடுத்துட்டு வருவாரு. இவர் முன் சீட்டுல உட்காந்துப்பாரு. பொண்ணு பின் சீட்டுல. ரெண்டுபேரும் பேசிக்கவே மாட்டாங்க. அவங்களோட இதுமாதிரியான நடவடிக்கைகளும் அப்ப கோர்ட்டுல பிரபலம்தான். விசாரணை கொஞ்ச காலத்துல அந்த வழக்கு 'வீடியோ வழக்கு, மாஸ்க் வழக்கு' என கோர்ட் கேம்பஸ்ல பிரபலமாயிருச்சு.

ஆனா... இந்த வழக்கு, அப்பா மகளோட நடவடிக்கைகள் பத்தியெல்லாம் சீனியர்ட்ட எப்படி கேக்குறதுன்னு தயங்குற

சோபியா | 289

பலருக்கும் அப்ப நானே துணை. நானும் தினம் வழக்கு பத்தின புதுபுது தகவல அவங்களுக்கு சொல்றதால் என் பின்னாலதான் வக்கீல்கள் கூட்டம் அலைமோதும். நானும் யார் எத்தனைமுறை கேட்டாலும் சலிக்காம அத சொல்லிட்டு இருப்பேன். எனக்கு அப்ப அதில ஒரு ஆனந்தம். இப்பக்கூட எனக்கு அந்த வழக்கு துல்லியமா ஞாபகத்துல இருக்குறதுக்கு என்னோட அந்த பழக்கம்தான் காரணமோ என்னவோ'' என்று சொல்லி ராஜு உதட்டை பிதுக்கிக்கொண்டார்.

பல்வேறு முக பாவனைகளுடன் ராஜு அந்த வழக்கை விவரிக்கும் விதத்தை பார்த்த அனைவரும் அவரின் பேச்சுக்கு கட்டுபட்டு தலையாட்டினார்கள். வித்யாவும் ஸ்டீபனும்கூட அதிலிருந்து தப்பவில்லை.

“சரி விசயத்துக்கு வருவோம். இப்படியொரு கேள்வி தன்னை நோக்கி வந்ததும் திரும்பி மொத அவ ஹஸ்பண்டத்தான் பார்த்தாள். அவன் ஏற்கனவே இந்தப் பொண்ணத்தான் பார்த்துட்டு இருந்தான். எல்லாத்துக்கும் தயார் என்பதுபோல நின்னுட்டு இருந்த ரெண்டு பேருமே பரிமாறிக்கிட்ட கணநேர அந்த பார்வைல அவங்களோட மூணு மாச திருமண வாழ்க்கையோட காட்சிகள் ஞாபகத்திற்கு வந்துச்சோ என்னவோ சட்டுன்னு முகத்தை திருப்பிக்கிட்டாங்க.

அங்க நடக்குறதுக்கும் தனக்கும் எந்த சம்பந்தமும் இல்லாததுபோல, அறவே பேச மறந்ததுபோல, வாய்தா போடுறதுக்கு வசதியாக சுவர்ல வரிசையாக தொங்கிட்ருந்த காலண்டர்கள், தலையாட்டி பொம்மைகளைப்போல காற்றில் மெதுவா ஆடிட்டு இருக்குறதையே அப்ப அமைதியா பார்த்துட்டு இருந்தா. இன்னும் தன்னோட பார்வைய விலக்காம அவளையே பார்த்துட்டுருந்த சீனியர் கடைசியா அவர் உச்சரித்த ‘சரிதானம்மா’ என்ற வார்த்தைய மட்டும் இன்னும் கொஞ்சம் சத்தமாக, அதட்டும் தொனியில கேட்டாரு.

அந்த இடைவெளியப் பயன்படுத்திக்கிட்ட அவளோட வழக்கறிஞர், மறைந்த நம்ம அசோசியேசன் மெம்பர் தாமஸ் ஜேசுராஜ் சார் எழுந்து ‘திஸ் இஸ் இர்ரெலவன்ட் கொஸ்டீன் டு ஃபேக்ட் ஆஃப் தி கேஸ் அன்ட் மே நாட் பி ரெகார்டடு யுவர் ஹானர், ஆல்சோ மை அட்வகேட் பிரெண்ட் திரெட்டனிங் மை கிளைன்ட். உண்மையில எதிர்மனுதாரர்தான் மனுதாரரை இயற்கைக்கு மாறான வழியில தாம்பத்திய உறவில் ஈடுபட வற்புறுத்தி, அடிச்சும் துன்புறுத்தியும் இருக்குறாரு. அது

மட்டுமில்லாம அவருக்கு இன்னொரு பொண்ணோடும் இல்லீகல் ரிலேசன்ஷிப் இருப்பதை நாங்க ஆதாரத்தோடு நிரூபிக்கப் போறோம். அதனால்தான் நாங்க இந்த விவாகரத்து மனு முதற்கொண்டு மெயின்டனன்ஸ், டௌரி ஹராஸ்மெண்ட் கேசஸையும் ஃபைல் பண்ணியிருக்கோம்'னு பொரிந்து தள்ளிட்டார்.

அதக் கொஞ்சமும் கண்டுக்காத சீனியர் 'நீங்க ஃபைல் பண்ண அஃபிடவிட்ல என் கட்சிமேல பொய்யா செக்ஸுவல் ஹராஸ்மெண்ட் அலிகேஷன்ஸ் சொல்லிருக்கீங்க, அது முழுக்க முழுக்க பொய். அதுக்கு ஆதாரமா எந்த டாக்குமெண்ட்டும் இந்த வழக்குல நீங்க தாக்கல் பண்ணல, அத நிரூபிக்க வேண்டியது எனக்கு முக்கியம். சோ திஸ் இஸ் ரெலவன்ட் அன்ட் இம்பார்டண்ட் கொஸ்டீன் டூ மீ யுவர் ஹானர். மிரட்ட வேண்டிய அவசியம் எனக்கு இல்லை' என்றதும், இருவரும் கொஞ்சநேரம் ஒருவருக்கொருவர் ஆர்க்யூ பண்ண ஆரம்பிச்சிட்டாங்க.

அப்ப அந்த கோர்ட்ல இருந்தவங்களுக்கு வேணும்னா ஹஸ்பண்ட், வொய்ஃப் ரெண்டு பேர்ல யார்மேல தப்புன்னு தெரியாம இருந்திருக்கலாம். ஆனா ரெண்டு சீனியருக்கும் அது கண்டிப்பா தெரிஞ்சிருக்கும். ஆனா வழக்குன்னு வந்த பின்னால அவங்களுக்கு அது தேவையில்ல இல்லையா? தங்களோட கட்சிக்காரங்கள எப்படியாவது காப்பாற்றிடனும், அவ்வளவுதான். அது தொழில் தர்மமும்கூட. அப்படித்தானே?" என்று ராஜூ கேட்டதும் கூட்டம் ஆமோதித்தது.

"இவங்க ரெண்டுபேரும் சண்டை போடுறதப் பாத்து இந்தமுறை பொறுமையிழந்த நீதிபதியே 'கேள்விக்கு பதில் சொல்லும்மா' என்றார்.

ஏதோ பெரிய பதிலா அவ சொல்லப்போறான்னு எதிர்பாத்துட்டு இருந்த கோர்ட்ல இருந்த கூட்டம் அவ ரொம்ப சாதாரணமா ஒரே வார்த்தையில 'சரியல்ல'ன்னு சொன்னதும் பயங்கரமா அப்செட் ஆயிருச்சு."

நினைவேந்தல் கூட்டமும் "உச்" சத்தத்தை எழுப்பியது. பொதுவாக தனது அப்பா நடத்தும் முக்கியமான வழக்குகளைப் பற்றி தெரிந்து கொள்வதில் ஆர்வம் காட்டும் வித்யாவிற்கு, இந்த வழக்கைப் பற்றிய சின்னதொரு நினைவுகூட வராதது அவளுக்கு அதிசயமாகவே இருந்தது.

“உங்க எல்லோரையும்போல எனக்கும், ஏன் எல்லாருக்குமே அந்த பதில் அப்படித்தான் இருந்துச்சு. ஆரம்பத்துலயிருந்தே எல்லாக் கேள்விகளுக்கும் சரியா, விரிவா பதில் சொல்லிட்டு, இந்தக் கேள்விக்கு ஒரே வார்த்தையில பதில் சொல்வான்னு யாரும் அப்ப எதிர்பார்க்கல. உண்மையிலே அவங்களுக்குள்ள என்ன நடந்துச்சுன்னு தெரிஞ்சுக்கிறதுல இப்ப முன்னைவிட எல்லாருக்கும் ஆர்வம் அதிகமாயிருச்சு. சீனியர் இன்னும் கண்ணாடியை கையிலதான் வச்சுட்டுதான் இருந்தார். இப்ப எல்லோரோட கவனமும் சீனியர்மேலதான் இருந்துச்சு. அவரோட அடுத்த கேள்விக்காக சாட்சிக் கூண்டுல நின்ன அவளைத்தவிர எல்லோரும் ஆர்வமாயிருந்தாங்க.

எத்தனையோ சாட்சிகளை பார்த்தவர் அவர். உண்மையை மறைக்கும் சாட்சிகளோட குரல் நடுக்கம், அழுத்தம், உச்சரிப்பு, தந்திரம்னு இப்படி எல்லா விசயத்தையும் நல்லா தெரிஞ்சு வச்சிருந்தவர் அவர். எந்தச் சாட்சிகள்ட்ட எப்படி நடந்துக்கணும்? எத்தனை கேள்விகள் கேட்கணும்? இல்ல கேள்வியே கேட்க வேண்டாமா? என அந்தந்த நொடில யோசிச்சு முடிவெடுக்குறது அவரோட கைவந்த கலை. சாட்சியை ஆரம்பம் முதலே தன்னோட கட்டுப்பாட்டில் எடுத்துக்கொண்டு தனக்கு சாதகமான பதில்களை வாங்குறதுல கில்லாடியான சீனியராலே அன்னைக்கு அந்த குறுக்கு விசாரணையில அவ மென்மையானவளா? முரட்டு குணம் உள்ளவளா? தந்திரமானவளா? என ஒரு முடிவுக்கும் வர முடியல.

ஒரு சாட்சியை குறுக்கு விசாரணை செய்றதுக்கு முன்னால வழக்கு சம்பந்தமா மட்டும் இல்லாம சாட்சியைப் பத்தியும் எல்லா விபரங்களையும் கேட்டு தெரிஞ்சு வச்சுருக்க பழக்கம் சீனியருக்கு உண்டு. அவளப்பத்தியும் அவ ஹஸ்பண்ட்ட பத்தியும் முந்தியநாளே எல்லாம் கேட்டு வச்சுருந்தார். நானும் அப்ப ஆஃபிஸ்ல சீனியரோடதான் இருந்தேன். ஆனா அவன் அந்தப்பொண்ண பத்தி சொன்னதுக்கு அப்படியே நேர்மாறா அவ இருந்தா. பொதுவா மனைவிமார்களைப் பற்றி கணவர்கள் குறைத்து மதிப்பிடுறதோட விளைவுதான் இதுன்னு நான் நெனச்சுக்கிட்டேன். சீனியர் அவனை முறைச்சுப் பார்த்தார். அன்னைக்கு அவன் கொடுத்த 500 ரூபா நோட்டுக்கட்டுதான் அப்ப அவனை சீனியரோட கொலைவெறியில இருந்து காப்பாதுச்சுன்னு நினைக்கிறேன். என்ன வித்யா மேடம் அப்பாவ பத்தி நான் சொல்றது சரிதான?” என்றார்.

சிரித்துக்கொண்டே தலையாட்டிய வித்யாவைப் பார்த்து, கூட்டத்தில் எழுந்த சிரிப்பலைகளில் ராஜுவும் கலந்து கொண்டார். ஆனால் பேச்சை நிறுத்தவில்லை.

“ஒவ்வொரு கேள்விக்கும் ஒவ்வொரு விதமான வகையில பதில்களை வெளிப்படுத்துற அவளோட அந்த உடல்மொழி தனக்கு விடப்பட்ட சவாலாவே நினைச்சிக்கிட்டார் சீனியர். பார்த்துட்டு இருந்த வக்கீல்களுக்கும் அது ஒரு செஸ் கேம் போலத்தான் இருந்துச்சு. ஆனா கொஞ்சநேரம் எந்த கொக்கிப்போடுற கேள்விகளயும் கேட்காம மிகச் சாதாரண சஜஷன் கொஸ்ட்டீன்களையே அவர் கேட்டுட்டுருந்தார். எல்லாத்துக்கும் மிகப் பொறுமையா அவ பதில் சொல்லிட்டு வந்தா.

‘இந்த மூனு மாசத்துல நீங்க இருவரும் உத்தேசமா எத்தனை முறை உறவு வச்சுக்கிட்டீங்க?’

அதில் இப்படி ஒரு கேள்வி. சீனியரின் பாணி இதுதான். ஒன்றுமே இல்லாத, சாதாரண கேள்விகளுக்கு மத்தியில திடீர்னு எதிர நிக்குறவங்க நிலைகுலையுற மாதிரி கேள்வியை தூக்கி வீசுவார். எவ்வளவோ கேள்விகள கேட்டு சலித்துப் போனதாலோ, இல்ல அவரோட பாணியை புரிஞ்சுகிட்டு அவரப்போலவே பதில் சொல்ல நினைச்சதாலோ, அதுவும் இல்லைன்னா சுவர்களுக்கும் கூட காதுகள் இருக்குற இந்தக் கோர்ட்ல நிரம்பியிருக்குற இத்தனை மனுசங்களும் தன்னயே கவனிச்சு, தன்னோட பதில்களுக்கும், வக்கீலின் கேள்விகளுக்கும் அவங்க ஒவ்வொருவரும் ஒவ்வொரு விதமா உருவாக்குற கற்பனைக் கதைகளுக்கு இந்தக் கேள்விகள் எத்தனையோ மடங்கு பரவாயில்லன்னு யோசிச்சாளோ என்னவோ தெரியாது! சட்டுன்னு ஒரு பதில் வந்து விழுந்துச்சு.

‘ஒவ்வொரு முறையும் அவர் மட்டும்தான் என்னோட உறவு வச்சுக்கிட்டார், நான் வச்சுக்கல, சோ அது எத்தனமுறைன்னு என்னால ஞாபகப்படுத்த முடியாது’

அருகில் இருந்த தனது நண்பர் ஸ்டீபனைப் பார்த்து “உண்மையிலே செக்ஸுவல் ஹராஸ்மென்ட்டை நிரூபிக்கக்கூடிய பதில்தான் இது இல்லையா?” என்றார் ராஜு.

“எஸ்” என்று வந்த பதிலுக்கு சிரித்துவிட்டு “இதுவரைக்கும் சீனியரோட கேள்விகளுக்கு மட்டுமே அமைதியா இருந்துவந்த அந்தக் கூட்டம் இப்ப அந்தவொரு பதில்னால அதே அமைதிய கடைபிடிச்சது. அதுக்கப்புறம் அவளோட எல்லா பதில்களுக்குமே கோர்டே அப்படி அமைதியாத்தான் இருந்துச்சு.

இதுக்கெல்லாம் மசியுற ஆளா முத்துகுட்டின்னு வக்கீல் சதாசிவம் அவரோட ஜூனியர்ட்ட சொல்லிட்டு இருந்தத நானே கேட்டேன். எனக்கும் அப்படித்தான் தோணுச்சு. ஆனா அவளோட எந்த பலவீனத்தையும் இதுவர சீனியரால சீண்ட முடியல. இந்தமுறை சஜஷன் கொஸ்ட்டீன்கள் கேட்காம நேரடியா வேற ஒரு உத்தியக் கடைபிடிச்சார் சீனியர். பொதுவா விவாகரத்து வழக்குகள்ல தனிமனித உணர்வுகளை சிதைக்குற கேள்விகள் மிக ஆபத்தானது இல்லையா? அது இரு பக்கமும் பாயும். அப்படி ஒரு கேள்வியத்தான் அப்ப சீனியர் கேட்டார்.

'எதிர்மனுதாரர் பல்வேறு கொடுமைகள் மூலமா உங்களப் பலவந்தப்படுத்தி உடம்புல பல்வேறு பாகங்கள்ல காயங்களை உண்டாக்கினார்னு உங்க வாக்குமூலத்தில குறிப்பா சொல்லாம பொதுவா சொல்லி இருக்குறீங்கள்ல, அது எந்தெந்த பாகங்கள்னு உங்களால இந்த நீதிமன்றத்தில தெளிவா சொல்ல முடியுமாம்மா?'

கொஞ்சம்கூட யோசிக்காத அவள்ட்ட இருந்து ஒரு பதில் வந்துச்சு. 'முதுகு, மார்பு, தொடை, பிறப்புறுப்பு'

இந்தப் பதிலைக் கேட்டதும், ஜட்ஜ் அந்தப் பொண்ணப் பார்த்து 'நீங்க விருப்பபட்டா இந்த விசாரணையை இன்கேமரா ப்ரசீடிங்ல வச்சுக்கலாம்'னு சொன்னார். அவர் கேட்டது சரியா அவ காதுல விழல. அவ அதுக்கும் எந்த பதிலும் சொல்லாம அவளோட வக்கீலயே பார்த்துட்டு இருந்தா. அவளுக்கு அது கேக்கலைன்னு புரிஞ்சுகிட்ட அவர், அவ பக்கத்துலபோய் 'உனக்கு இந்த மாதிரியான கேள்விக்கு பதில் சொல்ல சங்கடமா இருந்தா, வழக்கிற்கு சம்பந்தம் இல்லாதவங்கள வெளியே அனுப்பிட்டு நீதிபதி, நீ, நான், எதிர் வக்கீல், உன் ஹஸ்பண்ட் மட்டுமே உள்ள இருந்துட்டு, கோர்ட் கதவையெல்லாம் அடச்சு குறுக்கு விசாரணையை தொடரலாமான்னு நீதிபதி கேட்கிறார்'னு சொன்னார்.

அதுக்கும் அவ கொஞ்சமும் யோசிக்காம, தான் எல்லாத்துக்கும் தயாராத்தான் வந்துருக்கேன்னு எல்லாருக்கும் சொல்றது மாதிரி 'வேண்டாம்'னு ஒரே வார்த்தைல முடிச்சிக்கிட்டா.

இந்த பதில்தான் வரும்னு எதிர்பார்த்தாங்களோ என்னவோ யார் முகத்திலயும் எந்த ஆச்சர்யமும் இல்ல. 'மே ஐ பிளீஸ் யுவர் ஹானர்' என்று சீனியர் மீண்டும் ஆரம்பித்தார்"

இப்போது வித்யாவிற்கு முத்துக்குட்டிப்பிள்ளை வேறொரு மனிதராகவே தெரிந்தார். அவள் அவரைப் பற்றி தெரிந்து வைத்திருக்கும் பக்கம் இதுவல்ல. அந்தப் பக்கத்தில் அவர் எந்த கேள்விகளையும் கேட்காத, கேட்டதையெல்லாம் வாங்கித்தரும், ஒருவேளை வாங்கித்தர முடியாத பட்சத்திலும்கூட, சின்ன ஒரு சுடு சொல்லைக்கூட உச்சரிக்காத சராசரியான ஒரு பணக்கார அப்பாவாகவே இருந்தார். தான் பிராக்டிஸ் ஆரம்பித்த புதிதில் வழக்கு வேறு தனிப்பட்ட வாழ்க்கை வேறு என்று அடிக்கடி அவர் சொல்லித் வந்தது இப்போது அவள் ஞாபகத்திற்கு வந்தது.

"உனக்கு இயற்கையான முறையில உடலுறவு கொள்ள துளியும் விருப்பமில்லைன்னும், அதனாலத்தான் இந்த விவாகரத்து வழக்கு தாக்கல் செய்யப்பட்டதுன்னும், உனக்கு எந்தவொரு ஜீவனாம்ச தொகையையும் கொடுக்கத் தேவையில்லைன்னும் எதிர்மனுதாரர் சொல்றாரு. நீ என்னம்மா சொல்ற?"

சீனியர் ஏன் இதுமாதிரியான சாதாரண கேள்விகள கேட்கிறார்னு சத்தியமா அப்ப எனக்கு தெரியல. இதுக்கும் இதுதான் பதிலாக வரும்னு நினைச்சாரோ என்னவோ... அந்த கேள்விக்கு 'சரியல்ல' என்று ஜட்ஜ் டைப்பிஸ்டை பார்த்து சொன்னதோடு 'இன்னும் இந்த விசாரணை முடிய அரைமணிநேரம் ஆகும், அதர் கேஸஸ் ஆஃப்டர் லஞ்ச்' என்றார்.

ஆனாலும் ஒருத்தரும் அந்த கோர்ட் ஹாலைவிட்டு நகரவே இல்ல. அந்தப் பொண்ணு வழக்கம்போல அமைதியாக இருந்துச்சு. ஆனா ஒரு சோர்வு அவ முகத்துல தெரிஞ்சுச்சு. காலைல சாப்பிட்டிருக்க மாட்டானு எனக்கு தோணுச்சு. முகமும் வெளறிப் போய் இருந்துச்சு. கிட்டதட்ட ஒன்றரை மணிநேரமா நின்னுட்டு இருந்தாலும், கொஞ்சமும் தளராம பாக்குறதுக்கு நெடுநேரம் நிற்கும் போட்டியில கலந்துகொள்ள கோர்ட்டுக்கு வந்தது மாதிரியே நின்னுட்டு இருந்தா.

எதிர்தரப்பு வழக்கறிஞர் தனக்கு எதிரின்னு சாட்சிகள் யோசிக்க ஆரம்பிச்சிட்டாங்கன்னா, பதில் கிடைக்குறது கஷ்டம்னு சீனியருக்கு நல்லாவேத் தெரியும். அதுனால முக்கியமான கேள்விகள சாதாரண, அவசியமில்லாத பத்து கேள்விகளுக்கு மத்தியில கேட்க ஆரம்பிச்சார். சாட்சிய முதல்ல கொஞ்சம் சோர்வடைய செய்கிற, 'ஏன், எப்படி, எதற்காக, என்ன காரணம், இந்த நீதிமன்றத்தில சத்தியமா சொல்றேன்னு பிரமாணம் எடுத்துட்டுதானம்மா சாட்சியம் அளிக்கிற' மாதிரியான கேள்விகளத்தான் அவர் கேட்கத்

தொடங்கியிருந்தார். கஷ்டமான கேள்விகளை இனி அவர் எப்பவும் கேட்கப் போறதில்லைன்னு ஒரு முடிவுக்கு அவ வந்தது மாதிரி இருந்துச்சு. அப்பவும்கூட சீனியர் இன்னும் இன்னும் சுத்தி வளைச்சு, சின்ன சின்னக் கேள்விகளையே தொடர்ந்து கேட்டுட்டு வந்தார்.

அவரோட அந்த பாணி 'கொஞ்சம் அசந்தாலும் தன்னைத் தாக்கி கொன்றுவிடுற ஆபத்தான ஒரு விலங்கை எச்சரிக்கையா வேட்டையாடத் தகுந்த சமயத்த எதிர்பாத்து காத்திருக்குற ஹண்டர்' மாதிரியே எனக்குத் தோனுச்சு. இடையிடையே சில கேள்விகள் மூலமா ஜட்ஜ் உட்பட எல்லோரையும் சிரிக்கவும் வைச்சார். அப்புறம் அவளோட அனுதாபத்தை பெற அவ தற்கொலை முயற்சி செய்தது பத்தி கொஞ்சம் கேள்விகளயும் கேட்டு வச்சிக்கிட்டார். இதுமாதிரியான கேள்விகள்தான் சாட்சிகளின் ஆழ்மனசுல ஒருவித மென்மையான, விரக்தியான உணர்வுநிலைகளை உண்டாக்கும்னு சீனியருக்கு தெரியும். அடுத்தடுத்தக் கேள்விகளுக்குக் கொஞ்சம் மெல்லிய குரல்ல அவ பதில் சொல்றத வச்சு அதை அவர் கன்பர்ம் பண்ணிட்டார். இதையெல்லாம் நான் ஏன் இங்கே சொல்றேன்னா. ஒரு குறுக்கு விசாரணையில எந்தக் கேள்விய கேக்கணும்ங்குறத விட, எந்த கேள்விய கேட்கக்கூடாது அப்படிங்குற விசயத்த நீங்க தெரிஞ்சுக்கணும். அதுக்காக மட்டும்தான். அப்புறம் சீனியர் என்ன கேள்வி கேட்க போறார்னு எனக்கு நல்லாவேத் தெரியுங்குறதுனால, கோர்ட்டுக்குள்ள இருக்க விருப்பமில்ல. எந்துரிச்சு கேன்டீனுக்கு போய்ட்டேன்."

"என்ன சார் இப்படி முடிச்சிட்டீங்க. அடுத்த கேள்வி என்னன்னு சொல்லுங்க சார்" என்று கூட்டத்தின் எல்லா வரிசைகளில் இருந்தும் குரல் எழும்பியது. அதற்கு சிரித்துக்கொண்டே "அண்ணே வில்ஸ் இருக்கா?" இதுதான் என் அடுத்த கேள்வி என்று ராஜு சொன்னதும், "சார்" என்று அவர்களும் சிரித்துக்கொண்டே மீண்டும் மீண்டும் அதே கேள்வியைக் கேட்டனர்.

அப்பா கேட்ட கேள்விகளை மேற்கொண்டு ராஜு சொல்ல விரும்பாததிற்கு காரணம், ஒருவேளை தான் இங்கு இருப்பதினால்தானோ என்று நினைத்த வித்யாவிற்கு, 'ராஜு அப்படி ஆள் பார்த்துப் பேசும் நபர் அல்லவே' என்ற எண்ணம் அடுத்த நொடியே தோன்ற அவள் நினைத்ததை அவளே தவறென்று ஒதுக்கிவைத்தாள்.

கொஞ்சம் இடைவெளி விட்டுப் பேச ஆரம்பித்த ராஜு. "கேன்டீன்லருந்து நான் கோர்ட்டுக்கு போகுறதுள்ள சீனியர் பத்து பதினைஞ்சு கேள்விகள கேட்டு க்ராஸ் எக்ஸாமினேஷனை முடிச்சிட்டார். கேஸும் அட்ஜர்ன் ஆயிருந்துச்சு. அப்புறம் அந்த வழக்கோட டெப்போசிசன் காப்பி எடுத்து படிக்கும்போதுதான் சீனியர் கேட்ட கேள்விகள நான் படிச்சேன். அந்தப் பொண்ணும் அந்த கேள்விகளால ரொம்ப தடுமாறியிருந்தது தெரிஞ்சிச்சு.

ஆனா இப்ப உங்களுக்கு நான் அந்த கேள்விகளப் பத்தி சொல்லப்போறதில்ல. அந்த வழக்கோட பின்னணிய கொஞ்சம் சொல்றேன். அதுலருந்து உங்க கேள்விகள தயாரிச்சு வச்சுக்கோங்க. யார் பக்கமும் சாயக்கூடாது. உங்களுக்கு மொத்தம் பத்துக் கேள்விகள் மட்டும்தான். சஜஷன் கொஸ்டீன்ஸ் இருக்கக்கூடாது. நாளைக்கு ஈவ்னிங் யாராவது நாலு பேர் கேள்விகளை எடுத்துட்டு ஆஃபிஸ் வாங்க. சீனியர் கேட்ட கேள்விகளை சொல்றேன்.

ரெண்டு பேருமே காதலிச்சுத்தான் கல்யாணம் பண்ணிக்கிட்டாங்க. இப்படி ஒருத்தருக்கொருத்தர் மோசமான வழிகள்ல பழிவாங்குற செயல்கள் செய்வோம்னு அப்ப கண்டிப்பா நினைச்சிருக்க மாட்டாங்க. அதுவும் மூனு மாசத்துல. பொதுவாக விவாகரத்து வழக்குல எதிர் தரப்பு தங்களோட நியாயத்தைச் சொல்லி கவுன்ட்டர் ஸ்டேட்மெண்ட் ஃபைல் பண்ணும்போதுதான் உண்மைகள் வெளிவர ஆரம்பிக்கும். நாமும் அந்த குற்றச்சாட்டுகளை ஏனோதானோன்னு கடந்து போய்ருவோம். ஆனா இந்த வழக்கை பொறுத்தவரை இருதரப்புமே சொன்ன குற்றசாட்டுக்கள் நவீன உலகத்துக்கு நல்ல பரிச்சயமான அதேநேரத்துல நம்ம கோர்ட் அதுவரை பார்க்காதவை. மேற்கத்திய பழக்க வழக்கம், அஞ்சு இலக்க சம்பளம், வார இறுதி பார்ட்டிகளும் நெறைஞ்ச அவங்களோட வாழ்க்கையை எத்தனையோ சினிமாக்கள்ல இப்ப நாம பார்க்குறோம், கேள்விப்படுறோம், ஏன் நேரடியாகக்கூட சந்திச்சிருக்கலாம். ஆனா அப்ப அது ஒருசிலர் மட்டும் வாழுற வாழ்க்கையா இருந்துச்சு. அந்த வாழ்க்கைமுறை ரெண்டுபேரோட திருமண உறவை எந்தவிதத்தில, எப்படியெல்லாம் சீர்குலைச்சதுங்குற விபரங்களை குறுக்கு விசாரணைல வெளிக்கொண்டு வந்தப்பதான் எல்லோரும் வாயடைச்சுப் போனாங்க.

வழக்கம்போல அவனுக்கு இன்னொருத்தியுடன் தொடர்பு. அவன் நண்பனே பொறாமையில இவனப் போட்டுக்

கொடுக்குறான், அத இவன்ட அவ கேட்கிறா, இவன் அப்பவும் பொய் சொல்றான், சண்டை பெருசாகுது, அடிக்கிறான். அப்புறம் ஒருநாள் நைட் ஷிப்ட்னு பொய் சொல்லிப் போறவனை இவ பின்தொடர்ந்து போய் பாக்குறா. அவனோ கம்பெனிக்கு போகுறதுக்கு பதிலா ஸ்டார் ஹோட்டல் போறான். அவன் ரூமுக்குள்ள நுழைஞ்ச அஞ்சாவது நிமிசத்துல பெல் அடிக்குது. திறக்கும்போது அவனுக்கு அதிர்ச்சிதான். மன்னிப்பு சமாதானமாக மாறி, கடைசில நியாயப்படுத்தல்ல நின்னு, சண்டையில் போய் முடியுது."

மேசையில் இருந்த பாட்டில் தண்ணீரை எடுத்துக் குடித்துக் கொண்டே ராஜு பேசத் தொடங்கினார்.

அவர் குடிக்கும் பாட்டிலில் தண்ணீர் தீர்ந்து வருவதை கவனித்த வித்யா, பக்கத்தில் இருந்த தனது ஆஃபிஸ் ஜூனியரை அழைத்து தேவையான தண்ணீர் பாட்டில்களை மேடையில் கொண்டு வைக்குமாறு கூறினாள். தொடக்கத்திலிருந்து தன் கண்ணில் தட்டுப்படும் எல்லா வேலைகளையும் தானே செய்துவந்தவள், இப்போது எளிதாக செய்யக்கூடிய வேலைகளையும் கூட ஒவ்வொரு ஆட்களிடமுமே ஒப்படைத்து வந்தாள். அதற்கான காரணம் ராஜுவின் பேச்சா? இல்லை தனது அப்பாவைப் பற்றி தெரிந்து கொள்ளும் ஆர்வமா? என அவளுக்கே தெரியவில்லை.

"இனி சொல்லப்போறது நான் கேள்விப்பட்ட விஷயங்கள் மட்டும்தான். எந்தளவு உண்மைன்னு தெரியாது. சண்டையோட முடிவுல இவ ஒண்ணும் பேசாம அமைதியா வீட்டுக்கு கிளம்பிப் போகுறா. அதுக்கு முன்னாடியே இவன் வீட்டுக்கு வந்து இவளுக்காக காத்திருக்கான். வந்தவ கைல வச்சுருந்த ஹாலிவுட் நடிகை ஒருத்தியோட மாஸ்கை எடுத்து போட்டுக்கிறா. வீட்ல மாமனாரும், மாமியாரும், வேற கொஞ்சம் சொந்தக்காரங்களும் இருக்காங்க. அது யாருன்னு சரியா நியாபகமில்ல. எல்லோரோட முன்னால அவ டிரெஸ்ஸையெல்லாம் கழட்டி நிர்வாணமா நின்னு, மாமனாரை கைய பிடிச்சு இழுத்து சிரிச்சுக்கிட்டே, 'உன் மகன் இப்பத்தான் இந்தமாதிரி மாஸ்க் போட்ட இன்னொரு பொண்ணோட இருந்துட்டு வந்துருக்கான். இப்போதைக்கு அவனால முடியாது. நீங்க வேணா வாங்க'ன்னு சொல்றா. எல்லோரும் அதிர்ச்சியாகுறாங்க. கூச்சலும், அழுகையும், அவமானமும் அந்தக் குடும்பத்தையே சூழ்ந்திருச்சு. என்ன நடக்குதுன்னு அவன் சுதாரிக்குறதுக்குள்ள எல்லாம் நடந்து முடிஞ்சிருச்சு. முடிவு செய்தமாதிரி அவ அவன் வீட்டை விட்டு வெளியேறிட்டா. இதைக் கேள்விபட்ட

அவளோட அப்பா அன்னைக்குத்தான் அவள்ட கடைசியா பேசினது. அவளுக்கு அம்மா கிடையாது. தன் பிள்ளைய தான்தான் சரியா வளர்க்கலைன்னு குற்ற உணர்ச்சி அவரை அப்படியே நிலைகுலைய வைக்குது.

அவனோட அப்பா அம்மா அந்த விசாரணை நடந்தப்ப ஏன் கோர்ட்டுக்கு வரலைன்னு இப்ப உங்களுக்குத் தெரிஞ்சிருக்கும். பல வருஷம் வெளிநாட்டில வேலை பார்த்து வந்தவங்க கூட இப்படி சம்பாதிச்சிருக்க மாட்டாங்க. சென்னைக்கு பையன் வேலைக்கு போனது மட்டும்தான் அவங்களுக்குத் தெரியும். ஊர்ல இடம் வாங்கினாங்க. வீடு கட்டினாங்க. வீட்டுக்கான அத்தனைப் பொருட்களையும் எங்கெங்கிருந்தோ இறக்குமதி பண்ணாங்க. அவன் சொன்னதை அப்படியே செஞ்சாங்க. அப்புறம் அவன் வச்சதுதான் அந்த வீட்ல சட்டம். அவனே ஒருநாள் இவளையும் கூட்டிட்டு வந்தான். தலையாட்டுனாங்க. திருமணம் முடிஞ்சது, முடிஞ்ச கையோட ஒருநாள்ல இந்த வழக்கும் வந்து சேந்துச்சு. இதைத்தவிர அவங்களுக்கு ஒண்ணும் தெரியாது. காலம் முழுதும் அவமானத்த சுமக்க ஆரம்பிச்சாங்க. இவனோ அவளை எப்படியாவது பழி வாங்கிறணும்னு எங்கள்ட்ட வந்து சேர்ந்தான்."

"ஆமா அது ஐடி ஃபீல்ட் வளர்ந்து வந்த காலம் சார்" என்றார் இளம் வக்கீல் ஒருவர். அதைத்தவிர வேறெந்த பதிலும், கேள்வியும் அந்தக் கருத்தரங்கில் எழவில்லை. அதுவரை எங்கெங்கு என்னென்ன குறை, யாராருக்கு என்னென்ன தேவை என்று ஒவ்வொன்றாக கவனித்த வித்யாவின் கண்களில் இப்போது ஒன்றுமே தென்படவில்லை. அவள் கண்கள் ராஜுவை விட்டு ஒரு நொடி அகலவில்லை. ராஜு தொடர்ந்தார்.

"சீனியர்ட்ட அந்த வழக்கோட நியாய தர்மங்களைப் பற்றி நான் பல தடவை பேசியிருக்கேன். அதற்கு அவரோட ஒரே பதில் பொதுவா இப்படித்தான் இருக்கும். 'நான் இல்லாட்டா இன்னொரு வக்கீல்ட்ட அந்த கேஸ் போகும். நாம கொள்கை கோட்பாடோட இருக்குறதுக்கு, சுத்தி நல்லவங்க இருக்குற உலகத்துல ஒண்ணும் நாம வாழல. இப்படிப்பட்டவங்க மத்தியிலதான் இருக்குறோம். இது நம்மோட தொழில். அதையும் நம் கொள்கையையும், சொந்த வாழ்க்கையையும், உணர்வையும் போட்டு குழப்பிக்கிட்டா பிச்சதான் எடுக்கணும். அப்புறம் ஏன் பிஎல் படிக்குறோம்? நம் சொந்த விருப்பு வெறுப்ப தொழில்ல காமிச்சா, உன்னால வளரமுடியாது. இப்படியே ஒவ்வொரு வழக்கா கைகழுவிட்டு வந்தா இந்த உலகம் மாறிருமா?' என்பார்."

உடனே ஒரு இளம் பெண் வழக்கறிஞர் எழுந்து "சீனியர் ஓகே, அந்த குறுக்கு விசாரணையை படிச்சு முடிக்கும்போது உங்களுக்குள்ள என்ன தோனுச்சு சார்?" என்றாள்.

அந்த கேள்வியைத்தான் நீண்ட நேரமாக எதிர்பார்த்து காத்திருந்ததுபோல உற்சாகமாக கொஞ்சம் சைகையுடன் ராஜு சட்டென்று பதிலளித்தார்.

"வாயில கிராம்பு போட்டு மென்டுகிட்டு தாமஸ் ஜேசுராஜ் சார் கேள்வி கேட்டா கோர்ட் கான்கிரீட்டே அதிரும். அதுவே ஓடுகளா இருந்தா தெறிச்சு விழும். குருவிகள், காக்காக்கள் கொஞ்ச நேரத்துக்கு அந்த பக்கம் தலை வச்சு படுக்காது. அப்படிபட்ட சீனியரிடம் அடுத்தமாதம் இதைவிட மோசமாக அவனை குறுக்கு விசாரணை செய்ய, அந்தப் பொண்ணு கொடுக்கப்போகுற இன்னொரு 500 ரூபாய் நோட்டுக் கட்டை பற்றி நினைச்சிட்டு இருந்தேன்" என்றார்.

கைதட்டல்களும், சிரிப்பும் அரங்கில் சூழ்ந்திருந்தாலும், வித்யாவைப்போலவே உற்சாக மனநிலையில் இல்லாத ராஜு மேடைப் பேச்சுப் பாணியில் அடுத்த வழக்கைப் பற்றி பேச ஆரம்பித்தார்.

"ஆனால் ஒருநாள் நீதிமன்றத்தின் சன்னல்கள், கதவுகள் சாத்தப்பட்டது. அரசு வழக்கறிஞர், எதிரியின் வழக்கறிஞர்கள், அந்தக் குழந்தை, குழந்தையின் தாயார், நீதிமன்ற உதவியாளர், டைப்பிஸ்ட் தவிர எல்லோரும் வெளியே அனுப்பப்பட்டனர். அந்த குழந்தையை விசாரணை செய்வதை யாரும் பார்க்காத வகையில், கேட்காத வகையில் நீதிமன்றத்தின் அறைகள் இழுத்து மூடப்பட்டன. அந்தப் பொடி பாதங்கள் கோர்ட்டுக்குள் அடி எடுத்து வைத்தது. என்ன நடக்கிறது என்று தெரியாமலே தன்முன் நடந்த, தனக்கு நடந்த கொடூரங்களை கண்டு நிரந்தரமாக பயந்துபோன அந்தக் கண்கள் என்னைப் பார்த்தன. அந்த கண்களை விட்டு விலகி அந்த குழந்தைக்கும் நீதிபதிக்கும் நடுவில் பார்த்தபடி இந்தக் கேள்வியை நான் கேட்டேன்."

ராஜு என்ன சொல்ல வருகிறார் என்று வித்யா உட்பட கூட்டத்தில் உள்ளவர்கள் புரிவதற்குமுன் அந்தக் கேள்வி வந்து விழுந்தது.

"எதிரி திடீரென்று நீ படுத்திருந்த அறைக்குள் புகுந்து உன் நெஞ்சைப் பிடித்து கசக்கி, உன் பாவாடை சட்டையை கிழித்து ஒண்ணுக்கு போகிற இடத்தில் நான்கு விரல்களை விட்டபோது

நீ வலியால் கதறித் துடித்து ‘பாட்டி... பாட்டி’ என்று சத்தமிட்டதா சொல்லிருக்க சரிதானம்மா? அப்ப ‘கத்தினால் உன்னை கொன்று விடுவேன்’ என்று கூறி உன் வாயைப்பொத்தி அவனது ஆணுறுப்பை உன் பெண்ணுறுப்பில் நுழைத்து உன்னைக் கற்பழித்ததாகவும், அந்த நேரத்தில் உன் சத்தத்தைக் கேட்டு வந்த பாட்டி அந்த அறையின் கதவை வெளிப் பக்கமாக பூட்ட முயற்சித்ததாகவும் உன் வாக்குமூலத்துல சொல்லியிருக்க சரிதானம்மா? என்றேன். இந்த ரெண்டு கேள்விக்கும் அந்தக் குழந்தை சரியென்று தலையாட்டியது. நான் அடுத்த கேள்விக்கு தாவினேன்.”

இப்போது கூட்டத்தைப் பார்த்து “இப்ப நான் சொல்ற கேஸ் என்னன்னு உங்களுக்கு ஏதாவது புரியுதா?” என்றார் ராஜு. “அந்த ட்ரிப்ள் மர்டர் கேஸ்தான சார்” என்றும், “மர்டர் கேஸ்ல எதுக்கு சார் இன்கேமரா?” என்றும் கூட்டத்திலிருந்து சில குரல்கள் ஒலித்தன. இரண்டு கேள்விகளுக்கும் சிரித்துவிட்டு, பதில் சொல்லாமல் அந்த வழக்கில் அவர் கேட்ட அடுத்த கேள்வியை கூட்டத்தின் முன் வைத்தார்.

போக்ஸோ வழக்குகள் நடத்தும் வித்யாவிற்கே ராஜு என்ன சொல்ல வருகிறார் என்று ஒன்றும் புரியவில்லை.

“பொதுவா இப்படி சத்தம் கேட்டு ஓடி வரவங்க கதவை வெளிப்பக்கமாக பூட்ட முயற்சிக்க மாட்டாங்க சரிதான?” என்றேன். முதல் ரெண்டு கேள்விகளின் தொடர்ச்சியான இந்தக் கேள்விக்கும் சரியென்று தலையாட்டியது அந்தக் குழந்தை. இடையில் எத்தனை எத்தனையோ கேள்விகள் கேட்டேன். எல்லாவற்றிற்கும் எனக்கு சாதகமாகவே பதில் சொன்னது. “அப்படீன்னா என்ன நடந்திருக்கும் என்று இப்போது உங்களுக்கு புரிந்திருக்கும்தானே?” என்றார்.

வித்யாவிற்கும் இந்த வழக்கு பற்றி ஏதோ தெரிந்திருப்பதுபோலத் தோன்றினாலும், அப்பா அவருடைய வாழ்நாளில் ட்ரிபிள் மர்டர் கேஸ் மட்டும் நடத்தியதில்லை என்பதில் உறுதியாக இருந்ததினால், அவளுக்கு ராஜு சொன்ன வழக்கு எது என்று ஒன்றும் புரியவில்லை.

கூட்டத்திலிருந்து “ஹாஸ்டைல் விட்னஸ்” என்று பதில் வந்ததும், “இப்ப நீங்க கேட்ட அந்தக் கேள்விகளுக்குப் பதில் சொல்றேன்” என்று கதை சொல்வதுபோல அந்த வழக்கைப் பற்றி சொல்லத் தொடங்கினார்.

“ஆமா ஹாஸ்டைல் ஆயிருச்சு. அது சிவில் கோர்ட் வெக்கேசன் பீரியட். 2001 மே மாசத்துல ஒருநாள். ‘நடுத்தெரு ரிடையர்டு ஹெட்மாஸ்டர் கோலப்பன் வீட்ல அவரோட அம்மாவும், அவரு வீட்ல வேலை செஞ்சு வந்த சின்னப் பொண்ணும் செத்துக் கெடக்காங்க. நான் அவங்க பக்கத்துவீடு. தொடர்ந்து நாய் குலைக்கெற சத்தம் கேட்டு வெளியே வந்து பாக்கும்போது வீடு தொறந்து கிடந்துச்சு. நடு ஹால்ல ரெண்டு பேரும் பொணமா கிடக்குறாங்க’ன்னு ஒரு ஃபோன்கால் நைட் ஒன்றரை மணிக்கு நல்லூர்புரம் போலீஸ் ஸ்டேஷனுக்கு வருது.

போலீஸ் வந்து போஸ்ட்மாடர்ம் அனுப்புறாங்க. போற வழியிலையே அந்த சின்னப்பொண்ணுக்கு மட்டும் உயிர் இருக்குதுன்னு தெரிய வருது. கொஞ்சநேரம் கழிச்சு அதே வீட்ல ஒரு அன்டர்கிரவுண்ட் ரூமையும், அங்க கோலப்பன் செத்துக் கிடக்குறதையும் கண்டுபிடிக்கிறாங்க. வெறும் பதினாலு வயசு ஆன அந்தப் பொண்ணு ரெண்டுவாரம் ஐசியுல இருக்கு. காரணம் ரேப் பண்ணி கத்தியால ஜெனிடல் ஆர்கன்ல குத்தி இருக்கான். அந்த ரெண்டு வாரத்துல அந்தக் கொலைகாரனையும் கண்டு பிடிச்சிடுறாங்க.

கொலைக்கான காரணம் ரொம்ப சிம்பிள்தான். கோலப்பனுக்கு வெளிநாட்டு பொருட்களை ஏர்போர்ட் வழியா கடத்துற கும்பல்ல உள்ள ஒருத்தனோட தொடர்பு இருந்துருக்கு. அது மூலமா கொஞ்சம் வருமானமும் அவருக்கு வந்துருக்கு. இவன் அவரோட முன்னாள் ஸ்டூடண்ட். இந்த வேலைல அப்பப்ப இவனோட உதவியும் அவருக்குத் தேவைப்பட்ருக்கு. ஆனா என்ன வேல செஞ்சாலும் இவனுக்கு கிடைக்கிறது சொற்பத் தொகைதான். இவரு வீட்ல ஒரு அன்டர் கிரவுண்ட் ரூம் இருக்கும்னு அவனுக்குத் தெரியும். அங்கதான் தன்னோட லட்சக்கணக்கான பணத்தை எல்லாம், அந்தப் பொருட்களையெல்லாம் அவரு ஒளிச்சு வைக்குறார்னு இவனாவே நினச்சிக்கிட்டான். கோலப்பனுக்கும் அப்பப்ப தான் செய்யுற வேலையைப் பத்தி பெரிய பில்டப் பண்ணி இவன்கிட்ட சொல்ற வழக்கம் இருந்துருக்கு. இவனும் சரியான சந்தர்ப்பத்தை எதிர்பார்த்து காத்திருந்தான். சம்பவம் நடந்த அன்னைக்கு கோலப்பன் கால் பண்ணி ‘நைட் ஒருமணிக்கு முன்னாடியே பொருள் வந்துரும் போல. எதுக்கும் கொஞ்சம் சீக்கிரமா வழக்கம்போல சந்தன மாரியம்மன் கோவில் பின்புறம் வந்துரு’ன்னு சொல்லிருக்காரு.

கோலப்பன் வீட்டை விட்டு வெளியக் கிளம்பும்போது நைட் பதினோரு மணி. இவன் அவரு கிளம்புறத தெரிஞ்சிட்டு அரைமணிநேரம் கழிச்சு அவர் வீட்டுக்குப் போயிருக்கான். அவர் வீட்டோட எல்லா ரூமும் இவனுக்குப் பழக்கம். கோலப்பனுக்கு பொண்டாட்டி செத்து வருஷம் இருக்கும். ஒரே ஒரு பொண்ணு. அதையும் தஞ்சாவூர் பக்கம் கட்டிக் கொடுத்துருந்தாரு. வீட்ல கோலப்பனும் அவரோட அம்மாவும் மட்டும்தான். இந்தக் குழந்தை ஊருக்குள்ள வீட்டு வேலை செஞ்சு காலத்த ஓட்டுற அம்மாவோட பொண்ணு. ஸ்கூல் முடிஞ்சதும் கோலப்பன் வீட்டுக்கு வந்து அங்க உள்ள எல்லா வேலையும் முடிச்சு அங்கேயே படுத்து தூங்கிரும். அதுனால இந்த நேரத்துல பாட்டியும், குழந்தையும் மட்டும்தான் இருக்கும்னும் தெரியும். அவங்களும் இவனுக்கு பழக்கம்தான்.

கதவத் தட்டியிருக்கான். பாட்டி தொறந்துருக்கு. ‘சார் முக்கியமான ஒரு பொருளை வச்சுட்டு போய்ட்டாரு. கதவத் தொறங்க’ன்னு சொல்லிருக்கான். கதவத் தொறந்த பாட்டிக்கு சின்னதா ஒரு சந்தேகம் வர, ‘என்னன்னு சொல்லு நானே எடுத்துட்டு வாரேன்’ன்னு சொல்லிருக்குது. இவன் ‘உங்களுக்குத் அதெல்லாம் தெரியாது’ன்னு சொல்லி நுழைஞ்சவன பாட்டி புடிச்சு இழுத்துருக்கு.

கொண்டுவந்த கத்திய எடுத்து பாட்டி வயத்துல ரெண்டு குத்து குத்திட்டு, நேரா அந்த அன்டர் கிரவுண்டுக்குத்தான் போயிருக்கான். அங்க அவன் நினைச்ச மாதிரி எதுவுமே இல்லை. எங்கெல்லாமோ தேடியும் எழுபதாயிரத்துக்கு மேல கிடைக்கல. அவனுக்குள்ள இருந்த அத்தனை மிருகமும் அப்பதான் வெளி வந்துச்சு. ஹி பிகம் எ பீஸ்ட். மிருகம்னுகூட அவனச் சொல்ல முடியாது. எந்த மிருகம் தன்னோட பசியத் தாண்டி, பாதுகாப்பத் தாண்டி இன்னொரு உயிர கொன்னுச்சு? இன்னொரு உடல சிதைச்சிச்சு? இவ்வளவு நடந்தும் அந்தக் குழந்தை தூக்கத்துல இருந்து முழிக்கலைன்னா எவ்வளவு சோர்வா படுத்திருக்கும்னு நீங்க புரிஞ்சுக்கோங்க. உள்ளபோய் அந்தக் குழந்தையையும் காப்பாத்த முடியாம வெளியபோய் கதவப்பூட்டி ஊரையும் எழுப்ப முடியாம அந்தப் பாட்டி ஹால்லயே உசுர விட்டுச்சு.

சாராய வாடையிலிருந்து ஆரம்பித்த அந்தக் குழந்தையின் அடுத்த அரைமணிநேரம் எப்படி முடிஞ்சதுன்னு உங்கள்ட்ட சொல்றதுக்கு முன்னால ஜூனியர்ஸ்ட்ட ஒரு கேள்வி கேக்குறேன்.

“சூரியநெல்லி’ சிறுமி பேரக் கேள்விப் பட்ருக்கீங்களா?”

ஏற்கனவே இறுக்கமான ஒரு உரையினால் வித்யாவைப் போலவே சிரமப்பட்டு மூச்சு விட்டுக்கொண்டிருந்த அந்தக் கூட்டத்திலிருந்து ஒரு குரலும் எழவில்லை.

“நானே சொல்றேன். நாப்பது நாளா நாப்பத்திரெண்டு மிருகங்கள் கேரளாவோட பல பகுதிகளுக்கு அந்த சின்னப் பொண்ணக் கூட்டிட்டுப்போய் வன்புணர்வு பண்ணாங்க. அதுல ராஜ்யசபா டெபுட்டி சேர்மனா இருந்த பி.ஜே. குரியன் பேரும், அவரைப்போல பெரும் பதவில இருக்குற பலரோட பேரும் அடிபட்டுச்சு. அதுல ஒரு வக்கீலும்கூட உண்டும்னு நினைக்குறேன். இது 1996ல நடந்த சம்பவம். மூணு வருஷம் கழிச்சு பல போராட்டங்களுக்குப் பின்னர்தான் அந்த வழக்கையே விசாரிக்க ஆரம்பிச்சாங்க. 2007ல பி.ஜே. குரியன் மீதான குற்றச்சாட்டை சுப்ரீம் கோர்ட் நிராகரிச்சது. அப்ப அவருக்காக வாதாடுனது இப்ப நிதியமைச்சரா இருக்குற அருண் ஜெட்லிதான். இதெல்லாம் உங்களுக்கு நியாபகம் இருக்க வாய்ப்பில்லை. ஆனா உங்க எல்லோருக்கும் நிர்பயா கேஸ் பத்தி ஞாபகம் இருக்குமில்லையா?” என்றார்.

இப்போது எல்லோரும் தலையாட்டினார்கள். கோர்ட்டோ, மேடையோ ராஜு கேள்வி கேட்கத் தொடங்கிவிட்டால், அது மேலும்மேலும் சிக்கலான பல கேள்விகளுக்குள்ளேதான் போகுமே தவிர ஒருபோதும் அது பதில்களை நோக்கி அல்ல என்று நன்றாகவே தெரிந்து வைத்திருந்த மேடையிலிருந்த ஸ்டீபனும், கீழே முன்வரிசை வலது ஓரத்தில் அமர்ந்திருந்த வித்யாவும் ஒருவரை ஒருவர் பார்த்துக்கொண்ட பார்வையிலிருந்தே தெரிந்தது.

“யாரும் மறக்கல. குட். ஆனா நாடு முழுவதும் பேசப்பட்ட அந்த சம்பவத்தை பத்தி ரெண்டு வருஷம் கழிச்சு அப்பவும் நிதியமைச்சரா இருந்த அருண் ஜெட்லி ஒரு விஷயம் சொன்னாரு... அது உங்களுக்கு ஞாபகம் இருக்கா?”

இருவரும் நினைத்ததுபோலவே நடந்தது. குண்டூசி விழுந்தால்கூட தெளிவாக கேட்கும் ஒரு அமைதி. ஒருவரிடமும் பதிலில்லை.

“இன்னைக்கு தேதி என்ன” என்று திரும்பி காலண்டரைப் பார்த்த ராஜு “03/09/2018... அப்படித்தான...? ஆமா இன்னலருந்து சரியா ஒரு நாலு வருசத்துக்கு முன்னாடிதான்

சொன்னாருன்னு நினைக்கிறேன். கொஞ்சம் ஞாபகப்படுத்தி பாருங்க" என்றார்.

இப்போதும் ஒருவரிடமும் பதிலில்லை என்பதால் அவரே தொடர்ந்தார்.

"ஒன் ஸ்மால் இன்சிடன்ட் ஆஃப் ரேப், தேவை இல்லாம அத பெருசா பேசி இன்டியன் டூரிஸம் டிபார்ட்மெண்ட்க்கு பில்லியன் டோலர்ஸ் லாஸ்...

இதுதான் அவர் சொன்னது."

இந்தப் பதிலைச் சொல்லிவிட்டு கோர்ட்டில் கூண்டில் நிற்கும் சாட்சிகளைப் பார்ப்பதுபோலவே ஒன்றுமே பேசாமல் கூட்டத்தைப் பார்த்து நின்றார். ஒரே ஒரு வித்யாசம்தான்.

அங்கு கேள்விகள் கேட்டுவிட்டு இப்படி நிற்பார், இங்கோ கேள்விகளுக்கு பதிலாக பதில்கள். அந்தப் பதில்களும் அவரைப் பொறுத்தவரை கேள்விகளாக இருப்பதினால்தான் இப்படி நிற்கிறாரோ என்று வித்யா நினைத்தாள்.

இவ்வளவு வேகமாக, ஒரு வழக்கிலிருந்து, இன்னொரு வழக்கிற்கு சென்றது மட்டுமில்லாமல், அதுவரை சப்ஜெக்ட் மட்டுமே பேசிக்கொண்டிருந்த ஒருவரிடமிருந்து இதுபோன்ற கேள்விகளும் பதில்களும் தங்களை நோக்கி வரும் என்று கொஞ்சமும் எதிர்பார்க்காத இளம் வழக்கறிஞர்கள் திகைத்துப் போய் அமர்ந்திருந்தனர்.

"நிச்சயமா உங்களுக்கு ஞாபகம் இருக்காது. ஏன்? எனக்கே பல விஷயங்கள் மறந்து போய்ரும். அதுக்கு மறதி ஒரு காரணம். இன்னொரு காரணம்? சரி விடுங்க... அப்புறமா அதைச் சொல்றேன். மொத்தம் ஆறு பேர் சம்பந்தபட்ட நிர்பயா கேஸ் ஒரு காங் ரேப் இல்லையா? இந்தக் கேஸ் தனி ஒருத்தன் பண்ண காங் ரேப். டெக்னிக்கலா சொல்லப்போனா அது ரேப் இல்ல. அவன் அதுக்கு தகுதியான ஆளும் கிடையாது. அது ஒரு கொலை முயற்சி.

கவர்ன்மெண்ட் மெடிக்கல் காலேஜ்ல அவனோட மருத்துவப் பரிசோதனையில 'புத்தி சுவாதீனமுள்ள, சாதாரண உடல் நலத்துடன், பால் உறுப்புகள் முதிர்ச்சியற்ற நிலையில் காணப்பட்ட அவன் உடலுறவுகொள்ள தகுதியற்றவன்' அப்படின்னு சான்று கொடுத்துட்டாங்க.

ஆனா குழந்தை உடம்புல வெளிக்காயங்கள் இருந்தது. வயிறு வீங்கி இருந்துச்சு. செகண்ட்ரி செக்சுவல்ல வளர்ச்சி இல்ல. கன்னித்திரை இல்லை. பிறப்புறுப்புக்கு உள்ளையும் வெளியேயும் கடுமையான கத்திக் காயங்கள் இருந்தது. ஒரு குழந்தையோட பிறப்புறுப்பு நாலஞ்சு விரல் நுழையுற அளவுக்கு கிழிஞ்சிருந்துச்சு. கர்பப்பை இயல்பா இல்ல. ஆரம்பத்துல ரத்தப்போக்கு இருந்துச்சு. பீரியட் ஒழுங்கா வரல. முதல்ல அல்ட்ரா சவுண்ட், அப்புறம் சி,டி ஸ்கேன். வயிறு நார்மலா இல்ல. வஜினல் ஸ்வாப், ஸ்மியர், ப்யூபிக் ஹேர் முதல் எல்லாம் எடுத்து ஃபாரன்சிக் அனுப்புனாங்க. முடிவுல ஸ்பர்ம்ஸ் அதுல இல்லைன்னும், சமீபத்துல உடலுறவு நடந்துச்சா இல்லையான்னு சொல்றதுக்கு ஒண்ணுமில்லைன்னும் ரிப்போர்ட்ல வந்துருச்சு. அதாவது ராவா சொன்னா, ஆண்மையில்லாதவன் அவன்.

இன்னும் உங்களுக்கு ஈஸியா புரிய வைக்கிறேன். நம்ம பார் மெம்பர் சண்முகம் சார் இருக்குறாங்கள்ல. அவர்ட்ட பேசுனா புத்தகங்கள்ல இருந்து மேற்கோள்கள் சொல்லிட்டே இருப்பார். ஒருமுறை பேசிட்டு இருக்கும்போது தஸ்தயேவ்ஸ்கி'யோட க்ரைம் அன்ட் பனிஷ்மன்ட் நாவல்ல இருந்து ஒரு கோட் பண்ணாரு. அந்த நாவல் நான் படிச்சதில்லைன்னாலும் அவர் சொன்னது எனக்கு எப்பவும் மறக்காது. 'நூறு முயல்கள் உன்கிட்ட இருந்தாலும், அதவச்சு உன்னால ஒரு குதிரை செஞ்சுட முடியாது. நூறு சந்தேகங்கள் இருந்தாலும், அது ஒரு சின்ன ஆதாரமாகி விடமுடியாது'

அவனுக்கு பெயில் ஈஸியா கிடச்சது. கோலப்பனையும் அவங்க அம்மாவையும் கொன்ன வழக்குல சீனியர்தான் அவனுக்கு பெயில் வாங்கிக் கொடுத்தார். ஆனா இந்தக் கேஸ்ல சீனியர் அவனுக்கு பெயில் வாங்கிக் கொடுக்கல. வேற ஏதோ ஒரு அட்வகேட்ட வச்சிருந்தான். ஆனா இந்த எல்லா வழக்கும் ட்ரைலுக்கு வந்தப்ப இந்த கேஸையும் நாங்கதான் நடத்தனும்னு சொன்னான். சீனியர் கொஞ்சம் யோசிச்சு அவன்ட்ட ஒரு பெரிய தொகைய ஃபீஸா கேட்டார். பதினஞ்சு இருபது வருசத்துக்கு முன்னாடி உண்மையிலே அது ஒரு பெரிய தொகைதான். அப்ப ஆஃபிஸ்ல நாங்க ஆறு ஜூனியர்ஸ் இருந்தோம். ஆனா அவர் அதப்பத்தி எங்ககிட்ட எதுவுமே சொல்லிக்கல. அதேநேரம் ரொம்ப சிக்கலான கேஸஸ் எல்லாமே அப்ப சீனியர்ட்டதான் இருந்ததால நாங்களும் எதையும் நினைக்கல. 'அவனால அந்தத் தொகையைக் கொடுக்க முடியாது, வேற அட்வகேட்ட

பாத்துருவான்'னு நினைச்சுதான் அவர் அப்படியொரு ஃபீஸ் கேட்டார்னு இப்ப நான் நினைக்குறேன். ஏன்னா மறுநாளே அவன் வந்து சீனியர் கேட்ட மொத்தத் தொகையையும் கொடுத்தப்ப அத வாங்கி எங்க எல்லோருக்குமே பிரிச்சு கொடுத்துட்டார். அந்த வழக்குல என்னைத்தான் குறுக்கு விசாரணையும் பண்ணச் சொன்னார். அடுத்த வாரத்துலயே விசாரணையும் ஆரம்பிச்சிருச்சு.

உங்களுக்கு நல்லாவே தெரியும் அப்ப போக்ஸோ ஆக்ட் கிடையாது, தனியா அதுக்கு ஒரு கோர்ட் கிடையாது. எல்லாமே செஷன்ஸ் கோர்ட்லதான் நடக்கும். இப்ப மாதிரி நிறைய வழக்குகள் அப்ப கிடையாது. தப்பு நடந்தாலும் யாருக்கும் தெரியாத மாதிரி மறைச்சிருவாங்க. அப்படிபட்ட ஒரு காலத்துலதான் இந்த வழக்கு கோர்ட்டுக்கு வந்தது. எனக்கு உண்மையிலே ரொம்ப சந்தோஷமா இருந்துச்சு. முந்தின நாளே அந்தக் கேஸை முழுசா படிச்சு முடிச்சேன். கேக்குறதுக்கு நிறைய கேள்விகளை எழுதி வச்சேன்.

அப்பதான் இன்கேமரா விசாரணை எப்படி இருக்கும்னு சீனியர் எனக்கு சின்னப் பிள்ளைக்கு சொல்லித்தர மாதிரி ஒவ்வொண்ணா சொல்லித் தந்தார். 'சம்பவம் நடந்து முடிஞ்சு மூணு வருஷம்தான் ஆனதால இன்னும் அந்தப் பொண்ணுக்கு பதினெட்டு வயசு கம்ப்ளீட் ஆகி இருக்காது. அதுனால அந்தப் பொண்ணோட அம்மாவும் கோர்ட் உள்ளதான் இருப்பாங்க. நீ கேக்குற கேள்வி புரியலைன்னா அவங்க அந்தப் பொண்ணுட்ட புரியுற மாதிரி சொல்லிக் கொடுப்பாங்க. நீ சாதாரண கோர்ட் மாதிரி அவங்ககிட்ட அப்படி சொல்லிக் கொடுக்க கூடாதுன்னு சொல்லிறாத. மோஸ்ட்லி நீ கேக்குற கேள்விகள நீதிபதிதான் அந்தப் பொண்ணுட்ட கேப்பாரு. அதே மாதிரி அந்தப் பொண்ணு குற்றவாளியப் பார்த்து பயப்பட்டுற கூடாதுன்னு அந்தப்பொண்ணு வரதுக்கு முன்னாடியே கோர்ட்டுக்குள்ள இவன வரவச்சு மறைச்சு வச்சுருப்பாங்க...'

எனக்கு அப்ப "சூரியநெல்லி சிறுமியையும் தெரியாது. அருண் ஜெட்லியையும் தெரியாது. நான் ஒரு வக்கீல். இது ஒரு வழக்கு. அந்த வழக்கோட சம்பவங்கள், தன்மைகள்னு எனக்கு அதப்பத்தி ஒரு கவலையுமில்ல. எனக்குப் படிக்கணும், கத்துக்கணும். என்னோட குடும்பச் சூழல மாத்தணும். ஆனா அந்தநேரத்தில சரின்னு நெனைச்ச ஒண்ணை செஞ்சுட்டு அதில குழப்பங்கள் வரும்போது முழுதும் சோர்ந்து போற பழக்கம் உள்ளவன் நான்.

இப்ப உங்களுக்கும் அதைத்தான் நான் சொல்றேன். எந்த வழக்கானாலும் நீங்க தொழில்ல கால் ஊன்றி நிக்குற வரை எடுத்துக்கங்க. ஆனா அதுக்கு முன்னால நீங்க யார்னு முடிவு செஞ்சுக்கோங்க. ஒண்ணு நீங்க உரிமை மறுக்கப்பட்டவங்களுக்காக வழக்காடுற அதேநேரத்தில இன்னொரு வழக்கில எதிரிக்கு ஆதரவாக வழக்காடி தொழிலை வெறும் தொழிலாக மட்டுமே பாருங்க. இல்ல பாதிக்கப்பட்டவங்களுக்காக ரோட்ல நின்னு போராடி அதுமாதிரியான வழக்குகளை எடுக்கக்கூடாதுன்னு உங்களை நீங்களே ஒரு வரையறைக்குள்ள வச்சுக்கோங்க. ஆனா என்னை மாதிரி ரெண்டிலும் இல்லாம ஒரு இளம் வழக்கறிஞராக நீங்க கோர்ட்டுக்குள்ள காலடி எடுத்து வச்சா வெறும் குற்றவுணர்ச்சி மட்டும்தான் உங்களுக்கு மிஞ்சும். அந்த நாள்ல அப்படித்தான் எனக்கு நடந்துச்சு...

எதையுமே நேர்ல சந்திக்குறவரை ஒரு பிரச்சனையும் இல்ல அப்படித்தானே? எனக்கு எல்லாமே கிளியர் ஆன சந்தோசத்துல உற்சாகமா கிளம்பி மறுநாள் கோர்ட்டுக்கு போனேன்.

அந்தக் காலையில்தான் வழக்கிற்கு சம்பந்தப்பட்டவங்களத் தவிர மீதி எல்லாரையும் வெளியே அனுப்புனாங்க. நீதிமன்றத்தோட சன்னல்கள், கதவுகள் எல்லாம் இழுத்து மூடப்பட்டது. அந்தக் குழந்தை கோர்ட்டுக்குள் அடி எடுத்து வச்சது. பயந்துபோன அந்தக் கண்கள் என்னைப் பார்த்துச்சு. உண்மையிலே அந்த நாள் இன்கேமரா அந்தக் குழந்தைக்கு இல்ல. எனக்குத்தான்னு நெனைச்சேன். எனக்கு அந்தச் சூழலே மூச்சடைக்க வச்சிருச்சு. முதன்முதலா அப்படிப்பட்ட சூழ்நிலையில குறுக்கு விசாரணை செய்றதால உண்டாகுற பதட்டம்னு அந்த மூச்சடைப்ப நான் நெனைச்சுக்கிட்டேன்; எனக்கு நானே சமாதானம் சொல்லிக் கிட்டேன். ஆனா காரணம் அது இல்லன்னு எனக்குத் தெரியும்.

தொழில் நிமித்தமா அப்ப நான் கேட்ட கேள்விகள் இப்பவும் எனக்கு மறக்காம இருக்குறதுக்கு வெறும் மூச்சடைப்பு எப்படி ஒரு காரணமா இருந்துற முடியும்? அந்தக் குழந்தைய நான் மறுபடியும் குத்திக் கொல்றதுமாதிரி கேள்விகள் கேட்டதுதான் மறக்காம இருக்குறதுக்கான காரணமா? நிச்சயமா இல்ல. உண்மையைச் சொன்னா அந்த வழக்குல எனக்கு ஒரு வேலையும் இல்லை. அரசு தரப்பு சாட்சி ஒண்ணு 'எனக்கு எதுவும் தெரியாது. கையெழுத்து போட சொன்னாங்க நான் போட்டேன்'னு சொல்லிச்சு. இந்தக் குழந்தையோ ஒண்ணுமே நடக்காததுமாதிரி பிறழ் சாட்சி ஆனது. அப்படின்னா எதுதான்

அதுக்கான காரணமாவோ பதிலாவோ இருந்துற முடியும்? இப்பவரை எனக்குத் தெரியல...

விசாரணை முடிஞ்ச கொஞ்ச நேரத்துலயிருந்து அந்தக் கால்கள் மட்டும் என்னைப் பின்தொடர்ந்து வந்துருக்கு. அத நான் கவனிக்கவும் இல்ல.

மின்சார கம்பிகள் இல்லாம, எண்கள் எல்லாம் அழிஞ்சுபோய், உள்ள இருக்குற துருப்பிடிச்ச கம்பிகள வெளிய தெரியுற மாதிரி, வெளிறிப்போன கலர்ல ஒரு மின்சாரக் கம்பம் ஒண்ணு அப்ப டிஸ்டிரிக்ட் கோர்ட் முன்னாடி இருக்கும். அந்த விசாரணைய முடிச்சிட்டு, நண்பர்களோட பேசிகிட்டு வெளிய நடந்து வந்துட்டுருக்கும் போதுதான் அவங்களப் பார்த்தேன். மொட்டையான அந்தக் கம்பத்துல சாஞ்சு நின்னுட்டு இருந்தாங்க. யாருக்காகவோ காத்துட்டுருக்காங்கன்னு நெனைச்சேன். நண்பர் ஒருத்தர்தான் அவங்க அழுதுட்டு இருக்குறாங்கன்னு சொன்னார். என்னாலதான் எல்லாம்னு நெனச்சிட்டு அவங்க முகத்தைப் பார்க்கக் கூசி தலைகுனிஞ்சு, அப்படியே கீழேயே பார்த்து நடக்க ஆரம்பிச்சப்பத்தான் அந்த குழந்தையோட கால்களப் பார்த்தேன்.

அந்த குழந்தையோட ரெண்டு கால்கள்லயும் நடுவிரலும், ஆள்காட்டி விரலும் இல்ல. நான்கு விரல்களும் இல்லாத அந்த ரெண்டு கால்களை அப்பதான் பார்த்தேன். அதுவும்கூட அப்ப ஒண்ணும் என்னை அவ்வளவா பாதிக்கல. கொஞ்ச நாள்ல கிட்டதட்ட மறந்தும் போயிட்டேன். வழக்குல சம்பந்தப்படாத எது ஒண்ணும் நமக்குத் தேவையில்ல இல்லையா? ஒருவேளை அவன் அந்த விரல்களை அந்த சம்பவத்துல வெட்டி எடுத்திருந்தா, ‘அவன் அப்படி வெட்டி எடுக்கவில்லை, பிறவியிலிருந்தே அந்தக் குழந்தையோட கால்கள் அப்படித்தான் இருக்குது’ன்னு நாம நீதிபதி முன்ன வாதாடலாம். பிறவிலிருந்தே அந்தக் குழந்தையோட கால்கள்ல அந்த நான்கு விரல்களும் இல்லாம இருக்கும்போது நாம ஏன் அதைக் கவனிக்கனும்? ஆனா...

அதேநாள் சாயந்திரம் ‘ரெண்டு கொலைகள் பண்ண எனக்கு இன்னொரு கொலை செய்ய ரொம்ப நேரம் ஆகாது’ன்னு அம்மாட்ட அந்தக் குழந்தையக் கைகாட்டி அவன் சொன்னதை சொல்லிவிட்டு, ‘எல்லாரும் நடந்ததை மறைச்சு இப்படித்தான் பொய்சாட்சி சொல்லப்போறாங்கன்னு முன்னாடியே தெரியும்ங்கிறதுனாலத்தான் நான் உன்னப் போகச்

சொன்னேன்'னு சீனியர் என்கிட்ட சொன்ன போதே அந்தக் கால்கள் என்னைப் பின்தொடர ஆரம்பிச்சிருக்கனும். அப்பவும் அத நான் கவனிக்கல.

ரெண்டு வாரம் கழிச்சு அந்தக் கனவு வருகிறவரை அந்தக் கால்கள் சுத்தமா எனக்கு ஞாபகமில்ல.

அந்தக் கனவுல நான் யார்னு எனக்கு தெரியல. என் முகம் எப்படி இருந்துச்சுன்னு தெரியாது. கனவுல எனக்கு நாலு கால்கள். நான்கு கால்கள்லயும் எனக்கு இருபது விரல்கள். ஆமா கூடுதலான அந்த ரெண்டு கால்களைத்தவிர எல்லாம் சரியாத்தான் இருந்துச்சு. அந்த குழந்தைக்குதான் கால்களே இல்ல. துருப்பிடித்த பெஞ்சுமேல அம்மாவும் பொண்ணும் படுத்திருந்தாங்க. அந்த பெஞ்ச பார்க்கும்போது அதே வெளிறிப்போன மின்சாரக் கம்பம்போல இருந்துச்சு. 'மகளை இனி எங்கயும் தனியா விடமாட்டேன்'னு அம்மாவும், 'நானும் அம்மாவ விட்டு எங்கயும் போக மாட்டேன்'னு மகளும் ஏதோ முடிவு எடுத்தவங்கபோல ஒண்ணா கட்டிபுடிச்சு படுத்திருந்தாங்க.

அவங்கமேல கருப்புநிற என் கவுன் போர்த்திருந்துச்சு. கனவுல டாக்டர்ஸ் போடுற வெள்ளைக் கோட் போட்ருந்தேன். ஷூ இல்லாத என் கால்கள பாக்கும்போது 'மருத்துவரால் ஆண்மை இல்லாதவன்'னு சான்றளிக்கப்பட்ட குற்றவாளியோட கால்களப் போலவே இருந்துச்சு. நீதிமன்றத்தோட சாட்சிக் கூண்டுல நின்னுட்டு 'இது ஒரு சாதாரண கேஸ்தான். கோர்ட் நேரத்தை வீணடிக்க பிராசிக்யூசன் தரப்புல ஜோடிக்கப்பட்ட வழக்கு'ன்னு அருண் ஜெட்லி மொழியில் பேசிட்டு இருந்தேன். ஏதோவொரு தாளைக் கைல வச்சுட்டு பெனிட்ரேசன் பற்றிய சந்தேகத்தில மூழ்கிருந்த ஜட்ஜ் கண்களை விலக்கி அவங்களப் பார்த்தார். அவங்க ரெண்டு பேரும் என் கால்களப் பாத்து சிரிச்சிட்டு இருந்தாங்க. அந்த மோசமான சிரிப்புல இருந்து என்னைக் காப்பாத்த அவங்களைப் பார்த்து 'நீங்கள் இங்க வர யாராவது வற்புறுத்தினாங்களா'ன்னு கேட்டார். 'இல்லை'ன்னு அதுக்கும் சிரிச்சாங்க. கோபமான நீதிபதி 'நீங்கள் எங்க இருக்குறீங்கன்னு தெரியுமா?'ன்னு சத்தம் போட்டார். 'கோலப்பன் சார் வீடு'ன்னு சொல்லிட்டு அமைதியான அவங்க இப்ப என் கால்களைப் பார்த்து பயந்து நடுங்கினாங்க.

நீங்க எதிர்பார்த்த ஒரு உரையை என்னால இப்ப குடுக்க முடியாம போனதுக்காக முதல்ல நீங்க என்னை மன்னிக்கனும்.

என் மனசுல இவ்வளவு நாளும் சில விஷயங்கள் ஒருவித குற்ற உணர்ச்சிய உண்டாக்கிட்டே இருக்கு. நான் இந்த மேடைல ஏறும்போது என்ன அறிமுகப்படுத்துன வித்யா, என்னை ஒரு குட் லாயர், கஷ்டப்படுற மக்களுக்காக போராடுற ஒருத்தர்னு என்னென்னல்லாமோ சொல்லி உங்கள்ட்ட என்னை அறிமுகப் படுத்துனாங்க. அவங்க எப்பவுமே அப்படித்தான். என் க்ளோஸ் ஃப்ரெண்ட் இல்லையா? அப்படித்தான் சொல்வாங்க. ஆனா நானும் ஒரு சாதாரண ஆள்தான். என்ன சுத்தி இருக்குற மனுசங்கபோல ரொம்ப சாதாரண ஆள்தான். எவ்வளவு கொடூரமான சம்பவங்கள் என்னைச் சுத்தி நடந்தாலும், நாட்டையே உலுக்கினாலும், கொஞ்ச நாட்கள்ல அத ஞாபகத்துலையே வைக்காம மறந்துபோகுற சாதாரண ஆள்தான். நான் சொன்னது மாதிரி ரெண்டு வாரம் நான் மறந்துட்டதா நினைச்ச அவங்க இனி நான் வாழ்க்கைல மறக்கவே முடியாத மாதிரி என் கனவுல வந்தாங்க. ஒருவேளை அப்படி அவங்க என் கனவுல வரலைன்னா என்ன பண்ணிருப்பேன்? அவ்வளவுதான். மறந்துருப்பேன். இத்தன வருஷம் கழிச்சு நான் ஏன் அவுங்களப் பத்தி இங்க பேசனும்? ஏற்கனவே நான் கேட்ட கேள்விய இப்பத் திருப்பியும் கேட்குறேன்.

எவ்வளவு கொடூரமான சம்பவங்கள் நம்மைச் சுற்றி நடந்தாலும், நாட்டையே உலுக்கினாலும், கொஞ்சநாட்கள்ல நாம ஏன் அத ஞாபகத்துலையே வச்சுகிறதில்லை? மறதின்னு நீங்க சொல்றதைக் கடந்தும் வேற ஒரு காரணம் நிச்சயமா இல்லையா?"

நினைவேந்தல் நிகழ்வு இப்போது அதற்கேற்றாற்போல சோகமாக மாறிவிட்டது. வித்யாவோ கிட்டத்தட்ட உறைந்தே போயிருந்தாள். இருந்த இடத்திலிருந்து அவள் கொஞ்சமும் அசையவில்லை. இதுவரை கண்டிராத, இனிமேலும் இப்படியொரு ராஜுவை பார்க்க முடியுமா என்ற சந்தேகத்துடனிருந்த அவள் கண்கள், கொஞ்சமும் விலகாமல் திகைத்துப்போய் ராஜுவையே பார்த்துக்கொண்டிருந்தன.

"கண்டிப்பா இருக்கு. ரொம்ப சிம்பிளான காரணம்தான் அது. ஏன்னா அந்தச் சம்பவங்கள் எதுவும் நமக்கு நடக்கல. எதுனாலும் நமக்கு நடந்தாத்தானே நாம நினைவுல வச்சிருப்போம்? நிர்பயா நம் தங்கை இல்லையே? அந்தக் குழந்தை நம்மோட மகள் இல்லைதான? இது மாதிரியான சம்பவங்களுக்கு எப்போதும் தயாரா இருக்கவேண்டிய ஒரு வேலைக்காரப் பெண்தானே அந்தக் குழந்தையோட அம்மா? அதனால நாம

ஏன் அமைச்சர்களோட பேச்சுக்களையெல்லாம் நினைவில வச்சுக்கணும்? நமக்குதான் எதுவுமே நடக்கலயே...! நாமதான் பாதுகாப்பா இருக்குறோமே...!

போன மாசம் ஒரு வேன் நிறைய குழந்தைகள் நம்ம கோர்ட்டுக்குள்ள வந்து இறங்கினாங்க. நீங்க யாராவது கவனிச்சீங்களா? அதுல நம்ம குழந்தைங்களா இருந்திருந்தா ஒருவேளை நாம கவனிச்சிருப்போம் இல்லையா? அவுங்க எல்லோருமே ஹாஸ்டல்ல தங்கிப்படிக்குற குழந்தைகள். அத்தனை குழந்தைகளையும் அந்த ஹாஸ்டல் வார்டன் வருசக்கணக்குல பாலியல் ரீதியா தொந்தரவு செஞ்சுருக்கான். தூங்குறப்ப, ட்ரஸ் மாத்தும்போது, குளிக்குற சமயத்துல, சாப்பிடுற நேரத்துல... இப்படி எத்தனை எத்தனையோ வழிகள்ல அவன் அவங்கள துன்புறுத்திருக்கான். பொறுக்கமுடியாத ஒரு கட்டத்துல பெற்றோர்கள் எல்லாரும் சேர்ந்து இந்த முடிவை எடுத்தாங்க. புகார் கொடுத்தாங்க. அங்கயும் ஏதோ ஒரு அமைச்சர் பின்னால் இருந்திருப்பார்போல. வழக்கு பதிவு செய்யப்படல. போராட்டம் பண்ணாங்க. பத்திரிக்கைகள் வரி விளம்பரங்களுக்கு மத்தியில சின்னதா ஒரு செய்தி போட்டுச்சு. அப்பவும் அந்த ஸ்கூல்லருந்து அவன் நீக்கப்படல. கலெக்டர் ஆஃபிஸ் போய் தங்களோட உடம்புல பெட்ரோல் ஊத்திக்கப் போனாங்க. எங்கோ ஒரு மூலையில கந்துவட்டிப் பிரச்சனையில இசக்கிமுத்து அவரோட மனைவி குழந்தைகளோட ரெண்டு நாளைக்கு முன்னாடி தீ வச்சு அன்னைக்கு அவங்கள காப்பாத்தினார். பிரச்சனையும் பெருசாச்சு. அப்புறம்தான் வழக்கையே பதிவு பண்ணுச்சு போலீஸ். ஒரு உயிருக்கு நியாயம் கிடைக்க இன்னொரு உயிர பலிகொடுக்க வேண்டிய சூழ்நிலையிலதான் நாம இருக்கோம்.

இந்த மாதிரி காலகட்டத்துல எந்த பிரச்சனையுமில்லாம நாமும் நம்மைச் சார்ந்தவர்களும் உயிர் வாழ்றதே அதிசயம்தானே? இதுல நாம ஏன் மத்தவங்களோட பிரச்சனைகள நியாபகம் வச்சுக்கணும். அப்படித்தானே?"

ராஜுவின் பேச்சு அவரது அனுபவங்களை, வழக்கு விபரங்களை, நீதிமன்ற நடவடிக்கைகளை குறித்து இளம் வழக்கறிஞர்களுக்கு சொல்வது என்ற நோக்கத்தைக் கடந்து சென்றதன் விளைவாக அந்தக் கூட்டமே மிகுந்த உணர்ச்சிகரமாக மாறிவிட்டது. அதை முதலில் உணர்ந்தவர் ஸ்டீபன்தான். ராஜு பேசி முடித்ததும் எந்தவிதச் சலனமும் எவர் முகத்திலும் இல்லை. ஒருவரும் கைதட்டவில்லை. உரை முடிந்தது

என எழுந்திருக்கவும் இல்லை. ஒருவருடன் ஒருவர் பேசிக் கொள்ளவுமில்லை.

எல்லா சூழல்களையும் தெளிவாக கையாளும் ஸ்டீபனுக்கும் கூட என்ன செய்வதென்று தெரியவில்லை. அவருமே உணர்ச்சி வயப்பட்டுதான் இருந்தார். இனி அந்தச் சூழலை தன்னால் ஒன்றும் செய்ய முடியாது என்பதுபோல கொஞ்சநேரம் அமைதியாக இருந்தவர், என்ன நினைத்தாரோ என்னவோ திடீரென்று எழுந்து ராஜூவின் அருகில் சென்று ஒரேயொரு கேள்வி என்று அனுமதி வாங்கிவிட்டு பேசத்தொடங்கினார்.

"அந்தக் கொலைகள் நடக்கும்போது நானும் பிராக்டிஸ் வந்த புதுசுதான். ஆனா எனக்கு நல்ல நியாபகம் இருக்கு. அது டபுள் மர்டர் கேஸ்தான். ட்ரிபிள் மர்டர் இல்ல. ராஜூவும் ட்ரிபிள் மர்டர் கேஸ்னு சொல்லிட்டு டபுள் மர்டரை பற்றி மட்டும்தான் பேசினார். ஒண்ணு இந்த கேஸ் சம்பந்தமா ஏதாவது வேறு கொலைகள் நடந்துச்சா? அது எனக்குத்தான் மறந்து போச்சா? இல்லை ராஜூதான் வேற ஏதாவது கேஸை நினைச்சிட்டு இதப் பத்தி பேசிட்டாரான்னு தெரியல. அதை அவர்தான் சொல்லவேண்டும்" என்று மீண்டும் ராஜூவை மேடைக்கு அழைத்தார் ஸ்டீபன்.

ஸ்டீபன் எப்போதும் இப்படித்தான். ஏதாவதொரு விஷயத்தைப் பற்றி தீவிரமாக ஒரு விவாதம் இவர்கள் மூவருக்கும் இடையில் நடந்து கொண்டிருக்கும்போது, வித்யா என்ன நினைக்கிறாளோ அதையேதான் ஸ்டீபனும் பேசுவார். பலநேரங்களில் இருவருமே தங்களுக்குள் நிகழும் இந்த ஒத்திசைவான போக்கினைக் கண்டு ஆச்சர்யப்பட்டது உண்டு. இப்போதும் ஸ்டீபன் கேட்ட கேள்வி வித்யாவிற்கு அப்படியொரு ஆச்சர்யத்தைத்தான் ஏற்படுத்தியது.

ராஜூவோ இவர்கள் இருவரிடமிருந்து கொஞ்சம் வேறுபட்டு நிற்பார். அவர் முன் வைக்கும் பதில்களோ, கேள்விகளோ, கருத்துக்களோ யாரும் யோசிக்காத கோணத்தில் எல்லாம் இருக்காது; ஆனால் யோசிக்கத் தவறிவிட்ட கோணத்தில் அது இருக்கும். இப்போதும் அப்படியொரு திசையை நோக்கித்தான் பேசத் தொடங்கினார்.

"யாராவது ஜூனியர்ஸ் இந்தக் கேள்வியை கேப்பீங்கன்னு ஆரம்பத்துலயே நினைச்சேன். அப்புறம் வழக்கம்போல நானும் மறந்துட்டேன். பல நேரங்கள்ல மறதி ஒரு குற்றமா இருந்தாலும், எப்போதாவது அது கொஞ்சம் ஆறுதலா இருக்கத்தான் செய்யுது. சிலநேரங்களில் அது நமக்கு நிம்மதியை

தருவதாக்கூட இருக்கு. மறக்கமுடியாத அந்தக் கனவு மூலமா எனக்குப் புரிஞ்சது இதுதான்.

நான் ட்ரிபிள் மர்டர்னு சொன்னதுல கோலப்பனும் கிடையாது, கோலப்பனோட அம்மாவும் கிடையாது. அவங்களையும் நான் சேர்த்திருந்தா கணக்கில இன்னும் ஒண்ணு அதிகரிச்சிருக்கும். சாவோட விளிம்புவரை போய் செத்துப் பிழைச்சதுன்னு நீதிமன்றத்தால, இந்த உலகத்தால, ஏன் அப்ப என்னாலகூட நம்பப்பட்ட அந்தக் குழந்தையை மட்டுமே கணக்கில எடுத்துகிட்டுதான் நான் அந்த வழக்கை ட்ரிபிள் மர்டர் கேஸ்னு சொன்னேன். நியாயமா பார்த்தா அத நான் கவுண்ட்லஸ் மர்டர்னுதான் சொல்லியிருக்கணும்.

அவன் அவளோட குழந்தைத்தனத்தை மட்டும் கொல்லல. பதினாலு வயசுகூட நிரம்பாத அவளோட அப்பாவித்தனமான சிரிப்பை, கோடிகோடியா பணமும், அடுக்குமாடி குடியிருப்பும் அவங்ககிட்ட இல்லாட்டாலும்கூட அவளுக்காக காத்திருந்த ஒரு சிறிய, சொற்பமான மகிழ்ச்சியைத் தரக்கூடிய எதிர்காலத்தை, கஷ்டப்பட்டாலும்கூட பிள்ளைக்கு இரண்டு வேளையாவது நல்ல சோறு கிடைக்குதேன்னு நிம்மதியில் இருந்த அவ அம்மாவோட நம்பிக்கையை... இப்படி எத்தனையோ விசயங்களக் கொன்னான்.

மகளோட கால் விரல்களிலிருந்து கணவன் வரை இழந்த ஒரு அம்மாட்ட, அதே கால் விரல்கள்லருந்து கர்ப்பப்பை வரை இழந்த அந்தக் குழந்தைட்ட, இழக்குறத மட்டுமே வாழ்க்கையா இருக்குற அவங்க ரெண்டு பேர்ட்டயும் இன்னும் கொல்றதுக்கு என்ன மிச்சம் இருக்கு? ஒரு கொலையைவிட மோசமான பல கொலைகளை அந்தக் குழந்தைட்ட நிகழ்த்திருக்குற அவன் மொத்தத்தில அந்தக் குழந்தையை ஒரேடியா கொலை பண்ணிருக்காலாமே? ஒரு கொலையுடனாவது அந்தச் சம்பவம் காவல்துறையோட, நீதிமன்றத்தோட கசங்கிய தாள்கள்ல பதிவு பண்ணப்பட்டிருக்கும்... அப்புறம் அந்த அம்மாவே தற்கொலை செஞ்சிருக்கும்... அது நிச்சயமா இவன் கணக்குலயும் சேர்ந்திருக்காது.

இப்ப பாருங்க... அரைகுறையா கையில இருக்குற அந்தக் குழந்தைக்காக, அவளோட மருந்து மாத்திரைக்காக, இவ்வளவு நடந்த பின்னும்கூட அந்தக் குழந்தையைப் புணர ஒரு வாய்ப்புக் கிடைக்காதா? இல்லை அவங்களோட வறுமை தானாகவே அதுக்கான வாய்ப்பை கொடுக்காதான்னு காத்திருக்குற சில

ஆண்கள்ட்டருந்து, மருத்துவ மொழியுல சொன்னா 'ஃபிட் டு இன்டர்கோர்ஸ்' சான்றிதழ்கள் கிடைக்க வாய்ப்பிருக்கிறவங்கட்ட இருந்து அந்தக் குழந்தையைக் காப்பாற்ற அவ வாழ வேண்டியிருக்குறத பாருங்க. தூக்கத்திலிருந்து எப்ப அவ பயந்து முழிப்பா? படுக்கையில எந்த நேரத்தில சிறுநீர் கழிப்பா? இன்னும் எவ்வளவு நாட்கள் அந்தத் தழும்புகள் அவ பிறப்புறுப்புல, மார்புகள்ல, தொடைகள்ல இருக்கும்? எல்லோரையும்போல மாசத்துக்கு ஒருதடவை மட்டும் மாதவிடாய் வர அவளுக்கு வாய்ப்பு இருக்கா? ஒவ்வொரு நொடியும் அதிகரிச்சிட்டே இருக்குற குழந்தைகள் மீதான பாலியல் வன்முறைகளைக் காட்டும் புள்ளிவிபரங்கள்ல ஒரு புள்ளியா தன் மகளும் ஏன் வந்தா? இப்படி கேள்விகளை மட்டுமே சந்திச்சு எதுவுமே புரியாம, ஒண்ணுமே இல்லாத ஒரு வாழ்க்கைய வாழ்றதுக்கு பதிலா மொத்தத்தில அவன் அந்தக் குழந்தையைக் கொன்றிருக்கலாம்தானே?

பிறப்புறுப்பில் 200 மி.லி எண்ணெய் பாட்டிலும், மெழுகுவர்த்தித் துண்டுகளுமா கண்டுபிடிக்கப்பட்டு, ரெண்டு நாள் முழுதும் தீவிர சிகிச்சைப் பிரிவில் இருந்தும்கூட ஒரு முடிவோட இறந்த 'குடியா' என்ற குழந்தையைப்போல இந்தக் குழந்தையும் அப்பவே செத்திருக்கலாம்தானே? மதம், காவல்துறைன்னு எட்டு ஆண்குறிகள் சேர்ந்து, எட்டு நாட்கள் வச்சு, மயக்க மருந்து கொடுத்து, முதுகெலும்பை உடைச்சு, தலையில ஒருமுறைக்கு இருமுறையா பாறாங்கல்லைப் போட்டு, எங்கெங்கிருந்தோ யாரையெல்லாமோ வரவழைச்சு, விஷால் ஜன்கோத்ராக்கள் மாதிரியானவர்கள் ஆயிரக்கணக்கான கிலோமீட்டர்கள் இதுக்காகவே வந்து, வன்புணர்ந்து வார்த்தைகளால் கூறமுடியாத சித்ரவதையை செய்து எட்டு வயது ஆசிஃபாவை கொன்றார்கள் இல்லையா...? அதேபோல இந்தக் குழந்தையையும் கொன்றிருக்கலாம்தானே?

நீங்க ஆசிஃபாவோட சடலத்தைப் பார்த்தீங்களா? பத்திரிகைகள்ல வந்துச்சே? நான் பார்த்தேன். பார்த்துட்டே இருந்தேன். அன்னைக்கு அந்த கோர்ட்ல, என் எதிர்ல, சாட்சிக் கூண்டுல, கொல்லப்பட்டது போக மீதமிருந்த மிச்ச மூச்சோடு, அம்மாவைக் காப்பாத்துறதுக்காக எல்லாக் கேள்விகளுக்கும் எனக்கு சாதகமா பதில் சொல்லிட்டு, அவளப்போலவே அவ்வளவு மோசமாக சேதப்பட்டு நின்னுட்டு இருந்த அந்த மின்சாரக் கம்பத்துல சாஞ்சுட்டு என்னைப் பாத்துச்சே! அந்த பார்வைய நான் ஆசிஃபாட்ட பாத்தேன். இத்தனை வருஷம்

கழிச்சும் என்னை சரியா நியாபகம் வச்சு அந்தப் பார்வை என்னை தேடி வந்தது மாதிரியே இருந்துச்சு. எனக்கும் அந்தப் பார்வைக்கும் இடையில தீர்க்க முடியாத ஒரு கணக்கு இருக்கு. அந்தக் கணக்க தீர்த்து வைக்குற ஒரு சூத்திரம்னு நம்பிட்டு இருக்குற ஒண்ணத்தான் இப்ப உங்க முன்னாடி நான் எழுதிட்டு இருக்கேன்னு நினைக்கிறேன்... நன்றி வணக்கம்.''

★★★

அடுத்து யாரோ பேச எழுந்தார்கள். அது யார் என்று வித்யாவின் கண்கள் பார்த்தாலும், அது அவள் மூளைக்குள் செல்லவில்லை. அந்த உருவத்தை வெறுமனே பார்த்தபடி அமர்ந்திருந்தாள்.

ராஜு பேசிக்கொண்டிருக்கும் போதே வித்யாவின் மனதிற்குள் குழப்பமான பல கேள்விகளும், கலவையான பல எண்ணங்களும் ஒரு அற்றம்காணா வெளியை நோக்கிச் சென்று கொண்டிருந்தது. ஆனால் ராஜுவின் பேச்சிலிருந்த வேகம் அது அனைத்தையும் ஒன்றிலிருந்து ஒன்றிற்கு இடம் மாற்றியும், ஒன்றுடன் ஒன்று கலந்தும், மங்கலான ஒரு பிம்பத்தை அவள் கண்முன் உருவாக்கியதே தவிர தெளிவான ஒன்றை அல்ல.

இப்போது அதைக் குறித்து யோசிக்க அவளுக்கு நேரமிருந்தது.

“அப்படியொரு கேள்வியை கேட்பேன் என்று அவருக்கு எப்படித் தெரியும்? இல்லை முன்தயாரிப்பு இல்லாமலே அப்படிப் பேசினாரா...? பின் எப்படி அந்தக் கேள்வியை கேட்டவுடன், அதற்காகத்தான் அவ்வளவுநேரமும் எதிர்பார்த்து காத்திருந்தது போல அவர் உடனே எழுந்து வந்தார்...?

தனது அப்பா உயிருடன் இருக்கும்வரை சொல்ல முடியாத இந்த குற்றவுணர்ச்சியை வெளிப்படுத்த ஒரு வாய்ப்பாகத்தான் இந்த கருத்தரங்கத்தை ராஜு பயன்படுத்திக்கொண்டாரா...? சிறப்பு பேச்சாளராக வர சம்மதித்திருந்த மூத்த வழக்கறிஞர் ஒருவேளை வந்திருந்தால்... ராஜூ அப்போதும் இதையெல்லாம் அவருக்குள்ளேதானே புதைத்து வைத்திருப்பார்...?

இல்லை... எத்தனை பேர் சிறப்பு பேச்சாளராக வந்திருந்தாலும் நான் இந்தக் கோரிக்கையை ராஜுவிடம் கண்டிப்பாக வைத்திருப்பேன்...! ஆனால் அந்த விஷயம் எப்படி ராஜுவிற்கு தெரிந்திருந்தது? ஒருவேளை ஸ்டீபனைவிட ராஜு தன்னைப்பற்றி அதிகம் தெரிந்து வைத்திருக்கிறாரோ...?''

இன்னும் இன்னும் அவள் மனதில் விடைதெரியாத பல கேள்விகள் தொடர்ந்து எழுந்து கொண்டே இருந்தன.

இப்போது அந்தக் கேள்விகள் அனைத்தும் ராஜு பேசிய அந்த இரு வழக்குகளை நோக்கி இடம் மாறியது. அந்தநேரத்திலும் அவள் கண்களுக்கு எதிரில் இருப்பவர்கள் தெரியவில்லை.

காதுகளில் எந்த குரல்களும், இரைச்சல்களும் விழவுமில்லை.

“கொலை, வன்புணர்வு, குழந்தைகள் மீதான பாலியல் வன்கொடுமை, விவாகரத்து என இதுபோன்ற எல்லா வார்த்தைகளையும் எல்லோருமே, ஏன் தானும்கூட வெறுமனே ஒரு செய்தியாக, வழக்காக கடந்துபோகும் இந்த காலத்தில் ராஜுவின் வார்த்தைகள் யாரைக் குறிவைத்து வீசப்பட்டன...?

ஒருவேளை அந்தக் குழந்தை வசதியான குடும்பத்தில் பிறந்திருந்தால்? இல்லை அந்தப் பெண் ஏழ்மையான சூழ்நிலையில் வளர்ந்திருந்தால்...? அப்போதும் இருவரில் ஒருவர் யாரின் முன்பாவது நிர்வாணமாகத்தானே நின்றிருப்பார்கள்... பாலியல் வன்கொடுமைக்கு ஆளாகித்தான் இருப்பார்கள் இல்லையா...?

அளவில் வேறுபாடு இருந்தாலும் உடல்ரீதியாகவோ, மன ரீதியாகவோ பெண்கள் மட்டும் ஏன் எப்போதும் இதுபோன்ற பாதிப்பிற்கு உள்ளாகிறார்கள்....?

அந்தப் பெண், அவள் தந்தை, ஒன்றுமே தெரியாத அவனின் வயதான அப்பா அம்மா, அந்தக் குழந்தை, அவளது அம்மா இப்போது எங்கிருப்பார்கள்...? என்ன செய்து கொண்டிருப்பார்கள்...? உயிருடன்தான் இருக்கிறார்களா...?

முதலில் ட்ரிபிள் மர்டர் கேஸ் என்றும், பின் கவுன்ட்லஸ் மர்டர் என்றும் அந்தக் கொலைகளை ஏன் மாற்றி மாற்றி சொன்னார் என்று யோசித்தவளுக்கு ஒன்று மட்டும் புரிந்தது. ட்ரிபிள் மர்டர் கேஸில் மூன்றாவதாக கொலையுண்ட ஆள் என்று அவர் சொன்னது வேறு யாரையுமோ, எதையுமோ அல்ல; அவர் தன்னைத்தானே அப்படி கொலையுண்டானவராக நினைத்துச் சொல்லிக் கொள்கிறாறோ என்ற எண்ணம் திடீரென்று அவளுக்குத் தோன்றியது. ஆம், அவர் அந்த அர்த்தத்தில்தான் அதைச் சொல்லிக் கொள்கிறார். அப்படியென்றால் இதுநாள்வரை தான் ராஜுவை பற்றி அறிந்து வைத்திருந்தது சொற்பம்தானா.”

அப்படி நினைத்தபோது, ராஜுவின் அந்தக் குற்றவுணர்ச்சி தனக்குள்ளும் ஏற்பட்டு விட்டதுபோல உணர்ந்தாள்.

அவள் பெயர் எங்கோ ஒலிப்பதுபோலத் தோன்றியது.

சுதாரித்து நிமிர்ந்து பார்த்த வித்யாவை, நன்றியுரையை நிகழ்த்த மேடைக்கு அழைத்தார் ஸ்டீபன். மேடையிலிருந்த ராஜுவும் சிறிய புன்னகையுடன் வித்யாவைக் கைகாட்டி அழைத்தார்.

அந்தப் புன்னகையானது 'நான் நினைத்த மாதிரி நீ நடந்து கொண்டதற்கு நன்றி' என்று கூறுவதுபோலவே இருந்தது. அந்தச் சிரிப்பு ராஜுவைப் பற்றி அவள் அதுவரை யோசித்து வைத்திருந்த எல்லாக் கேள்விகளையும், சந்தேகங்களையும் தவிடு பொடியாக்கியது. மீண்டும் அவள் கண்களுக்கு அவர் வெறும் ராஜுவாகவே தெரிந்தார். அதே போன்றதொரு கள்ளமில்லா புன்னகையை தன்னை நோக்கி உதிர்த்துக் கொண்டிருந்த ஸ்டீபனும் ஸ்டீபனாகவே தெரிந்தார்.

எல்லாக் காலங்களிலும் தன்மீதும் தன் குடும்பத்தின்மீதும் மிகுந்த அக்கறை கொண்டவர்களாக இருக்கும் இவர்கள் இருவர் மட்டும் இல்லாவிட்டால், இந்த நினைவேந்தல் நிகழ்வு இந்தளவிற்கு சிறப்பாக நடந்து முடிந்திருக்காது என்ற எண்ணம் அப்போது வித்யாவிற்கு ஏற்பட்டது. அந்த எண்ணமானது அவளுக்குள் அவர்களின் நட்பை எந்நாளும் விட்டுவிடக்கூடாது என்ற உறுதியை விதைத்தது. அவர்களுக்கு மனதிற்குள்ளே நன்றி தெரிவித்துக்கொண்டு மேடையேறியவள் கண்களுக்கு "சட்டமும் பெண்களும்" என்ற கருத்தரங்கத் தலைப்பு தெளிவாகத் தெரிந்தது. அதைப் பார்த்து ஏதோ நினைத்துக்கொண்டே, நன்றியுரையையும் நிகழ்த்தி முடித்தாள்.

இப்போது மூவருமாக மேடையிலிருந்து இறங்கிக் கொண்டிருந்தார்கள். அப்போது திடீரென்று ஒரு கேள்வியை ராஜு அவர்களிடம் கேட்டார்.

அவர்களுக்குத் தெரியும்... ராஜு கேள்வி கேட்கத் தொடங்கிவிட்டால், அது மேலும்மேலும் சிக்கலான பல கேள்விகளுக்குள்ளேதான் போகுமே தவிர ஒருபோதும் அது பதில்களை நோக்கி அல்ல என்று...

"அந்த பாதிக்கப்பட்ட ரெண்டு பெண்களோட பேர்களை ஏன் கடைசிவர யாருமே கேட்கல..?"

●●●

நான்கு பேர்கள் இரண்டு சம்பவங்கள்: நாடொறும் நாடு கெடும்

சம்பவம் 1:

"வே பாட்டா தம்புரான் பேசுகேன்."

"சொல்றே."

"இப்பம் என் கைல லம்பா ஒரு மேட்டர் சிக்கிருக்கு. நான் சொல்லுக மாறி கேட்டீருன்னா உமக்கு கோளுதான்வே."

"எனக்கு தல மேல சோலி கெடக்கு. உன் விளாட்டு மயிருக்கு நான் ஆளு கெடையாது. பெசாம செல்லை வச்சிட்டு போய்ரு."

"பாட்டா இது மத்த காரியம்போல லேசுபட்ட விசயம் இல்ல. அம்ம சத்தியமா சொல்லுகேன். தமாசா நெனைக்காத. இது நடந்தா உமக்கு கைமேல காசு."

"ம்"

"என்ன பாட்டா உம் கொட்டுக."

"சாமானத்த... நீ பண்டுல பல சமாச்சாரம் கொண்டாந்து, அதல்லாம் கண்டமா நடந்து முடிஞ்சி, இப்ப நாம ரெண்டு பேரும் கன்னியாமரி பீச்ச வெலை முடிக்க நின்னுட்டு இருக்கோம் பாரு... இங்க அவன் அவன் குண்டில தீ புடிக்க வேலை பாத்துட்டு கெடக்கான். வந்துட்டான் சீலையத் தூக்கிட்டு. இந்த வெறுவாக்கட்ட சோலியல்லாம் வேற எங்கையாவது போய் நடத்து."

"என் சீவன வாங்காத கெழட்டு முடிவான். காலையிலே குடிச்சு போதங்கெட்டாவே கெடக்கீரு. வந்தம்னா

குறுக்குல எட்டி சவட்டிருவேன். நீரே காரியத்தை வெட்டை ஆக்கிருவீரு போல. இங்க நானும்தாவே வெயில்ல வெதைக்கொட்டை எரிய நாய்படாத பாடா சுத்திட்டு கெடக்கேன். சள்ளப்படுத்தமா சொல்லத கேளுவோய்..."

"பொட்டி தெரிக்காதல... சங்கதிய மொதச் சொல்லு."

"நம்ம ஆபீஸ்ல சாமா நகைக்கடை கேஸ் நடக்குல்லா."

"ஆமா."

"அவரு உம்மட தோஸ்துதான?"

"அத ஏம்பில இப்ப கேக்க?"

"ஒரு காரியமாத்தான் கேக்கேன் சொல்லு."

"ஆமா."

"அவர்ட்ட இப்ப நீ பேசுவியா?"

"மொதச் சலம்பாம காரியத்தை சொல்லு."

"பாட்டா ரொம்ப முக்கியமான காரியம். வெளிய பரப்பி விட்றாத. நல்ல மனசுலாக்கிக்கோ."

"ம்... சொல்லு."

"திருவந்தரத்துல 10 கிலோ தங்கத்தை வச்சிட்டு ஒருத்தன் இருக்கான். அவனுக்கு இப்ப உடனே பணம் வேணுமாம். அவனுக்க மவனுக்கு ஏதோ பெரிய சீன்றம் புடிச்ச வியாதிபோல. லண்டன்ல ஆபரேஷனாம். மொத்தத்துல இந்தியாவ விட்டுட்டு அங்கேயே போய் செட்டில் ஆவப்போறானுவபோல. 'அவன்கிட்ட சரக்க வாங்கிட்டு வந்து கைமாத்தி பணமா கொடுக்கணும். அப்டி கொடுத்தா உனக்கும் ஒரு அமௌண்ட் மாத்தி விடுகேன்."

"ஓ... சரி...சரி...சரி... எனக்கு என்ன படிடே தருவ?"

"அஞ்சு லட்சம்."

"....."

"சிரிக்காதும்வோய் பாட்டா. என்மேல சத்தியமா."

"நீ உனக்க குண்ணமேல சத்தியம் விட்டாலும் விடு. வெப்ராளத்த கௌப்பாத. லேய் மக்கா இந்த காதுலயே செய்யுற வேலைய நீ இன்னும் விடலயால?"

“திண்டு முண்டா பேசாத எழவே... உன்னோடி எனக்க சீவம்லா போகுவு.”

“லேய் நான் கேக்கேன். ஏலவே உனக்க ஆச்சிக்க நாலாமத்த புருசன் ஒருத்தன் அக்கவுண்ட்ல 90 கோடி வச்சிட்டு மணிமேடை முக்குல நிக்கான். அத எதாவது டிரஸ்ட் அக்கவுண்ட்ல போட்டு மறிச்சு விட்டா 10 கோடி கமிசன் கெடைக்கும்னு சொல்லி நீ என்னல பண்ண? என்னைய நிம்மதியா கெழவிகூட கெடந்து ஒறங்கயாவது விட்டியால? கடசில அவன் ஒரு பிராடுத்தாயோளி. எனக்க பைசாலயே ஆசாத்துல ரெண்டு பிரியாணியும் தின்னுட்டு, அது போறாதுன்னு ஏக்கியப்பனுக்க கடையில போஞ்சியும், ஏத்தம் பழமும் சவச்சி இறக்கிட்டு, என் வாய்லயே அவன் பழத்த வச்சி சொருகிட்டு போனான். அப்ப நீ என்ன சொன்ன? இதே எழவு பாடத்தான் சொன்ன. அடுத்து எனக்க கைக்காசையெல்லாம் மொத்தமா வழிச்சி நக்கி வாழி பாடதுக்குன்னு வந்துட்ட. எனக்க வாயில இடம் இல்லடே... நீயே அவனுக்கத வாங்கி கடிச்சி துப்பிக்க. என் புழுகு என்னோட, என் கூத்தியா புழுகு ஏரோப்பிளேன்ல வருகுன்னு சொன்னானாம்...”

“எனக்க அப்பனான அதல்லாம் பண்டு எடவாடுவோய். இப்பம் சொல்லுகேன். இது விசயம் ஒறப்பு. அப்படி நடக்காட்டா எனக்க சாமனத்த வித்தாவது உனக்கம் உனக்க கெழவிக்கும் தேக்குல செஞ்ச கட்டுலு வாங்கித்தாறேன். கெடந்து நிம்மதியா ஒறங்கு...”

“.....”

“வோய் சிரிச்சது போதும் சொல்லுவோய்.”

“சரி... சரி, நீ உனக்க அம்ம, அப்பன், சாமான் எல்லாத்து மேலயும் சத்தியம் விட்டது போவும். இப்ப என்ன செய்ய? சொல்லித் தொலை.”

“அங்கன வா வழிக்கு. ஏற்கனவே சொன்னயிதான்... சாமாட்ட பேசு. பைசா ரெடின்னா குடுத்துருவோம். அந்தாளு இந்த சோலில கரை கண்டவன்னு எனக்கும் தெரியும்.”

“சரி பாட்டன் மேல என்னடே திடீர் கரிசனம். எனக்க கமிசன் தந்துட்டு நீ என்ன மக்கா பண்ணுவ?”

“எனக்கு இல்லாம உனக்கு மட்டும் கமிசன் தர நான் உனக்க பொண்ண கட்டிருக்கேன் பாரு! திருவந்தரத்துல தங்கம் வச்சிட்டு இருக்குறது வேற யாரும் இல்ல, என் ப்ரண்டோட மாமாதான். அவர்ட்ட இன்னும் கொஞ்சம் தங்கம்

கெடக்கு. அவன் எனக்காச்சுட்டிப் பேசி இந்த மொத்த டீலும் வாங்கித் தந்துருக்கான். ஒரு டீலுக்கு எனக்க கைலயே ஆள் இருக்கு. இன்னொன்னுக்குதான் ஆள் இல்ல. இதுல எனக்கு ஒவ்வொண்ணுலயும் அஞ்சு பர்சன்ட் கமிஷனுக்கும் அதிகமாவே கெடைக்கும். அப்புறம் நீ இந்த வேலைய முடிச்சா உங்களுக்கு 8 லட்சம்னு பேசிருக்கேன். அதுல மூணு லட்சம் நான் எடுத்துக்குவேன். எப்படியும் ஒரு ஆள்னால இந்தக் காரியம் முடியாதுன்னு தெரியும். நீ நல்லா விசாரிச்சுப் பாரு. ஒரே மேட்டர்ல செட்டில் ஆவணும்னு சொல்லுவியே, உனக்கு இது ஒரு நல்ல சான்ஸ் பாட்டா...”

“சரி சாமா மட்டும்ல, எனக்க தெரிஞ்ச இன்னம் ரண்டுபேரு இருக்கானுக. அவங்கட்டயும் பேசிட்டு உன் லைன்ல வாரேன்...”

“எல்லாம் இருக்கட்டும். ஒனக்க கோமாளிக் கூத்தயல்லாம் இதுல காமிக்காம, இன்னைக்குள்ள சொல்லிரு. இல்ல பார்ட்டி நம்மள விட்டுப் போய்ரும்.”

“ஆட்டும், ஒரு அரைநாள் டைம் தாடே...”

“ம்.”

★★★

“யய் எய்யா தேக்குமரம் மாதிரி இருந்தியே, இப்டி ஒரு வார்த்தக்கூட சொல்லாம போய்ட்டியே... உன்ன இப்டி பாக்கத்தான் உசுரோட இருக்கனா? எந்தச் சண்டாளன் அவன் அவிஞ்சி நீருனக் கண்ணப் போட்டான்னு தெர்லயே! அவனக் கொள்ளைல கொண்டுப் போவ...”

“இப்படி கண்ணீரே வராம ஊருக்காக ஒப்புக்கு அழுதுட்டு இருக்குதே ஒரு கிழவி, அது பேரு அன்னம்மா. வின்சென்ட் குமாஸ்தாவோட மக.

மகளுக்கு எதிர்ல உக்காந்துட்டு, பேருக்குக்கூட அழாம கொழவிக் கல்லுல வெத்தலப்பாக்கு இடிச்சிக்கிட்டு இருக்குதே ஒரு கிழவி, அது வின்சென்ட் குமாஸ்தா பொண்டாட்டி. பேரு சொர்ணம்.

தலமாட்டுல வெளக்கு, நெல்லு, பழம், பத்தி சூழ, குளிச்சு முடிச்சு பக்காவா புதுத்துணி போட்டு, நெத்தி நிறைய பட்டையோட, கைய மடிச்சு நெஞ்சோட சேத்து வச்சுகிட்டு, கால சம்மணம் போடுறது மாதிரி நல்லா மடக்கி, காது, மூக்குல

பஞ்ச சொருகிட்டு ஃப்ரீசர் பாக்ஸ்ல வீட்டோட நடு ஹால்ல படுத்து கெடக்குறாருல்ல அவருதான் வின்சென்ட் குமாஸ்தா.

ஆமா நாம வந்துருக்குறது சாவு வீட்டுக்குத்தான்.

அம்மைக்கு வயசு 79, மகளுக்கு 62. அப்டீன்னா அவருக்கு வயசு எவ்வளவு இருக்கும்னு நீங்களே கணக்கு போட்டுக்கோங்க.

நாம ஏன் இங்க வந்துருக்கோம்னுதான கேக்குறீங்க?

பொலிடிகல் த்ரில்லர் கேஸ்லாம் ஏன் கோர்ட்டுக்கு அந்தளவு வரதில்லைன்னு நீங்கதான ஒருநாள் என்கிட்ட கேட்டீங்க. அதான் உங்கள இங்க கூட்டிட்டு வந்துருக்கேன்.

அவரு சாவுக்கு என்ன காரணம்? அவரை கொன்னது யாரு? இதெல்லாம் போகப்போக உங்களுக்கேத் தெரியும். ஆரம்பத்துலயே சொல்லிறேன். நானா வாயத் தெறந்து இவருதான் கொலையாளி, இதுதான் கொலைக்கு காரணம்னு எதுவும் சொல்லமாட்டேன். மொத்தமே ரெண்டு சம்பவத்தையும், அதுல சம்மந்தப்பட்ட நாலு பேரையும் சொல்லுவேன். அதுல நாலாவது ஆள் யாருன்னும் நீங்கதான் கண்டுபுடிச்சிக்கணும். அதையும் மாத்தி மாத்திதான் சொல்லுவேன். ஓகேன்னா இந்த கேஸ கன்டினியூ பண்ணுவோம். இல்ல இன்னொரு எக்னாமிக்கல் த்ரில்லர் கேஸ் ஒண்ணு வந்துருக்கு; அங்கப் போயிருவோம். என்ன சொல்றீங்க...?

ஓகேவா... சரி அப்ப வாங்க. இனி நாம முக்கியமான விசயங்கள் மேல மட்டும் கான்சன்ரேட் பண்ணுவோம்.

மத்தபடி ஒருபக்கம் நடக்குற அழுகையையும், அவரு மேல போடுற சேலைல எதுயெது யாருக்குன்னு சண்டைபோட ரெடியா நிக்குற கும்பல்களையும், கிச்சனுக்குள்ள நின்னுக்கிட்டு டீ ஆத்தி குடிச்சிட்டு மதிய சோத்துக்கு வழிதேடிட்டு இருக்குற பேரன் பேத்திகளையும் விட்ருவோம். ஏன்னா அவங்க நமக்கு முக்கியமில்ல. ஏதோ அவங்கதான் அவரை கொலை பண்ணிருப்பாங்களோன்னு நீங்க அவங்களையே பாத்துட்டு இருக்காதீங்க. இப்ப நம்ம கவனம் முழுதும் வீட்டுக்கு வெளிய நடக்கக்கூடிய விஷயங்கள் மேல மட்டும்தான் இருக்கணும். அதுக்கு ஒரே வழி தெருவுல இறங்கி நடக்குறதுதான். ஏன்னா உண்மை எப்பவுமே நாய் மாதிரி தெருவுலதான் ஒரு ஓரமா கெடக்கும். அதுவுமில்லாமா ஒரு பழமொழிவேற இருக்கு.

‘அவ இருப்பது அறையில.. அவ கதை கெடப்பது தெருவுல...’

எப்படி இருக்கு நம்ம பழமொழி?

எது நான் ஆணாதிக்க வாதியா? ஆளவிடுங்கய்யா. நாம கேஸையே பாப்போம். நமக்கெதுக்கு பழமொழி...?

என்ன பிராண்ட் பத்தின்னு தெர்ல... நல்ல வாசனை அடிக்குதுல்ல? பாத்து இறங்குங்க. மழைல படி கொஞ்சம் பாசி புடிச்சு கெடக்கு. அங்க யாரோ ஏதோ பேசிட்டு இருக்காங்க பாருங்க! வாங்க அதக் கேப்போம்"

"நேத்து ராவுக்க ஒம்பது மணி வாக்குல நெஞ்சு வேதனை எடுக்கமாறி இருக்கு, வயிறு வேற ஊதி கெடக்குன்னு சொல்லிட்டு காய்த்திருமனி தைலத்த எடுத்து குடிச்சிட்டு படுத்திருக்காரு. அப்பல்லாம் ஒண்ணும் செய்யல. பொறவு ஏதோ சொப்பனம் கண்டு பயந்து கத்திருக்காரு மனுசன். வெப்ராளமா வந்துருக்கு. காலம்பற கண்டா ஆளு கண்ணாம்முழி மோட்டப் பாத்து நெலகுத்தி நின்னுருக்கு."

"ஆமா இவரு அவரு பக்கத்துல வெளக்கு புடிச்சு உத்துப் பாத்துகிட்டு படுத்துக் கெடந்தாரு! அவரு சொப்பனம் கண்டது, அதுல சொப்பனச் சுந்தரி சீலைய அவுத்துப்போட்டு ஆடுனது எல்லாம் இவுரு ஓஞ்சக் கண்ணுக்கு தெரிஞ்சிச்சி. பின்ன இவருதான் அவர கொண்டுபோய் மேலோவத்துல இறக்கிவிட்டு வந்தாரு. சல்லியம் பண்ணாம போவும்வேத் தள்ளி..."

"ஓய் ஆத்துக்கால் அம்மையான ஒறப்புவோய். வேணும்னா நம்ம மாடன்ட்ட கேட்டுப் பாரும்... லேய் சொல்லுல சங்கதிய."

"ஆமாண்ணாச்சி. அதுவுட்டுமில்ல. அவுரு பேரன்ட்டயும் கேட்டம்லா. எப்பயும் சீனிகாரத்தையும், திர்நீரையும் திங்கிற மனுசன்... நேத்து வெந்தையத்தையும் நல்லமொளவையும் தின்னுருக்காரு. அதயும் ஒரு மணிக்கூர் வேற சவச்சிருக்காரு. வெயசாயிட்டு பாத்தேளா அதாம் தணுப்பும், சூடும் கலந்து ஏதோ செஞ்சிட்டு. காலம்பற உடம்பு வெறச்சிட்டு கெடந்தாம்..."

"லே மாடா! நம்ம கொமஸ்தாபுள்ள கடைசி காலத்துல யார்ட்டையும் பல்ல காமிச்சதில்ல தெரியுமால?"

"ஆமாண்ணாச்சி அவரு கெத்துல்லா..."

"ஒங்கொப்பனுக்க கொட்டைல கெத்து. சவமே... அவருக்கு ஒத்தப் பல்லுக்கூட கெடையாது. அம்புட்டும் செட்டுப் பல்லு. அவுருக்கு தெவக்கம் வந்தாம், எந்துரிச்சாராம், சவ சவன்னு சவச்சாராம்... எட்டி சவுட்டுனேன்னு வச்சுக்க! ஒன் கொட்டை

ரெண்டும் ஃப்ரீஸர் பாக்ஸ தாண்டி கொமஸ்தா புள்ளைக்கு வாயில போய் வுழுந்துரும். அப்ப அவரு சவைக்காரா இல்லையான்னு தெரிஞ்சிரும். சவுட்டவால...?"

"ஒய் தாத்தாக்கமாரே! இதுவொண்ணம் கெடையாது கேட்டேளா? நேத்தைக்கு யமலோவத்துல புதுசாப் பதவியேத்தவங்களோட எக்ஸிகியூட்டிவ் மீட்டிங் நடந்துருக்கு. அதுலதான் 'தொண்ணூறு வயசுக்கு மேலவுள்ள டிக்கெட்டுகள எல்லாம் அதுகளா சாவுறவரைக்கும் விட்டு வச்சதுனாலத்தான் இவ்வளவு சோக்கேடு, தேவையில்லாத கலகம், ட்ரஸ்ட்ல சீர்கேடுன்னு ஏகப்பட்டப் பிரச்சனை... அத யூஸ் பண்ணி நம்மக்கூடயே பல கருப்பு ஆடுகளும் உருவாயிருச்சு. அதுனால தொண்ணூறு வயசுக்கு மேலவுள்ளதுகள, செல்லாத உயிரினமா அறிவிச்சு தீர்மானமாப் போட்டு, அத நம்ம பைலா'வுலயும் ஏத்தி, பூலோக வாசிகளுக்கு சிரமமில்லாத வகையில, சந்தேகம் வராதமாணிக்கு நம்ம மத்திய மார்சுவரி குடோனுக்கு கொண்டு வரனும்னு முடிவு எடுத்துருக்காவ. அப்படி சீனியாரிட்டி அடிப்படைலதான் நம்ம தாத்தாவ தூக்கிருக்கானுவ. அதுனால சும்மா இங்க கெடந்து வாயடிச்சிட்டு கெடக்காம, வீட்ல போய் ஆச்சிமாருகக்கூட போய் சாமானத்தை கழுவிட்டு படுத்து ஒறங்குங்க. அடுத்து ஒம்ம ரெண்டுபேரு பேர்தா ஹிட் லிஸ்ட்ல டாப்ல இருக்காம்..."

"காத நல்லா பொத்திக்கோங்க. இவனுக பேசுறத கேட்டா ஒரு மயிரும் வெளங்காது. வாய்க்கு வந்தபடி எங்க எதப் பேசணும்னு தெரியாம எதையாவது பேசிகிட்டே இருப்பானுக. மொத இவனுகள கொல்லனும். அப்பதான் மத்தவனுகளுக்கும் கூறுபாடு வரும். எவனுக்காவது அவரு செத்ததுல அக்கறை இருக்கான்னு பாருங்க. எப்படி சிரிக்கானுவ.

ஓ... பேசிட்டே தெருவத் தாண்டிட்டமோ! சரி இப்ப அப்படியே இடதுபக்கமா திரும்பிப் பாருங்க. தூரத்துல ஒரு சின்ன டீ கடை இருக்குது தெரியுதா? ம்... இப்ப நாம அங்கத்தான் போகப் போறோம். டீ குடிக்க இல்லை. அங்க போனாத்தான் இந்தச் சாவுக்கு காரணத்தை நாம தெரிஞ்சுக்க முடியும்.

நாம எதுக்கு வந்துருக்கோம்னு யாருக்கும் சந்தேகம் வரல போல. எதுக்கும் கொஞ்சம் பக்கத்துல வாங்க.

இப்ப நமக்கு முன்னாடி ரெண்டு பேரு பெஞ்சுல உக்காந்துட்டு இருக்காங்க பாத்தீங்களா? ம்... அதுல ரெண்டு உளுந்த வடை, ஒரு உண்ணியப்பம், அப்புறமா பொடி பருப்புவடைல நாலு

அரக்கிட்டு, அடுப்புல கெடக்குற சமோசா பக்கம் மூக்கை வச்சுட்டு இருக்கான்ல... அவன் பேரு இடைஞ்சல் கண்ணன். அவன் கதையை அப்புறம் சொல்றேன். அவன் பக்கத்துலயே கருப்பு பான்ட்டும், உள்ள போட்டுருக்குற பனியன் வெளியத் தெரியிற மாதிரி பளபளன்னு வெள்ளக் கதர்சட்டையோட அரசியல்வாதி மாதிரி உக்காந்துட்டு இருக்கான்ல... அவன் பேரு தம்புரான். ஆனா இப்ப பேர மாத்திட்டான். அவன்தான் இந்தக் கொலைக்கு விதைப்போட்டவன். அதுனால மொத அவனப் பத்தி நீங்க தெரிஞ்சிக்கிறதுதான் முறை."

★★★

சம்பவம் 1:

"லேய் அவன் சாமாக் கடகாரன் 5 கிலோ வாங்குகேன்னு சொல்லிட்டான். நீ ஃபோன் பண்ணப்ப எடஞ்சலும் ஆஃபிஸ்லதான் கெடந்தான். மத்த அம்புரோஸ் இருக்காருல்லா. அவரு இந்தமாறி வேலையத்தான் செய்வாராம். அவர்ட்டயும் பேசிட்டேன். இப்பச் சொல்லு, என்ன செய்யணும்?"

"அவன் கதைய கேட்டா சவம் வெளங்குமா பாட்டா?"

"லேய் அவன யாரு நம்புகா? நான்லா சொல்லுகேன். நான் அம்புரோஸ்ட்டயே பேசிட்டேன். கொண்டு வந்து குடுத்து காச வாங்கிட்டு போங்கன்னு சொல்லிட்டாரு..."

"அது யாருவே அம்புரோசு?"

"லேய் எடஞ்சலுக்கு ஜட்டி கேஸ்ல ஜாமீன் எடுக்க போவும்போது லாரி சாவிய கேட்டு அவன அடிக்கப் போனாருல்லா, அவருதாம்ல. அதுக்குப் பெறவு அவரு நம்ம தோஸ்துல்லா."

"ஓ அப்ப சரி... எதுக்கும் ஒண்ணுக்க நாலு மட்டம் யோசிச்சுக்கோ."

"அதல்லாம் நான் பாத்துக்கேன். லேய் இப்பவும் கேக்கேன். உண்மைல எனக்கு அஞ்சு லட்சம் தருவியால?"

"சும்மா செறப் படுத்தாதவோய். உமக்கு பைசா கிடைக்கதுக்கு நான் இங்க கிடந்து சாவல... நானும்தான் செட்டில் ஆவப்போறேன். உன்கிட்ட இதையே பேசிப் பேசி எனக்கு காதடைக்கி."

"இல்ல மக்கா, சும்மா கெடந்த என்ன உசுப்பேத்தி விட்டுட்டு அப்புறம் வழக்கம்போல எதாவது...?"

“உன் புளிச்ச சிரிய நிறுத்து பாட்டா. உன் கடைசி காலத்துல நீ நினச்சமாறி வாழப்போற பாரு. அப்புறம் பணம் வந்தப் பொறவு நன்னி கெட்டுப் போய்றாத.”

“மக்கா லேய், அப்புறம் நம்ம எடஞ்சலுக்கும் கொஞ்சம் பைசா குடுல. பாவம் அவன வச்சுதான அம்புரோஸ்ட்ட பேசுனோம்...”

“இந்த நொறநாட்டியம்லாம் நல்லா பேசு. நீ சொல்லும்போதே என் மண்டைல அவனுக்கும் கொஞ்சம் கொடுக்கணும்னு முடிவு பண்ணிட்டேன். அதுவுமில்லாம அவனுக்கும் இதுல இன்னொரு வேலை இருக்கு. கொஞ்சம் தங்கத்தை இன்னொரு இடத்துக்கு லாரில கொண்டுபோய் சேக்கணும். அதுல அவனுக்கு அம்பதாயிரம் கெடைக்கும். அவன்டயும் இதச் சொல்லிரு. சரி உன்ட்ட கத உட்டுட்டு கெடந்தா என் சோலிய பாக்கமுடியாது. நான் எல்லா ஏற்பாடும் பண்ணிட்டு நாளைக்கு கூப்பிடுகேன்.”

“சரிடே...”

★★★

1. தம்புரான்:

தம்புரான் 23 வயதுவரை இயல்பிலே கோபக்காரன்.

அன்றாடம் அவன் கோபப்படும் காரணங்களின் எண்ணிக்கைகள் உலகளவில் நாள் ஒன்றுக்கு நிகழும் பிறப்பு இறப்பு எண்ணிக்கைகளைவிட தாறுமாறாகப் பெருகிக்கொண்டிருந்தன. உலகமே ஒரு ஒழுங்கில்லாத சாராயக்கடையென அவன்முன் அனுதினமும் சலம்பிக் கொண்டிருந்தது.

அப்போது அவனுக்கு வயது பத்தொன்பது இருக்கும்.

வழக்கம்போல அன்றும் ஐந்து நிமிடம் தாமதமாக வந்த பால்காரனிடம் ஆரம்பித்த அவன் கோபம் “நேரத்துக்கு சாப்ட்றா...” என்று சொன்ன அம்மாவின் மீதும், “காலேஜ்க்கு ஏன்டா இவ்வளவு லேட்டாப் போற?” என்ற அப்பாவின் மீதும் பாய்ந்து அடங்கியது.

பின் அவசர அவசரமாக வீட்டைவிட்டுக் கிளம்பி பேருந்தை பிடித்து அதன் படிகளில் தொங்கியவன், பைக்கில் பந்தாவாக தன்னைக் கடந்து சென்றவர்களின் பணக்காரப் பரம்பரையை தனக்குத் தெரிந்த அத்தனை கெட்ட வார்த்தைகளாலும் சபித்தான். பின் ஒருவழியாக சமாதானம் அடைந்து கல்லூரி நிறுத்தத்தில்

இறங்கியவனின் காதுகளில் "நீ ஏறி மிதிக்க நாங்கள் என்ன உன் கால் செருப்பா...?" என்ற வாசகம் ஒலிக்க திரும்பிப் பார்த்தான்.

சாலையின் ஓரத்தில் எட்டு பேர் நின்றுகொண்டு (ஆம் அவன் எண்ணிப் பார்த்தான்) அவனைவிட கோபமாக எதற்கோ கத்திக் கொண்டிருந்தார்கள். கொஞ்சநேரம் அங்கேயே நின்று அவர்கள் ஆர்பாட்டம் செய்வதையே பார்த்தவன் மனதில், தனக்காகத்தான் அவர்கள் யாரிடமோ கோரிக்கை வைக்கிறார்கள் என்று தோன்றியது. அப்போதே அவன் இவர்கள்தான் நமக்கான ஆட்கள் என்று நினைத்து அன்றைய வகுப்புகளை புறக்கணித்துவிட்டு அவர்களுடன் சேர்ந்துகொண்டான். எட்டு ஒன்பதானது...

எட்டு பேர் அடங்கிய அந்த ஆர்பாட்டத்தின் ஒரு ஓரத்தில் பட்டும்படாமல் ஏதோ குறிப்பெடுத்தபடி நின்று கொண்டிருந்த இரண்டுபேர் கியூ ப்ராஞ்ச் போலீசார்கள் என்று அவனுக்குத் தெரியாது. இன்னும் சொன்னால் அந்த எட்டு பேரில் இவர்கள் இரண்டுபேரும்தான் தீவிரமாக போராடக்கூடியவர்கள் என்றும், அதிகமாக தன் மீது அன்பு கொண்டவர்கள் என்றும் அவனுக்குத் தோன்றியது. அவர்கள் இவனை "வாங்கத் தோழர்" என்று வரவேற்றதோடு, அவன் முகவரி, படிப்பு, அவன் அம்மா அப்பா பற்றிய தகவல்களை அக்கறையோடு கேட்டு வாங்கியவர்களை வேறு அவன் எப்படித்தான் நினைப்பான்?

பின் ஆர்பாட்டம் கலைந்து டீ குடித்துக்கொண்டே "ஃப்ரீயாக இருந்தால் அலுவலகம் வாங்கத் தோழர் விரிவாக பேசுவோம்" என்று அழைத்தவர்களிடம், "அவங்க ஏன் நம்மகூட டீ குடிக்க வரமாட்றாங்க?" என்று அப்பாவியாக கேட்டவனைப் பார்த்து அவர்கள் சிரித்தார்கள். இப்படித்தான் அவனுக்கு புரட்சிகர இளைஞர் மாமன்ற பாசறை அறிமுகமானது.

இவ்வாறு இரண்டு வருடங்கள் அவனுக்கு அதிதீவிர புரட்சிகரமாக கழிந்தன. இந்த நான்கு வருடங்களில் அவன் நினைத்ததுபோல புரட்சிக்காக உயிர் கொடுக்க வேண்டிய கட்டாயமெல்லாம் எழவில்லை. இப்போது அவன் மாவட்டக் கமிட்டியின் செயலாளராகி விட்டான்.

கியூ ப்ராஞ்ச் போலீசார்கள் இப்போது அவன் உண்மையான பெயர், கட்சியில் அவனுக்கு வைத்திருக்கும் பெயர், அவனது தலைமறைவு பெயர் என எல்லாப் பெயர்களையும் அறிந்து வைத்திருந்தார்கள். தன்னைப்பற்றி மட்டுமில்லாமல் எல்லோரைப் பற்றியும், அவ்வளவு ஏன் தலைமறைவாக

இருக்கும் தன் கட்சியின் தலைவர் நேற்று ‘கே’ டிவியில் என்ன படம் பார்த்தார் என்றுகூட அவர்கள் அறிந்து வைத்திருப்பதுவும் அவனுக்கு அதிசயமாகவே இருந்தது.

தம்புரான் கட்சியிலிருக்கும்போது ஒரு பெண்ணைக் காதலித்து வந்தான். அதைக் கட்சியின் மாவட்டப் பொறுப்பாளரிடம் சொல்லவும் செய்திருந்தான். அந்த நேரத்தில் அவனிடம் எதுவும் சொல்லாத அவர், அவன் இல்லாமல் ஒரு கூட்டத்தையும் நடத்தி அதில் இவனைப் பற்றி பல குற்றச்சாட்டுகளை அடுக்கி இவன்மீது ஒருமாதம் ஒழுங்கு நடவடிக்கை எடுக்க அனைவரிடமும் ஒப்புதலும் வாங்கிவிட்டார்.

இது எதுவும் தெரியாத அவன் தோழர்களுடன் டீ குடித்துக் கொண்டிருக்கும்போது அவர்கள் இவன் கையில் அறுபத்தியாறு பக்கத்திற்கு ஒரு விளக்க கடிதம் கொடுத்தனர். அது என்னவென்று தெரியாமலே வாங்கிய அவனும், கட்சியின் புது கொள்கை விளக்க ஆவணம் போல என்று நினைத்துகொண்டு “இப்ப கைல காசு இல்ல தோழர். டீக்கு மட்டும்தான் இருக்கு. அப்புறம் தாரேன்” என்றான்.

பழக்கதோசத்தில் தலையாட்டிய அவர்களும், பின் சுதாரித்துக் கொண்டு “இது கட்சி உங்கள் மீது எடுத்திருக்கும் நிலைப்பாடு. இதற்கு நீங்கள் கட்டுப்படவேண்டும்” என்றனர். ‘இரண்டே வருடத்தில் கட்சியே தன் வாழ்க்கை வரலாற்றை எழுதி, அதை தன்னிடமே கொடுத்து கரெக்சன் பார்க்கச் சொல்கிறதே!’ என்று ஆனந்தக் கண்ணீர் வந்தவனாக பெருமையுடன் அதை வாங்கினான். டீக்கு காசு கொடுத்துக்கொண்டே படிக்கவும் ஆரம்பித்தான். அறுபத்தியாறு பக்கம் என்பது கொஞ்சம் நீளம்தான் என்பதால் அதன் சுருக்கப்பட்ட கருத்துகள் பின்வருமாறு:

“உயர் சாதிப் பெண்ணிடம் காதல் கொண்டிருப்பது அவரது குட்டி முதலாளித்துவ வர்க்கப் பார்வையைத்தான் காட்டுகிறது. நிலவும் அரசியல் நெருக்கடிகளுக்கு மத்தியில் இந்தக் காதல் நம் கட்சிக்கும் சமூகத்திற்கும் பெரும் பின்னடைவைத்தான் கொடுக்கும். அந்தப் பெண்ணை நம் கட்சியின் முழுநேர ஊழியராக மாற்ற இருக்கும் தடைகள் குறித்து அவர் பேசாமல், எடுத்தவுடனே திருமணம் பற்றிய தடைகள் குறித்து பேசுவது சீரழிவுவாதத்தையும், நுகர்வு கலாச்சாரத்தையும் தூக்கிப்பிடிப்பதாகவே இருக்கிறது என்று இந்த ஆறுபேர் கொண்ட கமிட்டி முடிவு செய்கிறது.

மேலும் உன் அடிச் சுவட்டில் நானும், சாவுக்கே சவால், காதல், இளமையின் கீதம், சாவோ கடற்கரையின் இளநங்கை, தாய், வீரம் விளைந்தது, சூறாவளி, அதிகாலையின் அமைதியில், உண்மை மனிதனின் கதை, அன்னை வயல், மண் கட்டியைக் காற்று அடித்துப் போகாது, வானவில், கன்னி நிலம் போன்ற நாவல்களை அவர் இத்தனை காலம் சரிவர படிக்காமலும், அதில் உள்ள கருத்துக்களை உள்வாங்காமலும், படிப்பினைகள் எதுவும் கற்றுக்கொள்ளாமலும் இருப்பதைத்தான் அப்பட்டமாக இது படம்பிடித்து காட்டுகிறது.

அதேபோல நம் கட்சி தலைவரின் போற்றத்தக்க சிந்தனையான பாசிச எதிர்ப்பு பொங்கல் என்ற கருதுகோளை அவதூறு செய்யும் வகையில் பலமுறை நடந்துள்ளார். நாம் பொங்கல் வசூலுக்காக நாப்பது வருடத்திற்கு முந்தைய நம் முன்னாள் ஆதரவாளர் வின்சென்ட் குமாஸ்தாவிடம் நன்கொடை கேட்கச் சென்றிருந்தபோது ‘இங்க அவன் அவன் அஞ்சுக்கும் பத்துக்கும் செத்துட்டு கெடக்கான். வந்துட்டானுவ சருவத்த தூக்கிட்டு, பாசிசப் பொங்கலு, பாசிப்பயிறுப் பொங்கல்னு’ (அவரின் கருத்தின் விசமத்தனத்தை காட்டுவதற்காக அவரது மொழிப் பிரயோகத்திலே இதை நான் எழுதியுள்ளேன். இனிவரும் வட்டார வழக்கு பிரயோகமும் இதன்பொருட்டு செய்யப் படுவதேயாகும்) என்று நம் தோழர்களை விரட்டியடிக்கும்போது இவர் மட்டும் எதுவும் பேசாமல் நின்றதோடு, அங்கேயே சத்தம்போட்டு சிரித்து கட்சிக்கு அவப்பெயர் ஏற்படுத்தியுள்ளார்.

இவர் சிரிப்பதைப் பார்த்து நம் தோழர்களை அனுப்பிவிட்டு இவரிடம் மட்டும், ‘பிள்ளேய் அந்தாணிக்கு அந்தப் பொங்கல எப்படித்தாம்ல கொண்டாட போறீங்கன்னு’ கேட்ட வின்சென்டிடம் ‘நான்கூட என்ன வித்யாசமா இருக்கப்போவுன்னுதான் நெனச்சன் பாட்டா. பொறவுதான் அதக்கேட்டு அசந்துட்டேன்.

பொங்கப் பானைல ‘பாசிச எதிர்ப்பு’ன்னு எழுதி வச்சிக்கிடுவோம். எரிக்கதுக்கு வச்சுருக்க ஒவ்வொரு வெறகுகளயும் ‘மோடி, அமித்ஷா, இப்ப ஒருத்தன் தீவிரமா பேசி பிரச்சனை ஆச்சே... ஆங்... யோகி, அப்புறம் காவி, மதவாதம், கார்ப்பரேட், பிரான்ஸ், அமெரிக்கா, ஜப்பான்’னும் எழுதி வச்சிருவோம். அந்தால இந்த விறகுகள அடுப்புல வச்சி, ‘புரட்சிகர இளைஞர் மன்ற பாசறை’ன்னு பேரு எழுதி வச்சுருக்க தீப்பட்டிய வச்சு கொழுத்துவோம். நல்ல தீ புடிச்சு பொங்கலு பொங்கி வரும்போது ‘பாசிச எதிர்ப்பு

பொங்கலோ பொங்கல்'ன்னு கொலவப் போடுவோம் பாட்டா...' என்று முதலில் தெளிவாகத்தான் நம் கருத்தை அவரிடம் விளக்கியுள்ளார்.

பின் அந்தப் பதிலைக் கேட்ட வின்சென்ட் குமாஸ்தா, 'எல்லாம் சரிடே. எல்லாத்துக்கும் பேரு வச்சீங்க... அடுப்புக்கு ஏம்டே பேரு வைக்கலைன்னு கேட்டு, அதுக்கு உங்க கட்சித் தலைவர் பேரையே வச்சிற வேண்டியதுதானே'ன்னு கேட்டு சிரித்துள்ளார். பதிலுக்கு இவர், 'இல்ல... அது எங்க தோழர் ஒருத்தரோட அடுப்பு. அவங்க பொண்டாட்டிட்ட இந்த விஷயத்தை சொன்னப்பவே, 'அடுப்ப எப்படி கொண்டு போறீங்களோ அப்படியே திருப்பி வரணம். இல்ல நடக்குறதே வேற, அப்புறம் நான் மனுசியா இருக்க மாட்டம்னு' சொல்லிட்டாங்க. அதுனால பயந்துபோன நாங்க அதுக்கு பேரு வைக்கலை. பொங்கலு வச்சு முடிச்சு அவங்க வீட்லயே போய் அதக் கழுவிக் கமத்தி வச்சிட்டம்'னு கட்சியின் உள் நடவடிக்கைகளை வெளியே சொல்லியுள்ளார். நல்வாய்ப்பாக இந்த உரையாடல் அனைத்தையும் ஒளிந்து நின்று நம் மூத்த தோழர் ஒருவர் கேட்டதனாலே இந்தத் தகவல் நமக்கு கிடைத்தது. அந்த மூத்த தோழரின் இந்த சாகச நடவடிக்கையை எங்கள் மாவட்டக் குழு அப்போதே பாராட்டியது.

இதன் தொடர்ச்சியாக பொங்கல் வைத்த அன்று எங்களுடன் நின்று கொண்டிருந்த கியூ பிரிவு போலீஸாருக்கும் கொஞ்சம் பாசிசப் பொங்கல் பரிமாறப்பட்டபோது அந்த இடத்திலே விழுந்து விழுந்து சிரித்துள்ளார். ஆரம்பத்திலிருந்தே அவரது செயலில் புரட்சிக்கெதிரான ஓடுகாலித்தனமும், சிந்தனையில் தேசிய சூனியவாதமும் செல்வாக்கு செலுத்தி வந்ததை நாங்கள் பலமுறை சுட்டிக்காட்டியும் அவர் தனது சமூக ஜனநாயக திருத்தல்வாத போக்கில் இருந்து விடுபடுவதாகத் தெரியவில்லை.

இன்னொரு சம்பவமாக, மூத்த தோழர்களின் சுகர், பிபி, மூலம், மூட்டு வலி, ஹைட்ரோசீல் போன்ற பிரச்சனைகளை கிண்டலடித்தும், 'என்னைக்காவது ஒருநா இல்லாம ஒருநா புரட்சி வந்துட்டுன்னா இப்பமாறி நாம எதுப்பு பாத்தெல்லாம் அப்ப கிளம்பிட்டு இருக்கமுடியாது. டக்குன்னு கிளம்பணும். அப்ப நாம மேற்கு தொடர்ச்சிமலை காடுக வழியா ஆந்திராக்குள்ள நொழைஞ்ச ஒரிசாவத் தாண்டி, நேபாளம் போயி, சீனாவுக்கு போறோம்னு வச்சிக்கங்க... இந்தமாறி மாத்திரை டப்பி, குத்தாலம் துவர்த்து, குண்டி கழுவத் தண்ணின்னு மத்தது மறிச்சதெல்லாம்

தூக்கிட்டுப் போவ முடியாது கேட்டியளா? அங்க நமக்கு வெறும் சாரமும், நிக்கரும்தாம். அங்க காட்டுக்குள்ள நம்மளவிட பெரிய ஊச்சாளிக, நெஞ்சூக்கம் உள்ளவனுகல்லாம் இருப்பானுவோ. அதமொத உம்மளமாறிப்பட்ட தோழர்மாருக மனசிலாக்கணும். அங்கோடி நமக்கு எள்ளூபோல எடம் கெடைச்சாலும் நாம எல்லாத்தையும் புடிச்சிட்டு பயறாம கொப்புக்கு கொப்பு தாவணும், சாடணும். ஏன்னா எல்லா எடத்துலயும் நம்மள ஒடக்க ஆளுக நின்னுட்டே இருப்பானுவ. அங்க வந்து எனக்கு இந்தமாறி உப்புகுத்தி கால் வலிக்குன்னு சொல்லிட்டு மாத்திர டப்பிய தூக்கிட்டு அலையிறது, தல கெறக்கமா இருக்குன்னு எங்கோடினாலும் சாஞ்சு ரெஸ்ட் எடுக்கறது, நல்ல புளிசேரிய அவியலுக்க இடைல போட்டு பெசைஞ்சு அடிச்சுட்டு அங்கையும் இங்கையும் குசு விட்டுட்டு லாந்துறதுன்னு இந்தமாறிபட்ட சல்லியம் புடிச்ச வேலைக்கெல்லாம் அங்கோடி எடம் கெடையாது. அப்புறம் நமக்கு நீர்மாலை எடுக்கக்கூட அங்க ஆள் கெடைக்க மாட்டானுவ பாத்துக்கோங்க. அதுவுமில்லாம ஆயுதக்குழு கமிட்டில நம்மளப் பத்தி ஒருவாடு பராதி வந்துரும்' என்று சொல்லிவிட்டு 'இப்ப சொல்லுங்க இந்த மாத்திர டப்பிய பிடிப்பீங்களா? இல்ல துப்பாக்கிகளை பிடிப்பீங்களா?' எனக்கேட்டு அதை அவர்களுக்கு கொடுக்காமல் தூக்கிப்போட்டு விளையாடியுள்ளது இந்தக் கமிட்டிக் கூட்டத்தில்தான் என் கவனத்திற்கு வந்தது.

இருந்தும் அவரிடம் கேட்டுக்கொள்ளும், கேட்டதை கற்றுக்கொள்ளும் ஆர்வம் எப்போதும் இருந்து வந்துள்ளது என்பதையும் நாம் மறுக்க முடியாது. முதல்முறையாக அவரை ஒரு தலைமறைவு இடத்திற்கு கமிட்டி கூட்டத்திற்காக நம் தோழர்கள் அழைத்துச் சென்றுள்ளனர்.

ஆனால் நம் தோழர்கள் அங்கே செல்வதற்கு முன்பே கியூ பிரிவு போலீசார்கள் அங்கு வந்து நின்றிருக்கின்றனர். உடனே அவர் நமது ஒரு மூத்த தோழரிடம், 'தோழர் நீங்கதானே இந்த இடம் நம்ம ஆறுபேரைத் தள்ளி வேற யாருக்கும் தெரியாதுன்னு சொன்னீய. இப்ப எப்படி இவுக இங்க வந்தாங்க?' என்று கேள்வி எழுப்பி சிரித்துள்ளார். அவரோ அப்போதும் கோபப்படாமல், 'அவர்கள் வேலையை அவர்கள் செய்கிறார்கள். நம் வேலையை நாம் செய்வோம் தோழர்' என்றபோது அதிலிருக்கும் நியாயத்தைப் புரிந்துகொண்டு அந்தக் கருத்தை ஏற்றுக்கொண்டுள்ளார்.

‘இன்னும் எத்தனை வருசத்துல புரட்சி வரும்? எனக்குத் துப்பாக்கித் தருவீங்களா?’ என்று ஆரம்பத்தில் கேள்வி மேல் கேள்வி கேட்டபோது, நம் தோழர்கள் நமது கட்சி ஆவணங்களை கொடுத்து படிக்க சொல்லியிருக்கிறார்கள். ஆனால் அதை எதையும் படிக்காமல் அப்போதே, ‘கட்சி தொடங்கி நாப்பது வருசமாகியும் ஏன் இன்னும் கட்சி புரட்சி நடத்தாம இருக்குன்’னு ஒரு மூத்த தோழரிடம் கேட்டுள்ளார். அதற்கு அந்த மூத்த தோழர், ‘கல்யாணம் பண்ண உடனே பிள்ள பொறந்துருமா? அதுக்குன்னு எவ்வளவு பிராசஸ் இருக்கு’ன்னு அவர் சொன்ன பதிலை கேட்டு அந்த இடத்திலே கைதட்டி அந்த கருத்தை அவர் ஏற்றுக்கொண்டுள்ளார்.

பின்னர் நம் கட்சி முடிவுப்படி விலைவாசிப் பிரச்சனைக்கு உண்டியல் வசூல் செய்து கொண்டிருந்தார்கள் நம் தோழர்கள். அப்போது வசூல் தொகை எழுத ஒரு மூத்த தோழர் இன்னொரு மூத்த தோழரிடம் பேனா கேட்டபோது, ‘இப்ப பேனா கேப்ப. அப்புறம் என் ஜட்டிய கேப்ப. ஒரு பேனாவக்கூட ஒழுங்கா கொண்டுவர முடியாத நீயெல்லாம் எங்க புரட்சி நடத்தப்போற? என்று கேட்டுள்ளார். என்னதான் எல்லாவற்றையும் ஏற்றுக் கொண்டாலும் நாம்கூட இப்படிப்பட்ட பேச்சுக்களை ஏற்றுக் கொள்ளக்கூடாது. அதைத்தான் அன்று அவரும் செய்துள்ளார். ஜட்டி, புரட்சி போன்ற வார்த்தைகள் அவருக்கு கோபத்தைக் கிளறியுள்ளன. அது குறித்தும் ஒரு மூத்த தோழரிடம் ‘நம்ம தோழர் கட்சிக்கு வந்து இருபத்தஞ்சு வருசமாச்சு. அவருக்கும் பத்து எழுவது வயசாச்சி. இன்னும் ஏன் இப்படி கூறுகெட்டுப்போயி பேசுறாரு?’ என்று கேட்டுள்ளார். அதற்கு அந்த மூத்த தோழர், ‘ஆம் நீங்கள் கேட்பது சரிதான் தோழர். ஆனால் ஒன்றை யோசித்துப் பாருங்கள்.

இருபத்தைந்து ஆண்டுகள் ஆகியும் அவரிடம் இன்னும் நிலவுடைமைப் பண்புகள் மாறாமல் இருக்கிறது என்றால், இந்த தமிழ்த்தேசிய சமூகத்தில் அந்த நிலவுடைமைப் பண்புகள் எவ்வளவு ஆழமாக வேரூன்றி போய் இருக்கும்? அதை நாம் கட்சி தொடங்கி நாப்பது வருடத்தில் எப்படி மாற்ற முடியும் தோழர்? அதற்குத்தான் இன்னும் நாம் குறைந்தது இரண்டு நூற்றாண்டுகளாவது பயணிக்க வேண்டும் என்று சொல்கிறேன்’ என்று அருமையான ஒரு விளக்கத்தை கொடுத்துள்ளார். அதுவும் அவருக்கு சரியாகப்படவே தனது தலையை வேகமாக அசைத்து, ‘இன்னும் இருபது நூற்றாண்டுகள் ஆனாலும் நான் இங்கயே

வெயிட் பண்றேன் தோழர்' என்று அந்தக் கருத்திற்கு பெருவிரல் ரேகையை தூக்கிக் காண்பித்து ஒப்புதல் அளித்துள்ளார்.

ஆனால் மறுநாளே அதே நம் முன்னாள் ஆதரவாளர் வின்சென்ட் குமாஸ்தா அவரைப்பார்த்து, 'முட்டாப்பய மவனே! ஏம்ல அவன்தான் கூறு கெட்டவன் அப்படி சொல்லுகான்னா நீயும் அத கேட்டுட்டு, எருமமாடு கணக்கா தலையாட்டிட்டு வந்துருக்க. இருபதஞ்சு வருசமா உன் கட்சிக்காரனையே உன்னால மாத்த முடியல, நீங்களால்ல தமிழ்நாட்ட நட்டமா தூக்கி நிப்பாட்டப் போறீங்கன்னு கேக்க வேண்டியதுதானல?' என்று சொன்னதாக கூறி நம் தோழர்களை, 'உடனே வீட்டுக்குப் போய் வீட்ல உள்ளவங்கிட்ட விசயத்தை சொல்லிட்டு, எல்லாத்தையும் எடுத்துகிட்டு புரட்சிக்கு தயாராகுமாறு' கூறி வற்புறுத்தி மிகுந்த மன உளைச்சலுக்கு ஆளாக்கியுள்ளார். எனவே அவர்மீது ஒரு மாதம் ஒழுங்கு நடவடிக்கை எடுக்க இந்த மாவட்டக் கமிட்டி முடிவு செய்துள்ளது."

அறுபத்தியாறு பக்கத்தில் ஆறுபக்கம் படித்து முடித்தவுடனே காதலையும் தன்னையும் காப்பாற்றிக்கொள்ள அப்போதே கட்சியைவிட்டு ஓடினவன்தான் தம்புரான். அதன்பின் அவனே இன்னொரு கட்சி ஆரம்பித்த பின்னும், இவனிடம் அவர்கள் வந்து புரட்சிகர இளைஞர் மாமன்ற பாசறைக்கு ஆதரவு நிதி கேட்டபோதுதான் மீண்டும் அவர்களை தம்புரான் சந்தித்தான்.

கொஞ்ச நாளாகவே அமைதியின் மறுவுருவமாக மாறிக்கொண்டிருந்த பையனைப் பார்த்து பெற்றோர்கள் இப்போது மகிழ்சியடைந்தனர்.

அரசாங்க வேலை இருந்தால்தான் தன் பெண்ணை கட்டித் தருவேன் என்று அவன் காதலியின் தகப்பனார் சொல்லிவிட்டதால் தம்புரான் இப்போது அதில் தீவிரமாக இறங்கத் தொடங்கினான். மகனின் மனம் திரும்புதலினால் ஆசுவாசத்திலிருந்த பெற்றோர்களும் அதற்கு உதவினர். அதேநேரம் அவனும் ஒன்றும் சும்மா இருந்துவிடவில்லை.

6000 காவலர் காலிப்பணிடங்களுக்கான அறிவிப்பை பார்த்து மறுநாள் காலையிலிருந்து ஓடத் தொடங்கினான். முட்டை, கடலை, பயிறு என்று தின்று உடம்பை வலுவாக்கினான். 5000 ரூபாய் கொடுத்து ஒரு அகாடமியில் சேர்ந்து படிக்கத் தொடங்கினான். பிசிகல் டெஸ்ட்டிற்கான நாள் வந்தது. ஓடினான். சாடினான். ஏறினான். தொங்கினான். தாண்டினான். தவழ்ந்தான். தாவிக் குதித்தான். எல்லாவற்றிலும் தேர்ச்சியடைந்து விடுவோம்

என்ற நம்பிக்கை பிறந்தபோது ஒரு ஆபிசர் இவனைக் கை காட்டி அழைத்தார். கடந்த இரண்டு ஆண்டுகளாக தன்னுடன் பயணித்து வரும், தனது காதலியைவிட தன்னுடன் அதிக நேரம் செலவழிக்கும் அந்த இரண்டு கியூ ப்ராஞ்ச் போலீசார்கள் அந்த ஆபிசரின் அருகில் நின்றபடி இவனுக்கு கைகாட்டி வணக்கம் வைத்தனர். “காவல்துறையை கைப்பற்ற இது என்ன கட்சியின் அன்டர் கிரவுண்ட் வேலைத்திட்டமா தோழர்?” என்று அவர்கள் சிரித்தனர். போலீஸ் கனவு அத்துடன் தீர்ந்தது.

காதலியுடன் பார்க், பீச், சினிமா என்று சுத்த காசில்லாமலும், இறுதி செமஸ்ட்டரில் இரண்டு அரியருடனும் ஆறுமாதம் என்ன செய்வதென்று தெரியாமல் கடந்தது.

பின் ராணுவத்திற்கான ஆட்சேர்ப்பு அறிவிப்பை பார்த்தான். மறுபடியும் தெருநாய்கள் துரத்தலுக்கு மத்தியில் ஓடத் தொடங்கினான். மாநிலத்தில்தான் தொல்லை, மத்தியில் இந்த தொல்லை இருக்காது என்று நினைத்து, அதேபோல ஓடி, உருண்டு தாடி வைத்த சிங் அதிகாரியின்முன் சான்றிதழ் சரிபார்ப்புக்காகப் போய் நின்றான். இவனைப் பார்த்தவுடன் அவர் சிரித்தார்.

இவன் கெஞ்சினான். கதறினான். தான் அந்த அமைப்பில் இப்போது இல்லை என்றான். விட்டால் காலில்கூட விழுவதற்கு தயாராக இருந்தான்.

“ம்மட்டிய உலவுடுறைய்ன் ரகசிஅட்டை டெரிந்டுகொல்ல முயர்சிக்ஹ சட்தி பன்னுவடாஹ உன்ன கைத்து சய்த்து வுட்வம்...” என்று அந்த சிங் சொன்னதை ஒருவாறாக புரிந்து கொண்டவனின் இராணுவக் கனவும் கனவாகவே போனது. விடைபெறுவதற்குமுன் அவரிடம் ஒரே ஒரு கேள்வியைக் கேட்டான்.

“எப்படி சார் கண்டுபிடிக்கிறீங்க?”

“அட்டான் வுன் ஜாதாகாமே யாங்கில் கயில் இற்கே” என்று அவர்முன் இருந்த கம்ப்யூட்டரில் அவன் முகவரி, போட்டோ அடங்கிய ஒரு பக்கத்தை எடுத்துக் காண்பித்தார். உண்மையிலே மத்திய உளவுத்துறையின் இரகசியத்தை தெரிந்துகொண்டவன் போல பதிலுக்கு இவனும் சிரித்துவிட்டு திரும்பினான்.

இவனுக்கு இராணுவத்தில் சேரக்கூட யோக்கியதை இல்லை என முடிவுக்கு வந்த காதலி வீட்டார் கவர்ன்மெண்ட் பஸ் டிரைவருக்கு அவளைக் கட்டிக் கொடுத்துவிட்டனர்.

எனவே அடுத்த ஆறுமாதம் அவனுக்கு கையில் காசில்லா விட்டாலும் அவன் அதைப்பற்றி கவலைப்படவில்லை. கடைசியில் கட்சியும் இல்லாமல், காதலியும் இல்லாமல், கவர்ன்மெண்ட் வேலையுமில்லாமல் சோர்ந்து போய் உட்கார்ந்திருந்தவனுக்கு கண்டக்டர் வேலைக்கு ஆள் எடுப்பதாக வந்த தகவல் அவன் காதிற்கு இனிமையாக இருந்தது.

எப்படியாவது இந்த வேலையைக் கைப்பற்றி காதலியின் கணவன் ஓட்டும் பஸ்ஸிலேயே கண்டக்டராக சென்று அவளைப் பழிக்குப் பழி வாங்க வேண்டும் என்று நினைத்தவன், இந்தமுறை மிகக் கவனமாக தன் முகவரியைக் கொடுக்காமல் தனது அக்கா வீட்டு முகவரி கொடுத்திருந்தான். அதற்கு பலனும் கிடைத்தது. மூன்று லட்சம் கொடுத்து வேலையும் கிடைத்தது. அவன் காதலியின் கணவன் ஓட்டும் பஸ் கிடைக்காவிட்டாலும் வேறொரு பஸ்ஸில் கண்டக்டராக சேர்ந்து 240 நாட்கள் சர்வீஸ் பீரியடில் இருந்தான்.

என்றாவது ஒருநாள் தன் காதலி தன் பஸ்ஸில் ஏறுவாள் என்று நினைத்தவனுக்கு எண்ணி இரண்டே வாரத்தில் அதே இரண்டு கியூ பிரிவு போலீசார்கள் ஏறினார்கள். அவர்களிடம் காசுகூட வாங்காமல் சீட்டு கிழித்துக் கொடுத்தான். ஆனால் அவர்களோ அந்த நன்றிக்கடன்கூட இல்லாமல் இவன் சீட்டைக் கிழிக்க டிரான்ஸ்போர்ட் டிப்பார்ட்மெண்ட்டுக்கு, இவன் பேரில் உள்ள ரிமார்க்குகளை எழுதிக்கொண்டுபோய் நேரிலேயே கொடுத்தார்கள்.

இழந்த வேலையை எப்படியும் கைப்பற்றிவிட முடியும் என்ற நம்பிக்கை இருந்தாலும், கடந்த இரண்டு வருடங்களாக இல்லாமல் இருந்த கோபமானது சொரணையற்று இருந்த நடு மண்டைக்குள் ஏற வேலையை உதறினான். கட்சிக்காரனையும், காதலியையும், காவல்துறையையும் பழிவாங்க நினைத்தான். அதற்கு என்ன செய்யலாம் என்று யோசித்தவனின் மனதில் ஒரு யோசனை பளிச்செனத் தோன்றியது.

“அசல் புரட்சிகர தமிழ்த்தேசிய இளைஞர் மாமன்ற பாசறை.”

ஆம்! தமிழகத்தில் இப்படித்தான் நானூற்றி முப்பத்தி ஏழாவது புரட்சிகர கட்சி ஒன்று உதயமானது.

சரசரவென அவர்களுக்குப் போட்டியாக அவர்களைவிட இருமடங்கு உறுப்பினர்களை சேர்த்தான். மொத்தம் பனிரெண்டு பேர். நகரில் எங்கு பார்த்தாலும் அவனது புதுக்கட்சியின்

போஸ்டர்கள் மின்னின. மீசையை முறுக்கிவிட்டு சிங்கம், புலி, சிறுத்தை, காளை... சில போஸ்டர்களில் தவறுதலாக அச்சடிக்கப் பட்ட வரிக்குதிரை ஆகியவற்றின் அருகில் விலங்குகளோடு விலங்காக, ஆனால் ஆடை அணிந்துகொண்டு அவன் நிற்பதுபோல, அவைகளை மடியில் தூக்கி உட்கார வைத்ததுபோல, கொம்பை பிடித்து அடக்குவதுபோல, இதமாக வருடிக்கொடுப்பது போல, அவைகளிடம் ஏதோ கோபமாக பேசுவதைப்போல... விரலை மடக்கிக்கொண்டு, நாக்கைத் துருத்திக்கொண்டு... அவன் நிற்கும் டிஜிட்டல் பேனர்கள் நகரை ஒரு பெரிய மிருகக்காட்சி சாலையாக மாற்றி அச்சுறுத்தின. அந்த சிங்கம், புலி, சிறுத்தை, காளை, வரிக்குதிரைகளின் கீழ் மார்க்ஸ், சுபாஷ் சந்திர போஸ், பகத் சிங், அம்பேத்கர், பெரியார், ஹிட்லர், பாரதி, வ.உ.சி, காமராஜர், இம்மானுவேல் சேகரன், பசும்பொன் தேவர், கந்தசாமி பாத்திரக்கடை ஓனர் என பேனர் கடை கம்ப்யூட்டரில் இருந்த அத்தனை பேரின் தலைகளையும் எடுத்துத் தோரணமாகத் தொங்கவிட்டான்.

பின் சூட்டோடு சூடாக அரியர் எழுதி முடித்து பெங்களூரிலுள்ள கல்லூரி ஒன்றில் எல்.எல்.பி சேர்ந்தான். ஏற்கனவே இருக்கும் பழக்கத்தை வைத்து வின்சென்ட் குமாஸ்தா ஆபிஸ்லேயே ஏகப்பட்ட அரியர்களோடு ஜூனியர் போல வலம் வரத் தொடங்கினான். இப்போது அவன் பெயர் செந்தமிழ்ச் செல்வன்.

பேசாமல் அவனை கண்டக்டராகவாவது விட்டிருக்கலாம் என காவல்துறையும், கேவலம் பொங்கப்பானை சண்டைல போய் அவனை வெளியே தள்ளிவிட்டோமே என்று கட்சியும், இவ்வளவு பெரிய தலைவராக வருவான் என்று தெரிந்திருந்தால் இவனையே கட்டியிருக்கலாமே என்று காதலியையும் இப்படித்தான் அவன் புலம்ப விட்டான்.

பின் எட்டு மாதங்கள் கழித்து ஒருநாள் தம்புரானுக்கு மதுரையிலிருக்கும் அவனது நண்பன் சமத்திடமிருந்து ஒரு ஃபோன் கால் வந்தது. அந்தக் கால் பேசி முடித்தவுடன் வின்சென்ட் குமஸ்தாவிற்குதான் ஃபோன் பேசினான். அவரும் ஒருவாறு அதற்குச் சம்மதித்து அவனிடம் அந்தக் காரியத்தை முடிக்க அரைநாள் அவகாசம் கேட்டார்.

★★★

சம்பவம்: 1

“லே என்னப் பண்ணுக? காரியம் என்னாச்சி?”

“நானே கூப்பிடணுந்தான் நெனச்சேன். நம்ம ஏரியாவுக்கு நகைய கொண்டு வர அவனுவளுக்கு பேடியாம். செக்போஸ்ட்ல காரியம் கெட்டுரும்னு நினைக்கானுவ. நாம நார்ரோயில்லருந்து பணத்த கொண்டு போய் கொடுத்துட்டு சாதனத்தை வாங்கிட்டு வரணுமாம். அதான் பேச்சு ஓடிட்டு இருக்கு. கடைசியா பத்து லட்சம் அட்வான்ஸ் கொடுக்கோம். நீங்க உங்க நம்பிக்கையான ஆள எங்ககூட அனுப்புங்கன்னு சொன்னோம். அதுக்கும் கூதிவுள்ளைக ஒத்துவர மாட்டுகானுவோ.”

“சரிடே நீ இப்ப எங்க இருக்க?”

“இந்த தாலியறுப்புனால ஒருவாரமா திருவந்தரத்துலதான் சாவுகேன். இவனுவ சம்மதிச்சிட்டானுவன்னா இன்னைக்கு சாய்ந்தரம் அஞ்சு மணிக்குள்ள அங்க வந்துருவேன். ஒரே மண்டக்குத்தா இருக்கு.”

“இல்லல... நேத்து விசயத்தை சொன்னதுல இருந்து சாமாவும், அம்புரோஸும் மாறி மாறி ஃபோன் அடிச்சி பெகளத்தை உண்டு பண்ணுகானுவ. அதான் கேக்கேன்.”

“அதல்லாம் நடக்கும்வோய். சரி நான் பொறவு கூப்பிடுகேன்.”

★★★

“இப்ப தம்புரான பாக்கும்போது உங்களுக்கு கொஞ்சம் சிரிப்பு வருதுல. ஆளு பலே கில்லாடிதான்.

சரி மணி மூணாச்சு. வாங்க பேசிட்டே மறுபடியும் குமாஸ்தா வீட்டுக்குப் போவோம். நாலு மணிக்கு அடக்கம். போற வழில இடைஞ்சலப் பத்தி சொல்றேன்.”

“ஹலோ சார் கொஞ்சம் நில்லுங்களேன்.”

“என்ன திடீர்னு தம்புரான் என்னப் பாத்து ஓடி வாரான்? ஒருவேளை அவனப் பத்திதான் பேசுறோம்னு அவனுக்கு தெரிஞ்சுட்டா? எதுன்னாலும் நீங்க பேசாதீங்க, நான் பாத்துக்கிறேன்.”

“சார் ஒரு ஐநூருவாய்க்கு உங்கள்ட்ட யார்ட்டையாவது சில்லற இருக்குமா?”

“இல்ல சார்... மொத்தமே 200 ரூபாதான் இருக்கு.”

“துட்டி வீட்டுக்கு வந்தோம். மால வாங்கணும். ரெண்டு ஐநூறு நோட்டுதான் இருக்கு. நார்ரோயில்லயே மாலை வாங்காம வேற வந்துட்டோம். இருந்த சில்ற காசுக்கும் டீ குடிச்சிட்டோம்.”

“என்ட்டயும் இல்லியே சார். எங்கப்பத்தாலும் இப்ப இதான் சார் பிரச்சனை. ஆஸ்பத்திரி, பஸ், பெட்ரோல் பங்க்குன்னு எங்கப்போனாலும் சில்ற கேக்கானுவ. நானே மால வாங்கதுக்குள்ள ஒரு வழி ஆயிட்டேன். பாவம் குமாஸ்தா. செத்தப்பிறகும் என்ன பாடுபடப் போராறோ!”

“சரி சார் பாத்துகிடுகேன், பரவால்ல.”

“நான் ஒரு சரியான தொடை நடுங்கிதான்போல. அவன் என்ன பாத்து ஓடி வந்ததுல கொஞ்சநேரத்துல என்னெல்லாமோ யோசிச்சிட்டேன் பாருங்க. சரி வாங்க நடப்போம்.”

“நல்லவேளை ஆண்டாரு, எனக்கு, குமாஸ்தா பிள்ளைக்கெல்லாம் சுடுகாடு பக்கத்துலயே அமஞ்சிகிட்டு. யாம்பில ஆண்டாரு உனக்கு பழையாத்து பக்கம்லா போணும். பெசாம வீடு மாறி நீயும் இங்கயே வந்துருடே. சுடுகாடும் பக்கத்துலயே ஆச்சு. சீக்கிரமா போய் சேந்தமாறியும் ஆச்சு. நீ இருக்குற வரைக்கும்தான் உன்னால வீட்டுக்கு தொல்ல. செத்தப் பொறவாவது அவனுவள ரொம்ப தூரம் நடக்க வச்சு கஷ்டப்படுத்தாத கேட்டியா...”

“ஆமால, நான் என்ன உன்னமாறி ஒரு புல்லு ரம்ம ஒண்ணா அடிச்சிட்டு கள்ளத்துக்கு எவ வீட்லயாவது ஏறிகுதிச்சு, அவ புருசன் காலால சவுட்டு வாங்குனனா? இல்ல இந்த மண்ணுளி பாம்பு புடிச்சு சிண்டெக்ஸ் டேங்க்ல போட்டு வளத்து பொண்டாட்டிட்ட அடி வாங்குனனா? அனில் கோடு போட்ட எலுமிச்சை பழத்தை தேடி மலக்காடுன்னு சுத்தி இருக்கப்பட்ட சொத்த அழிச்சனா? அதுவுமில்லைன்னா உன்ன மாதிரியே தண்ணில மெதுக்குற குன்னிமுத்துன்னு எவனோ தந்த காக்கிலோ தொலி உளுந்த அஞ்சாயிரம் ஓவா கொடுத்து வாங்கி ஏமாந்தனா? நான் ஏம்வே சுடுகாட்டுக்கு அலையணும்?”

“இந்தப் பெருசுக இன்னும் வம்பளந்து முடிக்கல போல. சரி வாங்க நாம அந்தப் பக்கமா போய்ருவோம். இல்ல எடைஞ்சல் கண்ணனப் பத்தி நான் சொல்றது உங்களுக்கு சரியா கேக்காமப் போய்ரும்...”

★★★

சம்பவம்: 1

“என்ன குமாஸ்தாபிள்ள ஏதோ கிலோக்கணக்குல தங்கம்னீரு. ஏதோ அந்து விழுக மாறி உடனே பைசா வேணும்னீரு. நானும் கைல காசோடா நிக்கேன். மூணு நாளாச்சு. தாக்காட்டிட்டே இருக்கீரே மாறி ஒரு பதிலையும் காணமே...”

“சாமா அண்ணாச்சி... உங்களுக்காச்சுட்டிதான் இந்த மூணு நாளும் எனக்கு ஒரு பொட்டு ஒறக்கம் இல்ல கேட்டியளா. நீங்க கேக்க சொன்னதையும் கேட்டேன். டெஸ்ட்ல 99.9 ரிசல்ட்தான் வந்துருக்காம். நல்ல ஒடச்சு பாத்துதான் டெஸ்ட் பண்ணிருக்காங்க. சாதனம் போலி கெடையாது. உங்க வாட்சப்புக்கு அந்த டெஸ்ட் ரசீத அனுப்பி வைக்க ஏற்பாடும் செய்யுதேன். மத்த காரியம் எல்லாம் ஓகே. இப்ப இருக்க ஒரு சிக்கல் அவனுவளுக்கு நம்ம மேல நம்பிக்கை வரணும். ரெண்டாமத்த சிக்கல் கணக்குல வராத தங்கம்னால இங்க நாம தங்கத்தை புடிங்கிட்டு அனுப்பிருவோம்னு பேடிக்கானுவ. அவ்வளவுதான் கேட்டியளா. தம்புரான் பாவம் கேட்டியாளா... நமக்க நாலு காசு கெடைக்கணும்னு அவன் படுற பாடுதான் பாக்க பாவமா கெடக்கு. ஊருக்கு ஒரு தேவிடியா யாருக்கெல்லாம்தான் ஆடுவான்னு நீங்களே சொல்லுங்க...”

“சரி என்னமோ கொண்டாடித் தொலையும். நீரு சொல்லுகீரு, நானும் கேக்கேன். ஒண்ணாந்தேதியே சரக்கு வந்துரும்னு சொன்னீரே, தேதி நாலாச்சே அதான் கேட்டன். சரி நாளைக்காவது வந்துருமா?”

“அது ஒறப்பு. ஏன்னா அவங்க ஆளே களிக்காவெளல ஒரு இன்ஸ்பெக்டர் லெவெல்ல ஆள புடிச்சிட்டாங்களாம். நாளைக்கு இல்லாட்டியும் நாளகழிச்சு வந்துரும்...”

“சரி கிளம்புனதும் சொல்லும். ஃபோன வைக்கேன்.”

★★★

2. இடைஞ்சல் ‘கண்’ணன்:

எல்லோருக்கும்போல அவனுக்கு ஜனவரி 1 அன்று புதுவருடம் பிறக்கவில்லை. 2-ம் தேதிதான் பிறந்தது. பின் மறுபடியும் அவனது கணக்கில் மூன்றாம் தேதி மறைந்து நான்காம் நாள் அவன் உயிர்தெழுந்தபோது, அவனுக்கு ஜாமீன் எடுக்க எந்த வக்கீலும் முன்வரவில்லை. ஆன்றனியின் (இடைஞ்சலின் உண்மையான பெயர் அதுதான்) தாய் அப்போதுதான்

வின்சென்ட் குமாஸ்தா என்ற பெயரைக் கேள்விப்பட்டாள். அவர் காலில் விழாதக் குறையாக விழுந்து, பின் அவர் கைகாட்டிய வக்கீலின் காலில் உண்மையிலே விழுந்து அவனை ஒருவழியாக ஜாமீன் எடுத்தாள். அவன் அப்படி என்னதான் செய்தான் என்றுதானே கேட்கிறீர்கள்? கண்களை மூடிவிட்டு படிக்க முடிந்தால் படித்துக் கொள்ளுங்கள்.

டிசம்பர் 31, இரவு 12 மணி:

அவனது இந்தப் பெயருக்கு காரணமாக இருக்கும் எல்லோருக்கும் இடைஞ்சல் ஏற்படுத்தும் கண்களால் ஃபாரின் மோசஸ் வீட்டில் எட்டிப் பார்த்தான். வராந்தா கொடியில் துணிகள் காயப் போடப்பட்டிருந்தன. இரவு பனிரெண்டு மணிக்கு யார் இருக்கப் போகிறார்கள் என்ற தைரியத்தில் ஏறிக்குதித்து நேரே கொடியை நோக்கி விரைந்தான். இரண்டு ப்ராக்கள், ஒரு பாவாடை, நாலு ஜட்டி என கைக்கு கிடைத்ததை எடுத்தவன் வந்தவழியே மீண்டும் ஏறிக் குதித்தான். அப்படி குதிக்கும்போது மோசஸின் மனைவி சாரா அணியும் ஒரு ப்ராவின் விலை 800 என்பதும், ஒரு ஜட்டியின் விலை 650 என்பதும், பாவாடையோ 1500க்கு 20 ரூபாய் குறைவு என்பதுமான விலைப்பட்டியல் அவனுக்குத் தெரியாது. இதுவரை அப்படி அவன் சாராவிடமிருந்து எடுத்திருக்கும் உள்ளாடைகளின் விலை, குவைத் க்ரூட் ஆயில் கம்பனியில் ஓடி'யுடன் சேர்ந்து தினமும் 12 மணிநேரம் கால் கடுக்க நின்று வேலை பார்க்கும் மோசஸின் ஒரு மாதச் சம்பளத்தைவிட அதிகம் என்ற கணக்கும் அவனுக்குத் தெரியாது. முக்கியமாக சாராவும், மோசஸும், ரெண்டு கான்ஸ்டபிள்களும், இடைஞ்சலால் அன்று முழுவதும் பாதிக்கப்பட்ட அம்புரோஸ் அண்ணாச்சியும் அவனைப் பின்தொடர்ந்து கொண்டிருக்கிறார்கள் என்ற விஷயமும் அவனுக்குத் தெரியாது.

டிசம்பர் 29 முதல் 31 மாலை 4:30 வரை:

ஃபாரின் மோசஸ் வீட்டில் ஏறிக் குதிப்பதற்கு மூன்று நாட்களுக்கு முன் டிசம்பர் 29-ம் தேதி காலை அம்புரோஸ் அண்ணாச்சி இடைஞ்சலை ஒரு காரியமாக அழைத்தார்.

அவனுக்கு ஒரு வகையில் அவர் சித்தப்பா முறை. ஊருக்குள் சின்னச் சின்ன திருட்டுகள், டிசம்பர் 31, இரவு 12 மணிக்குப் பின் அவன் செய்யப் போவது மாதிரியான இன்னும் வேண்டாத பல வேலைகள் செய்தாலும், அதை அவன் அண்ணாச்சியிடம் காண்பித்தது கிடையாது. காரணம் சின்ன வயதிலிருந்தே

அவர்மேல் உள்ள பயம். அதற்குக் காரணம் இரண்டு கொலை வழக்குகளில் அவர் A2.

அண்ணாச்சி அவனிடம் சொன்னதன் சுருக்கம் இதுதான்: "நாளைக்கு காலைல ஏழு மணிக்கு நம்ம ஜேக்கப் வீட்ல காங்ரீட் வேலை. 40 டன் கல்லுக்கு சொல்லிருக்கு. வழக்கம்போல நீ இப்பவே தூத்துக்குடி போய்ட்டு வந்துரு. கல்லுக்கு, டீசலுக்கு, உனக்கு எல்லாத்துக்கும் இதுல பணம் இருக்கு. எல்லாத்துக்கும் தலையை ஆட்டிட்டு நிக்காத. சீக்கிரம் கிளம்பு. லோடு ஏத்தி முடிச்சவுடன கூப்பிடு."

29-ம் தேதி இரவிலிருந்தே அம்புரோஸ் அவனுக்கு ஃபோன் பண்ணிக் கொண்டிருந்தார். ஃபோன் ஸ்விட்ச்டு ஆஃப். "ஒருவேளை ஆஃப் பண்ணிட்டு தூங்கிருப்பான்" என்று நினைத்துக் கொண்டார். காங்க்ரீட் வேலையென்பதால் அதிகாலை நான்கு மணியிலிருந்தே ஜேக்கப் வீட்டில் வேலையாட்களுக்காக காலை உணவிற்கு கிழங்கும் காப்பியும், மதியத்திற்கு கறியும் சோறும் கல்யாண வீடுபோல் தயாராகிக் கொண்டிருந்தது.

காலை ஐந்து மணிக்கு முதல் அழைப்பு ஜேக்கப்பிடமிருந்து அம்புரோஸ்கு வந்தது. பதறியடித்து இவனுக்கு அழைத்தார். ஃபோன் அப்போதும் ஸ்விட்ச்டு ஆஃப். அம்புரோஸ்கு அடிவயிறு கலங்கியது. காரணம் பயம். அதற்கு காரணம் ஜேக்கப் நான்கு கொலை வழக்குகளில் A1.

தூத்துக்குடியில் விசாரித்தபோது வண்டி நேற்றே கிளம்பிவிட்டதாகச் சொன்னார்கள்.

அம்புரோஸ்க்கு என்ன செய்வதென்று தெரியவில்லை. 'ஒருவேளை ஆக்சிடெண்ட் ஆயிருக்குமோ', 'வழியில் எவராவது திருடியிருப்பார்களோ', 'இல்லை இன்னும் இவன் உறங்கிக் கொண்டிருக்கிறானா', என்று யோசித்துக்கொண்டே டிவி'யை போட்டுப் பார்த்தார். அப்படியொரு விபத்து பற்றி, திருட்டு சம்பவம் குறித்து எந்த செய்தியும் வாசிக்கப்படவில்லை. ஒரு சின்ன ஆறுதல் வந்தது.

அந்தச் சின்ன ஆறுதலை கொஞ்சநேரம்கூட நீட்டிக்க விடாமல் ஜேக்கப்பின் அழைப்பு தொடர்ந்து வந்து கொண்டிருந்தது.

மணி ஏழானது. கலவைக்கான மிக்ஸர் மிஷின்கள்கூட ரெடி. என்ஜினீயர், கொத்தனார், கையாள் எல்லோரும் சாப்பிட்டு முடித்து அவர்களும் தயாராக இருந்தனர். கல்லைத் தவிர

எல்லாமே ஜேக்கப் முன் இருந்தது. அம்புரோஸ் கூட கிழங்கையும் காப்பியையும் வயிற்றுக்குள் தள்ளிவிட்டு வாசலையும், வாட்சையும் பார்த்துக் கொண்டு கையைப் பிசைந்தபடி நின்றார்.

மணி ஒன்பதானது... பத்தானது, பனிரெண்டும் தாண்டியது...

வேலை எதுவும் செய்யாமல் வெறுமனே வாசலையே பார்த்துக் கொண்டிருந்ததில் எல்லோருக்கும் உறக்கம் கண்ணைச் சுழற்றியது. காலை உண்ட கிழங்கு அதற்கான எல்லா வேலைகளையும் செய்யத் தொடங்க சிலர் இருந்த இடத்திலே உறங்கிப்போனார்கள். பத்து மணியிலிருந்து ஜேக்கப் ஒரு ஃபுல்லை எடுத்து ஒரே ஆளாக குடித்துக் கொண்டிருந்தார். அம்புரோஸ் அவரின் எதிரில் அவர் கொடுத்த முதல் கட்டிங்கை குடித்து முடித்துவிட்டு உட்கார்ந்திருந்தார். அடுத்த கட்டிங் அவரும் ஊற்றவில்லை, கேட்பதற்கு இவருக்கும் தைரியமில்லை.

தன்முன் இன்னும் இரண்டு ஃபுல் பாட்டில்கள் இருந்தும் வெறும் ஒரே ஒரு கட்டிங்கை மட்டும் குடித்துவிட்டு, சும்மா கிடந்த வயிற்றையும் உசுப்பேற்றிவிட்டு, அப்படியே மூன்று மணிநேரம் உட்கார்ந்திருந்ததில் இடைஞ்சலை கொன்றுவிட்டு இன்னொரு கொலை வழக்கில் அவர் ஏ1 ஆவதற்கான அனைத்துக் கூறுகளும் தெளிவாகத் தெரிந்தது.

அதேநேரம் அம்புரோஸ் இன்னொன்றையும் நினைத்துக் கலங்கினார்.

'ஒருவேளை ஜேக்கப் முந்திவிட்டால் பத்தோடு பதினொன்னாக இன்னும் ஒரு வழக்கு மட்டும்தான் அவருக்கு. அப்படியென்றால் தன் கதி?'

ஒருநொடியில் கத்திக்குத்து முதல் கல்லறைத் தோட்டம் வரை அனைத்தும் அம்புரோஸ் கண்முன் தோன்றி மறைய பீதியானார். 'லாரியும் வேண்டாம், கல்லும் வேண்டாம், தன்னைக் காப்பாற்றவாவது அவன் வந்துவிட மாட்டானா?' என்ற மரணபயம் இப்போது அவரைச் சூழ்ந்துகொண்டது.

அந்த மரணபயத்திலும் அம்புரோஸ் அவனைச் சந்தேகப்படவில்லை. 'ஆள் கொஞ்சம் மண்டன்தான் என்றாலும், டாரஸ் லாரியை அவ்வளவு திறமையாக ஓட்டுவதிலும், தன்னிடம் விசுவாசமாக இருப்பதற்கும் அவனை விட்டால் தனக்கு ஆள் இல்லை' என்றுதான் நினைத்துக்கொண்டார்.

ஆனால் என்ன நடந்திருக்கும் என்றுதான் அவரால் யூகிக்க முடியவில்லை. தலையை பிய்த்துக்கொள்ள வாய்ப்பில்லாமல் வெறும் டம்ளரை கையில் பிடித்தபடி ஒண்ணுக்குக்கூட போகாமல் அடக்கி வைத்துக்கொண்டு இருந்தார்.

சர்ச்சில் இரண்டு மணி வசனம் ஒலித்தது.

"பின்னும் அவன் அவர்களை நோக்கி, நீங்கள் போய்க் கொழுமையானதைப் புசித்து, மதுரமானதைக் குடித்து, ஒன்றுமில்லாதவர்களுக்குப் பங்குகளை அனுப்புங்கள். இந்த நாள் நம்முடைய ஆண்டவருக்குப் பரிசுத்தமான நாள். விசாரப்பட வேண்டாம். கர்த்தருக்குள் மகிழ்ச்சியாயிருப்பதே உங்களுடைய பெலன் என்றான்."

வேலையாட்கள் முகத்தில் சிரிப்பு பரவியது. மிக்ஸர் மிஷின்களுக்கு வாடகை கொடுக்காவிட்டாலும் கூட பரவாயில்லை, அவைகள் முழுமையாக தன் கைக்கு வந்து சேருமா சேராத என்ற சந்தேகத்தில் இருந்த அம்புரோஸ், இந்த வசனத்தைக்கேட்டு சிரிக்கவா அழுகவா என்று தெரியாமல் 'சும்மா குடிச்சிட்டு கெடக்குறவன இதுவேற உசுப்பேத்தி விடுதே...!' என்று மனதுக்குள் நினைத்தவராக ஜேக்கப்பை பரிதாபமாகப் பார்த்தார்.

இன்னும் காத்திருப்பதில் பலனில்லை என்று வேலையாட்கள் எழுந்ததைப் பார்த்து ஜேக்கப்...

"கியாட்டியளா கன்ராக்கு, கிடந்து ஒறங்கியது போவும். கொளப்பம் ஒண்ணம் இல்லய். தின்னைக்கு பீஃபும், சோறும் வச்சிரிக்கிய. தின்னுட்டு போவைய்ன்கோ. பேசப்பட்ட கூலியயிம் சதிக்க மாட்டைய்ன். எனக்கவின்னும் ஒரு குப்பி இரிக்கி. வெள்ளமடியாக்கம்னால நியான் வர கொறச்சி நியாரம் ஆவும். யாதாங்கிலம் பய திண்ணமா போயி பரிவாடி காட்டாண்டாம். சென்னா கியாக்கியணும்..."

சொல்லிவிட்டு அம்புரோஸைப் பார்த்தார்.

"நீ யாம்பில ஒந்தாய்ன் நக்கின மாறி மூஞ்ச வைய்ஞ்சிட்டு நிக்கிய்யன்? நம்மள்டயாக்கும் உன் களி இல்லியா? கொப்பனுக்கு மொனேன்னு விளிக்க ஆள் இரிக்கும். அது ஒறப்பு. என் கூட்டுக்காரனேளுக்கு ஒணக்க ஒண்ணம் செய்ய மாட்டானுவ. நீ அவன தியாடி புடிச்சு உன் சாமானத்துலயே கிடுகிக்கோ. இந்தா நீ கொண்டாந்த மிசினக்க சக்கரம்..."

ஏதோ பேச வாயெடுத்தார் அம்புரோஸ். "பிலேய் நீ பியாசி சமாளிக்காண்டாம். நான் சவச்சி தின்னுருவேன் பாத்துக்க. வியாற ஒண்ணம் பேசாண்டாம். கிளம்பிப் பூவாம். காலத்த நேரமே விளிச்சு எழும்புனதாக்கும்..."

"நாணக்கேடு" என்றும் "நாறிய நாத்தம்" என்றும் சொல்லிக்கொண்டே இரண்டாவது பாட்டிலைத் திறந்த ஜேக்கப், நடுக்கத்தில் ஆடிக்கொண்டே நடந்து சென்று கொண்டிருந்த அம்புரோஸை பார்த்துக் கைதட்டினார். மரியாதை கலந்த வேகத்தில் திரும்பியவரைப் பார்த்து சிரித்துக்கொண்டே "லேய் பிள்ளா... ஒனட்ட ஒரு காரியம் செல்லணம். கிட்ட வா..." என்றவர், பயந்து பயந்து பக்கத்தில் வந்த நின்ற அம்புரோஸை பார்த்து "இனி எங்கேங்கிலம் ஊரள ஒன் டாரஸைக் கண்டா... மாறி..." என்று காலிக் குப்பி ஒன்றை தலைகீழாகத் தூக்கிக் காட்டியபடி நாக்கைத் துருத்தினார்.

"நான் நாய ஏவுனா நாய் வால ஏவுமாம்" என்று ஜேக்கப் முனங்கியதை கேட்டபடி, தலை தப்பியது கர்த்தர் புண்ணியம் என்று வெளியே வந்து சட்டாக்கை கிளப்பியவர் டாஸ்மாக்கின் முன்தான் நிறுத்தினார்.

முழு போதையில் அம்புரோஸ் வீடு வந்து சேரும்போது மணி நான்கு.

கற்களை சுமந்துகொண்டு எதிரில் உட்கார்ந்திருந்த இடைஞ்சலை முறைத்து பார்ப்பதுபோல லாரி நின்று கொண்டிருந்தது. அந்தநேரத்தில் அவ்வளவு பொறுமை எப்படி தனக்கு வந்தது என்று இன்றுவரை அம்புரோஸுக்கு விடை தெரியாது. பின் அவர்களுக்குள் நடந்த உரையாடலின் சுருக்கம்:

"எப்பல வந்த?"

"ஒரு மணிக்க பக்கம்."

"செல்லு ஏம்பில அணைச்சு வச்சிருந்த?"

"பேட்டரில பாய்ன்ட் போச்சு."

"சரி... டாரஸுக்கு என்னல ஆச்சு?"

"ஒண்ணம் ஆவல..."

"பின்ன ஏன் லேட்?"

"ஒறங்கிட்டன்..."

“உனக்க சட்டம்பித் தனத்தை என்னோடி காட்டாத. நிசத்தைச் சொல்லு. ஒண்ணம் செய்ய மாட்டிய்யன். பின்ன நாய்ன் தியாடிப் பிடிச்சா... பாத்துக்க.”

“அம்மாண ஒண்ணம் ஆவல. ஒறங்கிட்டேன்.”

அம்புரோஸ் வண்டியைச் சுற்றிலும் நோட்டம் விட்டார். உண்மையிலே வண்டி ஆக்சிடென்ட் ஆனது மாதிரி எதுவும் தோன்றவில்லை. ஆனால் ஒரே ஒரு டயர் மட்டும் புத்தம் புதிதாக இருந்தது. அதன் அருகில் போன அவருக்கு பெயின்ட் வாசனை அடித்தது.

“இது என்ன நாத்தம்ல?”

“டயர கழுவினன்.”

“பயிண்ட தடவுன நாத்தம்லால அடிக்குவு...”

பதிலே வரவில்லை. இன்னும் ஒரு பத்து பதினைந்து கேள்வியை அவனிடம் கேட்டுப் பார்த்தார். ம்கூம். அவன் கொஞ்சமும் அசையவில்லை. மறுபடியும் மறுபடியும் “ஒறங்கிட்டேன்” என்பது தவிர அவன் வாயிலிருந்து ஒரு வார்த்தையும் வரவில்லை.

“ஒரு மணிக்க வந்தா ஜேக்கப் மனைக்கி வர வேண்டியதுதானல?”

“நான் உறங்கிட்டேன்னு யள்ளுபோல தெரிஞ்சாக்கூட அவரு என்ன வெட்டிப் போட்டுருவாரு.”

“நீ தின்னுட்டு கெடந்து ஒறங்குனேன்னு சென்னா நாய்ன் நம்புவியேன்னு நீ நெனச்சிட்ட இல்லியால? ஒளுங்கா நெசத்தச் செல்லு. இல்லங்கி அடிச்சனாக்கி சென்னாங்குத்தி பேந்துரும்...”

ஊருக்குள் லவ் பேர்ட்ஸ், கலர் மீன்கள் திருடி விற்ற சின்ன வயதிலிருந்து, குழந்தைகள் கையிலும் காலிலும் கிடக்கும் அரைப் பவுன் சங்கிலி, ஒரு கிராம் மோதிரம், கொலுசு, கொடி என இப்போதுவரை அத்தனை திருட்டுகளையும் செய்துவிட்டு, அதே ஊருக்குள் இரண்டு நாட்களானாலும் உறங்காமல் ஊர் சுற்றி யார் கையிலும் அகப்படாமல் தப்பிக்கும் திறமை உள்ளவன் அவன் என்று அம்புரோஸுக்கு நன்றாகவே தெரியும்.

அடித்து கேட்கலாம் என்றால் அதற்கும் வாய்ப்பில்லை.

எந்த தலைபோன காரியம் என்றாலும் பொறுமையாக கேட்டால் மட்டுமே உண்மையைச் சொல்வானே தவிர, அடிக்க

ஆரம்பித்தால் செத்தாலும் சொல்லமாட்டான் என்றும் அவருக்குத் தெரியும். எத்தனையோ சம்பவங்களில் போலீசிடம் சிக்கி அவன் அடிவாங்கும்போது அதை நேரிலேயே பார்த்திருக்கிறார்.

ஆனால் எந்தப் பதிலும் சொல்லாமல் நின்றிருந்தவனைப் பார்க்கும்போது, நாலு மணிநேரம் காலியான டம்ளரையே கையில் வைத்திருந்தது அவர் நினைவுக்கு வந்தது. "யாதாங்கிலம் இன்ன ரெண்டுல ஒன்ன பாத்திருவியம்" என்று கத்தியபடியே வீட்டிற்குள் நுழைந்து பெரிய லிவர் கம்பியைத் தூக்கிக்கொண்டு வெறியுடன் வெளியே வந்தார்.

வழக்கம்போல இடைஞ்சல் எங்கோ பறந்திருந்தான்.

அவன் டாரஸ் சாவியை கொடுக்காமல் கொண்டு போனதிலோ, கல் வாங்க கொடுத்த பணத்தில் மீதியைத் தராமல் ஓடிப்போனதிலோ அவருக்கு எந்தக் கவலையுமில்லை; பிரச்சனையுமில்லை. அவ்வளவு ஏன் ஜேக்கப் வீட்டு வேலைக்கு கல்லை கொண்டு வந்து நேரத்திற்கு சேர்க்காதது பற்றிக்கூட இப்போது அவர் யோசிக்கவில்லை. அவர்முன் ஒரே கேள்விதான் இருந்தது.

"29-ம் தேதி இரவிலிருந்து 30-ம் தேதி மதியம் ஒரு மணிவரை என்ன நடந்தது?"

இந்தக் கேள்வி அவரைப் படுத்தி எடுத்தது. ஜேக்கப் வீடுபோல அல்லாமல் தலையை பிய்த்துக்கொள்ள இப்போது அவருக்கு வாய்ப்பிருந்தது. நேரமாக ஆக ஆக அம்புரோஸுக்கு பைத்தியம் பிடித்துவிடும்போல இருந்தது.

என்ன ஆனாலும், எவ்வளவு செலவழிந்தாலும் அந்த உண்மையை தெரிந்தே ஆகவேண்டும் என்ற முடிவில் போலீஸில் கம்ப்ளைண்ட் கொடுக்கப்போனார். அங்கு ஏற்கனவே மோசஸும், சாராவும் இருந்தனர்.

ஊருக்குள் ஜட்டி, பாவாடை காணாமல் போனாலே அது இடைஞ்சல் கண்ணனின் வேலையாகத்தான் இருக்கும் என்று எல்லோருக்கும் தெரியும். ஃபாரீனிலிருந்து மோசஸ் வந்து ஒரு மாதம்தான் ஆகியிருந்தது. அதுவரை அம்மாவின் வீட்டிலிருந்த சாரா, மோசஸின் வீட்டிற்கு வந்து தங்க ஆரம்பித்தாள். பத்தே நாளில் சாராவிற்கு போடுவதற்கு ஜட்டியுமில்லை, பாடியுமில்லை, பாவாடையுமில்லை.

‘இரண்டு நாளுக்கு முன் அவன் வீட்டிற்குள் ஏறிக் குதித்ததை தானே நேரில் பார்த்ததாகவும், கையில் கொண்டு வந்த பணம் எல்லாம் ஜவுளிக்கடைகாரன் கல்லாப் பெட்டிக்குதான் போகிறது’ என்றும் எஸ்.ஐ’யிடம் மோசஸ் கதறிக்கொண்டிருந்தான்.

மோசஸ், அம்புரோஸின் கதைகளைக் கேட்டு கடுங்கோபம் கொண்ட, கண்ணீர் வடித்த எஸ்.ஐ இடைஞ்சலை பிடிக்க இரண்டு கான்ஸ்டபிள்கள் தலைமையில் தனிப்படை அமைத்தார். மீண்டும் வராந்தா கொடியில் ஜட்டி, ப்ரா, பாவடைகளை காயப் போடச் சொன்னார். இந்தமுறை அவன் அதை வைத்து என்ன செய்கிறான் என்று முழுமையாக ஒளிந்திருந்து கவனிக்கச் சொன்னதோடு, தன்னையும் கவனிக்கச் சொன்னார்.

என்னவென்று விவரிக்க முடியாத ஒரு முகபாவனையோடு மோசஸ் அவர் கையில் இரண்டு ரோஸ் தாள்களை திணித்தார்.

அம்புரோஸ், சாரா, தன் வயதான அம்மா மற்றும் இரண்டு கான்ஸ்டபிள்கள் முன்னிலையில் மோசஸ், நேற்றுதான் சலீம் ஜவுளிக்கடையில் அதேபோன்ற நான்கு ரோஸ் தாள்களைக் கொடுத்து வாங்கிய ஜட்டி, ப்ரா, பாவடைகளை கொடியில் காயப்போட்டார். இடைஞ்சல் காம்பவுண்ட் சுவரை ஏறிக் குதித்தான்.

டிசம்பர் 31, இரவு 12 மணிக்கு பின்:

கையில் கொண்டுவந்த பிளாஸ்டிக் கவரில் அவைகளை திணித்துவிட்டு விறுவிறுவென்று நடந்தான். நடந்தவன் நடந்தான்... நடந்தான்... நடந்தான். நடந்துகொண்டே இருந்தான். அந்தக் கடுப்பிலும் அம்புரோஸ் ‘இதே வேகத்தில் நடந்தால் விடிவதற்குள் மோசஸ் வேலைப்பார்க்கும் குவைத் குரூட் ஆயில் கம்பனிக்கே எல்லோரையும் கூட்டிக்கொண்டு சென்றுவிடுவான்போல’ என்று மனதுக்குள்ளே நினைத்து சிரித்துக்கொண்டு மோசஸைப் பார்த்தார்.

வெறுப்பிலும், சோர்விலும் நடந்துகொண்டிருந்த மோசஸ் மனதிலோ இதுதான் ஓடிக்கொண்டிருந்தது. ‘குரங்கு மூத்திரத்தை மருந்துக்குக் கேட்டா, அது கொப்புக்கு கொப்பு கொண்டுக்கிட்டுத் தாவுமாம். அம்பது, நூறு பவுன் காணாமப்போய் கம்ப்ளைண்ட் கொடுத்து இப்படி தேடினால்கூட கொஞ்சம் மரியாதையாக இருக்கும். கேவலம்

ஜட்டியையும், பாடியையும் பறிகொடுத்து விட்டு ஒவ்வொரு கல்லறைத் தோட்டமா இந்த ராத்திரில அலையணும்னு எனக்கு எழுதியிருக்குபோல. எல்லாம் என் விதி...'

இரண்டு கான்ஸ்டபிள்களில் இளைஞனாக இருந்த ஒருவர் இடைஞ்சலை தீவிரமாக கண்காணித்துக் கொண்டிருக்க, 50 வயதான இன்னொருவர், 'ஒண்ணுவிடமா இருக்குற எல்லா சாதனத்தையும் இவன் பாட்டுக்கு தூக்கிட்டு போய்ட்டு இருக்கான். சாரா இப்ப உண்மையிலே ஜட்டியும் பாடியும் போட்டுருப்பாளா, இல்லை ஜாக்கட்டுக்குமேல வெறும் சீலைய சுத்திட்டு வந்துட்டாளா?' என்ற சந்தேகத்தில் சாராவை உற்றுப்பார்த்தார். இருட்டில் அதற்கான எந்த அறிகுறிகளும் தெரியாததால் விரக்தியில் முகத்தை திருப்பிக் கொண்டார்.

எல்லோரும் ஏதோ ஒன்றை நினைத்தபடி நடந்து கொண்டிருக்க, சாரா மட்டும்தான் மனதுக்குள் ஒரு திட்டம்போட்டுக் கொண்டிருந்தாள். 'அவனைப் பிடித்தபின் எல்லோரது கவனமும் இடைஞ்சலின் மேல்தான் இருக்கும். ஜட்டி, பாடி, பாவடைகளை யாரும் கவனிக்க மாட்டார்கள். அந்தப் பைகளிலிருந்து அவைகளை யாருக்கும் தெரியாமல் கைப்பற்றி வீட்டிற்கு கொண்டுசென்று காரமும், வெந்நீரும் வைத்து நன்கு துவைத்து மீண்டும் பயன்படுத்திக்கொள்ள வேண்டும்"

உண்மையிலே இப்போது கேரளா பார்டருக்கு இன்னும் இருபது கிலோமீட்டர்கள்தான் இருந்தது.

இது எதையும் அறியாத அவன், தூரத்தில் சுவர் ஓரமாக இருவர் நின்று கொண்டிருப்பதைப் பார்த்து சட்டென்று அவர்கள் கண்களுக்கு தெரியாத வகையில் நின்ற இடத்திலே ஒளிந்துகொண்டான். ஐந்து நிமிடங்கள் கழித்து அந்த இருவரும் பசையும், போஸ்டருமாக இவனை சைக்கிளில் கடந்து சென்றார்கள். அவர்கள் சென்றதுதான் தாமதம், ஓடிப்போய் பசை காயும்முன் அந்த போஸ்டரை அப்படியே சுவரிலிருந்து உருவி பசை இல்லாத எதிர்பக்கமாக மடித்து பைக்குள் போட்டுக்கொண்டான்.

இடைஞ்சலின் லிஸ்ட்டில் பசை காயும்முன் போஸ்டர் திருடும் பழக்கமும் ஒன்று என்று இப்போது அவர்கள் கண்டுகொண்டனர். இப்போது அது என்ன போஸ்டர் என்பதுதான் அவர்கள் முன் இருந்த ஒரே கேள்வி.

அதன்பின் அவர்களை அவன் அதிக தொலைவிற்கு நடக்க விடவில்லை. கேரள எல்லைக்கு பதினேழு கிலோமீட்டர் இருக்கும்போதே ஒரு வாழைத் தோப்பிற்குள் நுழைந்தான். அவன் அந்தத் தோப்பிற்குள் நடந்து செல்வதை வைத்துப் பார்க்கும்போதே அது அவனுக்கு நன்கு பழகிய இடம் என்றே தெரிந்தது.

தேடிக் கண்டுபிடித்து ஒரு வாழையின் முன் தனக்கான இருபத்தைந்து ஸ்கொயர் ஃபீட் முன் நின்றான். இவர்களும் ஒரு ஓரமாக நின்றனர்.

பைக்குள் இருந்து ஒரு டார்ச் லைட் எடுத்து கீழே வெளிச்சம் விழும்படி வாழைக்குலையில் கட்டி தொங்கவிட்டான். பின் போஸ்டரை எடுத்து வாழைக்கு முன் விரித்து வைத்தான். மீண்டும் பைக்குள் கையை விடவும் எடுத்த பொருட்களை கீழே வைக்கவுமாக அந்த வாழையைச் சுற்றி என்னென்னவோ செய்து கொண்டிருந்தான்.

அவன் செய்வது அனைத்தும் அரைகுறையாக அவர்கள் கண்ணிற்குத் தெரிந்தது.

அம்புரோஸ் அவர் லாரியையும் மறந்து விட்டார். ஜேக்கப்பையும் மறந்து விட்டார். பூ, எலுமிச்சைப் பழம், மரபொம்மைகளை வைத்து நடுச்சாம பூஜைக்கு மலையாள மந்திரவாதிகள் தயாராவதுபோல இடைஞ்சல் செய்யும் ஏற்பாடுகளில் மெய்மறந்து, விட்டால் அவரும் போய் அவனுக்கு உதவி செய்யும் வாய்ப்பிற்காக காத்திருப்பதுபோல, அவ்வளவு பயபக்தியாக அதைக் கவனித்து வந்தார். உண்மையிலே அவன் தனக்கும் தன் குடும்பத்திற்கும் ஏதோ ஏவல் சூனியம் செய்வதாகவே மோசஸ் நினைத்து கதிகலங்கி ஸ்தோத்திரம் சொல்லிக்கொண்டே இருந்தார். அப்போதும் சாராவின் கண்கள் ஜட்டி பாடியை விட்டு அகலவில்லை.

அவன் பான்ட்டை அவிழ்த்தவுடன் என்ன செய்யப் போகிறான் என்று இரண்டு கான்ஸ்டபிள்களுக்கும் ஓரளவு தெரிந்துவிட்டது. அவன் வாழை மரத்தை கட்டிப் பிடிக்கவும், இவர்கள் ஓடிச்சென்று அவனைக் கட்டிப்பிடிக்கவும் சரியாக இருந்தது.

அப்போது சாரா கண்ட காட்சிகள் அவள் திட்டத்தை தவிடு பொடியாக்கியது.

சாராவின் ஒரு ப்ராவும், பாவாடையும் வாழைக்கு கட்டிவிடப்பட்டிருந்தன. மீதமிருக்கும் ப்ராக்களும்,

பாவாடையும், ஜட்டிகளும் போஸ்டரில் இருக்கும் மூன்று பெண்களின் மேல் கச்சிதமாக அந்தந்த இடத்தில் வைக்கப்பட்டிருந்தன. போஸ்டரில் மீண்டும் நம் ஸ்ரீகணபதி தியேட்டர் அ/இ-யில் உங்கள் "புல்லுக்கட்டு முத்தம்மா" என்று ஃப்லோரசென்ட் கலரில் அச்சிடப்பட்டிருந்தது.

ஒட்டும் போஸ்டர்கள் அடிக்கடி காணாமல் போவதைப் பற்றி ஒருமுறை ஸ்ரீகணபதி தியேட்டர் ஓனர் கம்ப்ளைண்ட் கொடுத்தது இப்போது வயதான கான்ஸ்டபிளுக்கு ஞாபகத்திற்கு வந்தது. இடைஞ்சலுடன் மொத்தம் எத்தனை பேர் இந்த வேலைகளில் ஈடுபட்டுள்ளனர் என்று விசாரிக்க வேண்டும் என்று மனதுக்குள் நினைத்துக் கொண்டார்.

ஸ்டேஷனிலிருந்து வந்து கொண்டிருந்த ஜீப்பிற்காக இப்போது எல்லோரும் காத்துக் கொண்டிருந்தனர்.

எவ்வளவு கேட்டுப்பார்த்தும் அம்புரோஸுக்கு டாரஸ் சாவியும் கிடைக்கவில்லை. மீதிப்பணமும் கிடைக்கவில்லை. ஆனால் அந்தத் துயரத்திலும் வாழைமரத்தைப் பார்த்து சிரித்துக்கொண்டிருந்த அவர், கண்களுக்கு ஒரு விஷயம் தட்டுப்பட்டது. இப்படி நடந்திருக்க வாய்ப்பே இல்லை என்று நினைத்தவர் இடைஞ்சலிடம் தனது சந்தேகத்திற்கான பதிலை கறந்துவிட வேண்டும் என்ற முனைப்பில் அவன் அருகில் போனார். பக்குவமாக அந்தக் கேள்வியைக் கேட்டார்.

அவனும் பணத்திற்கும், சாவிக்கும் தன்னை அடிக்காமல் தன்னிடம் இதைத்தானே கேட்கிறார் என்ற நிம்மதியில் வெட்கப் பட்டுக்கொண்டே சொல்லி முடித்தான்.

ஊருக்குள் ஒரு செக்ஸாலஜிஸ்ட் போல கதைகள் அளந்து வரும் அம்புரோஸே அவன் சொன்னதைக்கேட்டு அசந்துவிட்டார். அம்புரோஸுக்கு சின்ன வயதில் படித்த 'ஓரிடத்தைச் சுற்றிச் சுழலும் நெம்புகோல் தத்துவம்'தான் நினைவிற்கு வந்தது. அந்தநேரத்தில் 'உண்மையிலே இவனுக்கு அறிவு கூடுதலா? குறைவா?' என்ற சந்தேகமும் அவருக்குள் எழுந்து அடங்கியபோது அவன் சொன்னதை மீண்டும் நினைத்துக்கொண்டார்.

"அரை அடி நீளத்தில் இருக்கும் ஒரு குட்டி லிவர் கம்பியையோ, இல்லை முறுக்கு கம்பியோ வைத்து, வாழைமரத்தில் இரண்டு நாட்களுக்கு முன்பே, (அவன் மொழியில் சொன்னால் 'மத்ததின்') உயரத்திற்கேற்ப ஒரு குத்து குத்தி மேலும்

கீழும் அசைக்க வேண்டும். பின் குத்திய அந்த ஓட்டையில் தேங்காய் நார் அல்லது கதம்பத் துகள்களை வைத்து அடைத்துவிடவேண்டும். இரண்டு நாட்களுக்குள் குத்திய அந்த இடம் குழகுழவென அழுகிப்போய் விடும். இப்போது சாதனம் ரெடி. பின் உங்களுக்குத் தேவை ஜட்டி, பாடி, பாவாடை மட்டும்தான். ஏதாவது படத்தின் போஸ்டர் இருந்தால் கூடுதல் சிறப்பு. இப்போது எல்லா படங்களின் போஸ்டர்களும் "புல்லுக்கட்டு முத்தம்மா"வைவிட அதிக கவர்ச்சியாகவே இருப்பதால் முன் இருந்த சிரமம் இப்போது இல்லை."

இந்த தொழில்நுட்பத்தை ஒருவழியாக 31-ம் தேதி இரவு அவன் போலீஸிடம் சொன்னபோது, அம்புரோஸுக்கு வந்ததுபோல "பளு, மையப்புள்ளி, விசை ஆகியவற்றை பயன்படுத்தி பெரிய சுமைகளை சிறிய தூரத்திற்கு நகர்த்தும் நெம்புகோல் தத்துவம்" அவர்களுக்கு ஞாபகம் வரவில்லை. பதிலாக மூங்கில் கம்பு தத்துவம்தான் நினைவிற்கு வந்தது. பின் இடைஞ்சலுக்கு நினைவு வரும்போது 2016-ம் வருடம் பிறந்து ஒருநாள் தாண்டியிருந்தது.

பின்னர் ஜேக்கப் ஸ்டேஷனில் இடைஞ்சல் இருப்பது தெரிந்து இரண்டாம் தேதி இரவு அங்கே வந்தார். அம்புரோஸிடமும், இன்ஸ்பெக்டரிடமும் டிசம்பர் 29-ம் தேதி நைட்ல இருந்து 30-ம் தேதி மதியம் வரை என்ன நடந்தது என்பதை சொல்லாமல் இருந்துவந்த அவனைப் பார்த்ததுமே அவருக்கு கோபம் தலைக்கேறியது. "நம்மள்டயாக்கும் களி..." என்று சொல்லிக்கொண்டே ஜேக்கப் இடித்த இடியில் அவன் நான்காம் தேதிதான் உயிர்த்தெழுந்தான்.

பின் எட்டு மாதங்கள் கழித்து அவன் வாழ்கையில் தம்புரான் மூலமாக ஏதோ நல்லது நடக்க வாய்ப்பு உருவானது. அதற்கும் அம்புரோஸ்தான் அவனுக்கு உதவினார். ஆனால் அவர் உதவுவதற்குமுன் ஒரே ஒரு கேள்வியைத்தான் கேட்டார்.

"லேய் என் பட்டு சிறுமோனே! அன்னைக்கு ராவுலருந்து மருநா காலம்பற வர என்ன மக்கா நடந்து? அத மட்டும் அலம்புன்டாக்காம தவப்பன்ட செல்லிரு புள்ள. நீ என்ன செல்லுகியோ செய்யன்..."

தன் காரியம் நடக்க அவன் சொல்லத்தொடங்கினான்.

★★★

சம்பவம் 1

"லேய் தம்பு, என்னல உன்ன ஆளக் காணோம்? ஒரு மணிக்கூரா அடிச்சிட்டு கெடக்கேன்."

"தாய்ளிவோ பாடாப்படுத்துகானுவோ. திடீர்னு இங்க ஒரு கள்ளவாளிக் கூதிவுள்ளைக்கு மேலுக்கு சொவமில்லாம ஆயிட்டு. அவன சுடுகாட்டுக்கு அனுப்பிட்டு கொஞ்சம் களிச்சு கூப்புடுகேன் பாட்டா..."

"எல நீ பாட்டுக்கு ஏதேதோ படக்கு படக்குன்னு சொல்லிட்டு செல்லை வைக்க. இங்க இவனுவ கெடந்து என் சீவத்தை வாங்குகானுவல."

"இங்கேரு பட்டா... நான் இங்க ஒண்ணம் போர்டு மீட்டிங்குக்கு வரல கேட்டியா? இங்க இருக்கபட்டவன் பூரா தொட்டிப் பயலுவளாக்கும். இவனுவ மத்தில நான் கெடந்து படுக பாடு எனக்க மட்டம்தான் தெரியும். போற போக்கப் பாத்தா உனக்க முன்னாடியே நான் போய் சேந்துருவேன்போல..."

"சரிடே... சரிடே... பய்ய வா... வா..."

★★★

"டிசம்பர் 29-ம் தேதி நைட்ல இருந்து 30-ம் தேதி மதியம் வரை என்ன நடந்துச்சு? ஜனவரி 3-ம் தேதி அவனுக்கு என்னாச்சு?

இப்படி நீங்க சில கேள்விகள் கேக்குறது என் காதுலயும் விழுது. பொறுமை. பொறுமை. ஒவ்வொண்ணாதான சொல்லமுடியும். அதுக்குதானே உங்கள இங்க கூட்டிட்டு வந்துருக்கேன். அதுவுமில்லாம எனக்கென்ன நாலு வாயா இருக்கு?"

"பாடிய எடுக்கும்போது அந்தளவு அழுகை இல்ல கவனிச்சீங்களா?"

"ம்.. கல்யாணச் சாவுன்னுதான் பேசிக்கிறாங்க."

"அப்படியே இன்னும் என்னென்ன பேசுறாங்கன்னு கவனிங்க. நான் கொஞ்ச நேரம் அமைதியா இருக்கேன். இல்ல எல்லாத்துக்கும் நம்ம மேல சந்தேகம் வந்துரும். இதுவே கல்யாண வீடா இருந்தா நாம அங்கையும் இங்கையும் சுத்துனதப் பாத்து இந்நேரம் எவனாவது மாப்ள வீடா? இல்ல பொண்ணு வீடான்னு கேட்ருப்பான். ஏதோ துட்டி வீட்டுக்கு வந்ததுனால நாம தப்பிச்சோம். அதுவுமில்லாம சுத்தி என்னப் பேசுறாங்கன்னு கவனிச்சா, அவரு சாவுக்கு என்ன காரணம்னு உங்களுக்கும் கொஞ்சம் தெரிய வரலாம். அதுனால நான்

வாய மூடிக்கிறேன். நம்ம பக்கத்துல நடந்து வரவங்க ஏதோ பேசுறாங்க பாருங்க. காத நல்லா கூர்மையாக்குங்க."

"ஆனாலும் வின்சென்ட் எப்டி அவராச் செத்தார்ன்னுதான் தெர்ல பாத்தியால மக்கா. மழைக்கும், வெயிலுக்கும் அஞ்சாத கட்டைல்லா அது. ஆனா மாப்ள இப்ப மட்டும் சாவலைன்னு வச்சுக்க, பின்னாடி அதுக்கு சாவே கிடையாது. எப்படியும் ஒரு நூத்தம்பது வருசம் ஜீவிச்சிறாது?"

"ஆமல. அவருக்குக் கூடவுள்ள செட்டுகல்லாம் செத்து, அந்த செட்டுகளுக்குப் பொறந்ததுகளும் செத்து, அதுகளுக்குப் பொறந்ததுகளும் குடிச்சே சாவக் கிடக்குற இந்த காலத்துல, வின்சென்ட் ஒரு பாடிதான் கேட்டியா? நான்லாம் அய்யா அகிலத்திரட்டுல சொன்னமாதிரி சுசீந்திரம் கோயில் கோபுரத்து மேல நின்னு காக்கா தண்ணி குடிக்க காலத்துலதான் அவரு சாவாருன்னு நினைச்சிட்டு இருந்தன் மாப்ள?"

"மக்கா எனக்கும் அதான் சந்தேகமா இருக்கு. அவரு இப்டி பொசுக்குன்னு போற பாடி இல்லேல்லா? முந்தா நேத்துக்கூட ஆஃபிஸ்லா போய்ட்டு வந்தாரு! ஒருவேள அவரு வீட்லயே எவனாவது போட்டுத் தள்ளிருப்பாங்களோ?"

"இருக்கது ஒரே ஒரு கிழவி. அது பண்ற அநியாயத்துக்கு பாட்டாதான் அதப் போட்டுத் தள்ளிருக்கணும். இவரு இந்த வயசிலையும் அத ராணி மாறி வச்சு, கடை அரிசி சோறுல்லா போட்டாரு. அது எதுக்கு இவர கொல்லப் போவுது?"

"ஆனா மாப்ள… இவர எவனாவது ஒருவேளை கொலைன்னு ஒண்ணு பண்ணிருந்தா, அது ஒரு சாதனைதாம்டே…. ஏன்னா எவனாலும் முடியாத காரியம்லா அது…"

"லேய் எழவுடுத்தவன, சத்தம்போட்டு சிரிக்காத… குடிமகன் வேலை செஞ்சுட்டு இருக்கான்."

"ஆமா மாப்ள… இத்தன வருசமா கோர்ட்ல குமாஸ்தாவா இருந்த பாடியாச்சே, இவரு செத்துருக்காரு. லீவெல்லாம் விட மாட்டாவளா?"

"வக்கீல் செத்தாலே கோர்ட் உண்டு. இதுல எங்க பாட்டாக்கு லீவு?"

"லேய் அப்பம், வக்கீல் செத்தா வக்கீலுங்க கோர்டுக்கு போகாம இருப்பாங்கள்லா. அதே மாதிரி இந்த குமாஸ்தாக்களும் இன்னைக்கி கோர்டுக்கு போவ மாட்டாவளோ?"

“லேய் சப்பும் சவறும் பேசி என் உயிர வாங்காத. போயிரு...”

“கதையக் கேட்டீங்களா! இங்கையும் ரெண்டுபேரு சந்தேகப் படுறாங்க. அவங்க பேசுனதுல இருந்து உங்களுக்கு என்ன புரிஞ்சது...?

ஓ குடிமகன்னா என்னான்னு கேக்குறீங்களா? எழுத்தாளர் நாஞ்சில் நாடன் தெரியுமா?

அப்டீன்னா அவரு எழுதுன நாஞ்சில் நாட்டு வெள்ளாளர் வாழ்க்கை புக்கப் படிச்சு தெரிஞ்சுக்கோங்க...

என்ன சாரி சார்? நீங்க என்ன அர்த்தத்துல கேட்டீங்கன்னு எனக்குத் தெரியாமலா இருக்கேன்? அவனுக பேசுனதுல சந்தேகம் கேக்க சொன்னா... உங்களையெல்லாம் வச்சுக்கிட்டு...

இன்னும் நமக்கு கொஞ்சநேரம்தான் இருக்கு. அவங்க என்ன பேசுறாங்கன்னு கவனிப்போம்.

“அப்படியே இந்தப் பக்கமா மூணு சுத்து சுத்துங்க.”

“ம்.. சென்டர்ல இறக்கு.”

“பாட்டியோட பட்டு இருக்கா. அப்புறம் ஏன் அத கைலயே வச்சுருக்க? தாத்தாமேல போடு மக்கா.”

“லேய்... அப்படியே இந்தா மூக்குபொடி குப்பியையும் போட்ரு.”

“மக்கா வாய்க்கரிசிய அப்படி மாத்தி திருப்பி போடணும்.”

“சரி முகத்த மூடிறலாமா?”

“லேய் கால் மாட்டுல ராமச்சன் வேரை வைக்க மறந்துட்ட பாரு...”

“பின்ன... அதானல முக்கியம். அப்படியே குமாஸ்தாபிள்ள எரியும்போது மணப்பாருல்லா?”

“ஆறு பக்கம்தான் ஓட்ட போட்டுருக்க பாரு. இன்னும் ரெண்டு பக்கம் போடு.”

“சரி நாளைக்கு ஓம்பது மணிக்கு காடாத்துப்பா...”

★★★

சம்பவம் 1:

“ஆ... பாட்டா.”

“தொட்டி லேய்! என்ன வேலப்பாடுல பாக்க. ரெண்டுநாளா அடிச்சிட்டு கெடக்கேன். இப்பமும் ஒருவாடு நேரமா அடிச்சிட்டு கெடக்கேன். நீ போன எடுத்துட்டு இந்தா கூப்டுகேன், அந்தா கூப்புடுகேன்னு சொல்லிட்டு வச்சிருக. நேத்து புல்லா அடிக்க அடிக்க போனே எடுக்கல. இங்க அவனுவோ ரெண்டுபேரும் என்னப்போட்டு பாடா படுத்துகானுவ. தள்ளைக்கும் பிள்ளைக்கும் போட்டு அறுக்கானுவ. குருடன் கூட போனாலும் செவிடன்கூட போவக்கூடாதுன்னு சும்மாவா சொன்னானுவ? நாம்பாட்டுக்கு செவனேன்னு கெடந்தேன். எனக்க ஆசைய தூண்டி...”

“வந்தேன்னா ஒன் குறுக்குலயே எட்டி சவட்டிருவேன். உன் நாற வாய் மயிர கொஞ்ச நேரம் மூடு. உனக்கு சாக்காலம் வரதுக்குள்ள எப்படியும் வந்துருவேன். அப்டி சட்டுன்னு வரணும்னா பக்கத்துல எங்கனையாவது கிணறு இருக்கும். போய்ச் சாடு...”

“தாய்ளி லேய்... இந்த விருத்தி கெட்ட வேலையல்லாம் என்கிட்ட காட்டாத கேட்டியா? எனக்கு அப்பவே தெரியிம்ல இது வெட்டையாத்தான் போகும்னு.”

“வோய்...வோய்... உம்மட்ட இருக்கது வாயாவோய்... சைய்... கொஞ்சநேரம் வாய மூடு சவமே. இன்னைக்கு தேதி ஏழு. நாளைக்கு இதேநேரம். மதியம் இல்ல சாய்ந்தரம் அங்க வந்துருவேன். எல்லாப் பிரச்சனையும் சால்வ். நாளைக்கு கண்டிப்பா நடக்கும். அவங்க கிட்டயும் கரெக்ட்டா சொல்லிரு. இடம் அம்புரோஸ் வீடு. சாமாவையும் கூட்டிட்டு அங்க வந்துரு. அதச் சொல்லத்தான் அடிச்சேன்.”

“அப்பாடா... மக்கா லேய்! இப்பத்தாம்ல மனுசனுக்கு நிம்மதி வந்துச்சு...”

“இப்ப மட்டும் வாய வக்கனையா தொற?”

“நீ எனக்க கடைசி பேரம்லா... உன்னைய ஏசாமா வேற யார மக்கா ஏசப்போறேன்.”

“கொஞ்சுனது போதும்... சரி சரி சொன்னத மறந்துறாத. வச்சித் தொல.”

★★★

3. வின்சென்ட் குமாஸ்தா:

உண்மையிலே வின்சென்ட் குமாஸ்தா பெயர் வின்சென்ட் அல்ல. சூதாட்டத்திலும் குடியிலும் வாழ்க்கையைத் தொலைத்தவருக்கு மகனாகப் பிறந்த இவரை, சொந்தக்காரர் ஒருவர் வின்சென்ட் வக்கீலிடம் குமாஸ்தாவாக சேர்த்துவிடும்போது இவருக்கு பதினான்கு வயது இருக்கும். அப்போது வின்சென்ட் இவரின் பெயரை கேட்டார். இவரும் சொன்னார். தன் பெயரை தான் பயன்படுத்துவது அதுதான் கடைசிமுறை என்று அப்போது இவர் நிச்சயமாக நினைத்திருக்க மாட்டார்.

முடிவாக வின்சென்ட்தான் தன்னுடைய பெயர் என்று அவரே நம்பத் தொடங்கும்போது அவருக்கு திருமணம் ஏற்பாடு செய்யப்பட்டது. அந்த காலத்தில் அவர் ஊரில் எல்லோருக்கும் நடந்ததுபோல அவரது திருமணமும் பத்திரிகை அடிக்காமலே நடந்து முடிந்தபோது, சொர்ணமும்கூட வின்சென்ட் குமாஸ்தா பொண்டாட்டி என்றே எல்லாருக்கும் அறிமுகமானாள். அதன்பின் நீதிமன்ற வளாகத்தில், வக்கீல் அலுவலகங்களில், குமாஸ்தாக்கள் மத்தியில், டீ கடைகளில் அவர் பெயர் வின்சென்ட் குமாஸ்தாவாக மாறியது. ஊரில் அவரது வீட்டை அந்தப் பெயரிலே எல்லோரும் அடையாளம் காட்டினார்கள்.

இப்படியாக இவரின் உண்மையான பெயரை மீட்டெடுக்க இருந்த கடைசி வாய்ப்பும் பறிபோனபோது, திருமணம், காதுகுத்து, சடங்கிலிருந்து பதினாறாம் நாள் காரியம் வரை எல்லாவற்றுக்கும் பத்திரிகை அடிக்கும் பழக்கம் வந்தது. வந்து என்ன பிரயோசனம்? பத்திரிகை வைக்க வந்தவர்களும் அந்தப் பெயரில்தானே எழுதினார்கள்...!

எல்லா வக்கீல்களுக்கும்தான் குமஸ்தாக்கள் இருக்கிறார்கள். இவருக்கு மட்டும் ஏன் இப்படி நடந்தது என்று உங்களுக்கு இந்த இடத்தில் ஒரு சந்தேகம் எழலாம். அது நியாயமானதும்கூட. சொல்லப்போனால் அதுவும் கொஞ்சம் சுவாரசியமான கதைதான். ஆனால் அதை இப்போது விளக்கப் புகுந்தால் அது இதைவிட பெரியதொரு கதைக்கு இழுத்துச் சென்றுவிடும் என்பதால் வின்சென்ட் வக்கீலை நாம் பிறிதொரு சந்தர்ப்பத்தில் சந்தித்துக் கொள்ளலாம்.

சக்கடா வண்டிகளில், சாக்குமூட்டைகளில் பலாப்பழங்கள், தேங்காய்கள், வாழைப் பழங்கள், காய்கறிகளுடனும்... சட்டை பாக்கெட்டுகளில், வேட்டி மடிப்புகளில் கத்தை கத்தையாக பண நோட்டுகளுடனும், அலுவலக வாசலையும் தாண்டி அரை

கிலோமீட்டர் நீளத்திற்கு நீண்டு கிடக்கும் வரிசையில் மதியம் 12 மணியானாலும் நிற்கும் கட்சிக்காரர்களை கொண்டிருந்த வின்சென்ட் வக்கீலின் புகழ் மட்டுமே, அவரது இந்த பெயர் மாற்றத்திற்கு ஒட்டுமொத்தக் காரணம் என்று சொல்லிவிட முடியாது.

அந்த வயதில் சில சாகசங்களையும், சில வினோதப் பழக்கவழக்கங்களையும், பல வேண்டாத்தனங்களையும் கைக் கொண்டிருந்த இவரது சொந்த நடவடிக்கைகளினால், எல்லோரின் மத்தியிலும் "இவன் யார்?" என்ற கேள்வி எழுந்தபோது "வின்சென்ட்டுக்கு குமாஸ்தா..." என்று வந்த பதிலின் காரணமாகத்தான் அந்தப் பெயர் வந்ததே தவிர வின்சென்ட் வக்கீலின் குமாஸ்தா என்பதால் அல்ல.

எது எப்படியோ ஆரம்பத்திலிருந்தே நாமும் அவரை அப்படியே அழைத்து வந்துவிட்டதால் அவரின் உண்மையான பெயரை இங்கு சொல்லவேண்டிய எந்தத் தேவையும் இல்லை என்றே நினைக்கிறேன்.

இந்தியாவில் கம்யூனிஸ்ட் கட்சி இரண்டாக உடையும் முன்பே உள்ளூரில் அதை இரண்டுமுறை உடைத்தவர் என்ற ஒரு பெயர் குமாஸ்தா பிள்ளைக்கு உண்டு.

ஆம்! முதலில் இரண்டாக உடைக்கும்போது தன்னுடன் நான்கு பேரை அழைத்துக் கொண்டு வெளியே வந்தார். பின் அந்த நால்வருடனும் கருத்து முரண்பாடு ஏற்பட்டது. அதாவது புதிதாக ஆரம்பிக்கப்போகும் கட்சியின் தலைமைக் குழுவில் நால்வருமே சேர ஆசைப்பட்டதால், கட்சி வேலையை யார் பார்ப்பது? என்ற கேள்வி எழுந்தபோது அதற்கு பதில் சொல்ல யாருக்கும் தெரியவில்லை.

எனவே மீண்டும் ஏதேதோ சொல்லிவிட்டு கட்சி அலுவலகத்திற்குள் நுழைந்தவர், மீண்டும் இரண்டு பேருடன் கட்சியை உடைத்து வெளியேறினார். பின் அவர்களுடன் நடுரோட்டில் சண்டை போட்டார். ஆம் இப்போது கருத்து வேறுபாடு அல்ல; நிஜ சண்டை. (இப்போது மீண்டும் அதே கேள்வி எழுந்தபோது குமாஸ்தா பிள்ளை கொஞ்சம் உணர்ச்சிவசப்பட்டு "உங்கம்மைக்க மாப்ள..." என்றார்.) கட்சியை உடைத்த கையோடு மாறி மாறி மண்டையையும் உடைத்துக் கொண்டனர்.

அடுத்த ஒரே வருடத்தில் கம்யூனிஸ்ட் கட்சி இரண்டாக உடைந்தபோது, அது குமாஸ்தா பிள்ளை கட்சிக்குள் வைத்த கோட்பாட்டுக் காரணங்களால்தான் என்று ஒரு வதந்தியும் அப்போது கோர்ட் ரோட்டில் இருந்த டைப்பிஸ்ட் பூவத்தான் கடையிலிருந்து உள்ளூர் கம்யூனிஸ்ட் கட்சி அலுவலகம் வரை பரவியது. நல்வாய்ப்பாக சீன ஆதரவா, இந்திய ஆதரவா என்ற குழப்பத்தில் திரிந்த அவர்கள் கண்களுக்கு டாங்கேவும் சுந்தரய்யாவும்தான் தெரிந்தார்களே தவிர குமாஸ்தாபிள்ளை தெரியவில்லை.

பின்னாட்களில் "லேய் பிரிட்டிஷ்காரன் காலத்துலயே நான் குமாஸ்தாவ இருந்தவம்லே" என்று சொல்வதுடன் "கம்யூனிஸ்ட் கட்சி உடையுறதுக்கு முன்னாடியே அத நான் உடைச்சவம்ல" என்பதையும் சேர்த்துக்கொண்டார்.

இப்படியாக மாறிமாறி ஏதாவதொரு கம்யூனிஸ்ட் கட்சிக்குள் போவதும், வெளியே வரவுமாக இருந்த அவர், கடைசியாக தம்புரான் இருந்த கட்சியில் போய் சேர்ந்தார். அப்போது அந்தக் கட்சியில் ஆறுபேருக்கும் அதிகமாகவே இருந்தனர்.

ஆனால் அடுத்த ஒரு மாதத்தில் "இந்தியப் புரட்சியா, தமிழகப் புரட்சியா, இல்லை வார்டு வாரியான புரட்சியா" என்ற விவாதத்தில், "மார்க்ஸ் எழுதியதற்கும், மாவோ சொன்னதற்கும் இடையில் லெனினின் நிலைப்பாடு என்ன?" என்று ஏதேதோ பேசிக்கொண்டு குமாஸ்தா பிள்ளைக்கு வேலை கொடுக்காமல் அவர்களாவே அந்தக் கட்சியை ஏழாக உடைத்தனர். எந்தக் குழுவில் சேர்வது என்று தெரியாத அவர் மொத்தம் மூன்று குழுவில் மெம்பராக சேர்ந்தார். ஆள் பற்றாக்குறை காரணமாக அவர்களும் இவரைச் சேர்த்துக்கொண்டனர்.

பின் மா-லெ-மா-போ-தீ-லி குழுவின் தலைவர் "இன்னும் நான் இந்திய சமூகத்தைப் பற்றி முழுவதுமாக தெரிந்துகொள்ள விரும்புவதால் படிக்கவும், பல இடங்களுக்கு பயணம் செய்யவும் ஒரு வருடம் எனக்கு லீவு வேண்டும் என்று அவரது குழுவில் இருந்த இரண்டரை நபர்களிடம் (குமாஸ்தா பிள்ளை வெவ்வேறு குழுக்களில் இருந்ததால் அவரை அரை நபர் என்றே அவர்கள் கணக்கில் வைத்திருந்தனர்) அனுமதி கேட்டார். இதை கேள்விப்பட்ட மற்ற இரண்டு குழுவின் தலைவர்களும் அதே காரணங்களுக்காக ஒரு வருடம் விடுமுறைக்கு விண்ணப்பித்தனர். மகிழ்ச்சியுடன் விண்ணப்பங்கள் ஏற்றுக்கொள்ளப்பட்டன.

உடைக்க, வாய்ப்புமில்லாத, கட்சியுமில்லாத நிலையில், நமது பிள்ளை அவர்கள் வேறு வழியில்லாமல் முழுவதுமாக குமாஸ்தா தொழிலுக்கு திரும்பினார். குமாஸ்தாக்கள் சங்கத்தின் மூலம் அவருக்கு அறிமுகமான கம்யூனிஸ்ட் கட்சியின் பதினைந்தாண்டு காலம் இவ்வாறு ஒரு விசித்திரமான முடிவுக்கு வந்தது.

ஒருநாள் தம்புரான் "கமிட்டிய உடைச்சு, நாலு பேரு உன் பின்னாடி வர அளவுக்கு அப்படி என்ன பாட்டா நீ கொள்கைய பேசிட்ட?" என்றான்.

குமாஸ்தா பிள்ளை யோசிக்காமல் ஒரு பதிலை சொன்னார்.

"எனக்கு எங்கப்பன புடிக்காது. ஸ்டாலின் ஒரு சாடைல பாக்குறத்துக்கு மீசைய முறுக்கிட்டு அந்தாள மாதிரியே இருந்தான். ஒருநாள் ஸ்டாலினப் பத்தி விவாதம் ஓடிட்டு இருந்துச்சு. முக்கால்வாசி பேரு ஸ்டாலினை ஆதரிச்சு பேசிட்ருந்தானுவோ. நான் எந்திரிச்சேன். ஹிட்லரும் ஸ்டாலினும் கூட்டணி போட்டுத்தான் இரண்டாம் உலகப்போரை நடத்துனானுவன்னு சொன்னேன். ஆதாரம் கேட்டானுவ. எனக்கு ஸ்டாலின் மாதிரி இருந்த எங்கப்பனும், ஹிட்லர் மாதிரி இருந்த என் பெரியப்பனும்தான் ஓரமைக்கு வந்தானுவ. ஆதாரத்துக்கு நான் எங்க போவேன்? அதான் அவனுக்களுக்குள்ளயே சண்டைய மூட்டி விட்டேன்..."

"யோவ் பாட்டா... இது என்னய்யா நியாயம்?"

"பின்ன... எங்கப்பனும் பெரியப்பனும்தான என் வாழ்க்கையை அழிச்சானுவ?"

அந்த உரையாடல் அப்படி முடிந்ததில் என்ன ஆச்சர்யம் இருந்து விடப்போகிறது? இப்போது உங்களுக்கு அவரைப் பற்றி ஒரு சித்திரம் உருவாகி இருக்கும் இல்லையா? அதை அப்படியே வைத்துக்கொள்ளுங்கள்.

வின்சென்ட் குமாஸ்தாவை விட்டு முதலில் சென்றது பெயர் என்றால், அடுத்துச் சென்றது சிரிப்பு. அதற்கு காரணம் யங் பிராங்கென்ஸ்டைன் படம்.

அந்தப் படத்தைப் பார்த்துவிட்டு "தான் இறந்த பின்னர் தன் மூளையை எடுத்து இன்னொரு உடலில் பொருத்துவது" பற்றி தீவிரமாக யோசிக்கத் தொடங்கினார். எப்படியும் இருபது வருடத்தில் அதற்கான மருத்துவம் வந்துவிடும் என நம்பியவர், தனக்கான ரத்த மாதிரியை கொண்ட உடலைப் பற்றி யோசிக்க

ஆரம்பித்தார். எல்ஐசி ஏஜென்ட்கள் கண்களுக்கு எல்லோரும் பாலிசிகளாகவே தெரிவதுபோல, இப்போது அவர் கண்ணுக்கு எல்லோரும் 'ஓ பாசிட்டிவ்' பிணமாகவே தெரிந்தனர். வழக்கிற்கு வரும் மருத்துவர்களிடம் அந்தப் படத்தை பற்றி மெல்ல பேச ஆரம்பித்து அதற்கான சாத்தியம் பற்றி கேட்பார். சொல்லி வைத்ததுபோல எல்லோரும் அது நடக்காத காரியம் என்றபோது, அந்தப் படத்தில் நிகழ்ந்ததுபோல இவர்மீதும் எலக்ட்ரிக் ஷாக் அடித்தது. அந்த அதிர்ச்சிக்குப் பின் N2O இவரது உணர்வை தீண்டவேயில்லை.

அதன்பின் அவர் நடவடிக்கையில் பெரிய மாற்றம் நிகழ்ந்தது. நீண்டநாள் வாழ வேண்டும் என்ற ஆசை பறந்து போனது. மூக்குப்பொடியிலும் சாராயத்திலும் குளிக்க ஆரம்பித்தார். அஞ்சு ரூபாய்க்கு டிபன் நிறைய கிடைத்த சாராயமும் கருவாடும் காலை முதல் மாலை வரை அவர் வயிறை நிரப்பின. ஆம் மாலை வரை மட்டும்தான்.

இரவு வீட்டிற்கு செல்லும்போது மூக்குப்பொடி வாசனையோ, சாராய நெடியோ சொர்ணத்தின் மூக்கை எட்டினால் அன்று அவரின் காதில் நிமிடத்திற்கு இரண்டு லட்சம் வார்த்தைகள் ஒளியின் வேகத்தில் வந்து தாக்க ஆரம்பிக்கும். அவ்வாறு அவரின் காதுகளுக்குள் நுழைந்து தாக்கிய வார்த்தைகள் வெளியேற எந்தவித வாய்ப்புமின்றி ஒன்றோடு ஒன்று மோதிக்கொள்ளும்போது, சொர்ணத்தின் வாயை கூர்மையாக பார்க்க ஆரம்பிப்பார். அது அப்போது எல்லோராலும் பரபரப்பாக பேசப்பட்ட புதிதாக கண்டுபிடித்த டோக்கியாவிற்கும் ஒசாகாவிற்கும் இடையே ஓடும் புல்லட் ட்ரெயினை அவருக்கு நியாபகப்படுத்தும். மறந்துபோன சிரிப்பு வரும் நேரம் அதுமட்டும்தான். அதன்பின் சொர்ணத்தால் எப்படி அவரைத் தூக்கிப்போட்டு மிதிக்கமால் இருக்க முடியும்?

இதுபோன்ற சண்டைகளிலிருந்து தப்பிக்கவே ஒன்பது மணிக்கு வீட்டிற்கு செல்வதற்கு, சாயந்திரம் ஐந்து மணியிலிருந்து ஆறு மணிவரை மூன்று பொட்டல மூக்குபொடி நுழைந்திருந்த மூக்கையும், இரண்டு டிபன் சாராயம் நுழைந்திருந்த வாயையும் பத்து லிட்டர் தண்ணீர் விட்டு சிந்தவும், கழுவவும் ஆரம்பிப்பார்.

பாதாள சாக்கடை திட்டத்தில் பைப் பொருத்துவதற்காக சாலைகளை தோண்டுவது மாதிரி தோண்டி, கிண்டி, கிளறி, மூக்கை சிந்தும் அந்தச் சத்தம்... வின்சென்ட் வக்கீல் அலுவலகம்

இருந்த முத்துச்செட்டியார் லாட்ஜ் ஏதோ அண்டை நாட்டின் ஏவுகணை தாக்குதலில் சிக்கிக்கொண்டதுபோல அலற ஆரம்பிக்கும். இவரின் குணம் அறிந்த சக அறைவாசிகள் மணி ஐந்தாகி விட்டதென கருதி அனைவரும் டீ குடிக்க வெளியே கிளம்புவர்.

தம்புரானுக்கும் கூட அவரிடம் பிடிக்காத ஒரே விஷயம் மூக்குப்பொடி போடுவதுதான். அதற்கும் காரணம் இல்லாமலில்லை.

தம்புரான் ஆஃபிஸ் வந்த புதிதில் அவன் செலவில் மல்லிகைப்பூ மாதிரி அவ்வளவு வெண்மையாக இருந்த ஒரு வாஷ்பேசினை வாங்கி வைத்தான். அதை அவ்வளவு அழகாக கவனமாக ரசித்து ரசித்து அவனே பொருத்தியும் வைத்தான். ஒரு வாரம் கட்சி வேலை என்று எங்கோ சென்றுவிட்டு வந்தவன் கண்ணில் மீண்டும் அந்த வாஷ்பேசின் தெரிந்தபோது, அது 2500 வருடத்திற்கு முன்னால் நம் முன்னோர்கள் பயன்படுத்திய கருகிப்போன செங்கல் ஓடு மாதிரி இருந்தது.

அவரது மூக்கையும், வாஷ்பேசினையும் மாறி மாறி பார்த்தான் தம்புரான்.

பொடி போட்டு போட்டு அவரது மூக்கே விறகு அடுப்பு மாதிரி பிளந்து கிடந்தது. கொஞ்சம் உற்று பார்த்தால் மூளையில் ஏதாவது ரத்தக்கட்டு உள்ளதா? காதில் எங்கேயாவது சவ்வுகள் டீவியேசன் ஆகி இருக்கிறதா? என்றுகூட கண்டுபிடித்துவிடலாம். ஒன்றும் சொல்லாமல் தலையில் அடித்துக்கொண்டான்.

இதனால் எல்லாம் நம் குமாஸ்தா பிள்ளை பிரபலம் ஆகவில்லை.

அடிதடி, வெட்டுக்குத்து, வழிப்பறி போன்ற வழக்குகளினால் இருபத்திநான்கு மணிநேரமும் கோர்ட்டும், குற்றவாளிக் கூண்டுமே கதி என்று கிடந்த ஒருவன், அவசரநிலை காலகட்டத்தின் ஒருநாளில் திடீரென்று வெள்ளை உடைகளுடன், கோட், கவுன் சகிதமாக வக்கீல்கள் அமரும் மேஜையில் தெம்பாக வந்து உட்கார்ந்து கொண்டிருந்தான். ஆறரை அடி உயரமும் நூற்றி ஐம்பது கிலோ எடையும் கொண்ட அவனைப்பார்த்து வக்கீல்கள் மட்டுமல்ல, ஜட்ஜே கூட என்ன கேட்பதென்று தெரியாமல் திகைத்துப் போய் அமர்ந்திருந்தார். அது நம் குமாஸ்தா பிள்ளையை வெகுவாக கவர்ந்துவிட்டது.

அவனாலே ஆக முடிந்தால், இந்தியா சுதந்திரம் அடைவதற்கு முன்பே நாகர்கோவில் கோர்ட்டில் குமாஸ்தாவாக இருக்கும் தன்னால் ஏன் முடியாது என்று அன்றுதான் யோசிக்க ஆரம்பித்தார். அப்படி யோசித்தவருக்கு அதற்கான குறைந்தபட்ச கல்வித்தகுதி தனக்கில்லை என்ற உண்மையும் சட்டென்று தோன்றியது.

செரச்சி செரச்சி குடுமி மிஞ்சின கதையாக, யோசித்து யோசித்து ஒன்றுமே தோன்றாமல் வெறுத்துப்போய் இருந்தவரின் மூளைக்குள் பளிச்செசென அப்போது ஒரு பெயர் தோன்றியது. “ஆசான் விழுந்ததும் ஒரு அடவுதான்” என்று நினைத்துக் கொண்டார்.

“பட்டய நாடார்.”

“மகாராஜா பாலமோர் எஸ்டேட் பக்கம் 150 ஏக்கர் சொத்திற்கு தனக்கு தந்த பட்டயம் இதுதான்” என்று சொல்லிக்கொண்டு ஒருவர் கொஞ்ச நாட்களாக கோர்ட்டில் சுற்றிக்கொண்டிருந்தார். நீதிமன்றத்திற்குள் அவரின் வருகையே புயல்போல இருக்கும்.

ஒரு கையில் பட்டயத்துடனும், இன்னொரு கையில் அழுக்கு எது, வேட்டி எது என்று தெரியாமல் இருக்கும் அந்தத் துணியின் நுனியை பிடித்துக்கொண்டும் வக்கீல் சங்கத்தின்முன் நின்று கொண்டு, “எனக்கு 150 ஏக்கர் சொத்து வாங்கித்தந்தால் வாதாடும் வக்கீலுக்கு 100 ஏக்கர்” என்பார். அதற்கும் யாரும் செவி சாய்க்கவில்லையென்றால் “மார்ஷல் நேசமணி தலைவரா இருந்த இந்தச் சங்கத்துல எனக்காக வாதாட ஒரு வக்கீல் இல்லையா?” என்று அவர்களின் தன்மானத்தை சீண்டுவார். “நேசமணியே இருந்தாலும் இந்நேரம் உன்னைக் கண்டா ஓடத்தான்டா செய்வாரு...” என்று சொல்லிக்கொண்டே எல்லா வக்கீல்களும் தெறித்து ஓடுவார்கள்.

பின் சிவில், கிரிமினல் என எல்லா கோர்ட்டிலும் போய் நீதிபதியிடம் பட்டயத்தைக் காண்பித்து இப்போதே தீர்ப்பை கொடுங்கள் என்று கேட்டு சத்தம் போடுவார். அவர்கள் இவர் தொல்லை தாங்கமுடியாமல் எழுந்து சேம்பருக்குள் செல்லும்போது “இந்திராகாந்திக்கு கொடுத்ததுபோல எனக்கும் ஒரு ஸ்டே கொடுக்க கிருஷ்ணய்யர் மாதிரி ஒரு சட்டம்பி வராமலயா போய்ருவான்?” என்று அவர்களை வம்பிக்கிழுப்பார்.

குமாஸ்தா சங்கமும் அவரது தாக்குதலில் இருந்து தப்பிக்கவில்லை. “வந்துட்டான் பாரு, ஒரு பட்டயத்தையும்

ரெண்டு கொட்டை'யத்தையும் தூக்கிட்டு" என்று சொல்லிக் கொண்டே அவனைப்பார்த்து அவர்கள் பறந்து மறைந்தார்கள்.

மறுநாளே வின்சென்ட் குமாஸ்தா பட்டய நாடாரை அழைத்துக்கொண்டு அவரது குடிசைக்குச் சென்றார். பழைய பேப்பர்காரன்போல அங்கு இருந்த எல்லாத் தாள்களையும் சேகரித்தார். துருவித் துருவி ஆராய்ந்தார். சம்மந்தம் சம்மந்தமில்லாமல் என்னென்னவோ கையில் சிக்கியது. எல்லாவற்றையும் எடுத்துக்கொண்டார். நேராக வின்சென்ட் வக்கீலிடம் போய் சில யோசனைகள் கேட்டார். சர்வே நம்பர், வில்லேஜ் பெயர், பட்டயம் இதை மட்டுமே வைத்து ஒரே வாரத்தில் பட்டய நாடார் வழக்கு நீதிமன்றத்தில் தாக்கல் செய்யப்பட்டது. கலெக்டர், தாசில்தார், வி.ஏ.ஓ என எல்லோரும் அந்த வழக்கில் பிரதிவாதிகளாக சேர்க்கப்பட்டனர்.

வழக்கு நீதிபதியின் மேஜைமுன் வந்தது. ஏற்கனவே பட்டய நாடாரால் வெறுத்துப் போயிருந்த நீதிபதி, பட்டயம் கொடுத்த மகராஜாவை சபித்துக்கொண்டே "உன் வக்கீல் எங்கையா?" என்றார்.

"எனக்கு வக்கீல் கிடையாது. நான்தான் கேஸை நடத்தப்போறேன்..." என்றார்.

எப்படியும் இதன் பின்னால் ஒரு வக்கீல்தான் இருப்பார் என்று நினைத்த நீதிபதி "உண்மையச் சொன்னா, இந்த கேஸை நான் நம்பர் பண்ணி கலெக்டர், தாசில்தார், வி.ஏ.ஓ எல்லாருக்கும் நோட்டீஸ் அனுப்புவேன். இல்ல ரிஜக்ட் பண்ணிருவேன்" என்றதும் அந்த பெயர் நீதிமன்றத்தில் எதிரொலித்து அடங்கியது.

"வின்சென்ட் வக்கிலோட குமாஸ்தா!"

பட்டய நாடரின் பதிலை கேட்டு அவர் கொஞ்சம் அசந்துதான் போனார்.

கலெக்டர், தாசில்தார், வி.ஏ.ஓ என எல்லோருக்கும் நோட்டீஸ் அனுப்பபட்டது. அந்த வழக்கே வின்சென்ட் குமாஸ்தா வழக்கு என்றே எல்லாராலும் அறியப்பட்டது.

பட்டய நாடார் எல்லா வாய்தவுக்கும் ஆஜரானார். கிட்டதட்ட கோர்ட்டிற்குள் பாய்போட்டு படுத்தே விட்டார். ஒன்பது வருடம் கேஸ் நடந்தது. நான்கு நீதிபதிகள், மூன்று அரசாங்க வக்கீல்கள், மூன்று மாவட்ட ஆட்சியர்கள் மாறியிருந்தார்கள். இரண்டு தாசில்தார்கள் பணி ஓய்வு பெற்றிருந்தார்கள். பட்டய

நாடாரும் குமாஸ்தா பிள்ளையும் கல்லுபோல நின்று வழக்கை நடத்தினார்கள். தீர்ப்பிற்கு முன்னரே அரசாங்கம் இறங்கி வந்தது. பட்டய நாடார் வீட்டு பக்கமே இரண்டரை ஏக்கர் சொத்து கொடுப்பதாக ஒரு சமரசதிற்கு வந்தது. யாராலும் செய்ய முடியாத ஒன்றை வின்சென்ட் குமாஸ்தா செய்துவிட்டதாக எல்லோராலும் பேசப்பட்டது.

ஆனால் பட்டய நாடார் நாளை நமதே சினிமா பார்த்துவிட்டு வரும்வழியில் ஒண்ணுக்கு முட்டவே, அதை வெளியேற்றப் போன இடத்தில் கீழே கிடந்து கிடைத்ததுதான் அந்த பட்டயம் என்ற உண்மை வின்சென்ட் குமாஸ்தாவிற்கு மட்டும்தான் தெரியும்.

அதன்பின் யாராலும் எடுக்க முடியாத, எடுக்கக் கூடாத வழக்குகள் எல்லாம் அவரைத் தேடி வந்தன. வழக்குகளின் தன்மைக்கேற்ப ஒவ்வொரு வக்கீலைப் பிடித்துக்கொள்வார். நிறைய சம்பாதித்தார். மகளை கட்டிக்கொடுத்த தைரியத்தில் அவ்வளவையும் குடித்தும், குடி வாங்கிக்கொடுத்தும் செலவழித்தார். ஒரு கட்டத்தில் வழக்குகள் வருவது குறைந்தது. வின்சென்ட் வக்கீலும் இறந்து போயிருந்தார். அதனால் வருமானமும் குறைந்தது. வயது மூப்பின் காரணமாக சொர்ணம் இப்போது மணிக்கு ஐம்பதினாயிரம் வார்தைகளுக்குள்தான் பேசி வந்தாள். இத்தனை வயதிற்குப் பின்னும் தன்னை அவளிடம் நிரூபிக்கவேண்டிய கட்டாயத்தில் இருந்தார். அப்போதுதான் தம்புரானும், இடைஞ்சலும் அவருக்கு அறிமுகமானார்கள்.

இருவருமே அந்த எட்டு மாத காலத்திற்குள்ளாகத்தான் வின்சென்ட் குமாஸ்தாவிடம் வந்து சேர்ந்தார்கள். இடைஞ்சல் வாரத்திற்கு ஒரு பஞ்சாயத்தைக் கொண்டுவந்தான். அதன்மூலம் அவருக்கு ஒரு வருமானம் வரத்தொடங்கியது. தம்புரான் அவன் பங்கிற்கு கொஞ்சம் வருமானம் ஏற்படுத்திக் கொடுத்தான். ஆனால் அவருக்குத் தேவை அன்றாட செலவுக்கு தேவையான பணம் அல்ல. மொத்தமாக ஒரு பெரிய தொகை. அப்படி பணம் கொழிக்கும் விவகாரங்களை தம்புரான் கொண்டு வராமலில்லை. ஆனால் அதில் ஒன்றுகூட நடக்கவில்லை.

அதானால்தான் தம்புரான் முதலில் இந்த 10 கிலோ தங்கம் பற்றி சொல்லும்போது அவனுக்கு அவர் அப்படி பதிலளித்தார். ஆனாலும் அந்த ஒரு வார காலத்தில் அவருக்கு அந்த தங்க விவகாரம் நிச்சயமாகவே நடக்கக்கூடிய விசயமாகவே

தோன்றியது. அவர் பங்கிற்கு கிடைக்கக்கூடிய ஐந்து லட்சத்தை வைத்து மனைவியின் வாய் பயணிக்கும் தண்டவாளத்தை குண்டு வைத்து தகர்த்து விடலாம், தான் நினைத்ததைச் செய்யலாம் என என்னென்னவோ திட்டங்களைப் போட்டு அதைப்பற்றியே யோசித்து வந்தார். சதா எல்லா நேரமும், ஏன் இரவிலும் தூங்காமல் கற்பனை காட்சிகளில் வலம் வந்து கொண்டிருந்தார். அரைநாளில் சாமா கடைக் காரரையும், அம்புரோசையும் பிடித்து 10 கிலோ தங்கத்தை கைமாற்ற ஏற்பாடு செய்தார்.

ஆனால் அதன்பின் தம்புரான் அந்த பத்துகிலோ தங்கத்தையும் கொண்டுவர ஏற்பாடு செய்த அந்த ஒரு வாரத்தில் அவன் ஃபோன் எடுக்காதபோதும், அம்புரோஸும், சாமாவும் இவரிடம் ஃபோன் போட்டு ஏன் தாமதம் என்று கேட்கும்போதும், அங்கு ஏதோ பிரச்சனை என்று தம்புரான் சொன்னபோதும் அவர் இந்த காரியமும் நடக்கதோ என்றே நினைத்தேவிட்டார். கடைசியில் தம்புரான் அன்று இரவு ஒன்பது மணிக்குள் வந்துவிடுவேன் என்று சொன்ன போதுதான் அவருக்கு நம்பிக்கையே வந்தது..

ஆனால்....

★★★

சம்பவம் 1:

“பாட்டா நாங்க கிளம்பியாச்சி. அவங்க நம்பிக்கைக்கு நம்மக்கூட அவங்க ஆளுவ ரெண்டு பேரு வாராங்க. என் பிரெண்ட்டையும் சேத்து மொத்தம் நாங்க நாலு பேரு வாறோம். சரியா நைட் ஒம்பது மணிக்குள்ள அங்க வந்துருவோம்...”

“சரி... சரி... நாங்க எல்லாரும் இங்க அம்புரோஸ் வீட்லதான் இருக்கோம். வா.”

★★★

சம்பவம் 1:

“லேய் எத்தன மட்டம்ல உனக்கு ஃபோன் அடிக்கது. மணி பத்தாகப் போவுது...”

“இரு... இரு... நான் கூப்பிடுகேன்.”

★★★

“இருங்க இருங்க நானும் முடிச்சிடுறேன். உங்களுக்கு ஏற்கனவே இருக்குற சில கேள்விகளோட இன்னும் ஒண்ணு இப்ப

கூடியிருக்கும். இந்தக் கதையோட தலைப்பு பாத்தா "நாலு பேரும், இரண்டு சம்பவங்களும்னு இருக்கு. ஆனா மூணு பேரையும் ஒரு சம்பவத்தையும் பத்தி மட்டும்தான் இவன் சொல்லிட்டு இருக்கான், அந்த மிச்சமிருக்குற அந்த நபரும் சம்பவமும் என்ன? ஏதோ பொலிட்டிக்கல் த்ரில்லர்ன்னு சொல்லிட்டு பொலிட்டிக்கல் காமெடி கதைய சொல்லிட்டு இருக்கான்னுதான கேக்குறீங்க?

ஆரம்பத்துல சொன்னதத்தான் இப்பவும் சொல்றேன். நானா வாயத் தெறந்து இவருதான் கொலையாளி, இதுதான் கொலைக்கு காரணம்னு எதுவும் சொல்லமாட்டேன். நீங்களாத்தான் கண்டு புடிச்சிக்கனும். அதுவுமில்லாம எனக்கு ஏற்கனவே உங்கட்ட சொன்ன அந்த எக்கனாமிக் த்ரில்லர் கேஸையும் போய் விசாரிக்க வேண்டிருக்கு. அதுனால மேற்கொண்டு எந்தக் கேள்வியும் என்கிட்ட கேக்காதீங்க.

இருங்க... இருங்க... இன்னும் முடியல. அப்படியெல்லாம் உங்கள நட்டாத்துல விட்டுட்டுப் போயிற மாட்டேன். உங்களுக்கு இருக்குற சந்தேகங்கள நான் மூணாப் பிரிச்சு சொல்றேன். அதுல இருந்து நீங்களா ஒரு முடிவுக்கு வந்துக்கோங்க. முதல்ல இடைஞ்சல்ல இருந்து ஆரம்பிக்குறேன்.

இப்ப நான் ஏன் இடைஞ்சல் பண்ண அந்த கிறுக்குத்தனத்தை இதுவரை சொல்லாம இப்போ சொல்ல ஆரம்பிக்கிறேன்னுதான கேக்குறீங்க? அதுக்கு நான் நேரடியா பதில் சொல்றதவிட டிசம்பர் 29-ம் தேதி நைட்ல இருந்து 30-ம் தேதி மதியம் வரை என்ன நடந்துச்சுங்குறதையும், இனி நான் சம்பவம் ஒண்ணுலயும், ரெண்டுலயும் விவரிக்கப்போற சம்பவங்களையும் ஒண்ணோடு ஒண்ணா பொருத்திப்பார்த்து, எதை எதை எதுக்குக்கூட சேத்து வச்சு வின்சென்ட் குமாஸ்தா கொலையை பத்தி நீங்களே ஒரு முடிவுக்கு வந்துருங்க. ஓகே...? அப்புறம் வீட்டுக்கு போனப் பின்னாடி எட்வர்ட் லோரன்ஸ் பத்தியும் கொஞ்சம் படிச்சுக்கோங்க... இனிமேல் எந்தக் கேள்வியும் என்கிட்ட கேக்காதீங்க."

★★★

டிசம்பர் 29-ம் தேதி நைட்ல இருந்து 30-ம் தேதி மதியம் வரை நடந்தது?

"லேய் என் பட்டு சிறுமோனே அன்னைக்கு ராவுலருந்து மருநா காலம்பற வர என்ன மக்கா நடந்து? அத மட்டும்

அலம்புன்டாக்காம தவப்பன்ட செல்லிரு புள்ள. நீ என்ன செல்லுகியோ செய்யன்...''

"திருநெல்வேலி பக்கம் வரப்ப வண்டி லைட்டா டிவைடர் மேல ஒரசிரிச்சி. பொரத்த உள்ள டயர்ல அந்த டிவைடரோட வெள்ளைக் கலர் ஒட்டிரிச்சி. நீங்க பாத்தா ஏசுவியன்னுத் தெரியும். அப்ப நேரம் வேற நைட் ரெண்டு மணி ஆயிட்டு. அதான் வண்டிய திருநெல்வேலியிலே போட்டுட்டு ஒறங்கிட்டேன். காலைல எந்திரிச்சு, பத்து மணிக்கு வள்ளியூரு பக்கமா வந்து, பெயின்ட் கடை தொறந்து, கருப்பு பெயின்ட் வாங்கி டயர்ல அந்த வெள்ளைக் கலர் தெரியாதமாதிரி அடிச்சு முடிச்சு இங்க வந்து சேந்தன். அதான் லேட் ஆச்சி...''

★★★

சம்பவம் 1:

"லேய் எத்தன மட்டம்ல உனக்கு ஃபோன் அடிக்கது. மணி பத்து தாண்டியாச்சி...''

"பாட்டா டிவில நியூஸ பாரு... ஏதாவது பிரச்சனையா? பணம்லாம் இனி செல்லாதுன்னு ஏதோ சொல்லிட்டாங்களாம். இவனுவோ வந்த வழியே திரும்பிப் போக நிக்கானுவ. ஒரு மணிநேரமா அதான் இங்க சண்டை. என்னன்னு டக்குன்னு பாத்துச் சொல்லு...''

★★★

சம்பவம் 2:

"கடந்த ஆட்சியில் ஏற்பட்ட முறைகேட்டால், ஊழல் பெருமளவில் பரவிவிட்டது. தேசவிரோதிகள் 500 மற்றும் 1000 ரூபாய் நோட்டுகளைக் கொண்டே பணப் பரிவர்த்தனை செய்கின்றனர். இதற்கு முற்றுப்புள்ளி வைக்க இன்று இரவு முதலே 500 மற்றும் 1000 ரூபாய் நோட்டுகள் அனைத்தும் செல்லாது...''

●●●

இறுதியாகச் சில வரிகள்

எழுதத் தயங்கியபோதும் சரி, தொடங்கியபோதும் சரி எழுத்தாளனாக ஆகவேண்டும் என்ற கனவும், எழுதிக் குவிக்க வேண்டும் என்ற வீம்பும் இருந்துகொண்டேயிருந்தது. எழுத்து என்பதையும்கூட பெரியதொரு மனமகிழ்ச்சியை தரும் வேலையாக, அனைவரிடமிருந்தும் விலகி எங்கோ ஆகாயத்தில் பறப்பது போன்ற உணர்வைத் தரும் ஒன்றாக இருக்கும் என்றும்தான் நினைத்திருந்தேன். சொல்லப்போனால் ஆரம்பத்தில் அப்படித்தான் இருந்தது. ஆனால் இந்தக் கதைகளை எழுதிய எட்டுமாத காலங்களில், அந்தக் கனவும், வீம்பும், வெறியும் கொஞ்சம் கொஞ்சமாக எங்கோ சென்று விட்டதோடு, எழுத்து என்பதைக் குறித்த எந்தவிதமான பைத்தியக்கார உணர்வுகளும் இப்போது தோன்றுவதில்லை. மாறாக...

நீதிமன்ற படிக்கட்டுகளில் நடுங்கிக்கொண்டே ஏறி இறங்கும் வயதான கால்களைப் பார்க்கும்போதும்; எதிர்காலம் பற்றிய வண்ணக் கனவுகளுடன் வாழ்ந்து வருபவர்களின் தலைகள்மீது பேருந்துகளின் சக்கரங்கள் ஏறியது என்பதை படிக்கும்போதும்; காக்கி உடையணிந்த அதிகாரமிக்க கால் ஒன்று எந்தக் காரணமும் இல்லாமல் எங்கோ ஒரு இருச்சக்கர வாகனத்தை எட்டி உதைத்து யாரோ ஒருவரை கொன்றுவிட்ட செய்தியை கேள்விப்படும்போதும்; நீங்கள் வாங்கிக் கொடுக்கும் பலநூறு மரணதண்டனைகளும்கூட, வன்புணர்ந்து கொலை செய்வதற்கென்றே ஒருவன் மேற்கொள்ளும் ஆயிரக்கணக்கான கிலோமீட்டர்கள் பயணங்களை ஒருபோதும் தடுத்து நிறுத்தப்போவதில்லை என்பதை உணரும்போதும்; அறமும், மனிதமும் இன்றி இந்த உலகமே தனக்குக் கீழ்தான் என்ற எண்ணத்தில் தங்களுக்கு நெருக்கமானவர்களின் கழுத்துகளிலே கத்திகளை இறக்குபவர்களை நேருக்குநேராக சந்திக்கும்

போதும்; இவை எல்லாவற்றிலிருந்தும் தப்பித்தாலும் எவராலும் திறக்க முடியாத இரும்புப் பெட்டிக்களை கையில் வைத்துக்கொண்டு எப்போதும் யாரோ ஒருவரை அதனுள் அடைத்துப்பூட்டக் காத்துக்கொண்டிருக்கும் இந்தச் சமூகத்தில்...

சிலநேரங்களில் எங்கோ ஒரு ஓரத்தில் அமர்ந்து கொண்டும், சிலநேரங்களில் ரத்தவாடை வீசும் அந்தக் காட்சிகளில் தொழில் நிமித்தமாக பங்கேற்கும்போதும், என்னை அறியாமலே சட்டென்று அவர்களின் பிரச்சனைகளை என்னுடையதாக நினைத்து நான் குழம்பிக்கொள்ளும் தருணங்களில் எல்லாம் குற்றவுணர்வைத் தவிர என்னிடம் எதுவுமே மிஞ்சியிருப்பதில்லை...

நீதியும், அறமும், வாழ்வதற்கான உரிமையும் மறுக்கப் பட்டவர்களும், வன்புணர்வின் இறுதியில் சாலையின் ஓரம் கழிவென வீசப்பட்டவர்களும், உயிரென இருந்தவர்களை கொலைகளுக்கு பலிகொடுத்து விட்டு நியாயம் கேட்பவர்களும், இருக்கும் கொஞ்சநஞ்ச வாழ்வையும் கையில் பிடித்துக்கொண்டு இழந்த சொத்துக்களை மீட்டெடுக்கப் போராடுபவர்களும், தோல்வியடைந்த திருமணங்களினால் கைவிடப்பட்டவர்களும், அவர்கள் தூக்கிச் சுமக்கும் குழந்தைகளும், கடைசிக்காலத்தில் கை விட்டுப் போன பிள்ளைகளிடம் கையேந்தும் வயதானவர்களும் என...

போர்க்களம்போல காட்சியளிக்கும் நீதிமன்றங்களிலும், காவல் நிலையங்களிலும்தான் அனுதினமும் கொத்துக்கொத்தாக குவிந்து வருகிறார்கள். அவ்வாறு குவிகின்றவர்களின் இறுதி நம்பிக்கையும் அரசினால், அதிகாரங்களினால், அலட்சியங்களினால், சட்டங்களின் நுணுக்கங்களினால் நெரித்துக் கொல்லப்படும்போது, சிவப்புநிறக் கட்டிடங்களான இவை எனக்கு, குறிஞ்சிநில முருகன் அமர்ந்திருக்கும் செங்கோட்டு யானைகளாகவும், அசுரர்களின் ரத்தத்தால் மூழ்கிப்போன அதன் கூர்மையான தந்தங்களாகவும்தான் தெரிகின்றன.

நகரமே உறங்கும் ஒரு நள்ளிரவில், பகலில் தான் குத்திக் கிழித்த மனிதர்களைப் பற்றி, வழக்கு ஆவணங்களின் பின்னால் மறைந்திருக்கும் அவர்களின் வஞ்சகமற்ற வாழ்க்கையைப் பற்றி, ஒருவேளை இந்தக் கட்டிடங்கள் புரட்டிப் பார்க்குமானால்... அதுதான் இந்தக் கதைகள்.

பெரும்பாலும் இரவுகளில் எழுதப்பட்ட கதைகள் இவை. சொல்லப்போனால் நேரம் கிடைத்ததும் அப்போதுதான்.

அதனால்தானோ என்னவோ எட்டுக் கதைகளிலுமே இரவானது ஒரு கதாப்பாத்திரம் போலவும், கதாப்பாத்திரங்கள் அனைத்தும் ஒரு இரவைப் போலவும்... இருளும், அமைதியும், துயரமும் கொண்டவர்களாக வாழ்வதையும், மாறுவதையும், அழிவதையும் நீங்கள் பார்க்கலாம்.

புதுமைப்பித்தன் வார்த்தைகளைக் கடன் வாங்கிக் கொண்டால், "என்னுடைய கதைகள் ஒவ்வொன்றும் ஒவ்வொரு விவகாரத்தைப் பற்றியதாகவே இருக்கும்... அக்கதைகளில் வரும் இரவில் நிலவும் கிடையாது; தென்றலும் கிடையாது. என்னுடைய செண்பகராமன்பிள்ளை இருட்டிலே போனார்; இருட்டிலே வந்தார்."

யதார்த்தவாதக் கதைகளின் காலம் முடிந்துவிட்டது என்றும், இது கடற்கரை மணல்களைப் பற்றியும், காஃபி ஷாப்களின் டேபிள்களைப் பற்றியும் எழுதும் பின் நவீனத்துவ எழுத்தின் காலம் என்றும் பறைசாற்றிக் கொண்டிருப்பவர்களை கொஞ்சம் காவல் நிலையங்கள், நீதிமன்றங்கள், மருத்துவ மனைகள் பக்கமாக அழைக்கிறேன்.

சீனத்து உழவர்களை "எழுதப்படாத தாள்கள்" என்று மாவோ சொல்வார் அல்லவா, அவர்களைப்போல எத்தனை எத்தனையோ மனிதர்கள் அங்கு உங்களுக்கு அறிமுகமாவார்கள். இந்தக் கதைகள் அந்த எழுதப்படாத தாள்களில் ஒன்றில்தான் எழுதப்பட்டுள்ளது என்று நான் சொல்ல வரவில்லை; அப்படியொரு நம்பிக்கையும் எனக்கு கிடையாது. ஆனால் "படைப்புச் சுதந்திரம்" என்று சொல்லிக்கொண்டு நீங்கள் எழுதும் கதைகளில் வரும் ஆண்குறிகளை விட, யோனிகளை விட, அழகியல் ததும்பும் புராண இதிகாசக் குப்பைகளைவிட இவர்கள் கொஞ்சம் பொருட்படுத்தத் தக்கவர்கள்தான் என்று மட்டும் இங்கே சொல்லிக்கொள்கிறேன்.

மேலும் நான் எழுதவும் பேசவும் விருப்பப்பட்டது அரசியலைத்தானே தவிர; ஒருபோதும் கதைகளை அல்ல. எனவே இந்த முயற்சியில் சில குறைபாடுகளும், போதாமைகளும் இருக்க வாய்ப்புகள் அதிகம். அதை கற்றறிந்த வாசகர்களும், எழுத்தாளர்களும் "அறையும் ஆடரங்கும் மடப் பிள்ளைகள் தறையில் கீறிடின், தச்சரும் காய்வரோ?" என்பதுபோல பொறுத்து, சுட்டிக்காட்டி, திருத்திக்கொள்ள வாய்ப்பு வழங்கினால் நான் நன்றியுடையவனாவேன்.

இறுதியாக சில வரிகள்... | 371

பயன்தூக்கார் செய்த உதவி...

ஒன்பது வருடங்களுக்கு முன்பு எதிர்காலம் குறித்த எந்த நம்பிக்கையுமில்லாமல் அலைந்து திரிந்த காலத்திலிருந்து இப்போதுவரை என்னைத் தாங்கிவரும் அய்யப்பன் அண்ணன் அவர்களை இந்தநேரத்தில் ஆரத்தழுவிக் கொள்கிறேன். என்னைப்போல எத்தனையோ பேர் இன்றும் அந்த மரத்தின் கிளைகளில்தான் பாதுகாப்பாக வாழ்கிறோம் என்பதினால்தான் இந்தத் தழுவலே தவிர; ஏதோ நான் மட்டுமே இளைப்பாறிச் செல்லும் மரமாகவோ, நிழலாகவோ அவர் இருக்கிறார் என்ற சுயநலத்தினால் அல்ல.

2018-ல் இந்தக் கதைகளை எழுத முடிவெடுத்தபோது, எட்டு நாவல்களாகத்தான் யோசித்து வைத்திருந்தேன். ஆனால் கடைசிவரை நாவல் வடிவில் ஏனோ நம்பிக்கை வரவில்லை. அதையே குறுநாவல்களாக யோசித்தபோது அதிலும் திருப்தி இல்லை. இந்தக் குழப்பத்திலே ஒரு வருடத்திற்கும் மேலாக எதுவும் எழுதாமல் இருந்தேன். 'ஆயிரம் பக்கங்களை ஐநூறு பக்கங்களாக சுருக்குங்கள்' என்று எங்கோ படித்திருக்கிறேன். நான் அதிலும் பாதியாகச் சுருக்கினேன். கொஞ்சம் நம்பிக்கை பிறந்தது. அதனால்தான் நெடுங்கதைகளாக இருந்தபோதும் சிறுகதைகள் என்றே இவற்றை அழைக்கிறேன்.

இதற்கிடையில் மொபைலில் தேவையில்லாத ஒரு ஃபோல்டரை அழிப்பதற்கு பதிலாக, இந்தக் கதைகளுக்காக எடுத்து வைத்திருந்த 300க்கும் மேற்பட்ட குறிப்புகள் இருந்த ஃபோல்டரை தவறுதலாக அழித்துவிட்டேன். கிட்டத்தட்ட எல்லாமே முடிந்துபோனது மாதிரியான மனநிலை. அந்த மன அழுத்தத்தில் இருந்து மீண்டு வருவதற்கே ஒரு மாதமாகிவிட்டது. இந்தக் காலம் முழுவதும் எனக்கு துணையாக இருந்தவர்கள் விஜய் பிரசாத், சண்முகராஜ், சந்திரா, பாலாஜி பிரசன்னா, ஏவின் மனோ. என் குடும்பத்திற்கு நன்றி

தெரிவித்தால் அது எவ்வளவு சம்பிரதாயமாக இருக்குமோ அதுபோலத்தான் இவர்களுக்கு நான் நன்றி சொல்வதும்.

இங்கே ஏவின் மனோ, பாலாஜி பிரசன்னா பற்றி சில வார்த்தைகள் சொல்ல வேண்டும். ஆனால் இந்தக் கதைகளுக்கும் இவர்களுக்கும் உள்ள உறவைப் பற்றி எப்படி எப்படியெல்லாமோ எழுதி பார்த்துவிட்டேன்.

இறுதியில் அது சாகசமும், அடிதடி சண்டைக் காட்சிகளும், ஒருவரை ஒருவர் தமிழின் ஆகச் சிறந்த வார்த்தைகளின் மூலம் அர்ச்சனை செய்து கொண்ட சம்பவங்கள் நிறைந்த எங்களது நட்பைப் பற்றிய கதைகளில் போய்தான் முடிகிறதே தவிர; வேறு ஒன்றுமாகவும் இல்லை. விஜய் பிரசாத் போல பழகிய கொஞ்சநாட்களில் அளவில்லா அன்பை வாரி வழங்கியவர்கள். ஒவ்வொரு கதையையும் வரிக்குவரி படித்து, கேள்விகள் எழுப்பி, விவாதித்து, அவைகள் சிறப்பாக வரவேண்டும் என்று என்னைவிட அதிகமாக ஆசைப்பட்டவர்கள். இவர்கள் இல்லாவிட்டால் இந்தக் கதைகளை இவ்வளவு வேகமாக எழுதி முடித்திருப்பேனா என்றுகூடத் தெரியாது. இவ்வாறு இந்தக் கதைகளில் இவர்களின் ஈடுபாட்டை பற்றி நான் எழுத ஆரம்பித்தால், அது இந்தத் தொகுப்பில் ஒன்பதாவது கதையாக சேர்ந்துவிடும் ஆபத்து இருப்பதால் இத்துடன் நிறுத்திக் கொள்கிறேன்.

முழுக்க முழுக்க இறுக்கமான கதைகளால் மட்டுமே நிறைந்திருக்க வேண்டிய இந்தத் தொகுப்பில் மாறுபட்ட இரண்டு கதைகளை பற்றியும் நான் யோசிக்க முக்கிய காரணம் நண்பன் விஜய் அமிர்தராஜ்.

சிவில் வழக்குகளில் பயிற்சி செய்யும் எனக்குக் கிரிமினல் வழக்குகளைப் பற்றிப் படிக்க வேண்டிய சூழ்நிலை எழுந்தபோது, அதற்காக அவர்கள் அலுவலகத்தையே கொடுத்து எனக்கு உதவியவர்கள் வழக்கறிஞர்கள் பாலாஜி ராஜாராம், பிரபு, தினேஷ்.

தம்பி ராஜசேகர். வழக்கமாக எல்லோரும் பயன்படுத்தும் 'உடன்பிறவா சகோதரன்' என்பதுபோல ஒரு வார்த்தையால் அவனை இங்கு அழைக்கலாம் என்றால்கூட, அது அவனது அன்பைப் பற்றி நான் மிக மிகக் குறைத்து மதிப்பிடுவதுபோல ஆகிவிடும். எழுத லேப்டாப் இல்லை என்று தெரிந்தவுடன் இருப்பதிலே அதிக விலை உள்ள ஒன்றை வாங்கி அனுப்புபவனைப் பற்றியும், அளவில்லா புத்தகங்களை

பரிசளிப்பவனைப் பற்றியும், என் நண்பர்கள் என்று சொன்னால் அவர்களுக்கும் என்னைப்போலவே அன்பைப் பரிமாறுபவனைப் பற்றியும் நான் என்ன சொல்ல...?

இவர்கள் அனைவருக்கும் என் ஆயிரம் முத்தங்கள். இவர்கள் இல்லாமல் இந்த நூல் சாத்தியமில்லை. இந்த நூலில் எனக்கு இருப்பதைப் போலவே, இவர்கள் ஒவ்வொருவருக்கும் ஏதோ ஒரு விதத்தில் உரிமை உண்டு என்றே நினைக்கிறேன்.

ரவிசந்திரன் அரவிந்தன் அவர்கள். எங்கள் அனைவராலும் 'டேடி' என்று பாசமாக அழைக்கப்படுபவர். எழுத்தாளர், நாடகக் கலை களப்பணியாளர், மொழிபெயர்ப்பாளர் என பன்முகங்களைக் கொண்டவர். நான் எழுதுகிறேன் என்பதில் என்னைவிட அதிகமாக சந்தோஷப்பட்டு, அவராகவே என்னிடமிருந்து எல்லாக் கதைகளையும் கேட்டு வாங்கி இரவு பகல் பாராமல் பிழை திருத்தி, விமர்சனம் செய்து, பாராட்டி, மதிப்புமிக்க ஆலோசனைகளையும் வழங்கியபோது, அவரது அன்பில் நான் கரைந்துதான் போனேன்.

வழக்கறிஞர் அரசு அண்ணன் அவர்கள். இலக்கியம், அரசியல், சட்டம் என எனக்கு என்ன புத்தகங்கள் வேண்டுமானாலும் முதலில் என் நினைவிற்கு வருபவர். பெரிய பெரிய ஜவுளிக்கடை பைகளில் நூற்றுக்கும் மேற்பட்ட புத்தகங்களை அவர் வீட்டிலிருந்து நான் அள்ளி வந்த காலமும் உண்டு. அதேபோல மணவை ஜீவா அண்ணன். என்னை யாரிடம் அறிமுகப் படுத்தினாலும் முகநூலில் நான் கிறுக்கி வைத்த எழுத்துக்களை வைத்தே அறிமுகப்படுத்துவார்.

இவர்களைப்போலவே எப்போதும் என் நலம் விரும்புபவர்கள் சீனியர் சுப்ரமணியபிள்ளை. சரவணன் வீரைய்யா. சுரேஷ். சிலம்பரசன் செல்வராசு.

என் எதிர்பார்ப்பிற்கும் மேலாக சிறப்பான அட்டைப் படம் வடிவமைத்துத் தந்தவர் ஓவியர் சந்தோஷ் நாராயணன் அவர்கள். நூலை மிகச்சிறப்பாக வெளிக்கொணரும் எதிர் பதிப்பகம் அனுஷ் அவர்கள்.

இவர்கள் அனைவருக்கும் என் நன்றிகள்.

நாகர்கோவில்   பாவெல் சக்தி
23/03/2020   தொடர்புக்கு: 88708 87589

“

அந்த மாபெரும் கூடத்தையும் உருவப் படங்களையும் விளக்குகளையும் ஆசனங்களையும் அலங்கார உடுப்புகளையும் தடித்த சுவர்களையும் சன்னல்களையும் உற்றுநோக்கிய நெஹ்லூதவ் ‘எத்தனை பெரிய அளவில், எவ்வளவு கடுமையான முயற்சி செலவிடப்பட்டு நடத்தப்படுகிறது இந்தக் கபட நாடகம்?’ என்று தொடர்ந்து ஆலோசித்தார்.

அந்தப் பிரம்மாண்டக் கட்டிடத்தின் பெரும் பரிமாணத்தையும் அதனிலும் பிரம்மாண்டமான அந்த நீதி பரிபாலன அமைப்பையும் அதைச் சேர்ந்த அதிகாரிகளும் எழுத்தர்களும் காவலாட்களும் சிப்பந்திகளும் இங்கே மட்டுமின்றி அனைத்து ருஷ்யாவிலும் விரவிப் பரந்து பெருஞ்சேனையாய் அமைந்து யாருக்கும் எப்பயனுமின்றி இப்படி நாடகமாடுவதற்காகச் சம்பளங்கள் பெறுவதையும் அவர் நினைத்துப் பார்த்தார்.

‘இந்தக் கூத்துக்காக இத்தனை பெரிய அளவில் விரயமாக்கப்படும் இம்முயற்சியில், திக்கற்றவர்களாக வதையும் இந்த ஆட்களுக்கு உதவுவதற்காக நூற்றில் ஒரு பங்கையேனும் செலவிட்டால் என்னவாம்? நமது அமைதிக்காவும் வசதிக்காகவும் தேவையான அத்தனை வேலைக் கரங்களாகவும் உழைக்கும் உடலங்களாகவும் மட்டும்தானே இந்த ஆட்களைத் தற்போது நாம் பாவித்து வருகிறோம்?’

– லேவ் தல்ஸ்தோய் (புத்துயிர்ப்பு நாவல்)